'ಕುಂವೀ'

'ಕುಂವೀ' ಯಾನೆ ಕುಂ. ವೀರಭದ್ರಪ್ಪ, ಯಾನೆ ಕುಂಬಾರ ವೀರಭದ್ರಪ್ಪ ಹುಟ್ಟಿದ್ದು (ಅಕ್ಟೋಬರ್ ಒಂದು, 1953 ರಲ್ಲಿ) ವಿಜಯನಗರ ಜಿಲ್ಲೆ ಕೊಟ್ಟೂರಲ್ಲಿ. ಓದಿದ್ದು ಅಲ್ಲೆ. ಪ್ರಯಾಸಪಟ್ಟು ಹತ್ತನೆ ತರಗತಿ ಪಾಸು ಮಾಡಿದ್ದು ಪವಾಡವೆ. ಹದಿನೆಂಟೂಂತ ಸುಳ್ಳು ಹೇಳಿ ರೇಲ್ವೆ ಇಲಾಖೇಲಿ ದಿನಗೂಲಿ ಕೆಲಸಕ್ಕೆ ಸೇರಿ ತೆಲುಗು ಭಾಷೆನ ಒಂಚೂರು ಕಲಿತದ್ದು ಸಹ ಸಾಹಸವೆ. ಸಿದ್ಧಗಂಗಾ ಮಠ ಆಶ್ರಯ ಕಲ್ಪಿಸದಿದ್ದಲ್ಲಿ ಈ ವ್ಯಕ್ತಿ ಶಿಕ್ಷಕ ಕೋರ್ಸನ್ನ ಮುಗಿಸುತ್ತಿರಲಿಲ್ಲ. ಈತ ಆಂಧ್ರಪ್ರದೇಶಕ್ಕೆ ಪರಾರಿಯಾಗಿದ್ದಕ್ಕೆ ಕಾರಣ ತುರ್ತು ಪರಿಸ್ಥಿತಿಯೇ. ತಿಪ್ಪರಲಾಗ ಹಾಕಿ ಅದೇ ಆಂಧ್ರದಲ್ಲಿ ಪ್ರೈಮರಿ ಸ್ಕೂಲ್ ಮಾಸ್ತರಿಕೆ ಆರಂಭಿಸಿದ್ದು ಇನ್ನೊಂದು ಸಾಹಸ. ಅಲ್ಲಿನ ವಂದವಾಗಿಲಿ, ಗೂಳ್ಯಂ, ಹಿರೇಹಾಳುಗಳಂಥ ರಿಮೋಟು ಹಳ್ಳಿಗಳಲ್ಲಿ ಮೂರೂವರೆ ದಶಕಗಳ ಕಾಲ ಮಾಸ್ತರಿಕೆ ಮಾಡಿದರು. ನಿವೃತ್ತಿ ಬಳಿಕ ತಮ್ಮ ಸ್ವಂತ ಊರಾದ ಕೊಟ್ಟೂರಲ್ಲಿ ನೆಲೆಸಿದರು. ಜಿದ್ದಿಗೆ ಬಿದ್ದು ಕನ್ನಡದಲ್ಲಿ ಎಂ.ಎ. ಪದವೀಧರ ಅನ್ನಿಸಿಕೊಂಡರು. ಅದು ಮೂರು ಮಕ್ಕಳ ತಂದೆಯಾದ ಬಳಿಕ ಕರ್ನಾಟಕ ಸಾಹಿತ್ಯ ಅಕಾಡೆಮಿ, ಅನುವಾದ ಅಕಾಡೆಮಿ, ಚಲನಚಿತ್ರ ಸಬ್ಸಿಡಿ ಸಮಿತಿಗಳ ಸದಸ್ಯರು ಸಹ ಆಗಿದ್ದರು. ಕಥೆ ಕಾದಂಬರಿಗಳನ್ನು ಓತೋಪ್ರೋತ ಬರೆವವರೂಂತ ಸರ್ಕಾರ ಇವರನ್ನು ಅಮೇರಿಕಾದ ವಿವಿಧ ನಗರಗಳಲ್ಲಿ ತಿರುಗಾಡಿಸಿತು. ನೆರೆಹೊರೆಯ ರಾಜ್ಯಗಳಲ್ಲಿ ಸುತ್ತಾಡೋದು, ಕಾಡುಮೇಡುಗಳಲ್ಲಿ ಅಲೆಯೋದು, ದುರ್ಗಮ ಬೆಟ್ಟಗುಡ್ಡಗಳನ್ನು ಹತ್ತಿ ಇಳಿಯೋದು ಇವರ ಹಾಬಿ. ಮೊಣಕಾಲು ಚಿಪ್ಪುಗಳು ಸವೆದಿದ್ದರು ಈ ವ್ಯಕ್ತಿ ಅಲೆದಾಟನ ಕಡಿಮೆ ಮಾಡಿಲ್ಲದಿರುವುದು ಖೇದದ ಸಂಗತಿ.

ಕವಿತೆಗಳನ ದಂಡಿಯಾಗಿ ಬರೆಯುತ್ತಿದ್ದ ಕಾರಣಕ್ಕೆ ಮಿತ್ರರು ಇವರಿಗೆ 'ಕಜ್ಜಿಕವಿ' ಎಂಬ ಬಿರುದು ನೀಡಿದರು. 'ದಿವಿ ಸೀಮೆ ಹಾಡು' ಹೆಸರಿನ ಕವನ ಸಂಕಲನ ಪ್ರಕಟಿಸಿ ಸಾರಸ್ವತ ಬ್ಯಾಂಕಲ್ಲಿ ಖಾತೆ ತೆರೆದರು. ಜೊತೆ ಜೊತೆಗೆ ಕಥೆಗಳನ್ನು ಓತಪ್ರೋತವಾಗಿ ಬರೆದರು. 'ಇನ್ನಾದರು ಸಾಯಬೇಕು', 'ಭಗವತಿಕಾಡು', 'ಭಳಾರೆ ವಿಚಿತ್ರಂ' ಸೇರಿದಂತೆ ಹನ್ನೆರಡು ಕಥಾ ಸಂಕಲನಗಳನ್ನು ಪ್ರಕಟಿಸಿದರು. 'ಕಪ್ಪು', 'ಬೇಲಿ ಮತ್ತು ಹೊಲ', 'ಆಸ್ತಿ', 'ಶಾಮಣ್ಣ', 'ಅರಮನೆ', 'ಆರೋಹಣ', 'ಎನ್‌ಕೌಂಟರ್', 'ಎಲ್ಲೋ ಜೋಗಪ್ಪ ನಿನ್ನರಮನೆ' ಸೇರಿದಂತೆ ಇಪ್ಪತ್ತೇಳು ಕಾದಂಬರಿಗಳನ ಪ್ರಕಟಿಸಿದರು. ಇವರ ಆತ್ಮಕಥೆ 'ಗಾಂಧಿ ಕ್ಲಾಸು' ತುಂಬಾ ಫೇಮಸ್, ಜೊತೆ ಜೊತೆಗೆ ತೆಲುಗು ಭಾಷೆಯ ಸುಮಾರು ಮುನ್ನೂರಕ್ಕೂ ಅಧಿಕ ಕಥೆಗಳನ್ನು ಕನ್ನಡಕ್ಕೆ ಅನುವಾದಿಸಿದರು. ಎಪಿಕ್ ಶೈಲಿಯಲ್ಲಿ ಬರೆದು 'ಚಾಪ್ಲಿನ್'ನ ಕನ್ನಡಿಗರಿಗೆ ಪರಿಚಯಿಸಿದರು. ಇವರ ಕಥೆಗಳು ಬೇರೆ ಬೇರೆ ಭಾಷೆಗಳಿಗೆ ಅನುವಾದಗೊಂಡಿವೆ. ಕಳೆದೈವತ್ತು ವರ್ಷಗಳಲ್ಲಿ ಐವತ್ತು ಹೆಚ್ಚು ಮೌಲಿಕ ಕೃತಿಗಳನ್ನು ಪ್ರಕಟಿಸಿದ್ದರು ಈ ದಣಿವರಿಯದ ಲೇಖಕ ಸಾಹಿತ್ಯ ಕೃಷಿನ ಮುಂದುವರಿಸಿರುವರು.

ಈಗಾಗಲೆ ಬಿಡುಗಡೆಗೊಂಡಿರುವ ಮನ ಮೆಚ್ಚಿದ ಹುಡುಗಿ, ದೊರೆ, ರಾಷ್ಟ್ರ ಪ್ರಶಸ್ತಿ ಪಡೆದ ಕೊಟ್ರೇಶಿ ಕನಸು, ಕೆಂಡದ ಮಳೆ, ಬೇಲಿ ಮತ್ತು ಹೊಲ, ಭಗವತಿಕಾಡು, ರಾಷ್ಟ್ರ ಪ್ರಶಸ್ತಿ ವಿಜೇತ ಕೂರ್ಮಾವತಾರ. ಇವೆಲ್ಲವು ಇವರ ಕಥೆ, ಕಾದಂಬರಿ ಆಧಾರಿತ ಸಿನೆಮಾಗಳು. ಇವರ ಚೋಜ್ಚಿಲು ಕಾದಂಬರಿ ಕರ್ನಾಟಕ ಸಾಹಿತ್ಯ ಅಕಾಡೆಮಿ ಪ್ರಶಸ್ತಿ ಪಡೆದರೆ ಇವರ ಇನ್ನೊಂದು ಮಹತ್ಕೃತಿ 'ಅರಮನೆ' ಕೇಂದ್ರ ಸಾಹಿತ್ಯ ಅಕಾಡೆಮಿ ಪ್ರಶಸ್ತಿನ ಪಡೀತು. ಇವೊಂದೆ ಅಲ್ಲದೆ ರಾಜ್ಯ ಸರ್ಕಾರ ಸಾಲಿಯಾನ ನೀಡುವ ಕುಂದಣಗಾರ ಪ್ರಶಸ್ತಿ, ರಾಜ್ಯೋತ್ಸವ ಪ್ರಶಸ್ತಿಗಳು ಇವರಿಗೆ ಲಭಿಸಿವೆ. ಕರ್ನಾಟಕ ವಿಶ್ವವಿದ್ಯಾಲಯ ಇವರನ್ನು ಗೌರವ ಡಾಕ್ಟರೇಟ್ ನೀಡಿ ಗೌರವಿಸಿದೆ. ಕನ್ನಡ ಸಾಹಿತ್ಯ ಪರಿಷತ್ತು ಇವರಿಗೆ ಪ್ರತಿಷ್ಠಿತ ನೃಪತುಂಗ ಪ್ರಶಸ್ತಿ ನೀಡಿದೆ. ಅಲ್ಲದೆ ಕುಮುಟಾದ ಗೌರೀಶ ಕಾಯ್ಕಣಿ ಪ್ರಶಸ್ತಿ, ಧಾರವಾಡದ ಬೆಟಗೇರಿ ಕೃಷ್ಣಶರ್ಮ ಕಾದಂಬರಿ ಪ್ರಶಸ್ತಿ ಸೇರಿದಂತೆ ಹಲವು ಸಂಘ ಸಂಸ್ಥೆಗಳು ಇವರಿಗೆ ಹತ್ತಾರು ಪ್ರಶಸ್ತಿಗಳನ್ನು ನೀಡಿ ಗೌರವಿಸಿವೆ.

ವಿಶ್ವಸುಂದರಿ

ವಿನೂತನ ಕಾದಂಬರಿ

'ಕುಂವೀ'

ವೀರಲೋಕ ಬುಕ್ಸ್ ಪ್ರೈ.ಲಿ.
207, 2ನೇ ಮಹಡಿ, 3ನೇ ಮೇನ್, ಚಾಮರಾಜಪೇಟೆ
ಬೆಂಗಳೂರು-560018. ಮೊಬೈಲ್: 70221 22121
ಇಮೇಲ್: veeralokabooks@gmail.com
ವೆಬ್‌ಸೈಟ್: www.veeralokabooks.com

VISHWASUNDARI
A novel written by **Kum. Veerabhadrappa**

Published by:
VEERALOKA BOOKS PVT. LTD.
207, 2nd Floor, 3rd Main
Chamarajpet, Bengaluru - 560018

Mobile : 70221 22121
E-mail : veeralokabooks@gmail.com
Website: www.veeralokabooks.com

ISBN : 978-93-94942-00-4

Price : Rs. 160/-
Pages : 144
First Impression : 2022

Paper used : 90 GSM NS Maplitho
Book size : 1/8th Demy

Cover page illustration by : Hadimani T.F.
Inner pages illustration by : Vijaya Vikram

Printer :

ಕಾದಂಬರಿಕಾರನ ಮಾತು

ವೀರಕಪುತ್ರ ಶ್ರೀನಿವಾಸ!

ಒಳ್ಳೆಯ ಸಂಘಟಕ, ಉತ್ಸಾಹಿ ಯುವಕ, ಆಕರ್ಷಕ ವಾಗ್ಮಿ, ಅವಿಶ್ರಾಂತ ಸಂಚಾರಿ. ಬೇರು ಮಟ್ಟದಿಂದ ಬೆಳೆಯುತ್ತಿರುವ ಈ ತರುಣ ಕನಸುಗಾರ. ಅಭಿಜಾತ ಕಲಾವಿದ ಸಾಹಸ ಸಿಂಹ ಡಾ. ವಿಷ್ಣುವರ್ಧನ್ ಹೆಸರಿನ ರಾಜ್ಯಮಟ್ಟದ ಸಂಘಟನೆಯ ರೂವಾರಿ. ಈ ಸಂಘಟನೆಗೆ ನಾಡಿನೆಲ್ಲ ಕಡೆ ಲಕ್ಷಾಂತರ ಸದಸ್ಯರಿದ್ದಾರೆ, ಅವರೆಲ್ಲರು ಉತ್ಸಾಹಿಗಳು, ಸಮರ್ಪಣಾ ಮನೋಭಾವದವರು. ಅವರೆಲ್ಲರು 'ವಿಷ್ಣು ದಾದ' ಅವರ ಉಗ್ರ ಅಭಿಮಾನಿಗಳು.

ಆ ಯಜಮಾನನ ಹೆಸರನ್ನು ಚಿರಸ್ಥಾಯಿಗೊಳಿಸಲು ಹಲವು ಸಮಾಜಮುಖಿ ಕಾರ್ಯಕ್ರಮಗಳು ನಡೆಸುತ್ತಿದ್ದಾರೆ. ಕರುಣಾಮಯಿಯ ಮಾನಸಪುತ್ರ ಎಂದು ಹೆಮ್ಮೆಯಿಂದ ಉದ್ಘೋಷಿಸುತ್ತಾರೆ. ಅವುಗಳಲ್ಲಿ ಪ್ರಾಥಮಿಕ ಶಾಲಾ ಶಿಕ್ಷಕನಾಗಿದ್ದ ನನಗೆ ಇಷ್ಟವೆನಿಸಿದ ಕಾರ್ಯವೆಂದರೆ ಇವರು ಹತ್ತು ಹಲವು ಸರ್ಕಾರಿ ಕನ್ನಡ ಮಾಧ್ಯಮ ಶಾಲೆಗಳನ್ನು ದತ್ತು ಪಡೆಯುತ್ತಾರೆ, ಅವುಗಳನ್ನು ಸರ್ವಾಂಗೀಣವಾಗಿ ಅಭಿವೃದ್ಧಿಪಡಿಸುತ್ತಾರೆ. ಆ ಶಾಲೆಗಳಿಗೆ ಕಂಪ್ಯೂಟರ್‌ಗಳನ್ನು ದೇಣಿಗೆ ರೂಪದಲ್ಲಿ ನೀಡುತ್ತಾರೆ. ರಕ್ತದಾನ ಈ ಸಂಘಟನೆಯ ಇನ್ನೊಂದು ಪುಣ್ಯಕಾರ್ಯ.

ನಮ್ಮ ಈ ವೀರಕಪುತ್ರ ಇವೆಲ್ಲ ಮಾಡುವುದು ತಮ್ಮ ಸ್ವಂತ ದುಡಿಮೆಯ ಹಣದಲ್ಲಿ, ತಕರಾರು ಎತ್ತಿದವರಿಗೆ ಪೂರ್ವಜನ್ಮದಲ್ಲಿ ತಾನು ಆ ಸಾಹಸ ಸಿಂಹನ ಮಗನಿದ್ದಿರಬೇಕೆಂದು ಹೇಳುತ್ತಾರೆ. ಆಪ್ತಮಿತ್ರನ ಹೆಸರನ್ನು ಚಿರಸ್ಥಾಯಿಗೊಳಿಸಲು ಹತ್ತಾರು ಜನೋಪಯೋಗಿ ಶಿಬಿರಗಳು, ಅಲ್ಲಲ್ಲಿ ತಮ್ಮ ಕಾರ್ಯಕರ್ತರ ಪುಸ್ತಕಗಳ ಪ್ರಕಟಣೆಗೆ ಆರ್ಥಿಕ ನೆರವು, ಇಂಥ ಬಹುಮುಖೀ ಸಮಾಜ ಸೇವೆ ಒಂದೆ ಎರಡೆ. ಈಗ ಅವುಗಳಿಗೆಲ್ಲ ಕಳಸಪ್ರಾಯವಾಗಿ ಹುಟ್ಟು ಹಾಕಿರುವ ಪ್ರಕಾಶನ ಸಂಸ್ಥೆ. ಅದೂ ಲೇಖಕರ ಮತ್ತು ಕನ್ನಡ ವಾಚಕರ

ನಡುವೆ ಸೇತುವೆ ನಿರ್ಮಿಸುವ ಕಾರಣಕ್ಕೆ. ಆರಂಭದಲ್ಲಿ ಈ ಕೃತ್ಯ ತಮಾಷೆಗೆ ಅಂತ ಭಾವಿಸಿದ್ದೆ. 'ಬರೀರಿ ಅಪ್ಪಾಜಿ' ಅಂತ ಫೋನ್‌ನಲ್ಲಿ ಕೇಳಿದಾಗ ನನಗೆ ಅಚ್ಚರಿ ಮತ್ತು ಸಂತೋಷವಾಯಿತು.

ಮೊಣಕಾಲು ಚಿಪ್ಪು ಶಸ್ತ್ರಚಿಕಿತ್ಸೆ ಮಾಡಿಸಿಕೊಂಡ ಸುಖ ಸಂತೋಷದಲ್ಲೂ ಈ ಕಾದಂಬರಿಯನ್ನು ಒಂದು ತಿಂಗಳ ಅವಧಿಯಲ್ಲಿ ಬರೆದು ಮುಗಿಸಿದೆ. ಕಾರಣ ಈ ಕಾದಂಬರಿ ನನ್ನ ಅಂತರಂಗವನ್ನು ಆವರಿಸಿತ್ತು. ಸಾಮಾನ್ಯ ವಾಚಕರನ್ನು ಮನಸ್ಸಿನಲ್ಲಿರಿಸಿಕೊಂಡೇ ಇದನ್ನು ರೂಪಿಸಿದೆ. ಅವರ ಓದಿಗೆ ಎಡರು ತೊಡರು ಆಗದಿರಲೆಂದು ಈ ಕಾದಂಬರಿಯ ಶೈಲಿ ಸಂವಿಧಾನವನ್ನು ಸರಳೀಕರಿಸಿರುವೆ. ಈ ಕೃತಿಗೆ ಬಳಕೆಯಾಗಿರುವ ಭಾಷೆ ಸಹ ಸರಳ.

ಎಲ್ಲಾ ಕಾದಂಬರಿಗಳಲ್ಲಿರುವಂತೆ ಈ ವಿಶ್ವಸುಂದರಿ ಕಾದಂಬರಿಯ ಕೇಂದ್ರ ಪಾತ್ರ ಸಹ ವೃದ್ಧೆ. ಈಕೆ ಅಸ್ತೆಟಿಕ್ ಸೆನ್ಸ್ ಇರುವಾಕೆ. ಈಕೆ ಮೂಲಕ ಫ್ಯೂಡಲ್ ವ್ಯವಸ್ಥೆಯ ದಯನೀಯ ಸ್ಥಿತಿಯನ್ನು ಇಲ್ಲಿ ಅನಾವರಣಗೊಳಿಸಿರುವೆ. ಒಟ್ಟಾರೆ ಈ ಕಾದಂಬರಿ ನನ್ನ ಉಳಿದೆಲ್ಲ ಕಾದಂಬರಿಗಳಿಗಿಂತ ಭಿನ್ನವಿದೆ, ಸಲೀಸಾಗಿ ಓದಿಸಿಕೊಳ್ಳುವ ಗುಣವಿದೆ.

ನನ್ನ ಮೇಲೆ ಪ್ರೀತಿಯ ಒತ್ತಡ ಹೇರಿ ಈ ಕಾದಂಬರಿಯನ್ನು ಬರೆಯಿಸಿದ ಡಾ. ವಿಷ್ಣು ಸೇನಾ ಸಮಿತಿ ರಾಜ್ಯ ಅಧ್ಯಕ್ಷ ವೀರಕಪುತ್ರ ಶ್ರೀನಿವಾಸ ಅವರಿಗೆ, ಶರಣು ಹುಲ್ಲೂರ ಅವರಿಗೆ, ಮುಖಪುಟ ಕಲಾವಿದರಾದ ಹಾದಿಮನಿ ಟಿ.ಎಫ್. ಅವರಿಗೆ, ಮುದ್ರಕರಿಗೆ ಕೃತಜ್ಞತೆಗಳು.

–ಕುಂವೀ

ಪ್ರಕಾಶಕರ ಮಾತು

ಪ್ರಿಯ ಓದುಗ ದೊರೆಗಳೆ, ಅತ್ಯಂತ ಪ್ರಾಚೀನ ಭಾಷೆಗಳಲ್ಲಿ ಒಂದಾದ ಕನ್ನಡಕ್ಕೆ ಭಾರತೀಯ ಭಾಷೆಗಳಲ್ಲೇ ವಿಶೇಷ ಸ್ಥಾನವಿದೆ. ಈ ನೆಲದ ಮಣ್ಣಿನ ಕಣಕಣದಲ್ಲೂ ಸಾಹಿತ್ಯದ ಘಮಲಿದೆ. ಸಾಂಸ್ಕೃತಿಕ ಹುಡಿಯಿದೆ. ಎಂಟೆಂಟು ಜ್ಞಾನಪೀಠ ಪ್ರಶಸ್ತಿಗಳನ್ನು ಪಡೆದ ಹೆಮ್ಮೆಯೂ ಜತೆಗಿದೆ. ಆದರೆ, ಸಾಹಿತ್ಯವನ್ನು ದಾಟಿಸುವ ವಿಷಯದಲ್ಲಿ ನಾವು ಹಿಂದೆಯಿದ್ದೇವೆ. ಸಂಕಟ ಪಡುವಷ್ಟು ಓದುಗರ ಸಂಖ್ಯೆಯನ್ನು ಹೊಂದಿದ್ದೇವೆ. ಕನ್ನಡದಲ್ಲಿ ವರ್ಷಕ್ಕೆ ಸಾವಿರಾರು ಶೀರ್ಷಿಕೆಯ ಪುಸ್ತಕಗಳು ಮುದ್ರಣವಾದರೂ ಕೆಲವೇ ಕೆಲವು ಸಾಹಿತಿಗಳನ್ನು ಹೊರತುಪಡಿಸಿ, ಹೆಸರಾಂತ ಸಾಹಿತಿಗಳ ಪುಸ್ತಕಗಳ ಪ್ರತಿಗಳು ಖರ್ಚಾಗುವುದು ಕೇವಲ ಐನೂರು, ಸಾವಿರ ಮಾತ್ರ. ಹೊಸಬರದ್ದು ಇನ್ನೂ ಘೋರ. ಕರ್ನಾಟಕದ ಏಳೂವರೆ ಕೋಟಿ ಜನಸಂಖ್ಯೆಯಲ್ಲಿ, ಒಬ್ಬ ಲೇಖಕನ ಪುಸ್ತಕವು ಸಾವಿರ ಜನರಿಗೂ ತಲುಪುತ್ತಿಲ್ಲ ಎನ್ನುವುದು ಖೇದಕರ. ಆದರೆ, ಇದನ್ನು ನಂಬಲು ಸಾಧ್ಯವಾ?

ನಿಜವಾಗಿಯೂ ಓದುಗರು ಇಲ್ಲವಾ? ಅಥವಾ ಓದುಗರಿದ್ದರೂ ಅವರಿಗೆ ಕೃತಿಗಳನ್ನು ತಲುಪಿಸುವಲ್ಲಿ ಸೋಲುತ್ತಿದ್ದೇವಾ? ಎನ್ನುವ ಪ್ರಶ್ನೆಯೊಂದಿಗೆ ನಾನು ನಿಮ್ಮಂಥ ಓದುಗರ ಬೆನ್ನುಹತ್ತಿದೆ. ಲಕ್ಷಾಂತರ ಓದುಗರಿದ್ದಾರೆ. ಆದರೆ ಅವರನ್ನು ತಲುಪವಲ್ಲಿ ನಾವು ಸೋಲುತ್ತಿದ್ದೇವೆ ಎಂಬುದು ನನಗೆ ಮೇಲ್ನೋಟಕ್ಕೆ ಹೊಳೆದ ಸತ್ಯ. ಆ ಕಾರಣದಿಂದಲೇ ನಾನೀಗ ಓದುಗ ಮತ್ತು ಲೇಖಕರ ನಡುವಿನ ಸೇತುವೆಯೊಂದರ ನಿರ್ಮಾಣಕ್ಕೆ ಮುಂದಾಗಿದ್ದೇನೆ. ಆ ಸೇತುವೆಯ ಹೆಸರು 'ವೀರಲೋಕ ಬುಕ್ಸ್.'

ಕುಗ್ರಾಮವೊಂದರಲ್ಲಿ ತಯಾರಾದ ಮಡಿಕೆಯೊಂದು ಇವತ್ತು ಕಾರ್ಪೋರೇಟ್ ಅಂಗಳದಲ್ಲಿ ಮಾರಾಟಕ್ಕಿದೆ. ಪದವಿ, ಪುರಸ್ಕಾರಗಳನ್ನು

ಪಡೆದುಕೊಂಡ ಬರಹಗಾರನೊಬ್ಬನ ಕೃತಿಯು ಸುಸಜ್ಜಿತ ಪುಸ್ತಕ ಮಳಿಗೆಯನ್ನೂ ತಲುಪುವಲ್ಲಿ ಸೋತಿದೆ. ಹಾಗಾಗಿ 'ವೀರಲೋಕ ಬುಕ್ಸ್' ಕನ್ನಡ ಪುಸ್ತಕ ಲೋಕಕ್ಕೆ ಕಾರ್ಪೋರೇಟ್ ಟಚ್ ನೀಡುವ ಉದ್ದೇಶ ಹೊಂದಿದೆ. ಕೇವಲ ಪಟ್ಟಣದಲ್ಲಿ ಮಾತ್ರವಲ್ಲ, ಹಳ್ಳಿಗಾಡಿನ ಕಟ್ಟಕಡೆಯ ಓದುಗನಿಗೂ ಕನ್ನಡ ಪುಸ್ತಕವನ್ನು ತಲುಪಿಸುವ ದೃಢ ಸಂಕಲ್ಪ ನಮ್ಮದಾಗಿದೆ. ಒಬ್ಬ ಓದುಗ ತಾನು ಇಷ್ಟಪಡುವ ಪುಸ್ತಕ ಕೊಳ್ಳಬೇಕಾದರೆ ನಿಗದಿತ ಪುಸ್ತಕ ಅಂಗಡಿಗೆ ಬಂದರೆ ಮಾತ್ರ ಸಿಗುತ್ತದೆ ಎಂಬುದು ನಿಜಕ್ಕೂ ಓದುಗನಿಗೆ ಮಾಡುತ್ತಿರುವ ಮೋಸ. ಆದ್ದರಿಂದ ಅವನಿರುವ ಕಡೆಯೇ ಪುಸ್ತಕ ಸಿಗುವಂತೆ ಮಾಡುವ ಉದ್ದೇಶ ನಮ್ಮ ಪ್ರಕಾಶನದ್ದು. ಅದಕ್ಕಾಗಿ ಒಂದೊಡ್ಡ ನೆಟ್‌ವರ್ಕ್ ಸಿದ್ಧ ಮಾಡಿದ್ದೇವೆ. ಊರೂರಲ್ಲಿ ಪುಸ್ತಕ ಸಿಗುವಂತೆ ಮಾಡುತ್ತಿದ್ದೇವೆ. ಇನ್ನೂ ಏನೇನೋ ಯೋಜನೆಗಳಿವೆ...

ಈ ಹೊಸ ರೀತಿಯ ಕಾರ್ಯಶೈಲಿಯ ಮೂಲಕ ನಾವು ನಮ್ಮ ವೀರಲೋಕ ಪ್ರಕಾಶನವನ್ನು ಆರಂಭಿಸಿದ್ದೇವೆ. ಇದಕ್ಕೆ ನಾಡಿನ ಖ್ಯಾತ ಸಾಹಿತಿಗಳಾದ ಶ್ರೀ ಕುಂ. ವೀರಭದ್ರಪ್ಪ, ಶ್ರೀ ವಿಶ್ವೇಶ್ವರ ಭಟ್, ಶ್ರೀ ಜೋಗಿ, ಶ್ರೀ ಗಣೇಶ್ ಕಾಸರಗೋಡು, ಶ್ರೀ ರೋಹಿತ್ ಚಕ್ರತೀರ್ಥ, ಶ್ರೀ ರಂಗಸ್ವಾಮಿ ಮೂಕನಹಳ್ಳಿ, ಶ್ರೀಮತಿ ದೀಪಾ ಹಿರೇಗುತ್ತಿ, ಶ್ರೀ ಕೆ.ಎಲ್. ಕೃಷ್ಣಮೂರ್ತಿ, ಡಾ. ಶರಣು ಹುಲ್ಲೂರು, ಶ್ರೀ ರವಿ ಕೃಷ್ಣಾರೆಡ್ಡಿ ಮತ್ತು ಖ್ಯಾತ ಕಲಾವಿದರಾದ ಶ್ರೀ ರಮೇಶ್ ಅರವಿಂದ್ ಅವರು ವೀರಲೋಕಕ್ಕೆ ತಮ್ಮ ಕೃತಿಗಳನ್ನು ಕೊಟ್ಟು ಪ್ರೋತ್ಸಾಹಿಸುತ್ತಿದ್ದಾರೆ. ಓದುಗನಿರುವ ಕಡೆಯೇ ಪುಸ್ತಕಗಳನ್ನು ಒದಗಿಸುವ ಈ ಮಹತ್ಕಾರ್ಯಕ್ಕೆ ನಿಮ್ಮ ಬೆಂಬಲವೂ ಇರಲೆಂದು ಪ್ರಾರ್ಥಿಸುವೆ.

'ವಿಶ್ವಸುಂದರಿ' ಕೃತಿ ಓದುವ ಸುಖ ನಿಮ್ಮದಾಗಲಿ.

ನಿಮ್ಮ,
ವೀರಕಪುತ್ರ ಶ್ರೀನಿವಾಸ
ವೀರಲೋಕ ಬುಕ್ಸ್

ವಿಶ್ವಸುಂದರಿ

ಸ್ವಲ್ಪ ಹಿಂಗಾಲೆತ್ತಿ ಉದ್ದಕ್ಕೆ ನಿಗುರಿ ತಲೆ ಚಾಚಿದ, ಜೊತೆಗೆ ಎಡಗೈಯ ತುದಿಬೆರಳುಗಳನ್ನು ಒಟ್ಟುಗೂಡಿಸಿ ಎಳೆದ, ಆ ಸಾಲಿಗೆ ಸಾಲೆ ಕುಸಿದು ಕೆಳಕ್ಕೆ ಬಿದ್ದೀತೆಂದು ತಾನು ನಿರೀಕ್ಷಿಸಿರಲಿಲ್ಲ, ದೊಡ್ಡಪ್ರಮಾಣದ ಸದ್ದೂ ಆಯಿತು, ಅಡುಗೆ ಕೋಣೆಯಿಂದ ಧಾವಿಸಿ ಬರುತ್ತಿರುವ ಪತ್ನಿಯ ಹೆಜ್ಜೆ ಸದ್ದೂ ಕೇಳಿಸಿತು. ಕಳೆದ ಅರ್ಧ ತಾಸಲ್ಲಿ ಈ ರೀತಿಯ ಸದ್ದು ಆಗುತ್ತಿರುವುದು ಇದು ಮೂರನೆ ಸಲ. ಸುಶೀಲ ಸುಮ್ಮನಿದ್ದಾಳೆಯೆ! ಬಲಗೈಯಲ್ಲಿದ್ದ ಉದ್ದನೆಯ ಸೌಟನ್ನು ಮುಂದಕ್ಕೆ ಚಾಚಿ,

"ಏನ್ರಿ ನಿಮ್ಮ ಗೋಳು! ಆ ರ್‍ಯಾಕಿಗೆ ರ್‍ಯಾಕೆ ನಿಮ್ಮ ಮೇಲೆ ಬಿದ್ದರೆ ಏನು ಗತಿ!" ಎಂದು ಕ್ಲಾಸು ತೆಗೆದುಕೊಳ್ಳುತ್ತಿರುವುದು ಇದು ಎರಡನೆ ಸಲ. ಅದಕ್ಕೆ ಪ್ರತಿಯಾಗಿ ಏನು ಹೇಳುವುದು ಎಂದು ತೋಚಲಿಲ್ಲ. ಪುನಃ ತಾನೆ,

"ನಿಮಗೆ ಅಗತ್ಯವಿರುವ ಪುಸ್ತಕ ಯಾವುದೂಂತ ತಿಳಿಸಿದರೆ ನಾನು ಸಹಾಯ ಮಾಡುವೆ, ಅದು ಬಿಟ್ಟು ನೀವೊಬ್ಬರೆ ಹುಡುಕಿದರೆ ಸಿಗುವುದೇನು!" ಎಂದು ಕೇಳಿದಳು.

ಸುಶೀಲ ತನ್ನಂತೆ ಎಂಎ ಪದವೀಧರೆ. ಅಲ್ಲದೆ ಒಂದೆ ವಿಶ್ವವಿದ್ಯಾಲಯದಲ್ಲಿ ಆಕೆ ತನ್ನ ಸಹಪಾಠಿ. ತಮ್ಮಿಬ್ಬರನ್ನು ಒಂದು ಮಾಡಿದ್ದು ಸಾಹಿತ್ಯ. ತನ್ನದು ಗದ್ಯ ಪ್ರಕಾರ, ಆಕೆಯದ್ದು ಪದ್ಯ ಪ್ರಕಾರ. ಕಾಕತಾಳೀಯವೆಂದರೆ ತಾವಿಬ್ಬರು ಅಕಾಡೆಮಿಯ ಪ್ರಶಸ್ತಿ ಪುರಸ್ಕೃತರೆ.

ಮಾಮೂಲು ಪುಸ್ತಕವಾಗಿದ್ದಲ್ಲಿ ಆಕೆಯ ಸಹಾಯ ಪಡೆಯಬಹುದಿತ್ತು. ವಿಚಿತ್ರವೆಂದರೆ ತಾನು ಹುಡುಕುತ್ತಿರುವುದು ಇಂಥ ಪುಸ್ತಕವೆಂದು ತನಗೆ ತಿಳಿದಿದ್ದರೆ ತಾನೆ! ತಾನು ಹುಡುಕುತ್ತಿರುವುದು ಯಾವುದೋ ಒಂದು ನೆನಪಿನ ಆಧಾರದ ಮೇಲೆ. ಅದು ತುಂಬಾ ವರ್ಷಗಳ ಹಿಂದೆ ಇಟ್ಟಿರಬಹುದಾದ ಪುಸ್ತಕ. ಎಂದೋ ಯಾವತ್ತೋ ಅದನ್ನು ತಾನು ನೋಡಿದ್ದ ನೆನಪು ಮಾತ್ರ. ಆದ್ದರಿಂದ ಅದು ಖಚಿತವಾಗಿ ಇಂಥದ್ದೇ ಎಂದು ತಿಳಿದಿಲ್ಲ.

ಪುಸ್ತಕಗಳು ಬಿದ್ದ ಪರಿಣಾಮ ಧೂಳು ಕೋಣೆ ತುಂಬಾ ಆವರಿಸಿತು. ಗಂಟಲು ಕಟ್ಟಿದ ಪರಿಣಾಮ ತಾವಿಬ್ಬರು ಕೆಮ್ಮಿ ಬಳಿಕ ಚೇತರಿಸಿಕೊಂಡೆವು.

"ಏನ್ರಿ ನಿಮ್ಮ ಅವಸ್ಥೆ, ನಿಮಗೆ ಡಸ್ಟ್ ಅಲರ್ಜಿ, ಇಂಥ ರಿಸ್ಕೆಲ್ಲ ಯಾಕೆ ತಗೊಳ್ತೀರಿ!" ಎಂದು ಹೇಳಿದ ಬಳಿಕ ಕೆಳಕ್ಕೆ ಕಣ್ಣಾಯಿಸಿದಳು. ಅದೇ ಹೊತ್ತಿಗೆ ಗವಾಕ್ಷಿ ಮೂಲಕ ಸೂರ್ಯನ ಬೆಳಕು ಆ ಪುಸ್ತಕಗಳ ಹರಡಿತು. ಅವೆಲ್ಲವು ಇಂಗ್ಲಿಷ್ ಪುಸ್ತಕಗಳಾಗಿದ್ದವು. ಅದು ಇರಬಹುದೆ! ಇದು ಇರಬಹುದೆ! ಕೇಳಿದಳು. ಆಕೆ ಪ್ರಶ್ನೆಗಳಿಗೆ ರೋಸಿ,

"ನನಗೆ ತಿಳಿದಿದ್ದರಲ್ಲವೆ ನಿನಗೆ ಹೇಳುವುದು! ನಾನು ಹುಡುಕುತ್ತಿರುವುದು ಒಂದು ಅಂದಾಜಿನ ಮೇಲೆ, ಖಚಿತವಾಗಿ ನನಗೆ ತಿಳಿದಿಲ್ಲ, ಹೇಗೋ ಇವತ್ತು ಸಂಡೆ, ಟೈಂಪಾಸಿಗೆ ಅಂತ ತಿಳ್ಕೊ" ಎಂದು ತಿಪ್ಪೆ ಸಾರಿಸಿದ ಮಹೇಂದ್ರ. ತನ್ನ ಮಾತನ್ನು ಆಕೆ ಈಜಿಯಾಗಿ ತೆಗೆದುಕೊಳ್ಳಲಿಲ್ಲ, ತನ್ನ ಕಡೆ ತೀಕ್ಷ್ಣವಾಗಿ ನೋಡಿದಳು.

"ನಿಜ ಹೇಳ್ರಿ, ಅದ್ಯಾವುದೋ ಮುದುಕಿನ ನೋಡಿದ ಮೇಲಲ್ಲವೆ ನೀವು ಸೈಕಾಲಾಜಿಕಲಿ ಡಿಸ್ಟರ್ಬ್ ಆಗಿರೋದು!" ಎಂದು ಕೇಳಿದಳು. ಅದಕ್ಕೆ ತಾನು ನಿಟ್ಟುಸಿರುಬಿಟ್ಟ.

"ಹೌದು ಸುಶೀಲ, ನಿನ್ನ ಊಹೆ ನಿಜ, ಆಕೆನ ನೋಡಿದ ಬಳಿಕವೇ ನಾನು ಮಾನಸಿಕವಾಗಿ ಗೊಂದಲ ಅನುಭವಿಸುತ್ತಿರೋದು" ಎಂದು ಸೋತ ದನಿಯಲ್ಲೆ ಹೇಳಿದ.

"ಯಾರ್ರಿ ಆ ಮುದುಕಿ!" ಸ್ವಲ್ಪ ಹತ್ತಿರ ಬಂದು ತನ್ನ ಉಸಿರಳತೆಯಲ್ಲಿ ನಿಂತು ಕೇಳಿದಳು.

ಅದಕ್ಕೆ ಏನೆಂದು ಹೇಳುವುದು! ತನಗೆ ಹೊಳೆಯಲಿಲ್ಲ.

"ಯಾರೂಂತ ನಿಖರವಾಗಿ ಗೊತ್ತಿಲ್ಲ ಮರಾಯ್ತಿ" ಎಂದು ಹೇಳಿ ಪುನಃ ನಿಟ್ಟುಸಿರುಬಿಟ್ಟ.

ನಿಜವಾಗಲು ತನಗೆ ತಿಳಿದಿರಲಿಲ್ಲ. ತಾನು ಇನ್ನು ಮುಂದೆ ಆಕೆಯನ್ನು ಪತ್ತೆಹಚ್ಚಬೇಕು, ಆಕೆ ಎಲ್ಲಿರುವಳೆಂದು ತಿಳಿದುಕೊಳ್ಳಬೇಕು. ಆಕೆಯ ಪೂರ್ವಾಪರವನ್ನು ಕೆದಕಬೇಕು. ಓ ತನ್ನ ಊಹೆ ನಿಜವಾದರೆ! ಮುಖ ಅರಳಿತು. ತನ್ನ ಮೌನ ಆಕೆಗೆ ಅಸಹನೀಯವೆನ್ನಿಸಿತು.

"ಎಲ್ಲ ರೈಟರ್ಸ್ ಸುಂದರ ಹುಡುಗಿಯರ ಬೆನ್ನ ಹತ್ತಿದರೆ ನೀವು ಮುದುಕಿಯರ ಬಗ್ಗೆ ತಲೆ ಕೆಡಿಸಿಕೊಳ್ಳುವಿರಿ, ಏನು ವಿಚಿತ್ರ ಕಣ್ರೆ, ಇನ್ನಾದರು ನಿಮ್ಮ ಪಾಡಿಗೆ ನೀವಿರೋದನ್ನು ರೂಢಿ ಮಾಡಿಕೊಳ್ಳಿರಿ" ಎಂದು ಹೇಳಿ ಅಲ್ಲಿಂದ ಮರಳಿದಳು.

* * *

ಹೌದು ಮಹೇಂದ್ರನಿಗೆ ವೃದ್ಧರೆಂದರೆ ಇಷ್ಟ. ಅದಕ್ಕೆ ಕಾರಣ ತನ್ನ ಬಾಲ್ಯವನ್ನು ರೂಪಿಸಿದವರು, ಕಥೆಗಳನ್ನು ಹೇಳಿ ತನ್ನ ಮನಸ್ಸಿನ ತುಂಬ ಪೇರಿಸಿದವರು, ತನ್ನನ್ನು ಕಥೆಗಾರನನ್ನಾಗಿಸಿದವರು, ತಮ್ಮ ಮಾಂತ್ರಿಕ ವ್ಯಕ್ತಿತ್ವದಿಂದ ತನ್ನನ್ನು ನಿತ್ಯ ಪರವಶಗೊಳಿಸುತ್ತಿದ್ದವರು, ಇಚ್ಛಾಮರಣಿಗಳಂತೆ ಸುದೀರ್ಘವಾಗಿ ಜೀವಿಸಿದವರು, ತನ್ನ ಅಂತಃಕರಣವನ್ನು ದಿನನಿತ್ಯ ಕಲಕುತ್ತಿರುವವರು, ಕನಸಲ್ಲಿ ಕಾಣಿಸಿಕೊಂಡು ತಮ್ಮ ಸುಖ ದುಕ್ಕಗಳನ್ನು ಹೇಳಿಕೊಳ್ಳುತ್ತಿರುವರು, ತನ್ನ ಜಟಿಲ ಸಮಸ್ಯೆಗಳಿಗೆ ಅಗೋಚರ ಸ್ಥಿತಿಯಲ್ಲಿದ್ದುಕೊಂಡೆ ಪರಿಹಾರ ಸೂಚಿಸುತ್ತಿದ್ದವರು, ವಿವಿಧ ವೇಷಭೂಷಣ ಧರಿಸಿ ನಾನಾ ನಮೂನಿ ಅವತಾರಗಳನ್ನು ಪ್ರದರ್ಶಿಸಿ ರಂಜಿಸುತ್ತಿದ್ದವರು!

ಮಹೇಂದ್ರನ ಜೀವನೋತ್ಸಾಹದ ಬೆನ್ನೆಲುಬೆಂದರೆ ವೃದ್ಧರು. ಕಳೆದ ಹತ್ತು ಹದಿನೈದು ವರ್ಷಗಳ ಸಂಕೀರ್ಣ ಕಾಲಘಟ್ಟದಲ್ಲಿ ವೃದ್ಧರ ಪರಿಸ್ಥಿತಿ ಕಳವಳಕಾರಿಯಾಗಿದೆ. ವರ್ಷದಿಂದ ವರ್ಷಕ್ಕೆ ವೃದ್ಧಾಶ್ರಮಗಳು ಹೆಚ್ಚುತ್ತಿವೆ, ವೃದ್ಧರು ಪಾಲನೆ ಪೋಷಣೆ ಇಲ್ಲದೆ ಬೀದಿಪಾಲಾಗುತ್ತಿರುವರು! ಇದೆಲ್ಲ ಎಲ್ಲರಿಗೂ ತಿಳಿದಿರುವಂತೆ ಮಹೇಂದ್ರನಿಗೂ ಗೊತ್ತು. ಅದಕ್ಕೆ ಆತ ಬೆರಳು ಚಾಚಿ ತೋರಿಸುವುದು ಜಾಗತೀಕರಣವನ್ನು! ಹೆತ್ತಮಕ್ಕಳೆ ತಮ್ಮನ್ನು ಬೀದಿಪಾಲು ಮಾಡಿದರೆ ಹೇಗೆ! ಆದ್ದರಿಂದ ಮಹೇಂದ್ರ ಕೆಲವು ವರ್ಷಗಳಿಂದ ವೃದ್ಧರ ಕುರಿತು ವಿಶೇಷ ಕಾಳಜಿ ವಹಿಸಿರುವನು, ತಾನು ವೃದ್ಧರ ಕುರಿತು ಸಂಶೋಧನೆ ನಡೆಸಿ ಮಾಡಿದ ಹಲವು ಸಚಿತ್ರ ವರದಿಗಳು ರಾಷ್ಟ್ರದಾದ್ಯಂತ ಪ್ರಕಟವಾಗಿರುವವು, ಸುದ್ದಿಯಾಗಿರುವವು. ಅವು ತನಗೆ ಹಲವಾರು ಪ್ರಶಸ್ತಿಗಳನ್ನು

ದೊರಕಿಸಿ ಕೊಟ್ಟಿರುವವು. ಕಳೆದ ವರ್ಷ ಅಧಿಕಾರದಲ್ಲಿದ್ದ ದೇಶಮುಖ್ ಸರ್ಕಾರ ತನ್ನ ವರದಿಗಳ ಆಧಾರದ ಮೇಲೆ ಹತ್ತಾರು ಯೋಜನೆಗಳನ್ನು ಕಾರ್ಯಗತಗೊಳಿಸಿರುವುದು, ಅವುಗಳ ಪೈಕಿ ಒಂದೆರಡು ಯೋಜನೆಗಳಲ್ಲಿ ತನ್ನನ್ನು ಸದಸ್ಯನನ್ನಾಗಿ ನೇಮಕ ಮಾಡಿರುವುದು!

ಹೀಗಾಗಿ ವೃದ್ಧರೆಂದರೆ ಮಹೇಂದ್ರ, ಮಹೇಂದ್ರನೆಂದರೆ ವೃದ್ಧರು! ಅಷ್ಟರ ಮಟ್ಟಿಗೆ ತನ್ನ ಜನಪ್ರಿಯತೆ ಹೆಚ್ಚಿರುವುದು. ಇನ್ನು ಒಂದು ಶ್ಲಾಘನೀಯ ಸಂಗತಿ ಅಂದರೆ ಮಹೇಂದ್ರ ತನ್ನ ದುಡಿಮೆ ಒಂದು ಭಾಗವನ್ನು ವೃದ್ಧರ ಯೋಗಕ್ಷೇಮಕ್ಕೆ ಮೀಸಲಿರಿಸಿರುವನು. ಆತನ ಪತ್ನಿ ಸಹ.

"ನಿನ್ನಂಥವರು ದೊಡ್ಡ ದೊಡ್ಡ ಶಹರುಗಳಲ್ಲಿದ್ದಿದ್ದರೆ ಇನ್ನು ಹೆಚ್ಚಿನದನ್ನು ಸಾಧಿಸಬಹುದಿತ್ತು" ಎಂದು ವಾರಿಗೆ ಗೆಳೆಯರು ಮುಖ್ಯವಾಗಿ ಪ್ರಮೋದ್ ಹೇಳುವುದುಂಟು, ಅದಕ್ಕೆ ತಾನು ತಾನಿರುವ ಊರು ಗುಣಸಾಗರ ಶಹರಕ್ಕಿಂದ ಕಡಿಮೆ ಇಲ್ಲವೆಂದು ಹೇಳುವುದು! ಹೌದು ಗುಣಸಾಗರ ಆರಕ್ಕೇರದ ಮೂರಕ್ಕಿಳಿಯದ ಪುರಸಭೆ ಇರುವ ಪುಟ್ಟ ಪಟ್ಟಣ. ಮೆಟ್ರೊ ಮಾಲ್ ಬಿಗ್ ಬಜಾರುಗಳು ಅಲ್ಲಿ ಇಲ್ಲ, ಆದರೆ ಉಳಿದೆಲ್ಲವು ಅಲ್ಲುಂಟು. ಅವೆಲ್ಲಕ್ಕಿಂತ ಮುಖ್ಯವಾಗಿ ನೊಂದವರ ನೆರವಿಗೆ ಧಾವಿಸುವವರ ಸಂಖ್ಯೆ ಅಲ್ಲಿ ಹೆಚ್ಚಿರುವುದು, ಇದು ಸಮಾಧಾನಕರ ಅಂಶ.

ಹ್ಹಾಂ ಇನ್ನೊಂದು ಮಹತ್ವದ ವಿಷಯವೆಂದರೆ ಗುಣಸಾಗರದಲ್ಲಿ ವೃದ್ಧರ ಹಿತರಕ್ಷಣಾ ಸಮಿತಿ ಇರುವುದು. ಅದು ವೃದ್ಧರ ನೋವು ನಲಿವುಗಳಿಗೆ ತಕ್ಷಣ ಸ್ಪಂದಿಸುವುದು. ಅವರಿರುವಲ್ಲಿಗೆ ಧಾವಿಸಿ ಅವರ ತೊಂದರೆಗಳನ್ನು ನಿವಾರಿಸುವುದು. ವೃದ್ಧರ ಮತ್ತು ಅವರ ಮಕ್ಕಳ ನಡುವೆ ಸೌಹಾರ್ದ ಮಾತುಕತೆ ನಡೆಸುವುದು, ಅವರ ಇಳಿವಯಸ್ಸಿನ ವ್ಯಾಧಿಗಳಿಗೆ ವೈದ್ಯಕೀಯ ನೆರವು ಇತ್ಯಾದಿ ಇತ್ಯಾದಿ! ಅದು ಕೇವಲ ಸಾಗರದಲ್ಲಿ ಮಾತ್ರವಲ್ಲದೆ ಇಡೀ ಜಿಲ್ಲೆಯಲ್ಲಿಯೆ ಹೆಸರಾಗಿರುವುದು. ಅದರ ಸ್ಫೂರ್ತಿಯಿಂದ ಹಲವು ಊರುಗಳಲ್ಲಿ ಅಂಥ ಸಮಿತಿಗಳು ಕಾರ್ಯನಿರ್ವಹಿಸುತ್ತಿರುವವು. ಅದಕ್ಕೆ ಕಳೆದ ಮೂರು ವರ್ಷಗಳ ಹಿಂದೆ ರಾಜ್ಯ ಸರ್ಕಾರ ರಾಜ್ಯೋತ್ಸವ ಪ್ರಶಸ್ತಿ ನೀಡಿ ಗೌರವಿಸಿರುವುದು ವಿಶೇಷ. ನಿಜ ಹೇಳುವುದಾದರೆ ಅದರ ಸಂಸ್ಥಾಪಕ ಬೇರೆ ಯಾರು ಅಲ್ಲ, ನಮ್ಮ ಮಹೇಂದ್ರ!

ಹ್ಹಾಂ ಇನ್ನೊಂದು ಉಲ್ಲೇಖಾರ್ಹ ಸಂಗತಿಯನ್ನು ಇಲ್ಲಿ ಪ್ರಸ್ತಾಪಿಸುವುದು ಒಳಿತು. ಊರು ಅಂದ ಬಳಿಕ ಬಡವರು ಶ್ರೀಮಂತರು ಇರುವುದು ಸಹಜ. ಸಾಗರದಲ್ಲೂ ಮಿಲಿನಿಯೇರ್ಸ್, ಬಿಲಿನಿಯೇರ್ಸ್‌ಗಳು ಇರುವರು. ಬೇರೆ ಕಡೆ ಇರಬಹುದಾದ ಅವರೆಲ್ಲರಿಗೆ ಹೋಲಿಸಿದರೆ ಸಾಗರದ ಅಪರ ಕುಬೇರರು ಸಾವಿರ ಪಾಲು ಮೇಲು. ಉದಾಹರಣೆಗೆ ವೆಂಕರತ್ನಂ ಮೊದಲಿಯಾರ್!

ಅವರು ಹೆಸರಾಂತ ಉದ್ಯಮಿಗಳು, ಮುಟ್ಟಿದ್ದೆಲ್ಲವನ್ನು ಚಿನ್ನವನ್ನಾಗಿ ಪರಿವರ್ತಿಸಿದವರು, ಅವರ ಬಳಿ ಹೇರಳ ಹಣವಿರುವುದು. ಹಣವಿದ್ದ ಬಳಿಕ ಅದು ಐಟಿ ಇಲಾಖೆಯ ಕಣ್ಣಿಗೆ ಬೀಳುವುದು ಸಹಜವಲ್ಲವೆ! ಒಮ್ಮೆ ಐಟಿ ಅಧಿಕಾರಿಗಳು ಅವರ ನಿವಾಸ ಸಾಂತ್ವನದ ಮೇಲೆ ದಾಳಿ ನಡೆಸಿದರು. ಆದರೆ ಅವರು ಬರಿಗೈಲಿ ಮರಳಿದರು. ಅದಕ್ಕೆ ಕಾರಣ ಈ ನಮ್ಮ ಮಹೇಂದ್ರ. ಅವರ ಕಿವಿಯಲ್ಲಿ ಏನು ಹೇಳಿದನೊ! ಅವರು ಈತನ ಕಿವಿಯಲ್ಲಿ ಏನು ಹೇಳಿದರೊ! ಅದೆಲ್ಲ ರಹಸ್ಯ. ಆದರೆ ಮೊದಲಿಯಾರ್ ಆ ದಿವಸ ಈ ಲೇಖಕ/ಪತ್ರಕರ್ತನ ಮುಂಗೈಗಳನ್ನು ಹಿಡಿದು 'ಇವು ನನ್ನ ಪಾಲಿಗೆ ನಿನ್ನ ಪಾದಗಳು' ಎಂದು ಹೇಳಿ ಕಣ್ಣಲ್ಲಿ ನೀರು ತಂದುಕೊಂಡರು. 'ತಮ್ಮ ಬಳಿ ಇರುವ ಅಪಾರ ಹಣವನ್ನು ಸದ್ವಿನಿಯೋಗ ಮಾಡುವುದು ಹೇಗೆ' ಎಂದು ಕೇಳಿಕೊಂಡರು, ಅದಕ್ಕೆ ನಮ್ಮ ಮಹೇಂದ್ರ ಏನು ಹೇಳಿದನೆಂದರೆ!

* * *

ಕಾಕತಾಳೀಯವೆನ್ನುವುದು ಇದಕ್ಕೆ. ಮೊದಲಿಯಾರ್‌ರವರ ತಾಯಿ ಧನಲಕ್ಷ್ಮಿಯಮ್ಮ ಒಂದೆರಡು ವರ್ಷಗಳ ಹಿಂದೆ ವೃದ್ಧಾಪ್ಯ ಸಹಜ ವ್ಯಾಧಿಗಳಿಂದ ನರಳುತ್ತಿದ್ದರು. ಅವೆಲ್ಲ ಉಲ್ಬಣಿಸಿ ಅವರು ಹಾಸಿಗೆಗೆ ಅಂಟಿದ್ದರು. ಮಹೇಂದ್ರ ಮತ್ತು ರತ್ನಂ ನಡುವೆ ಮಾತುಕತೆ ನಡೆದ ಸ್ವಲ್ಪ ಹೊತ್ತಿಗೆ ತುರ್ತು ಕರೆ ಬಂತು, ಹೊರಟು ನಿವಾಸ ತಲುಪಿದರು. ಮಾತೋಶ್ರೀ ಕೊನೆಯುಸಿರು ಬಿಡುವ ಸನ್ನಾಹದಲ್ಲಿದ್ದರು. "ನಿಮ್ಮ ಮನಸ್ಸಿನಲ್ಲಿ ಏನಿರುವುದು ತಾಯೆ!" ಎಂದು ಇವರು ಕೇಳಿದರು,

ಅದಕ್ಕೆ ಆ ವೃದ್ಧೆಯು ಮಗನ ಕೈಗಳನ್ನು ಬೊಗಸೆಯಲ್ಲಿ ಹಿಡಿದು ಕಣ್ಣಲ್ಲಿ ಕಣ್ಣಿರಿಸಿ ನೋಡಿ,

"ಮಗನೆ ವೆಂಕೂ... ಹಗಲಿರುಳು ದುಡಿದು ಹೇರಳ ಹಣ ಸಂಪಾದಿಸಿರುವಿ, ಆ ಹಣದಲ್ಲಿ ನನ್ನ ಹೆಸರಲ್ಲಿ ವೃದ್ಧಾಶ್ರಮಗಳನ್ನು ಸ್ಥಾಪಿಸು, ವೃದ್ಧರಿಗೆಂದೆ ಆಸ್ಪತ್ರೆಗಳನ್ನು ತೆರೆ, ಪ್ರತಿವರ್ಷ ವೃದ್ಧಾಪ್ಯ ಸಂಬಂಧೀ ವಿಚಾರ ಸಂಕಿರಣಗಳನ್ನು ಏರ್ಪಡಿಸು, ಪ್ರತಿವರ್ಷ ನೂರು ವೃದ್ಧರನ್ನು ಸನ್ಮಾನಿಸಿ ಅವರಿಂದ ಆಶೀರ್ವಾದ ಪಡೆ, ಇದು ನನ್ನ ಕೊನೆ ಆಸೆ" ಎಂದು ಹೇಳಿದಳು.

ರತ್ನಂ ತಾಯಿಯ ಮಾತುಗಳನ್ನು ಕೇಳಿ ಭಾವೋದ್ವೇಗಕ್ಕೆ ಒಳಗಾದರು. ದೇವರ ನಿರ್ಧಾರವೆಂದರೆ ಇದೇ ಇರಬೇಕು. ಒಂದೆ ದಿವಸದಲ್ಲಿ ಆತ ಹೇಳಿದ್ದು ಇವೇ ಮಾತುಗಳನ್ನು, ತಮ್ಮ ಹೆತ್ತವರು ಹೇಳಿದ್ದು ಇವೇ ಮಾತುಗಳನ್ನು! ಪುನಃ ಭಾವಪರವಶರಾದರು.

ತಾಯಿಯ ಪಾದಗಳ ಮೇಲೆ ತಲೆ ಇರಿಸಿ ಹೇಳಿದರು. ತುಚಾ ತಪ್ಪದೆ ನಡೆಸಿಕೊಡುವೆವೆಂದು ಮಾತು ಕೊಟ್ಟರು. ಇನ್ನೊಬ್ಬರಾಗಿದ್ದರೆ ಒಂದು ಕಿವಿಯಿಂದ ಕೇಳಿಸಿಕೊಂಡ ಮಾತುಗಳನ್ನು ಇನ್ನೊಂದು ಕಿವಿಯಿಂದ ಹೊರಗೆಬಿಡುತ್ತಿದ್ದರು, ಆದರೆ ವೆಂಕಟರತ್ನಂ ಆ ಕ್ಷಣದಿಂದ ಕಾರ್ಯೋನ್ಮುಖರಾದರು. ಅದರ ಫಲವಾಗಿ...

ಮಾತೋಶ್ರೀ ಧನಲಕ್ಷ್ಮಿಯಮ್ಮನವರ ವೃದ್ಧಾಶ್ರಮ, ಪಿತಾಶ್ರೀ ಧನಂಜಯ ಮೊದಲಿಯಾರ್ ಉಚಿತ ವೃದ್ಧರ ಆಸ್ಪತ್ರೆ, ಪಿತಾಮಹಶ್ರೀ ನಾರಾಯಣ ಮೊದಲಿಯಾರ್ ವೃದ್ಧರ ಮನರಂಜನಾ ಕೇಂದ್ರ, ಕೀರ್ತಿಶೇಷ ನರಸಿಂಹರಾವ್ ಮೊದಲಿಯಾರ್ ಸ್ಮರಣಾರ್ಥ ವೃದ್ಧರ ಉದ್ಯಾನವನ! ಹೀಗೆ ಗುಣಸಾಗರದ ಹೊರವಲಯದ ತುಂಬೆಲ್ಲ ಅವೇ ಇವು, ಇವೇ ಅವು. ಇವುಗಳಿಗೆ ಕಳಸಪ್ರಾಯವಾಗಿ ಮಾರ್ಗಶಿರ ಶುದ್ಧ ಬಹುಳ ತದಿಗೆಯಂದು ವೃದ್ಧರ ಸಂಬಂಧೀ ವಿಚಾರ ಸಂಕಿರಣ ಮತ್ತು ಆಯ್ದ ತುಂಬಾ ವಯಸ್ಸಾದ ವೃದ್ಧರಿಗೆ ಸನ್ಮಾನ!

ವೆಂಕಟರತ್ನಂ ಇಂಥ ಕಾರ್ಯಕ್ರಮಗಳಿಂದ ದೇಶದ ತುಂಬೆಲ್ಲ ಹೆಸರಾದರು. ಕೇಂದ್ರ ಸರ್ಕಾರ ಅವರಿಗೆ 'ವೃದ್ಧರ ಸಂರಕ್ಷಕ ರತ್ನ' ಹೆಸರಿನ ಪ್ರಶಸ್ತಿ ನೀಡಿ ಗೌರವಿಸಿತು, ಅದೂ ರಾಷ್ಟ್ರಪತಿ ಭವನದಲ್ಲಿ! ಅಲ್ಲದೆ ಇನ್ನೊಂದು ವಿಶೇಷವೆಂದರೆ ಗುಣಸಾಗರ ರಾಜ್ಯದ ತುಂಬೆಲ್ಲ ಹೆಸರಾಯಿತು. ರಾಜ್ಯದ ಸರೆ ಸರಿ, ನೆರೆ ಹೊರೆ ರಾಜ್ಯಗಳಿಂದ ವೃದ್ಧರನ್ನು ಇದು ಸೂಜಿಗಲ್ಲಂತೆ ಆಕರ್ಷಿಸಲಾರಂಭಿಸಿತು. ಪರಿಣಾಮ ವೃದ್ಧರು ಸದರಿ ಶಹರಕ್ಕೆ ಆಗಮಿಸಲಾರಂಭಿಸಿದರು. ಹೀಗಾಗಿ ಗುಣಸಾಗರ ವೃದ್ಧರಿಂದ ತುಂಬಿ ತುಳುಕಾಡಲಾರಂಭಿಸಿ ಮುಂದೆ ವೃದ್ಧರ ಕಾಶಿ ಎಂದೇ ಹೆಸರಾಯಿತು. ಪರಿಣಾಮ ಪ್ರತಿ ಹತ್ತು ಜನರಲ್ಲಿ ಒಬ್ಬ ವೃದ್ಧ ಇರುವರು.

* * *

ವಿಚಾರ ಸಂಕಿರಣ ಮತ್ತು ವೃದ್ಧರ ಸನ್ಮಾನ ಸಮಾರಂಭಗಳಿಂದ ಗುಣಸಾಗರ ಸಾಂಸ್ಕೃತಿಕವಾಗಿ ಸಾಹಿತ್ಯಿಕವಾಗಿ ರಾಜ್ಯದಾದ್ಯಂತ ಹೆಸರು ಪಡೆಯಿತು. ಆ ಕಾರ್ಯಕ್ರಮಗಳು ವೈವಿಧ್ಯಮಯ ಮತ್ತು ವೈಶಿಷ್ಟ್ಯಪೂರ್ಣ. ಒಂದು ವರ್ಷ ವೃದ್ಧರು ಮತ್ತು ಅವರ ಆರೋಗ್ಯ ಸಮಸ್ಯೆಗಳು, ಇನ್ನೊಂದು ವರ್ಷ ಆಧುನಿಕ ಸಮಾಜದ ನಿರ್ಮಾಣದಲ್ಲಿ ವೃದ್ಧರ ಪಾತ್ರ, ಮತ್ತೊಂದು ವರ್ಷ ವೃದ್ಧರು ಮತ್ತು ರಾಷ್ಟ್ರಭಕ್ತಿ! ಹೀಗೆ ಪ್ರತಿಯೊಂದು ಶ್ಲಾಘನೀಯ ಕಾರ್ಯಕ್ರಮಗಳೆ. ಅವುಗಳಲ್ಲಿ ಭಾಗವಹಿಸುತ್ತಿದ್ದ ಪ್ರಬಂಧ ಮಂಡನೆಗಳೊ,

ಅವುಗಳ ಸಂಪನ್ಮೂಲ ವ್ಯಕ್ತಿಗಳೊ! ಅಲ್ಲಿ ಮಂಡಿತವಾದ ಪ್ರಬಂಧಗಳನ್ನು ಸಂಕಲಿಸಿ ಪುಸ್ತಕ ರೂಪದಲ್ಲೂ ಪ್ರಕಟಿಸಲಾಗಿದೆ. ಆ ಕೃತಿಗಳೆಲ್ಲವು ಹಾಟ್‌ಕೇಕ್ ಥರ ಮಾರಾಟವಾಗಿರುವುದುಂಟು, ಅವು ಮರುಮುದ್ರಣವಾಗುತ್ತಿರುವುದು ಸಹ ಉಂಟು. ಪ್ರತಿಯೊಂದರಲ್ಲು ಅಚ್ಚುಕಟ್ಟು, ಸಮಯ ಪಾಲನೆ, ಭಾಗವಹಿಸುವ ವಿದ್ವಾಂಸರಿಗೆ ಒಳ್ಳೆಯ ಸಂಭಾವನೆ. ಅಂದ ಬಳಿಕ ಕೇಳುವುದೇನಿದೆ!

ಇನ್ನೊಂದು ವಿಷಯವನ್ನು ಇಲ್ಲಿ ಪ್ರಸ್ತಾಪಿಸುವುದು ಒಳಿತು, ಅದೆಂದರೆ ವೇದಿಕೆ ನಿರ್ವಹಣೆ, ಕಾರ್ಯಕ್ರಮ ನಿರೂಪಣೆ, ಇವೆಲ್ಲವು ವೃದ್ಧರಿಂದ!

ಹ್ಞಾಂ ಅಂದ ಹಾಗೆ ಇನ್ನೊಂದು ಉಲ್ಲೇಖಾರ್ಹ ಸಂಗತಿ, ಆರಂಭದಲ್ಲಿ ರಾಜಕಾರಣಿಗಳು ಗುಣಸಾಗರದ ಕಡೆ ಸುಳಿಯುವುದು ಹಾಗಿರಲಿ, ಆ ಕಡೆ ಇಣುಕಿ ಸಹ ನೋಡುತ್ತಿರಲಿಲ್ಲ. ಅಲ್ಲದೆ ಕಾರ್ಯಕ್ರಮ ಸಂಘಟಕರು ಸಹ ಯಾವ ರಾಜಕಾರಣಿಗಳನ್ನು ಕರೆಯುತ್ತಿರಲಿಲ್ಲ. ಅಂದಹಾಗೆ ಹತ್ತಾರು ಮಾಜಿ ವೃದ್ಧ ಶಾಸಕರು ಮೊದಲಿಯಾರ್‌ರ ವೃದ್ಧಾಶ್ರಮದಲ್ಲಿ ಆಶ್ರಯ ಪಡೆದಿರುವರು, ಅದು ಬೇರೆ ಮಾತು. ಆದರೆ ಎರಡು ಮೂರು ವರ್ಷಗಳ ಬಳಿಕ ಖುದ್ದ ರಾಜ್ಯದ ಮುಖ್ಯಮಂತ್ರಿಗಳೆ ಒಮ್ಮೆ ವೆಂಕಟರತ್ನಂ ಅವರಿಗೆ ಫೋನಿನಲ್ಲಿ,

"ಗುಣಸಾಗರದಲ್ಲಿ ಒಳ್ಳೆಯ ಕೆಲಸ ಮಾಡುತ್ತಿರುವಿರಿ, ವೃದ್ಧರನ್ನು ಸಮಾಜ ಗಂಭೀರವಾಗಿ ಪರಿಗಣಿಸಿರಲಿಲ್ಲ, ನಿಮ್ಮ ಕಾರ್ಯಕ್ರಮಗಳಿಂದ ಸಮಾಜ ವೃದ್ಧರನ್ನು ಗೌರವಿಸಲಾರಂಭಿಸಿದೆ, ನಮ್ಮ ಸರ್ಕಾರ ಸಹ ನಿಮ್ಮಿಂದ ಬುದ್ಧಿ ಕಲಿತಿದೆ, ಅದಿರಲಿ ರತ್ನಂ ನಮ್ಮನ್ನೂ ಯಾಕೆ ದೂರ ಇರಿಸುತ್ತಿರುವಿರಿ, ನಮ್ಮನ್ನು ಕರೀರಿ, ನಮ್ಮ ಸರ್ಕಾರದಿಂದ ಹಣಕಾಸಿನ ನೆರವು ಪಡೆಯಿರಿ, ಸಂಕೋಚ ಬೇಡ. ನಮ್ಮನ್ನೂ ಆಮಂತ್ರಿಸುವುದನ್ನು ಮರೆಯಬೇಡಿರಿ ರತ್ನಂ" ಎಂದು ಕೇಳಿದ್ದರು, ಅವರ ಧ್ವನಿಯಲ್ಲಿ ವಿನಯವಿತ್ತು,

ಕೇಳಿದ್ದಕ್ಕೆ ಮಹೇಂದ್ರ "ಕಾರ್ಯಕ್ರಮಗಳಿಗೆ ಜನಪ್ರತಿನಿಧಿಗಳು ಸದುದ್ದೇಶದಿಂದ ಭಾಗವಹಿಸಿದರೆ ತಪ್ಪೇನಿಲ್ಲ ಸಾರ್, ಮುಂದಿನ ವರ್ಷ ಅವರನ್ನು ಆಮಂತ್ರಿಸೋಣ" ಎಂದು ಹೇಳಿದ್ದರು.

ಆ ವರ್ಷ ವಿಚಾರ ಸಂಕಿರಣವನ್ನು ಉದ್ಘಾಟಿಸಿ ಮುಖ್ಯಮಂತ್ರಿಗಳು ಒಳ್ಳೆಯ ಮಾತುಗಳನ್ನು ನುಡಿದರು, ವೇದಿಕೆ ಹಿಂದೆ ಮುಂದೆ ನೆರೆದಿದ್ದ ಸಹಸ್ರಾರು ವೃದ್ಧರನ್ನು ನೋಡಿ ಭಾವಪರವಶರಾದರು. ಸ್ವಇಚ್ಛೆಯಿಂದ ವೃದ್ಧರ ಸುಕ್ಕುಗಟ್ಟಿದ ದೇಹಗಳಿಗೆ ಶಾಲು ಹೊದ್ದಿಸಿ ಸತ್ಕರಿಸಿದ್ದು ಅವರೆ, ಪ್ರತಿ ವೃದ್ಧರ ಪಾದಗಳನ್ನು ಸ್ಪರ್ಶಿಸಿ 'ಆಶೀರ್ವದಿಸಿರಿ' ಎಂದು ವಿನಂತಿಸಿದ್ದು ಸಹ ಅವರೆ.

ತಮ್ಮ ಸಂಘಟನೆ ಅಪೇಕ್ಷಿಸದಿದ್ದರು ಸರ್ಕಾರ ಪ್ರತಿವರ್ಷ ಗುಣಸಾಗರಕ್ಕೆ ಪ್ರತ್ಯೇಕ ಅನುದಾನ ಮಂಜೂರು ಮಾಡುತ್ತಿರುವುದು. ಕುಡಿಯುವ ನೀರು,

ಅಲ್ಲಲ್ಲಿ ನೆಡು ತೋಪುಗಳು, ಒಳ್ಳೆಯ ರಸ್ತೆಗಳು! ಇತ್ಯಾದಿಗಳೆಲ್ಲವನ್ನು ಸರ್ಕಾರವೇ ಅಭಿವೃದ್ಧಿಪಡಿಸಿರುವುದು.

ಸರ್ಕಾರದ ಧ್ಯೇಯ ವಾಕ್ಯ, 'ವೃದ್ಧರ ಸೇವೆಯೇ ಭಗವಂತನ ಸೇವೆ'! ಅಲ್ಲದೆ ಇನ್ನೊಂದು ಮಹತ್ವದ ಸಂಗತಿ ಅಂದರೆ ಶಿಕ್ಷಣ ಇಲಾಖೆ ಪ್ರತಿಪಠ್ಯದಲ್ಲೂ ವೃದ್ಧರಿಗೆ ಸಂಬಂಧಿಸಿದ ಪಾಠಾಂಶವನ್ನು ಅಳವಡಿಸಿರುವುದು. ಅರ್ಹ ವೃದ್ಧರನ್ನು ಶಾಲಾ ಕಾಲೇಜುಗಳಲ್ಲಿ ಬೋಧಕರಾಗಿ ನೇಮಿಸಿಕೊಂಡಿರುವುದು. ಇದಕ್ಕೆಲ್ಲ ಸ್ಫೂರ್ತಿ ಮತ್ತು ಕಾರಣ ಮಹೇಂದ್ರ!

ಹಾಗಂತ ಆತ ಪ್ರಚಾರದಿಂದ ದೂರ. ಆಮಂತ್ರಣ ಪತ್ರಿಕೆಗಳಲ್ಲಿ ತಮ್ಮ ಹೆಸರು ಮುದ್ರಣವಾಗದಂತೆ ನೋಡಿಕೊಳ್ಳುವನು. ವೇದಿಕೆಯ ಮೇಲೆ ಅಪ್ಪಿತಪ್ಪಿ ಸುಳಿಯುವುದಿಲ್ಲ, ಅಲ್ಲದೆ ಎಲ್ಲೂ ಕಾಣಿಸಿಕೊಳ್ಳುವುದೂ ಇಲ್ಲ. ಅಂಥ ಶಿಸ್ತು ಆತನದ್ದು. ತುಂಬ ಮುಜುಗರದ ವ್ಯಕ್ತಿ ಬೇರೆ. ಆದರೆ ನಮ್ಮ ಮಹೇಂದ್ರ ಸ್ವಲ್ಪ ಮೈಚಳಿ ಬಿಟ್ಟದ್ದು ಈ ವರ್ಷವೆಂದು ಹೇಳಬಹುದು.

ಅದಕ್ಕೆ ಸೂಕ್ತ ಕಾರಣಗಳು ಇಲ್ಲದಿರಲಿಲ್ಲ.

* * *

ಗುಣಸಾಗರದಲ್ಲಿನ ಆಶ್ರಮಗಳಲ್ಲಿ ಒಂದು ಸಾವಿರಕ್ಕೂ ಅಧಿಕ ವೃದ್ಧರಿದ್ದರು. ವೃದ್ಧಾಪ್ಯ ಅಂದ ಬಳಿಕ ವ್ಯಾಧಿಗಳು ಸಾಮಾನ್ಯ. ಮನೋದೈಹಿಕ ವ್ಯಾಧಿಗಳಿಂದ ನರಳುವ ವೃದ್ಧರು ಹೆಚ್ಚು ಇದ್ದರು. ಅವರ ಆರೋಗ್ಯ ತಪಾಸಣೆಗೆ ಸೂಕ್ತ ಚಿಕಿತ್ಸೆಗೆ ಆರಂಭದಲ್ಲಿ ಪೇಯ್ಡ್ ಡಾಕ್ಟರ್ಸ್ ನರ್ಸಸ್ ಇದ್ದರು. ಆದರೆ ಕಾಲಕ್ರಮೇಣ ತಜ್ಞ ವೈದ್ಯರು ಸ್ವಯಂ ಇಚ್ಛೆಯಿಂದ ಸೇವೆ ಸಲ್ಲಿಸಲೆಂದು ಆಶ್ರಮಗಳಿಗೆ ಭೇಟಿ ನೀಡಲಾರಂಭಿಸಿದರು. ಅಂಥವರಲ್ಲಿ ಡಾ. ರಾಮಕೃಷ್ಣ ಸಾಗರ್ ಪ್ರಮುಖರು. ಹಾಗೆಯೇ ಇನ್ನೊಬ್ಬರು ಡಾ. ಧ್ರುವಕುಮಾರ್! ಅಮೇರಿಕಾದಂಥ ವಿವಿಧ ದೇಶಗಳಲ್ಲಿ ಸೇವೆ ಸಲ್ಲಿಸಿ ಸ್ವದೇಶಕ್ಕೆ ಮರಳಿದ್ದರು. ಅವರ ತಾಯಿ ತವರುಮನೆ ಗುಣಸಾಗರದಲ್ಲಿತ್ತು. ಅವರ ತಾಯಿಯ ತಂದೆ, ಅಂದರೆ ಪಂ. ಶಿವರಾಮಯ್ಯ ಆ ಕಾಲದಲ್ಲಿ ಒಳ್ಳೆ ಆಯುರ್ವೈದ್ಯರೆಂದೆ ಹೆಸರಾಗಿದ್ದರು. ಈಗ ಅಲ್ಲಿ ಯಾರು ಇಲ್ಲ. ಇದ್ದ ಒಂದು ಮನೆ ಶಿಥಿಲವಾಗಿ ಬೀಳುವ ಸ್ಥಿತಿಯಲ್ಲಿತ್ತು. ಅದನ್ನು ಇವರು ಅಂಗನವಾಡಿಗೆ ಬರೆದುಕೊಟ್ಟಿರುವರು. ಈ ನೆನಪುಗಳಿಂದ ರಾಮಕೃಷ್ಣ ಸಾಗರದೊಂದಿಗೆ ಸಂಪರ್ಕವಿರಿಸಿಕೊಂಡಿದ್ದ, ಆಗೊಮ್ಮೆ ಈಗೊಮ್ಮೆ ಬರುವುದು ಹೋಗುವುದು ನಡೆಸಿದ್ದ.

ಡಾ. ರಾಮಕೃಷ್ಣ ವೃದ್ಧಾಶ್ರಮಗಳ ಆರೋಗ್ಯ ಉಸ್ತುವಾರಿ ವಹಿಸಿಕೊಂಡರು. ಕೆಲವು ವೃದ್ಧರಲ್ಲಿ ದೈಹಿಕ ತೊಂದರೆಗಳ ಮೂಲಕ ಅವರ ಮಾನಸಿಕ

ಕ್ಲೇಷಗಳನ್ನೂ, ಮಾನಸಿಕ ಕ್ಲೇಷಗಳ ಮೂಲಕ ಅವರ ದೈಹಿಕ ತೊಂದರೆಗಳನ್ನು ಗುರುತಿಸಿ ನೀಡಲಾರಂಭಿಸಿದ ಚಿಕಿತ್ಸೆ ಫಲಪ್ರದವಾಯಿತು. ಅದೇ ಸಮಯದಲ್ಲಿ ಮಹೇಂದ್ರ ಕಾದಂಬರಿ ಬರೆಯುತ್ತಿದ್ದ. ಅದಕ್ಕೆ ತಾತ್ಕಾಲಿಕವಾಗಿ ರೋಗಾಣು ಎಂದು ಪ್ರಧಾನ ಶಿರ್ಷಿಕೆ ನೀಡಿದ್ದ. ಅದಕ್ಕೆ ಸಂಬಂಧಿಸಿದಂತೆ ಅವರು ಇವರಿಂದ ಉಪಯುಕ್ತ ಸಲಹೆ ಸೂಚನೆ ಪಡೆಯುತ್ತಿದ್ದರು, ಈ ಕೊಡುಕೊಳ್ಳುವಿಕೆಯಿಂದ ಅವರಿಬ್ಬರ ನಡುವೆ ಸ್ನೇಹ ಕುದುರಿತ್ತು. ಆ ಸ್ನೇಹದ ಕಾರಣದಿಂದ ಅವರು ಇವರನ್ನು ಮುಂಬರುವ ವಿಚಾರ ಸಂಕಿರಣದ ವಸ್ತು ಕುರಿತಂತೆ ಸಲಹೆ ಕೇಳಿದರು. ಅದಕ್ಕೆ ಇವರು ಸೂಚಿಸಿದ್ದು–'ವೃದ್ಧರು ಮತ್ತು ಲೈಂಗಿಕ ಅಭಿವ್ಯಕ್ತಿ.'

ಅವರ ಮನಸ್ಸಿನಲ್ಲಿ ಇದ್ದದ್ದು ಅದೇ. ಸಿಗ್ಮಂಡ್ ಫ್ರಾಯ್ಡ್ ಹೇಳಿದ್ದು ಅದೇ. ಅಲ್ಲದೆ ಆಶ್ರಮದ ಒಂದಿಬ್ಬರು ಕರ್ಮಚಾರಿಗಳು ವೃದ್ಧರ ದೈನಂದಿನ ಲೈಂಗಿಕ ಚಟವಟಿಕೆಗಳ ಕುರಿತು ಮಾಹಿತಿ ನೀಡಿದ್ದರು. 'ವೃದ್ಧರಲ್ಲಿ ಕೆಲವರು ರಹಸ್ಯವಾಗಿ ಮುಷ್ಟಿ ಮೈಥುನ ಮಾಡಿಕೊಳ್ಳುವರು, ಇನ್ನು ಕೆಲವರು ಬೇರೆಯವರಿಂದ ಮಾಡಿಸಿಕೊಳ್ಳಲು ಪ್ರಯತ್ನಿಸುತ್ತಿರುವರು, ಇನ್ನು ಕೆಲವು ವೃದ್ಧರು ತಾವು ಮಲಗುವ ಹಾಸಿಗೆ ಕೆಳಗೆ ಸಂಭೋಗಕ್ಕೆ ಸಂಬಂಧಿಸಿದ ಚಿತ್ರಗಳನ್ನು ಇರಿಸಿಕೊಂಡಿರುವರು' ಎಂದು ವಿವರಿಸಿದ್ದ. ಮತ್ತೆ ಕೆಲವರು ಕಾಮಕ್ಕೆ ಸಂಬಂಧಿಸಿದ ಸಂಗತಿಗಳನ್ನು ಪರಸ್ಪರ ವಿನಿಮಯ ಮಾಡುತ್ತಿರುವರು ಎಂದೂ.

ಇದೆಲ್ಲ ತಿಳಿದೆ, ವೃದ್ಧರಲ್ಲಿ ಮೈಚಳಿ ಬಿಡಿಸಲು, ಅವರನ್ನು ತಪ್ಪಿತಸ್ಥ ಭಾವನೆಗಳಿಂದ ಬಿಡುಗಡೆಗೊಳಿಸಲು ಈ ಸಲದ ವಿಚಾರ ಸಂಕಿರಣವನ್ನು ಮೀಸಲಿಡಬೇಕೆಂದು ಅವರು ಇವರು ನಿರ್ಧರಿಸಿದರು.

'ವೃದ್ಧಾಪ್ಯ ಮತ್ತು ಲೈಂಗಿಕ ಅಭಿವ್ಯಕ್ತಿ'

ಕೇಳಿದೊಡನೆ ರತ್ನಂ ತಮ್ಮೆರಡೂ ಕಿವಿಗಳನ್ನು ತಮ್ಮೆರಡೂ ಕೈಗಳಿಂದ ಮುಚ್ಚಿ 'ರಾಮ ರಾಮಾ' ಎಂದು ಉದ್ಗರಿಸಿದರು. ಬಳಿಕ ಡಾಕ್ಟರ್‌ರ ಸೂಕ್ತ ಮಾತುಗಳನ್ನು ಕೇಳಿಸಿಕೊಂಡ ಬಳಿಕ ಒಪ್ಪಿದರು, ಅದು ಬೇರೆ ಮಾತು. ಆರಂಭದಲ್ಲಿ ಸಾಗರದಲ್ಲಿದ್ದ ಮಡಿವಂತರು, ಸಂಪ್ರದಾಯವಾದಿಗಳು ವಿಷಯ ತಿಳಿದು ಮೂಗು ಮುರಿದರು. ಅವರಲ್ಲಿ ಕೆಲವರು 'ಎಲ್ಲಾದರು ಉಂಟೆ' ಎಂದು ಉದ್ಗರಿಸಿದರೆ ಇನ್ನು ಕೆಲವರು 'ಅದಕ್ಕೆ ಅನ್ನುವುದು ಕಾಲ ಕೆಟ್ಟು ಹೋಗಿರುವುದು ಅಂತ' ಎಂದು ಗೊಣಗಿದರು. ಅವರೆಲ್ಲರ ಪ್ರಶ್ನೆ ಸಂದೇಹಗಳನ್ನು ಡಾಕ್ಟರ್ ರಾಮಕೃಷ್ಣ ಮತ್ತು ಡಾ. ಧ್ರುವಕುಮಾರ್ ಮತ್ತು ಮಹೇಂದ್ರ ನಿವಾರಿಸಿದರು.

'ಸೆಕ್ಸ್ ಅಂದರೆ ಜೀವನ, ಜೀವನ ಅಂದರೇನೆ ಸೆಕ್ಸ್! ಅದನ್ನು ಇಷ್ಟಪಡದಿರುವವರು ಯಾರಿರುವಿರಿ ನಿಮ್ಮಲ್ಲಿ!' ಡಾಕ್ಟರ್ ಪ್ರತಿಭಟನಾಕಾರರಿಗೆ ಈ ಪ್ರಶ್ನೆ ಕೇಳಿದರು, ಅದಕ್ಕೆ ಅವರಲ್ಲಿ ಉತ್ತರವಿರಲಿಲ್ಲ.

ಮಾಧ್ಯಮಗಳು ಈ ವಿಷಯಾಧಾರಿತ ವಿಚಾರ ಸಂಕಿರಣಕ್ಕೆ ಹೆಚ್ಚು ಪ್ರಾಮುಖ್ಯತೆ ಹಾಗೂ ಪ್ರಚಾರ ನೀಡಿದವು, ಅವುಗಳಲ್ಲಿ ಕೆಲವು ಅದನ್ನೆ ದೊಡ್ಡ ರಾದ್ಧಾಂತ ಮಾಡಲು ಯತ್ನಿಸಿ ವಿಫಲಗೊಂಡವು, ಹೊಸದು ಬಂದಾಗ ಹಳೆಯದು ಕೊಚ್ಚಿ ಹೋಗುವುದು ಅನಿವಾರ್ಯ! ಕ್ರಮೇಣ ವಿವಾದ ತಣ್ಣಗಾಯಿತು.

'ಸಂಕಿರಣವನ್ನು ದಯವಿಟ್ಟು ಉದ್ಘಾಟಿಸಿರಿ' ಎಂದು ಕೇಳಿದಾಕ್ಷಣ ಪದ್ಮಭೂಷಣ ಪ್ರಫುಲ್ಲಚಂದ್ರ ಸರದೇಸಾಯಿ 'ಓಹ್ಹೋ ಖಂಡಿತ' ಎಂದು ಮರುಮಾತಾಡದೆ ಒಪ್ಪಿಗೆ ನೀಡಿದರು, ಕಾರಣ ಅವರು ಎಪ್ಪತ್ತನೆಯ ವಯಸ್ಸಿನಿಂದ ಪತ್ನಿ ಸಂಧ್ಯಾ ಅವರಿಂದ ವಿಚ್ಛೇದನ ಪಡೆದು ಒಂಟಿಯಾಗಿದ್ದರು. ಅದೂ ಸೆಕ್ಸ್ ಕಾರಣಕ್ಕೆ. ಇನ್ನು ಆ ಗೋಷ್ಠಿಗೆ ಅವರನ್ನು, ಈ ಗೋಷ್ಠಿಗೆ ಇವರನ್ನು! ಯಾರು ಒಲ್ಲೆ ಅನ್ನಲಿಲ್ಲ.

ವಿಚಾರ ಸಂಕಿರಣದಲ್ಲಿ ಇನ್ನೊಂದು ಈವೆಂಟನ್ನು ಸೃಷ್ಟಿಸಲಾಯಿತು, ಅದೆಂದರೆ ವೃದ್ಧರಿಂದ ವೃದ್ಧರಿಗಾಗಿ ರಾಜ್ಯಮಟ್ಟದ ಕ್ರೀಡಾಕೂಟ. 'ಅದನ್ನು ಉದ್ಘಾಟಿಸಿರಿ' ಎಂದು ಕೇಳಿಕೊಂಡೊಡನೆ ಜಮೈಕಾದ ಹಿರಿಯ ಕ್ರೀಡಾಪಟುಗಳೂ, ಸಿಲಾಯಿ ಒಲಂಪಿಕ್ ಪ್ರಶಸ್ತಿ ಪುರಸ್ಕೃತರೂ ಆದ ಬುಕಾಡೋ 'ಖಂಡಿತ' ಎಂದು ಒಪ್ಪಿಗೆ ಸೂಚಿಸಿದರು. ಸಮಾಧಾನದ ಸಂಗತಿ ಅಂದರೆ ವಿಶ್ವವಿಖ್ಯಾತ ಹಿರಿಯ ಕ್ರೀಡಾಪಟುಗಳಲ್ಲಿ ಹಲವರು ಸ್ವಇಚ್ಛೆಯಿಂದ ಆಗಮಿಸುವೆವೆಂದು ತಿಳಿಸಿದರು.

ಒಂದೆ ಮಾತಲ್ಲಿ ಹೇಳುವುದಾದರೆ ಗುಣಸಾಗರದಲ್ಲಿ ನಡೆದ ವಿಚಾರ ಸಂಕಿರಣ ಮತ್ತು ಹಿರಿಯ ನಾಗರಿಕರ ಕ್ರೀಡಾಕೂಟ ರಾಜ್ಯದ ದೇಶದ ಗಮನ ಸೆಳೆಯಿತು. ಕಾರಣ ಎಂಬತ್ತು ಪರ್ಸೆಂಟ್ ವೃದ್ಧರು ಲೈಂಗಿಕವಾಗಿ ಅತೃಪ್ತರಿದ್ದರು. ಅವರು ತಮ್ಮ ಕಾಮನೆ ತಣಿಸಿಕೊಳ್ಳಲು ಒಳಹಾದಿಗಳನ್ನು ಅನ್ವೇಷಿಸಿಕೊಂಡಿದ್ದರು. ಅವು ವಾಮಮಾರ್ಗಗಳೆಂದೂ, ಅನಾಗರಿಕ ವರ್ತನೆ ಎಂದು ಆಯಾ ವೃದ್ಧರ ವಾರಸುದಾರರು ಅಪಾರ್ಥ ಮಾಡಿಕೊಂಡಿದ್ದರು. ವಿಚಾರ ಸಂಕಿರಣದ ಮಾತುಗಳನ್ನು ಆಲಿಸಿದರೆ ತಮ್ಮ ತಮ್ಮ ಮನೆಗಳ ವೃದ್ಧರು ಸರಿ ಹಾದಿ ಹಿಡಿಯಬಹುದೆಂದು ಭಾವಿಸಿ...

ಅದೇನೆ ಇರಲಿ, ಗುಣಸಾಗರ ಆ ಕೆಲವು ದಿವಸಗಳ ಕಾಲ ವೃದ್ಧರಿಂದ ತುಂಬಿತುಳುಕಾಡಿತು. ಹಲವು ಅಪರ ಕುಬೇರರು ರತ್ನಂ ಜೊತೆ ಕೈಜೋಡಿಸಿದ್ದರಿಂದ ದಾಸೋಹ ವಸತಿ ಎಲ್ಲವು ಅಚ್ಚುಕಟ್ಟಾಗಿ ನಡೆಯಿತು.

ಮಹೇಂದ್ರ ವಿಚಾರ ಸಂಕಿರಣದ ಮಾತುಗಳನ್ನು ಕೇಳಿಸಿಕೊಳ್ಳುತ್ತಲೂ, ವೃದ್ಧರ ಪ್ರತಿಕ್ರಿಯೆಗಳನ್ನು ಆಲಿಸುತ್ತಲೂ, ಪರಿಚಿತ ಅತಿಥಿ ಮಹೋದಯರ ಕುಂದುಕೊರತೆಗಳನ್ನು ವಿಚಾರಿಸುತ್ತಲೂ...

* * *

ರತ್ನಂ ಮಹೇಂದ್ರರ ಹೆಗಲ ಮೇಲೆ ಕೈಯಿರಿಸಿ,

"ಗೆಳೆಯರೆ, ಪ್ರತಿವರ್ಷ ಸನ್ಮಾನಿಸಲು ನೂರು ವೃದ್ಧರನ್ನು ಆಯ್ಕೆ ಮಾಡುತ್ತಿದ್ದೆವು, ಆದರೆ ಸಂಘಟಕರು ಸಾವಿರದ ಒಂದು ನೂರಾ ಹನ್ನೊಂದು ವೃದ್ಧರನ್ನು ಸನ್ಮಾನಿಸಲು ನಿರ್ಧರಿಸಿರುವರು, ಅವರಲ್ಲಿ ಹಿರಿಯ ದಂಪತಿಗಳೆ ಎರಡು ನೂರು ವೃದ್ಧರು ಇರುವರು, ಅವರೆಲ್ಲರಿಗೆ ಪುನಃ ಮದುವೆ ಮಾಡಲು ನಿರ್ಧರಿಸಿರುವರು. ಅವರೆಲ್ಲರಿಗೆ ಉಡುಪುಗಳನ್ನು ಉಚಿತವಾಗಿ ನೀಡಲು ಪೃಥೇಶ್ವರದ ಟೆಕ್ಸ್‌ಟೈಲ್ಸ್ ಮಾಲಿಕ ಮೇಹ್ತಾ, ಅವರೆಲ್ಲರಿಗೆ ಮಾಂಗಲ್ಯಗಳನ್ನು ಉಚಿತವಾಗಿ ನೀಡಲು ಮಾಕನಡಕುನ ಪ್ರಸಿದ್ಧ ಜ್ಯುವೆಲೆರ್ ವರ್ತಕರಾದ ಬೊಕಾಡಿಯಾ, ಅವರೆಲ್ಲರಿಗೆ ಔಷಧೀಯ ಕಿಟ್ಟುಗಳನ್ನು ಉಚಿತವಾಗಿ ವಿತರಿಸಲು ಅಗೋ ಅವರು ಇಗೋ ಇವರೆಲ್ಲರೂ ಬಂದಿರುವರು. ಆದ್ದರಿಂದ ಇದ್ಯಾವುದು ಸಮಸ್ಯೆ ಇಲ್ಲ, ಸಮಸ್ಯೆ ಇರುವುದೆ ಸಮಾಜ ಕಲ್ಯಾಣ ಇಲಾಖೆ ಸಚಿವೆ ಚೌಡೇಶ್ವರಿ ಅಮ್ಮನವರಿಂದ. ಅವರನ್ನು ನಿಭಾಯಿಸಲು ನೀವೆ ವೇದಿಕೆ ಮೇಲಿದ್ದು ಸನ್ಮಾನ ಕಾರ್ಯಕ್ರಮ ಸುಗಮವಾಗಿ ನಡೆಯುವಂತೆ ನೋಡಿಕೊಳ್ಳಬೇಕು" ಎಂದು ವಿನಂತಿಸಿಕೊಂಡರು.

ಅದರಿಂದ ಇವರಿಗೆ ಮುಜುಗರವಾಯಿತು. ಅದಕ್ಕೆ ಕಾರಣ ಇಲ್ಲದಿರಲಿಲ್ಲ, ಅದೆಂದರೆ ತನ್ನದು ಅಂತರ್‌ಜಾತೀಯ ವಿವಾಹ. ತನ್ನ ಪತ್ನಿ ಸುಶೀಲಾ ನಿಮ್ನ ಕುಲ ಸಂಜಾತೆ. ಆದರೆ ತಾನು ಉಚ್ಚ ಕುಲ ಸಂಜಾತ. ಈ ಕಾರಣಕ್ಕೆ ಈ ವಿವಾಹವನ್ನು ತಮ್ಮ ಮನೆಯ ಹಿರಿಯರು ವಿರೋಧಿಸಿದರು. ಅವರಲ್ಲಿ ಮುಖ್ಯವಾಗಿ ತಮ್ಮ ಅಜ್ಜ ರಾಜಗೋಪಾಲಾಚಾರ್ಯ ಮತ್ತು ಅಜ್ಜಿ ವರಲಕ್ಷ್ಮಿದೇವಮ್ಮ ತಮ್ಮ ಇಚ್ಛೆಗೆ ವಿರುದ್ಧವಾಗಿ ಮದುವೆಯಾದರೆ ತಾವು ವಿಷ ಸೇವಿಸಿ ಆತ್ಮಹತ್ಯೆ ಮಾಡಿಕೊಳ್ಳುವೆವು ಎಂದು ಬೆದರಿಕೆ ಹಾಕಿದರು. ತಾವು ವಿವಾಹವಾಗಿ ಹದಿನೈದು ವರ್ಷಗಳು ಉರುಳಿವೆ, ಆದರೆ ತಮ್ಮ ಮನೆಯಲ್ಲಿ ಎಲ್ಲರೂ ಸುಖವಾಗಿರುವರು. ಆದರೆ ಅವರ್‍ಯಾರು ತಮ್ಮ ಮನೆಗೆ ಬರುತ್ತಿಲ್ಲ, ತಾವ್ಯಾರು ಅವರ ಮನೆಗೆ ಹೋಗಿಲ್ಲ ಇದುವರೆಗು.

ಅಗ್ನಿ ಪರೀಕ್ಷೆ ಅಂದರೆ ಇದಕ್ಕೆ ಹೇಳುವುದು, ಅದೆಂದರೆ ತಮ್ಮ ಅಜ್ಜ ಅಜ್ಜಿಯವರು ಇಂದಿನ ಸಮಾರಂಭದಲ್ಲಿ ಸನ್ಮಾನ ಪಡೆಯುತ್ತಿರುವರು, ಹ್ಹಾ

ಅವರು ಪುನರ್ ವಿವಾಹವಾಗುತ್ತಿರುವರು ಬೇರೆ. ಈ ಸಮಾರಂಭದಲ್ಲಿ ತಮ್ಮ ತಂದೆ ಪರಂಧಾಮಯ್ಯ, ತಾಯಿ ಸುಭದ್ರಮ್ಮ ಸಭಿಕರ ನಡುವೆ ಉಪಸ್ಥಿತಿರಿದ್ದಿರಬಹುದು. ಈ ಸನ್ನಿವೇಶವನ್ನು ಹೇಗೆ ನಿಭಾಯಿಸುವುದು! ಈ ನಿಜ ಸಂಗತಿ ಸಂಘಟಕರಿಗಾಗಲಿ, ರತ್ನಂರವರಿಗಾಗಲಿ ತಿಳಿದಿರಲಾರದು. ರತ್ನಂರವರು ನೀಡಿದ ಬಿಸಿ ತುಪ್ಪವನ್ನು ಮಹೇಂದ್ರ ಸ್ವೀಕರಿಸಿ ಹಾಗೆ ಗಂಟಲಲ್ಲಿರಿಸಿಕೊಂಡ.

ಅನ್ಯಮೂಲಗಳಿಂದ ವಿಷಯ ತಿಳಿದಿದ್ದ ಸುಶೀಲಾ ತಮ್ಮನ್ನು ಕಂಡು,

"ಅಲ್ರೀ ನಿಮ್ಮ ಮನೆಯ ಹಿರಿಯರು ಸಮಾರಂಭಕ್ಕೆ ಬಂದಿರುವರಂತಲ್ಲವೆ! ಅವರಲ್ಲಿ ಕೋಪ ಶಮನವಾಗಿರಲುಬಹುದು, ಅವರನ್ನು ಮನೆಗೆ ಆಮಂತ್ರಿಸಿರಿ" ಎಂದು ಕೇಳಿ ಭಾವಪರವಶಳಾದಳು.

ಅದಕ್ಕೆ ಪ್ರತಿರೋಧ ವ್ಯಕ್ತಪಡಿಸಿದರೆಲ್ಲಿ ತಮ್ಮ ಪತ್ನಿ ಗದ್ಗದಿತಳಾಗುವಳೊ! ಮಹೇಂದ್ರ ಉಭಯ ಸಂಕಟ ಅನುಭವಿಸಿದ, ಒಂದು ಕ್ಷಣ. ಈ ಸದ್ದುಗದ್ದಲದಲ್ಲಿ ತಾವು ತಮ್ಮವರನ್ನು ಹೇಗೆ ಹುಡುಕುವುದು! ಫಜೀತಿಗಿರಿಸಿಕೊಂಡಿತು.

"ಸುಶೀಲಾ, ಕಂಡರೆ ಕರೆಯದೆ ಇರುವೆನೇನು! ಅವರು ಇಲ್ಲಿಗೆ ಬಂದಿರುವ ಉದ್ದೇಶ ಬೇರೆಯೆ ಇರುವಂತಿದೆ, ಎರಡು ದಿವಸಗಳ ಹಿಂದೆಯೆ ಬಂದಿರುವ ಅವರು ತನ್ನನ್ನು ದೂರದಿಂದ ನೋಡಿರಲುಬಹುದು, ಕರೆದರೆ ಮುಖಕ್ಕೆ ರಾಚಿದಂತೆ ಬಯ್ಯುವುದು ಎಂದು ಮನಸ್ಸಿನಲ್ಲೆ ಲೆಕ್ಕಾಚಾರ ಹಾಕಿರಲುಬಹುದು ಅಲ್ಲವೆ! ಯೋಚಿಸು" ಎಂದು ಹೇಳುತ್ತ ತಾನು ಕಣ್ಣಲ್ಲಿ ನೀರು ತಂದುಕೊಂಡ.

ಅದಕ್ಕೆ ಆಕೆ,

"ನಿಮ್ಮ ಮನೆಯ ಹಿರಿಯರು ಎಂಥವರೆನ್ನುವುದು ನನಗೆ ತಿಳಿದಿಲ್ಲವೆ! ಅವರ ಮನಸ್ಸು ಬೆಣ್ಣೆಗಿಂತ ಮೃದು, ಕೋಪ ಇರಲಿಕ್ಕಿಲ್ಲ, ಕರೆಯಿರಿ, ಕಾಲಿಗೆ ಬಿದ್ದು ಬೇಡಿಕೊಂಡರೆ ತಪ್ಪಿಲ್ಲ, ತಿಳಿಸಿದರೆ ನಾನು ಸಹ ಕೈಮುಗಿದು ಕೇಳಿಕೊಳ್ಳುವೆ" ಎಂದು ಹೇಳಿದಳು. ಆಕೆಯ ಮಾತುಗಳಲ್ಲಿ ತಪ್ಪಿತಸ್ಥ ಭಾವನೆ ಇತ್ತು.

ಮಹೇಂದ್ರ ಬಿಟ್ಟ ನಿಟ್ಟುಸಿರು ನಿಡಿದಿತ್ತು. ಪತ್ನಿಯ ಮುಂಗೈಗಳನ್ನು ಹಿಡಿದು,

"ಪ್ರಯತ್ನಿಸುವೆ, ಚಿಂತಿಸಬೇಡ" ಎಂದು ಭರವಸೆ ನೀಡಿದ.

ಆ ಕ್ಷಣದಿಂದ ತಮ್ಮ ಮನಸ್ಸಿಗೆ ಸಮಾಧಾನವಿಲ್ಲ, ಈ ಉಭಯ ಸಂಕಟ ಅನುಭವಿಸುತ್ತಿದ್ದ ವೇಳೆಯಲ್ಲಿಯೆ ರತ್ನಂ ಕೇಳಿದ್ದು, ತಾವು ಅವರ ಮಾತಿಗೆ ಸಮ್ಮತಿಸಿದ್ದು.

ಸನ್ಮಾನ ಕಾರ್ಯಕ್ರಮ ನಿಗದಿತ ವೇಳೆಗಿಂತ ನಲವತ್ತೆರಡು ನಿಮಿಷ ವಿಳಂಬವಾಗಿ ಆರಂಭವಾಯಿತು. ಸಚಿವೆ ಚೌಡೇಶ್ವರಿ ಅಮ್ಮನವರು ಲೇಟಿಗೆ ಹೇಳಿದ ಕಾರಣ ವಿಚಿತ್ರವೆನ್ನಿಸಿತು, ಅದೇಂದರೆ ಆರು ನಿಮಿಷ ಮುಂಚಿತವಾಗಿ ತಲುಪುವ ಇಚ್ಛೆಯಿಂದ ಅವರು ಅಲ್ಲಿಂದ ಹೊರಟರಂತೆ, ಆದರೆ

ಸೂಲದೇವರಹಳ್ಳಿ ದನಗಾಹಿಗಳ ಅಸಂಖ್ಯ ದನಗಳು ರಸ್ತೆಗಡ್ಡ ಮಲಗಿ ತೊಂದರೆ ನೀಡಿದವೆಂದು ಹೇಳಿದರು. ಅದು ಹೇಳುವ ಕೇಳುವ ಕಾರಣ ಅಲ್ಲವೇ ಅಲ್ಲ. ಸಚಿವೆಯಾಗಿದ್ದರು ಅಮ್ಮನವರು ಎರಡು ಮೂರು ತಾಸು ಲೇಟಾಗಿ ಆಗಮಿಸಿಲ್ಲದಿರುವುದೆ ತಮ್ಮ ಅದೃಷ್ಟವೆಂದು ಸಂಘಟಕರು ಸಮಾಧಾನದ ಉಸಿರುಬಿಟ್ಟರು.

ವೃದ್ಧರ ಸನ್ಮಾನ ಸಮಾರಂಭ! ಅದಕ್ಕೆ ವೇದಿಕೆ ಮೇಲೆ ಮತ್ತು ವೇದಿಕೆ ಕೆಳಗೆ ವೃದ್ಧರು, ಮತ್ತವರ ಬಂಧು ಬಳಗದವರು, ಅಭಿಮಾನಿಗಳು ಅಸಂಖ್ಯಾತರಿದ್ದರು. ಅವರೆಲ್ಲರು ಭೌತಿಕವಾಗಿ ಒಂದೇ ಥರನಿದ್ದರು. ಚಿಕ್ಕ ಮಕ್ಕಳ ಅಥವಾ ಯುವಕರ ಥರ ಅವರು ಸಿಳ್ಳೆ ಹಾಕದವರು, ಅನಾವಶ್ಯಕ ಕರತಾಡನ ಮಾಡದವರು, ಕೇಕೆ ಹಾಕಿ ಹರ್ಷೋದ್ಗಾರ ಮಾಡದವರು, ಬಾಯಿ ತೆರೆದು ನಗದವರು! ಶಿಸ್ತಿನ ಸಿಪಾಯಿಗಳಂತೆ ವಾಕಿಂಗ್ ಸ್ಟಿಕ್ಕಿನ ತುದಿಗೆ ತಮ್ಮತಮ್ಮ ಚೂಪನೆ ಗದ್ದಗಳನ್ನೂರಿ ಕುಳಿತಿದ್ದರು.

ಅವರಲ್ಲಿ ತಮ್ಮ ತಂದೆ ಯಾರು!

ಅವರಲ್ಲಿ ತಮ್ಮ ತಾಯಿ ಯಾರು!

ಮಹೇಂದ್ರ ಹುಬ್ಬಿನ ಮೇಲೆ ಅಂಗೈ ಇರಿಸಿ ನೋಡಿದ, ಗುರುತಿಸುವುದಾಗಲಿಲ್ಲ.

ಸಚಿವೆ ಅಮ್ಮನವರು ವೇದಿಕೆ ಏರಿದ್ದು ಒಂದೊಂದೆ ಹೆಜ್ಜೆ ಇಡುತ್ತ ಸಮೀಪಿಸಿ ನಿರ್ದಿಷ್ಟಾಸನದ ಮೇಲೆ ಕುಳಿತದ್ದು ಶ್ಲಾಘನೀಯ ದೃಶ್ಯವೇ ಸರಿ. ಕಾರಣ ಅವರು ನಿವೃತ್ತ ಸೇನಾ ಮುಖ್ಯಸ್ಥರ ಧರ್ಮಪತ್ನಿ, ಹತ್ತು ವರ್ಷಗಳ ಹಿಂದೆ ಗಡಿಯಲ್ಲಿ ನಡೆದ ಗುಂಡಿನ ಚಕಮಕಿಯಲ್ಲಿ ತಮ್ಮವರನ್ನು ಕಳೆದುಕೊಂಡಿದ್ದರು. ಆದ್ದರಿಂದ ಅವರು ಸದಾ ಮ್ಲಾನವದನರಾಗಿರುತ್ತಿದ್ದುದು ವಿಶೇಷವೆನ್ನಿಸಿತು.

ಹ್ಹಾಂ ಇನ್ನೊಂದು ಉಲ್ಲೇಖಾರ್ಹ ವಿಷಯವೆಂದರೆ ವೇದಿಕೆ ಮೇಲೆ ಪ್ರತಿ ಕೆಲಸವನ್ನು ಆಶ್ರಮವಾಸಿ ವೃದ್ಧರಿಗೆ ವಹಿಸಲಾಗಿತ್ತು. ಅತಿಥಿಗಳ ಹೆಸರನ್ನು ಘೋಷಿಸುತ್ತಿದ್ದುದು, ಅವರನ್ನು ಕೈಹಿಡಿದು ಕರೆತರುತ್ತಿದ್ದುದು, ಉಚಿತಾಸನದಲ್ಲಿ ಕುಳ್ಳಿರಿಸುತ್ತಿದ್ದುದು ಎಲ್ಲವು ವೃದ್ಧರೆ ಅನ್ನುವುದು ವಿಶೇಷ.

ಶ್ರೀಪಾದ ದೇಸಾಯಿ ದಂಪತಿಗಳು (ಸರಸ್ವತಿ ಗಾನಸಭಾದ ಸಂಸ್ಥಾಪಕರು), ಸುಶ್ರಾವ್ಯವಾಗಿ ಪ್ರಾರ್ಥನಾ ಗೀತೆ ಹಾಡಿದರು, ಬಾಪೂಜಿಯವರ ಸಹವರ್ತಿಗಳೂ, ಅಖಂಡ ಬ್ರಹ್ಮಚಾರಿಗಳೂ, ಅಭಿನವ ಗಾಂಧಿ ಬಿರುದಾಂಕಿತರೂ, ಮಾಜಿ ಶಾಸಕರೂ ಆದ ಚರಕಂ ವೆಂಕೋಬರಾಯರು ಆರೂವರೆ ನಿಮಿಷಗಳ ಅವಧಿಯಲ್ಲಿ ಮಾಡಿದ ಸ್ವಾಗತ ಭಾಷಣ ಅಚ್ಚುಕಟ್ಟಾಗಿತ್ತು.

ಇನ್ನು ಮುಂದಿನದು ತನ್ನ ಸರದಿ! ಅಜ್ಜ ಅಜ್ಜಿಯರ ಹೆಸರು ಕೂಗುವ ಅನಿವಾರ್ಯತೆ ತನ್ನದು! ಹತ್ತಾರು ವರ್ಷಗಳ ಬಳಿಕ ಅವರೊಂದಿಗೆ

ಮುಖಾಮುಖಿಯಾಗುವ ಸರದಿ ತನ್ನದು! ಇವರೆ ತನ್ನ ಅಜ್ಜ ಅಜ್ಜಿಯರು ಎಂದು ಸಭಿಕರಿಗೆ ಹೇಳುವ ಸರದಿ ತನ್ನದು! ತಾನು ಇಂಥ ಕುಲದವನು ಎಂದು ಸಭಿಕರಿಗೆ ತಿಳಿಯುವ ಸರದಿ ತನ್ನ ಕಣ್ಣ ಮುಂದೆ!

ಈ ತನ್ನ ಸರದಿಯನ್ನು ಬೇರೆಯವರಿಗೆ ವರ್ಗಾಯಿಸಿದರೆ ಹೇಗೆ! ಗಂಟಲು ಒಣಗುತ್ತಿರುವ ಅನುಭವವಾಯಿತು. ಅಲ್ಲೆಲ್ಲೋ ಇರುವ ತನ್ನ ಪೂರ್ವಿಕರು, ತನ್ನ ಹೆತ್ತವರು! ಅವರು ಮತ್ತು ತಮ್ಮ ನಡುವೆ ಸಂಪರ್ಕವಿಲ್ಲವೆಂದು ತಿಳಿದಲ್ಲಿ ಸಂಘಟಕರು, ಸಭಿಕರು, ತನ್ನ ಸಹೋದ್ಯೋಗಿಗಳು ಯಾವ ರೀತಿ ಪ್ರತಿಕ್ರಿಯಿಸಬಹುದು!

ಮಹೇಂದ್ರ ಶರ್ಮ ಒಂದುಕ್ಷಣ ನಖಶಿಖಾಂತ ಕಂಪಿಸಿದ. ಆಶ್ರಮವಾಸಿ ವೃದ್ಧರೊಬ್ಬರು ನೀರಿದ್ದ ಬಾಟಲು ನೀಡಿ 'ಕುಡಿ ಮಗನೆ, ಯಾಕೆ ಕಂಪಿಸುವಿ! ನಿನಗೂ ಸ್ಟೇಜ್‌ಫಿಯರ್ ಇರುವುದೆ! ಧೈರ್ಯ ತಂದುಕೊ! ಮಾತು ಆರಂಭಿಸು' ಎಂದು ವಿಶ್ವಾಸದ ಮಾತುಗಳನ್ನಾಡಿದರು.

ಹೌದು! ತಾನಿನ್ನು ಮಾತು ಆರಂಭಿಸುವುದು ಅನಿವಾರ್ಯ. ಮಾತಾಡಲೇಬೇಕು. ತನ್ನ ಪೂರ್ವಿಕರಿಗೆ ತಾನು ಮುಖಾಮುಖಿಯಾಗಬೇಕು, ಅದರ ಪರಿಣಾಮ ಎದುರಿಸಬೇಕು.

ಕಣ್ಣಿಗೆ ಅಡ್ಡ ಕನ್ನಡಕವಿರಿಸಿ ಲಿಸ್ಟ್ ಮೇಲೆ ಕಣ್ಣಾಯಿಸಿದ. ಅದರಲ್ಲಿ ಅಸಂಖ್ಯ ಹೆಸರುಗಳಿದ್ದವು. ಸಮಾಧಾನಕರ ಸಂಗತಿ ಅಂದರೆ ಆರಂಭದಲ್ಲಿ ತನ್ನ ಪೂರ್ವಿಕರ ಹೆಸರುಗಳಿಲ್ಲ.

ಸಚಿವೆ 'ಓದು ಆರಂಭಿಸಪ್ಪಾ' ಎಂದು ಹೇಳಿದಳು, ಆಕೆಯ ಮಾತಲ್ಲಿ ಪರಿಪೂರ್ಣತೆ ಇರಲಿಲ್ಲ. ಆಕೆಯ ಕಡೆ ನೋಡಿದ. ಆಕೆ ಹಲವು ಶತಮಾನಗಳ ಹಿಂದಿನ ಮಹಿಳೆಯಂತೆ ಭಾಸವಾದಳು.

ವೃದ್ಧರ ಹೆಸರುಗಳನ್ನು ಓದಲಾರಂಭಿಸಿದ, ಅದು ಒಂದೊಂದಾಗಿ. ಒಂದೆ ಹೆಸರನ್ನು ಗಟ್ಟಿಯಾಗಿ ಪುನಃ ಪುನಃ ಉಚ್ಚರಿಸುವ ಅನಿವಾರ್ಯತೆ ಇತ್ತು, ಕಾರಣ ವೃದ್ಧರ ಶ್ರವಣೇಂದ್ರಿಯಗಳ ಕಾರ್ಯಕ್ಷಮತೆ ಕುಂದಿರುವುದು ಸಹಜ. ನೆರವು ಆಸರೆ ಇಲ್ಲದೆ ಅವರು ವೇದಿಕೆ ಸಮೀಪಿಸಿ ಮೇಲೇರಿ ಬರುವುದು ಕಷ್ಟಸಾಧ್ಯ! ಸಹಸ್ರ ಚಂದ್ರದರ್ಶನ ಮಾಡಿರುವವರ ನಾಮಸ್ಮರಣೆ ಪುಣ್ಯ ವಿಶೇಷವಲ್ಲವೆ! ಒಂದು ಕ್ಷಣ ರೋಮಾಂಚನವಾಯಿತು ತನಗೆ.

ಅವರ ಬಳಿಕ ಇಗೋ ಇವರು, ಇವರ ಬಳಿಕ ಅಗೋ ಅವರು!

ಹೀಗೆ ಸ್ವಲ್ಪ ಹೊತ್ತು ಗತಿಸಿದ್ದಾಯಿತು! ಸುಮಾರು ಮೂರು ನೂರಾ ಹನ್ನೆರಡು ಹೆಸರುಗಳ ಬಳಿಕ ಮುಂದಿನ ಹೆಸರುಗಳು ಓಹ್ ಅವೆ! ಒಂದುಕ್ಷಣ ಕಣ್ಣುಗಳು ಮಂಜುಗವಿದ ಅನುಭವವಾಯಿತು. ಆ ಹೆಸರುಗಳನ್ನು ಓದುವ

ಹೊಣೆಯನ್ನು ಬೇರೆಯವರ ಹೆಗಲಿಗೆ ವರ್ಗಾಯಿಸಿದರೆ ಹೇಗೆ! ಅದಕ್ಕೆ ಸೂಕ್ತ ಕಾರಣಗಳು ಬೇಕಲ್ಲವೆ! ಆವ್ಯಾವುವು ಹೊಳೆಯಲಿಲ್ಲ ಒಂದು ನಿರ್ಣಾಯಕ ಗಳಿಗೆಯಲ್ಲಿ.

ಘೋಷಿಸಿದ! ಆ ನಾಮವಾಚಕಗಳ ಉಚ್ಚಾರಣೆಯಲ್ಲಿ ಅಪಭ್ರಂಶ ಅಧಿಕವಿತ್ತು. ಉಚ್ಚರಿಸಿದ ಬಳಿಕ ಸಭಿಕರ ಕಡೆ ದೃಷ್ಟಿ ಹಾಯಿಸಿದ. ಫ್ಲಾಷ್ ಲೈಟು ಮೂರನೆ ಸಾಲ ಕಡೆ ಹರಿಯಿತು. ಅದರ ಒಂದು ತುದಿಯಿಂದ ಆ ಇಬ್ಬರನ್ನು ಸ್ವಯಂಸೇವಕರು ಮೆಲ್ಲಗೆ ಕೈ ಹಿಡಿದು ನಡೆಸುತ್ತ ವೇದಿಕೆ ಸಮೀಪಿಸಿದರು.

ಓಹ್ ಅವರೆ ತನ್ನ ತಾತ, ಅವರೆ ತನ್ನ ಅಮ್ಮಮ್ಮ! ತನ್ನನ್ನ ಎತ್ತಿ ಆಡಿಸಿದವರು, ತನ್ನ ಬಾಲ್ಯವನ್ನು ನಂದನವಾಗಿಸಿದವರು, ತನಗೆ ವರ್ಣಮಾಲೆಯ ಪ್ರಣವಾಕ್ಷರಗಳನ್ನು ಕಲಿಸಿದವರು, ತನ್ನ ತೊದಲು ನಾಲಗೆ ಮೇಲೆ ಬೀಜಾಕ್ಷರಗಳನ್ನು ಬರೆದವರು, ತನ್ನ ಪುಟ್ಟ ಕಾಲುಗಳ ದೌರ್ಬಲ್ಯವನ್ನು ನಿವಾರಿಸಿದವರು! ಓಹ್ ಅವರೆ ಇವರು! ಅವರ ಪಕ್ಕದಲ್ಲಿರುವವರು ತನ್ನ ತಂದೆ!

ಮಹೇಂದ್ರ ಧ್ವನಿವರ್ಧಕವನ್ನು ಕೈಯಲ್ಲಿರಿಸಿಕೊಂಡೆ ಅವರತ್ತ ಧಾವಿಸಿದ.

* * *

ಅಲ್ಲಿ ಅಂಥ ಘಟನೆ ಸಂಭವಿಸಿತೆಂದು ತಾವ್ಯಾರು ನಿರೀಕ್ಷಿಸಿರಲಿಲ್ಲ. ಅದೆಲ್ಲ ತೀರಾ ಅನಿರೀಕ್ಷಿತ. ತಾನಲ್ಲದೆ ಇನ್ನಿತರರು, ಮನುಷ್ಯತ್ವ ಇರುವ ಯಾರಾದರು ಆ ಕ್ಷಣ ಧಾವಿಸುತ್ತಿದ್ದರು, ಸ್ಪಂದಿಸುತ್ತಿದ್ದರು, ತಾನು ಮಾಡಿದ್ದು ಅದನ್ನೆ. ಅವರು ತನ್ನ ಪೂರ್ವಿಕರು ಅನ್ನುವುದು ಸೆಕೆಂಡರಿ, ಮೆಟ್ಟಿಲು ಏರುವಾಗ ಅವರು ಆಯ ತಪ್ಪಿ ನೆಲಕ್ಕೊರಗಬಹುದೆಂದು ಯಾರು ನಿರೀಕ್ಷಿಸಿರಲಾರರು. ತಾನು ಅವರನ್ನು ಶುಕ್ಲಪಟಲದ ಮೇಲೆ ತುಂಬಿಕೊಳ್ಳಲು ರೆಪ್ಪೆಯಾರಿಸದೆ ನೋಡುತ್ತಿರುವಾಗ ಅವರಿಬ್ಬರು ಪರಸ್ಪರ ಹಿಡಿದುಕೊಂಡು ನೆಲಕ್ಕೆ ಒರಗುತ್ತಿರುವುದನ್ನು ಗಮನಿಸಿಯೇ ಮಹೇಂದ್ರ ಕೈಯಲ್ಲಿದ್ದ ನಿಸ್ತಂತು ಧ್ವನಿವರ್ಧಕವನ್ನು ಬದಿಯಲ್ಲಿರಿಸುವುದನ್ನು ಮರೆತು ಆ ಕಡೆ ಧಾವಿಸಿದ. ಅದೇ ಸಮಯಕ್ಕೆ ವೃದ್ಧರ ಮಗ, ಅಂದರೆ ತನ್ನ ತಂದೆ ಅವರನ್ನು ಸಮೀಪಿಸಿದ, ಸ್ಪರ್ಶಿಸಲಿದ್ದ ತನ್ನ ಕೈಗಳನ್ನು ಕೊಸರಿ ದೂರಕ್ಕೆ ತಳ್ಳಿದ. ಆ ತಳ್ಳುವಿಕೆ ಬಲಿಷ್ಠವೆನ್ನಿಸಿತು. ಎಚ್ಚರವಿದ್ದ ವೃದ್ಧರು ಸಹ ತಮ್ಮ ಮೊಮ್ಮಗನಿದ್ದ ತನ್ನನ್ನು ನೀಚ ಎಂದು ತೆಗಳಿದರು. ಸ್ಪರ್ಶಿಸಿ ನಮ್ಮನ್ನು ಅಪವಿತ್ರಗೊಳಿಸಬೇಡ ಎಂದೂ ಅಂದರು.

ಈ ಘರ್ಷಣೆಯನ್ನು ಮಾತಿನ ಚಕಮಕಿಯನ್ನು ಯಾರು ಹೇಗೆ ಅರ್ಥ ಮಾಡಿಕೊಂಡರೆಂಬುದು ತನಗೆ ತಿಳಿಯದು, ಒಂದಂತು ನಿಜ. ಅದೆಂದರೆ

ತನ್ನ ಮನಸ್ಸಿಗೆ ಮಾರಣಾಂತಿಕ ಗಾಯವಾಯಿತು. 'ಅಜ್ಜಾ ಅಪ್ಪಾ' ಎಂಬ ಸಂಬಂಧವಾಚಕಗಳನ್ನು ತಾನು ಬಳಸಿದ್ದು ಸಹ ಅವರ ದೃಷ್ಟಿಯಲ್ಲಿ ನಿಷಿದ್ಧ ಶಬ್ದಗಳೆ.

ಅವರಲ್ಲಿ ಕೋಪ ಕೆರಳುವಲ್ಲಿ ತನ್ನ ಪಾತ್ರ ಏನು ಇಲ್ಲವೆಂಬ ಸಂಗತಿ ಸರ್ವರಿಗು ಗೊತ್ತು. ಆದರೆ ಇದರ ಹಿಂದೆ ಏನೋ ಸಮ್‌ಥಿಂಗ್ ಇದೆ ಎಂದು ಉಳಿದವರೆಲ್ಲರು ಭಾವಿಸಿದರು. ಹಾಗೆಯೆ ಅವರೆಲ್ಲರು ಅಲ್ಲಲ್ಲಿ ಕಡೆದ ಶಿಲಾವಿಗ್ರಹಗಳಂತೆ ನಿಂತರು, ಆದರೆ ಚೌಡೇಶ್ವರಿ ಅಮ್ಮನವರು ಮಾತ್ರ ವೇಗವಾಗಿ ಬಂದು ಅಲ್ಲಿ ನೋವಾಯಿತೇನು! ಇಲ್ಲಿ ನೋವಾಯಿತೇನು! ಬೀಪಿ ಶುಗರ್... ಹೀಗೆ ವೈದ್ಯಕೀಯ ಪರಿಭಾಷೆಯಲ್ಲಿ ವಿಚಾರಿಸಿದರು. ಅವರು ಡೆಹ್ರಾಡೂನ್‌ನ ಮಿಲಿಟರಿ ಆಸ್ಪತ್ರೆಯಲ್ಲಿ ಶುಶ್ರೂಷಕಿಯಾಗಿದ್ದರಂತೆ!

ಅಪ್ಪ ಆಕೆಗೆ ಹೇಳಿದ್ದೊಂದೆ ಮಾತು,

'ಈ ಜಾತಿಭ್ರಷ್ಟನನ್ನು ಹತ್ತಿರ ಬರಬೇಡವೆಂದು ತಿಳಿಸಿ, ಅವನು ಮುಟ್ಟಿದರೆ ಹಿರಿಯರ ಹೃದಯಸ್ತಂಭನವಾಗಬಹುದು, ಅವನ ಮಾತು ಕೇಳಿದರೆ ಹಿರಿಯರ ಕಿವಿಗಳು ಶಾಶ್ವತ ಕಿವುಡಾಗಬಹುದು, ಅವನು ಮುಟ್ಟಿದ ಕಡೆ ಕಜ್ಜಿಯಂಥ ಸಾಂಕ್ರಾಮಿಕ ವ್ಯಾಧಿಗಳು ಹರಡಬಹುದು'

ಇವಕ್ಕಿಂತ ಕರ್ಣಕಠೋರ ಮಾತುಗಳು ಇನ್ನಿರಲಾರವು. ಕೇಳಿಸಿಕೊಂಡೊಡನೆ ಮಹೇಂದ್ರ ಎರಡು ಅಡಿ ದೂರ ಸರಕ್ಕಂತ ಸರಿದ, ತನಗರಿವಿಲ್ಲದಂತೆ ಪರಾವರ್ತಿತ ಪ್ರಕ್ರಿಯೆಗೆ ಒಳಪಟ್ಟು 'ಅಪ್ಪಾ ಅಜ್ಜಾ' ಎಂಬೆರಡು ಸಂಬಂಧವಾಚಕಗಳನ್ನು ಉಚ್ಚರಿಸಿದ. ತಾನು ಎಚ್ಚರ ಇದ್ದರೂ ಮಾನಸಿಕವಾಗಿ ಪ್ರಜ್ಞೆ ಕಳೆದುಕೊಂಡಿದ್ದ. ಅವನ ಜೇಬಲ್ಲಿದ್ದ ಮೊಬೈಲ್‌ನಲ್ಲಿ ಪತ್ನಿ ರ್ರಿರ್ರೀ ಅನ್ನುವುದು ಮಾತ್ರ ಕೇಳಿಸುತ್ತಿತ್ತು ಸಣ್ಣಗೆ. ಸದ್ಯ ಆಕೆ ಇಲ್ಲಿರದಿದ್ದುದೇ ಒಳ್ಳೆಯದಾಯಿತು, ಇದ್ದಿದ್ದರೆ ಈ ಸನಾತನಿಗಳ ಕರ್ಣಕಠೋರ ಮಾತುಗಳನ್ನು ಕೇಳಿ ಜೀವಚ್ಛವವಾಗದೆ ಇರುತ್ತಿರಲಿಲ್ಲ ಆಕೆ.

ವೇದಿಕೆ ಮೇಲೂ ವೇದಿಕೆ ಕೆಳಗೂ ಅಲ್ಲಲ್ಲಿ ವೃದ್ಧರಿದ್ದರಲ್ಲವೆ! ಇಷ್ಟೆಲ್ಲ ನೋಡಿ ಅವರು ಸುಮ್ಮನಿರಲು ಸಾಧ್ಯವೆ! ಇದನ್ನು ವಿಚಿತ್ರ ಅನ್ನುವುದೊ, ಕಾಕತಾಳೀಯ ಅನ್ನುವುದೊ! ಅವರೆಲ್ಲರು ವೃದ್ಧೆಯರಾಗಿದ್ದರು. ಅವರಲ್ಲೊಬ್ಬ ವೃದ್ಧೆಯ ಮುಖ ನೋಡಿದಾಕ್ಷಣ ಮನಸ್ಸಲ್ಲಿ ಅಚ್ಚೊತ್ತಿಬಿಟ್ಟಿತು. ಹ್ಞಾಂ ಎಂದು ಮಹೇಂದ್ರ ತನಗರಿವಿಲ್ಲದಂತೆ ಉಚ್ಚರಿಸಿದ್ದೊಂದು ಹೊರತುಪಡಿಸಿದರೆ!

ತನ್ನ ಅಜ್ಜ ಅಜ್ಜಿ, ತನ್ನ ತಂದೆ! ಇವರೆಲ್ಲರು ಒಂದು ತೂಕವೆನಿಸಿದರೆ ಮನಸ್ಸಲ್ಲಿ ಮೂಡಿದ ಆ ವೃದ್ಧೆಯ ಮುಖ ಇನ್ನೊಂದು ತೂಕ. ಮುಂದೆ ಏನು

ನಡೆಯಿತೊ, ಏನು ನಡೆಯಲಿಲ್ಲವೊ! ಅದು ಮುಖ್ಯವಲ್ಲ. ಆ ಮುದುಕಿಯ ಮುಖ ತನಗೆ ಅತಿ ಮುಖ್ಯವೆನ್ನಿಸಿತು.

ಸಮಾರಂಭ ಹೇಗೆ ಮುಗಿಯಿತೆನ್ನುವುದು ತನಗೆ ಸರಿಯಾಗಿ ತಿಳಿಯದು, ಆದರೆ ಅದೆಲ್ಲವನ್ನು ಆ ವೃದ್ಧೆಯ ಸುಂದರ ಮುಖ ಮರೆಮಾಚಿತು.

ಎಲ್ಲೋ ಯಾವತ್ತೊ ಆ ಮುಖವನ್ನು ನೋಡಿರುವ ನೆನಪು ನಸುಗುನ್ನಿಯಂತೆ ಲಕ್ಷಾಂತರ ರೆಕ್ಕೆಗಳನ್ನು ಬಿಚ್ಚಿ ಮನಸ್ಸಿನ ವಿಶಾಲ ಭೂಮಿಕೆ ತುಂಬೆಲ್ಲ ಹಾರಾಡಲಾರಂಭಿಸಿತು. ಆಕೆ ಅವರಿರಬಹುದೆ! ಆಕೆ ಇವರಿರಬಹುದೆ! ಹೀಗೆ ಇಂಥ ಯೋಚನೆಗಳ ಮಾನಸಸರೋವರದಲ್ಲಿ ಜಲಸಮಾಧಿಯಾಗಿದ್ದವನಿಗೆ ವರ್ತಮಾನದ ಅರಿವು ಇರಲು ಸಾಧ್ಯವೆ! ತನಗೆ ಜಲಸ್ತಂಭನ ವಿದ್ಯೆ ತಿಳಿದಿತ್ತು ಸರೆ, ಇಲ್ಲದಿದ್ದಲ್ಲಿ ತಾನು ನಿಸ್ಸಂದೇಹವಾಗಿ ಮುಳುಗಿದ್ದ ಸರೋವರವನ್ನು ವೈಶಂಪಾಯನವನ್ನಾಗಿ ಪರಿವರ್ತಿಸದೆ ಇರುತ್ತಿರಲಿಲ್ಲ.

ತನ್ನನ್ನು, ಅಂದರೆ ತನ್ನ ಗಂಡನನ್ನು, ಅಂದರೆ ತನ್ನ ಬಾಳಗೆಳೆಯನನ್ನು, ಅಂದರೆ ತನ್ನ ಸರ್ವಸ್ವವನ್ನು ಆ ವೃದ್ಧರ ಸಮೂಹವೆಲ್ಲಿ ಆಪೋಶನ ತೆಗೆದು ಕೊಂಡಿತೊ ಎಂದು ಸುಶೀಲ ಭಯಪಟ್ಟಿದ್ದಳು. ಕಾರಣ ಆಕೆ ವೃದ್ಧರಲ್ಲಿ ಕೆಲವರು ಮಾಯಾವಿಗಳು, ಮಂತ್ರವಾದಿಗಳು, ಅತಿಮಾನುಷ್ಯರು ಇರುವರೆಂದು ನಂಬಿದ್ದಳು. ಅಲ್ಲದೆ ತನ್ನ ಮಹೇಂದ್ರನ ಅಂತರಂಗದ ತುಂಬೆಲ್ಲ ನಿವಾಸಿಸುತ್ತಿರುವವರೆಲ್ಲರು ವೃದ್ಧರೆ. ಆದ್ದರಿಂದ ಅವರು ತನ್ನವನ ಚೈತನ್ಯವನ್ನು ಅಪಹರಿಸಿದ್ದರೆ ಏನು ಗತಿ! ಈ ಆತಂಕ ತನ್ನನ್ನು ಆ ಕ್ಷಣದವರೆಗೆ ಕಾಡಿದ್ದು ನಿಜ.

ದೇವರು ದೊಡ್ಡವನು, ತನ್ನವನು ಕೊನೆಗೂ ವಾಸ್ತವಕ್ಕೆ ಮರಳಿದ. ಕಾದಂಬರಿಕಾರರ ಹಣೆಬರಹವೆ ಇಷ್ಟು, ವಾಸ್ತವದಿಂದ ದೂರ ಹೋಗುವುದು, ನಕ್ಷತ್ರ ಗ್ರಹ ನೀಹಾರಿಕೆಗಳಾಚೆ ಇದ್ದವರು ಪುನಃ ವಾಸ್ತವಕ್ಕೆ ಮರಳುವುದು ಈ ಗದ್ದಾವಲಂಬಿಗಳಿಗೆ ನೀರು ಕುಡಿದಷ್ಟು ಸುಲಭ.

ಅಂತಿಮ ಪ್ರಯತ್ನಕ್ಕೆ ಅವರ ಮುಖದ ಮೇಲೆ ಹಿಡಿನೀರು ಸಿಂಪಡಿಸಿದ್ದಳು. ಕಣ್ಣುಬಿಟ್ಟೊಡನೆ,

"ರ್‍ರೀ ಫಂಕ್ಷನ್ನಲ್ಲಿ ಅವರು ಸಿಕ್ಕಿದ್ದರೇನ್ರಿ! ನೋಡಿದೊಡನೆ ಅವರು ನಿಮ್ಮನ್ನು ಗುರುತಿಸಿದರೊ, ನೀವೆ ಅವರನ್ನು ಗುರುತಿಸಿದದೊ! ಗುರುತಿಸಿದಾಕ್ಷಣ ಅವರು ನಿಮ್ಮನ್ನು ಏನೇನು ಕೇಳಿದರು, ಅವರ ಬಾಯಿಯಿಂದ ಖಂಡಿತ ನನ್ನ ಹೆಸರು ಬಂದಿರಲಿಕ್ಕಿಲ್ಲ. ಆದರೆ ನಿಮ್ಮನ್ನು ತಮ್ಮ ಮೊಮ್ಮಕ್ಕಳನ್ನು!" ಎಂದು ಒಂದೆ ಉಸಿರಿಗೆ ಕೇಳಿದಳು.

ಆಕೆ ಕೇಳಿದ್ದು ಯಾವುದು ಸಹ ತನ್ನ ತಲೆ ಪ್ರವೇಶಿಸಲಿಲ್ಲ. ಆತ ಹೇಳಿದ್ದೊಂದೆ ಮಾತು,

"ಗುಂಗುರು ತಲೆಗೂದಲು, ನೀಳನಾಸಿಕದ ಕೆಳಗೆ, ಅಂದರೆ ಬಲಗೆನ್ನೆಯ ಸುಕ್ಕೊಳಗೆ ಒಂದು ಚಿಕ್ಕ ಕಪ್ಪು ಚುಕ್ಕೆ! ಈ ಚೆಹರೆಯ ವೃದ್ಧೆಯನ್ನು ನೀನು ಎಲ್ಲಾದರು ನೋಡಿರುವಿ ಏನು!"

* * *

ಆ ದಿವಸದಿಂದ ಆ ಕ್ಷಣದಿಂದ ಮಹೇಂದ್ರನ ದಿನಚರಿ ಅಸ್ತವ್ಯಸ್ತವಾಯಿತು.

ಕುಳಿತರು ನಿಂತರು ಆ ವೃದ್ಧೆಯ ಮುಖ ಚೆಹರೆ ಕುರಿತಂತೆ ಯೋಚಿಸಲಾರಂಭಿಸಿದ. ನೆಲಕ್ಕೆ ಕುಸಿದು ಕೆಳಕ್ಕೆ ಉರುಳಲಿದ್ದ ತನ್ನ ಹಿರಿಯ ಜೀವಗಳನ್ನು ರಕ್ಷಿಸಲೆಂದೊ, ತನ್ನನ್ನು ಸಂತೈಸಲೆಂದೊ ಆ ಆಕೆ ತನ್ನ ಸನಿಹಕ್ಕೆ ಬಂದಳು, ನೀರಿದ್ದ ತನ್ನ ಕಣ್ಣುಗಳ ಮೇಲೆ ಆಕೆ ಇರಿಸಿದ್ದು ಖಂಡಿತ ರೇಶ್ಮೆನೂಲಿನ ಕರವಸ್ತ್ರ. ಅದು ಸೂಸುತ್ತಿದ್ದ ಪರಿಮಳ ಈ ದೇಶದ್ದಲ್ಲ, ಸಾಂತ್ವನದ ಮಾತುಗಳನ್ನು ನುಡಿಯುವ ಪೂರ್ವದಲ್ಲಿ ಸ್ವಲ್ಪವೇ ಸ್ವಲ್ಪ ತೆರೆದ ಬಾಯೊಳಗೆ ಇದ್ದುದು ಕೃತಕ ದಂತಪಂಕ್ತಿಗಳೆ! ಆ ಕೃತಕ ಹಲ್ಲುಗಳ ಮೇಲೆ ಬಿದ್ದ ಬೆಳಕು ತನ್ನ ಕಡೆ ಪ್ರತಿಫಲಿಸಿ ಅರೆಗಳಿಗೆ ತನ್ನನ್ನು ಅಂಧನನ್ನಾಗಿಸಿತು. ಪ್ರತಿದಂತದ ನಡುವೆ ಎರಕ ಹೊಯ್ದಿದ್ದ ರಸ ವಜ್ರದ್ದೊ ಪ್ಲಾಟಿನಮ್ ಲೋಹದ್ದೊ! ಒಟ್ಟಿನಲ್ಲಿ ಅವರೆರಡರಲ್ಲಿ ಒಂದು. ತುಸು ಬಾಗಿದಾಕ್ಷಣ ತನ್ನ ಮುಖದ ಮೇಲ್ಭಾಗವನ್ನು ಹಿತವಾಗಿ ಸ್ಪರ್ಶಿಸಿದ ಆಕೆಯ ತಲೆಗೂದಲು ಸುರುಳಿ ಸುರುಳಿಯಾಗಿತ್ತು. ಅದು ಸಹ ಕೃತಕವಿಗ್ಗೆ! ಅದು ಸಹ ವಿದೇಶದ್ದು ಖಂಡಿತ! ತನ್ನ ಕಡೆ ದೃಷ್ಟಿ ಸಾರಿಸಿದ ಆ ಬೊಗಸೆ ಕಣ್ಣುಗಳ ರೆಪ್ಪೆಗಳು, ಕಣ್ಣುಗಳ ಮೇಲಿದ್ದ ಹುಬ್ಬುಗಳು! ಅವೆಲ್ಲವು ಕೃತಕವೆ! ತನ್ನ ಮುಖದ ಅಸಂಖ್ಯಾತ ಸುಕ್ಕುಗಳನ್ನು ಮರೆಮಾಚಲು ಆಕೆ ಪ್ರತಿ ಸುಕ್ಕಿನ ನಡುವೆ ಸುರಿದಿದ್ದ ಪರಿಮಳ, ಆ ನೀಳ ನಾಸಿಕಾಗ್ರದಲ್ಲಿ ವಜ್ರದ ನತ್ತು, ಕಲಾತ್ಮಕವಾಗಿ ಆಕೆ ತನ್ನ ಬೆರಳುಗಳ ಉಗುರುಗಳನ್ನು ವಿನ್ಯಾಸಗೊಳಿಸಿದ್ದ ರೀತಿ, ಆ ಉಗುರುಗಳಿಗೆ ಲೇಪಿಸಿದ್ದ ಬಣ್ಣ, ಪ್ರತಿತುಟಿಗಳಿಗೆ ಲೇಪಿಸಿದ್ದ ಬಣ್ಣ, ನೀಳ ನಾಸಿಕ ಮತ್ತು ಬಲಗೆನ್ನೆ ಸುಕ್ಕಿನ ಗೆರೆಯೊಳಗೆ ಇಣುಕಿ ನೋಡುತ್ತಿದ್ದ ಒಂದು ಚಿಕ್ಕ ಕಪ್ಪು ಮಚ್ಚೆ!

ಓಹ್ ಆಕೆಯಲ್ಲಿದ್ದ ಸೌಂದರ್ಯಪ್ರಜ್ಞೆ! ಓಹ್ ಆಕೆ ಆ ಕ್ಷಣ ಅಭಿವ್ಯಕ್ತಿಸಿದ ಅಪೂರ್ವ ಸ್ಪಂದನೆ! ಓಹ್ ಆಕೆಯ ನಯನಾಜೂಕು ವರ್ತನೆ! ಓಹ್ ಆಕೆ ತನ್ನನ್ನುದ್ದೇಶಿಸಿ ಮೈಡೀಯರ್ ಚೈಲ್ಡ್ ಎಂದು ಉದ್ಗರಿಸಿದ ರೀತಿ! ಓಹ್ ಆಕೆಯದ್ದು ವಿಶಿಷ್ಟ ವ್ಯಕ್ತಿತ್ವ! ಆಕೆ ಅಪರೂಪದ ವ್ಯಕ್ತಿಯಂತು ಖಂಡಿತ ನಿಜ. ಒಂದೆ ಮಾತಲ್ಲಿ ಹೇಳುವುದಾದರೆ ದೇವಲೋಕದ ಅಪ್ಸರೆಯೇ ವೃದ್ಧೆಯ ವೇಷಧರಿಸಿರುವಂತೆ ತನಗೆ ಭಾಸವಾಯಿತು. ಇನ್ನು ಒಂದೇ ಮಾತಲ್ಲಿ

ಹೇಳುವುದಾದರೆ ಆಕೆ ನಿಸ್ಸಂದೇಹವಾಗಿ ಅಸಾಧಾರಣ ವ್ಯಕ್ತಿ. ವೃದ್ಧಾಪ್ಯ ಮತ್ತು ಲೈಂಗಿಕ ಅಭಿವ್ಯಕ್ತಿ ವಿಚಾರ ಸಂಕಿರಣದ ಪ್ರತಿ ಗೋಷ್ಠಿಯಲ್ಲಿ ಆಕೆ ಸಕ್ರಿಯಳಿದ್ದಳು. ಪ್ರತಿಗೋಷ್ಠಿಯ ಸಂಪನ್ಮೂಲ ವ್ಯಕ್ತಿಗಳನ್ನು ತನ್ನ ಹರಿತ ವೈಚಾರಿಕ ಪ್ರತಿಕ್ರಿಯೆಗಳಿಂದ ಗಲಿಬಿಲಿಗೊಳಿಸಿದಳು.

ಲೈಂಗಿಕ ಕಾಮನೆಗಳು ಇಳಿ ವಯಸ್ಸಿನಲ್ಲೂ ಜೀವಂತವಾಗಿರುತ್ತವೆ, ಅವುಗಳನ್ನು ಎಂಜಾಯ್ ಮಾಡುವುದರ ಮೂಲಕ ವೃದ್ಧರು ತಮ್ಮ ಜೀವನೋತ್ಸಾಹವನ್ನು ಹೆಚ್ಚಿಸಿಕೊಳ್ಳುವರು, ಅವರು ತಮ್ಮ ಲೈಂಗಿಕ ಕಾಮನೆಗಳನ್ನು ತಣಿಸಿಕೊಳ್ಳುವ ವಿಧಾನಗಳನ್ನು ಮಾರ್ಗಗಳನ್ನು ಲಘುವಾಗಿ ಪರಿಗಣಿಸದಿರಿ ವಗೈರೆ ವಗೈರೆ!

ಇಂಗ್ಲಿಷ್ ಸಂಸ್ಕೃತ ಇನ್ನಿತರ ಭಾಷಾ ಅಭಿಜಾತ ಕೃತಿಗಳಿಂದ ಅಪರೂಪದ ಸಾಲುಗಳನ್ನು ತನ್ನ ಪ್ರತಿಮಾತಲ್ಲು ಕೋಟ್ ಮಾಡಿದಳು. ಗ್ರೀಕ್ ರೋಮ್‌ನಂಥ ಬಲಿಷ್ಠ ಸಾಮ್ರಾಜ್ಯಗಳು ಶರವೇಗದಲ್ಲಿ ಪತನವಾಗಿದ್ದು ಅತೃಪ್ತ ಲೈಂಗಿಕ ಅಭೀಪ್ಸೆಗಳಿಂದ, ಅಲ್ಲಿನ ಆಯಾ ಸಾಮ್ರಾಟರು ಸಲಿಂಗರತಿಯನ್ನು ಹೆಚ್ಚು ಪ್ರೋತ್ಸಾಹಿಸಿದ್ದರಿಂದ! ಓಹ್ ಆಕೆಯ ವಾದ ವೈಖರಿಯೆ!

ಏನಾಗಿದೆ ತನ್ನ ಗಂಡನಿಗೆ! ಕುಳಿತರು ನಿಂತರು, ಅಷ್ಟೆ ಅಲ್ಲದೆ ದಿನಚರಿಯ ಪ್ರತಿ ಗಳಿಗೆಯಲ್ಲಿ, ಪ್ರತಿ ಸಂದರ್ಭದಲ್ಲಿ, ಪ್ರತಿ ವ್ಯಕ್ತಿಯ ಸಮಕ್ಷಮದಲ್ಲಿ ಆ ಅಗೋಚರ ಅಮೂರ್ತ ಸ್ಥಿತಿಯಲ್ಲಿರುವ ವೃದ್ಧೆಯ ಬಗ್ಗೆ ತನ್ನ ಯೋಚಿಸುವುದೆಂದರೆ! ಆಕೆ ಕುರಿತು ಕನವರಿಸುವುದೆಂದರೆ! ಹುಡುಕಿ ಆಕೆಯನ್ನು ಪತ್ತೆಹಚ್ಚಲು ನೆರವಾಗಿ ಎಂದು ಅವರಿವರನ್ನು ಅಂಗಲಾಚುವುದೆಂದರೆ! ಆಕೆ ನೆನಪಿನಿಂದ ಅವರು ನೆಮ್ಮದಿಯಿಂದ ಊಟ ಮಾಡುತ್ತಿಲ್ಲವೆಂದರೆ! ಆಕೆಯ ನೆನಪಿನಿಂದ ಅವರು ರೆಪ್ಪೆಗೆ ರೆಪ್ಪೆ ಅಂಟಿಸಿ ಕಣ್ಣುಮುಚ್ಚಿ ನಿದ್ದೆ ಮಾಡುತ್ತಿಲ್ಲವೆಂದರೆ! ಸರಿಯಾಗಿ ಮುಖಮಾರ್ಜನ ಮಾಡುತ್ತಿಲ್ಲವೆಂದರೆ! ಸರಿಯಾಗಿ ತಮ್ಮ ಮುಖವನ್ನು ತಾವು ಕನ್ನಡಿಯಲ್ಲಿ ನೋಡಿಕೊಳ್ಳುತ್ತಿಲ್ಲವೆಂದರೆ!

ತನ್ನ ಗಂಡನನ್ನು ಹೇಗೆ ವಾಸ್ತವಕ್ಕೆ ಮರಳಿಸುವುದು, ಸರಿ ದಾರಿಗೆ ತರುವುದು ಹೇಗೆ! ಆ ವೃದ್ಧೆಯ ನೆನಪನ್ನು ತಮ್ಮ ತಲೆಯಿಂದ ವಿಸರ್ಜಿಸುವಂತೆ ಮಾಡುವುದು ಹೇಗೆ!

ತನ್ನ ಮಾತುಗಳನ್ನು ಕಿವಿಗೊಟ್ಟು ಆಲಿಸಿದರೆ ತಾನೆ ಹೇಳುವುದು ಕೇಳುವುದು!

ಸುಶೀಲಾ ಕೆಲಸ ಮಾಡುತ್ತಿದ್ದ ಮಹಿಳಾ ಕಾಲೇಜು ಸಾಗರದ ಪೂರ್ವದಿಕ್ಕಿನಲ್ಲಿತ್ತು. ಅಲ್ಲಿ ಆಕೆ ಭಾಷಾ ಉಪನ್ಯಾಸಕಿಯಾಗಿದ್ದಳು. ಮಹೇಂದ್ರ ಇಂಗ್ಲೀಷ್ ಸಾಹಿತ್ಯೋಪನ್ಯಾಸಕನಾಗಿದ್ದ ಕಾಲೇಜು ಸಾಗರದ ಪಶ್ಚಿಮ ದಿಕ್ಕಲ್ಲಿತ್ತು.

ಆಕೆ ಆ ಕಾಲೇಜಿಗೆ ಒಂದೆರಡು ಸಲ ಉಪನ್ಯಾಸ ನೀಡಲೆಂದು ಹೋಗಿದ್ದಳು, ಆದರೆ ಖಾಸಗಿಯಾಗಿ ಯಾವತ್ತು ಹೋಗಿರಲಿಲ್ಲ, ಅಲ್ಲದೆ ಆಕೆಗೆ ಹೋಗಲು ಪುರಸೊತ್ತು ಸಹ ಇರಲಿಲ್ಲ. ಆದರೆ ಅಲ್ಲಿಗೆ ತನ್ನ ಗಂಡನಿಚ್ಛೆಗೆ ಹೋದಳು. ಅಲ್ಲಿನ ಸ್ಟ್ಯಾಫ್ ಈಕೆಯನ್ನು ವಿಸ್ಮಯದಿಂದ ಸ್ವಾಗತಿಸಿತು. ಒಲ್ಲದ ಮನಸ್ಸಿನಿಂದ ಗಂಡನ ಕುರಿತು ಕೇಳಿದಳು.

ಅಲ್ಲಿನ ಸ್ಟ್ಯಾಫ್ ಪೈಕಿ ಇಂಗ್ಲೀಷ್ ಪ್ರಾಧ್ಯಾಪಕ ಪಟ್ಟಾಭಿ ತನ್ನ ಸಹಪಾಠಿಯಾಗಿದ್ದವ. ತನ್ನ ಗಂಡಗೆ ಹತ್ತಿರದ ಗೆಳೆಯನಿದ್ದ. ಆತ ನೀಡಿದ ಮಾಹಿತಿ ವಿಚಿತ್ರವೆನ್ನಿಸಿತು.

ಮಹೇಂದ್ರ ಕಾಲೇಜಿಗೆ ಬರುತ್ತಿದ್ದುದು ನಿಜ, ಆದರೆ ಆತ ಕ್ಲಾಸ್ ತೆಗೆದುಕೊಳ್ಳದೆ ಹೆಚ್ಚಿನ ವೇಳೆಯನ್ನು ಲೈಬ್ರರಿಯಲ್ಲಿ ಕಳೆಯುತ್ತಿದ್ದ. ವೃದ್ಧೆ ಕುರಿತು ಮಾಹಿತಿ ಬೆದಕುತ್ತಿದ್ದ. ವೃದ್ಧರಿಗೆ ಸಂಬಂಧಿಸಿದ ಪುಸ್ತಕಗಳನ್ನು ಶೋಧಿಸುತ್ತಿದ್ದ. ಅವೇ ಪುಸ್ತಕಗಳಿಗೆ ಸಂಬಂಧಿಸಿದಂತೆ ಕಾಲೇಜ್ ಲೈಬ್ರರಿಯನ್ ಪಾರ್ಥಸಾರಥಿಗೂ ಆತನಿಗು ಮಾತಿನ ಚಕಮಕಿ ನಡೆಯಿತು. ಅದೇ ಸಮಯಕ್ಕೆ ಆತ ಅಲ್ಲಿ ಸುಶೀಲಾ ಮೇಡಂ ನೋಡಿ ಅವಾಕ್ಕಾದ. ಕೇಳುವುದಕ್ಕೆ ಮೊದಲೆ ಆತ ಹೇಳಿದ್ದೆಂದರೆ...

ತಮ್ಮ ಕಾಲೇಜಿನ ಲೈಬ್ರರಿ ಶತಮಾನದಷ್ಟು ಹಳೆಯದು. ಅಷ್ಟೇ ಹಳೆಯ ಪುಸ್ತಕಗಳು ಇರುವುದು ನಿಜ. ಆದರೆ ಅವರಿಗೆ ಯಾವ ಪುಸ್ತಕ ಬೇಕೆಂದು ಅವರಿಗೇ ತಿಳಿಯದು. ಪ್ರಕಟಿತ ವರ್ಷ ಪ್ರಕಾಶಕರ ವಿವರ ಲೇಖಕರ ವಿವರ ತಿಳಿಸಿದರೆ ತಾನೆ ಹುಡುಕಿಕೊಡಲಾದೀತು! ಆದರೆ ಸುಮ್ಮನೆ ಹುಡುಕುವುದೆಂದರೆ! ಹುಡುಕುವ ನೆಪದಲ್ಲಿ ಪುಸ್ತಕಗಳನ್ನು ಚೆಲ್ಲಾಪಿಲ್ಲಿ ಮಾಡುವುದೆಂದರೆ!

ಮಹೇಂದ್ರ ಯಾಕೆ ಹೀಗೆ ವರ್ತಿಸುತ್ತಿರುವರು! ಅವರ ಚಿತ್ತ ಕಲಕಿರುವುದು ವೃದ್ಧೆ ಯಾರು! ಆಕೆಗು ಇವರಿಗು ನಡುವೆ ಇರುವ ಸಂಬಂಧವೇನು! ಸಿಗಲಿರುವ ಪುಸ್ತಕಗಳ ಆಧಾರದ ಮೇಲೆ ಅವರೇನಾದರು ಹೊಸ ಕೃತಿ ರಚಿಸುವ ತಯ್ಯಾರಿಯಲ್ಲಿರುವರೇನು!

ಈ ಸಂದೇಹಗಳಿಗೆ ತನ್ನ ಬಳಿ ಸಮಾಧಾನ ಇದ್ದರೆ ತಾನೆ ಹೇಳುವುದು ಕೇಳುವುದು!

ಇನ್ನೊಂದು ವಿಚಿತ್ರವೆಂದರೆ ಪ್ರಾಂಶುಪಾಲರು ಹೇಳಿದ್ದು.

"ಮೇಡಂ, ನಿಮ್ಮವರ ಮೈಂಡ್ ಯಾಕೋ ಡಿಸ್ಟರ್ಬ್ ಆಗಿದೆ. ಕೇಳಿದರೆ ಹೇಳಲೊಲ್ಲರು, ಅಲ್ಲದೆ ಅವರು ಎರಡು ಮೂರು ದಿವಸಗಳಿಂದ ಕಾಲೇಜಿಗೆ ಬಂದಿಲ್ಲ ಬೇರೆ. ನೀವು ಅನ್ಯಥಾ ಭಾವಿಸದಿದ್ದರೆ ಒಂದು ಮಾತು, ಅವರ ಈ

ಅಬ್‌ನಾರ್ಮಲ್ ನಡವಳಿಕೆಗೆ ಸಂಬಂಧಿಸಿದಂತೆ ಸೈಕಿಯಾಟ್ರಿಸ್ಟ್‌ರನ್ನು ಕಾಣಿರಿ" ಒಂದು ನಿಮಿಷ ಮೌನದಿಂದ ಇದ್ದು ಬಳಿಕ ತಾವೆ ಹೇಳಿದರು,

"ಸೈಕಿಯಾಟ್ರಿಸ್ಟರನ ಕಾಣಿರಿ ಅಂದರೆ ತಪ್ಪು ತಿಳಕೋಬೇಡಿರಿ, ಸ್ಟ್ರೆಸ್‌ನಲ್ಲಿ ಇದೆಲ್ಲಾ ಮಾಮೂಲು, ಅಲ್ಲದೆ ನಿಮ್ಮವರು ಮಾಮೂಲು ಮನುಷ್ಯರಲ್ಲ ನೋಡಿರಿ, ಎಲ್ಲಾ ಪ್ರತಿಭೆಗಳು ಅವರಲ್ಲಿ ಸಂಗಮಿಸಿವೆ. ಅವರು ದಿನದಿಪ್ಪತ್ನಾಲ್ಕು ತಾಸು ಬ್ಯುಸಿ ಇರೋ ವಿಶಿಷ್ಟ ವ್ಯಕ್ತಿ, ಅದಕ್ಕೆ ಹೇಳಿದ್ದು, ಇಲ್ಲೆ ರಥಬೀದಿಲಿ ಮಾನಸ ಅನ್ನು ಆಸ್ಪತ್ರೆ ಇದೇರಿ, ಅದರ ಡಾಕ್ಟರ್ ಧ್ರುವಕುಮಾರ್ ನಮ್ಮ ಕಝಿನ್ನು, ನನ್ನ ಹೆಣ್ತಿ ತಂಗೀನೆ ಅವರು ಮದುವೆ ಆಗಿರೋದು. ಸೇವೆ ಮಾಡೋ ಉದ್ದೇಶದಿಂದ, ಅದೂ ರತ್ನಂರ ಸಲಹೆ ಮೇರೆಗೆ ಅವರು ಬೆಂಗಳೂರು ಬಿಟ್ಟು ಇಲ್ಲಿಗೆ ಬಂದಾರ, ಅವರು ನಿಮ್ಮ ಮಹೇಂದ್ರರಿಗು ಕ್ಲೋಸ್" ಎಂದು ಒಂದೆ ಉಸಿರಿಗೆ ಹೇಳಿದರು.

ಅವರ ಸಲಹೆ ಸ್ವಾಗತಾರ್ಹ ಅನ್ನಿಸಿತು.

ನಿಜ ಹೇಳುವುದಾದರೆ ಅಂಥ ಆಲೋಚನೆ ತನ್ನಲ್ಲು ಹೊಳೆದಿತ್ತು. ಕೇಳಿದರೆ ತಮ್ಮವರು ಮನಸ್ಸಿಗೆ ಬೇಸರ ಮಾಡಿಕೊಳ್ಳಬಹುದೆಂಬ ಕಾರಣಕ್ಕೆ ಅದನ್ನು ತಡೆಹಿಡಿದಿದ್ದರು.

* * *

"ಶೇವಿಂಗ್ ಮಾಡಿಕೊಂಡು ಸಂಸಾರಸ್ಥರು ಥರ ಕಾಣಿರಿ, ಗಡ್ಡಬಿಟ್ಟು ಸನ್ಯಾಸಿ ಥರಾ ಕಾಣಬೇಡಿರಿ" ಎಂದು ಸುಶೀಲಾ ಸಲಹೆ ನೀಡಿದ್ದೆ ತಪ್ಪಾಯಿತು.

ಕಾರಣವಿತ್ತು. ಮಹೇಂದ್ರ ಸ್ವಭಾವತಃ ಠಾಕುಠೀಕಿನ ವ್ಯಕ್ತಿ. ನಾಲ್ಕಾರು ಮಂದಿಗೆ, ಅದರಲ್ಲು ಮುಖ್ಯವಾಗಿ ವಿದ್ಯಾರ್ಥಿಗಳ ಕಣ್ಣಲ್ಲಿ ಚೆಂದಾಗಿ ಕಾಣಿಸಿಕೊಳ್ಳಬೇಕೆಂಬ ಮನಸ್ಥಿತಿಯ ವ್ಯಕ್ತಿ. ಅಂಥ ವ್ಯಕ್ತಿ ತನ್ನನ್ನು ತಾನು ಅಲಕ್ಷಿಸಿಕೊಳ್ಳುವುದೆಂದರೇನು! ಇದರ ನೇಪಥ್ಯದಲ್ಲಿ ಕಾರಣವಿದ್ದಿರಬೇಕಲ್ಲವೆ! ಅಂಥ ವ್ಯಕ್ತಿಯಾದ ತಾನು ಹೆಂಡತಿಯ ಸಲಹೆಗೆ ಉರಿದುಬಿದ್ದ,

"ಹುಚ್ಚರು ತಲೆ ಕೆಟ್ಟೋರು ಹೇಗಿದ್ದರೇನು ಸುಶೀ.." ಎಂದು ವ್ಯಂಗ್ಯದಿಂದ ಹೇಳುವುದೆ!

ತಾನು ಸೈಕಿಯಾಟ್ರಿಸ್ಟ್‌ರ ಬಳಿಗೆ ಹೋಗಿದ್ದು ಈ ಇವರಿಗೆ ತಿಳಿದಿರುವಂತಿದೆ. ಅವರೇ ಇವರಿಗೆ ಹೇಳಿರಲುಬಹುದು. ಸ್ಟ್ರೆಸ್ ಕಡಿಮೆ ಮಾಡಿಕೊಳ್ಳಿರಿ ಎಂದು ಸಲಹೆ ನೀಡಿರಬಹುದು. ಅದೇ ಮಾತನ್ನು ಅವರು ತನಗು ಹೇಳಿದ್ದರು.

ಮೆಡಿಟೇಷನ್, ಸೂರ್ಯನಮಸ್ಕಾರ, ಪ್ರಾಣಾಯಾಮ ಇವೆಲ್ಲವುಗಳನ್ನು ಮಾಡುವುದರ ಜೊತೆಗೆ ಸಂಗೀತ ಆಲಿಸುವುದು ಸಾಹಿತ್ಯ ಕೃತಿಗಳನ್ನು ಓದುವುದು ಕುಟುಂಬದ ಸದಸ್ಯರೊಡನೆ ಆಟಪಾಠಗಳಲ್ಲಿ ತೊಡಗಿಸಿಕೊಳ್ಳುವುದು!

ಇಂಥ ಸಲಹೆಗಳನ್ನು ನೀಡಿದ್ದರು, ಜೊತೆಗೆ ಅವರು ಹೇಳಿದ ಮಾತು ಮುಖ್ಯ ಅಂತ ಆ ಕ್ಷಣ ತನಗೆ ಹೊಳೆಯಿತು.

"ನಿಮ್ಮವರು ದೇವರನ್ನು ನಂಬುವುದಿಲ್ಲ, ನಾಸ್ತಿಕರು ಅಂತಾನೆ ಇಟ್ಟುಕೊಳ್ಳಿರಿ, ಆದರೆ ಮನಸ್ಶಾಂತಿಗೆ ಪೂಜೆ ಮಾಡಿದರೆ ತಪ್ಪೇನು! ಇನ್ನೊಂದು ವಿಷ್ಯ ಮೇಡಂ, ಅವರು ಅದ್ಯಾವುದೊ ಮುದುಕಿ ನೆನಪನ ಮನಸ್ಸಿಗೆ ಹಚ್ಕೊಂಡಾರಂತ ಹೇಳಿದ್ರಲ್ಲವೆ! ಆಕೆ ಖುದ್ದ ಸಿಕ್ಕರೆ ಎಲ್ಲ ಸರಿ ಹೋಗ್ತದೆ, ಸ್ವಲ್ಪ ದಿವಸ ಅವರನ ಅವರ ಪಾಡಿಗೆ ಬಿಟ್ಟುಬಿಡಿರಿ" ಎಂದು ಸಲಹೆ ನೀಡಿದ್ದು ನೆನಪಾಯಿತು.

ಅದಕ್ಕೆ ಅವರು ಹಾಗೆ ಅಂದರೂಂತ ಆಕೆ ಪ್ರತಿ ನುಡಿಯಲಿಲ್ಲ. ಮೌನವಹಿಸಿದಳು.

"ಆಯ್ತು ಮಾರಾಯ್ರೆ, ನಿಮಗೆ ಹೆಂಗ ತಿಳಿತೈತೊ ಹಾಗೆ ಇರ್ರಿ. ನೀವು ಶೇವಿಂಗ್ ಮಾಡಿಕೊಂಡರು ಚಂದ ಕಾಣ್ತೀರಿ, ಗಡ್ಡ ಬಿಟ್ಟರೂ ಚಂದ ಕಾಣ್ತೀರಿ" ಎಂದು ರಮಿಸುವ ಮಾತುಗಳನ್ನು ಆಡಿದಳು.

ಅದರ ಪರಿಣಾಮ ಮಹೇಂದ್ರ ಗಡ್ಡವನ್ನು ತುರಿಸಿಕೊಂಡ. ಕನ್ನಡಿಯಲ್ಲಿ ತನ್ನ ಪ್ರತಿಬಿಂಬನ ನೋಡಿಕೊಂಡ. ಕನ್ನಡಿಯಲ್ಲಿ ಕಾಣಿಸುತ್ತಿರುವುದು ತಾನಲ್ಲ ಅನ್ನಿಸಿತು. ಹೌದು, ಪತ್ನಿಯ ಕಾಳಜಿಯನ್ನು ತಾನು ಅರ್ಥ ಮಾಡಿಕೊಳ್ಳಬೇಕು. ವೃದ್ಧೆಯ ನೆನಪನ್ನು ಬದಿಗಿರಿಸಿ ತನ್ನ ಭೌತಿಕ ಸ್ವರೂಪದ ಬಗ್ಗೆ ಎಚ್ಚರವಹಿಸಬೇಕು. ಹಾಗು ಹೀಗು ಸ್ವಪ್ರಯತ್ನದಿಂದ ಮೊದಲಿನಂತಾದ. ಅಂದ ಮಾತ್ರಕ್ಕೆ ವೃದ್ಧೆಯ ಹುಡುಕಾಟದ ಗೀಳು ತನ್ನಿಂದ ಮರೆಯಾಗಲಿಲ್ಲ.

ಬಳಿಕ ಹೆಂಡತಿ ಮಕ್ಕಳ ಸಂಗಡ ಚೆನ್ನಾಗಿಯೇ ಇದ್ದ, ಆದರೆ ಸಮಯ ಹೊಂದಿಸಿಕೊಂಡು ವೃದ್ಧೆಯ ಹುಡುಕಾಟ ನಡೆಸುತ್ತಿದ್ದ. ಎಲ್ಲದಕ್ಕಿಂತ ಮುಖ್ಯವಾಗಿ ಆಕೆಯ ಹೆಸರು ವಿಳಾಸ ತನಗೆ ದೊರಕುವುದು ಮುಖ್ಯ. ಎಲ್ಲಿ ಹುಡುಕುವುದು! ಯಾರನ್ನು ಕೇಳುವುದು!

ತನ್ನ ಈ ಕೆಲಸಕ್ಕೆ ಯಾರಾದರು ನೆರವಿನ ಹಸ್ತ ಚಾಚಿದರೆ! ಮನಸ್ಸಿನಲ್ಲಿ ಅಂದುಕೊಂಡ ಮರುಗಳಿಗೆ ನಿಚ್ಚಾಪುರದಿಂದ ಪ್ರಮೋದ ಚೀಕಲಪರವಿಯಿಂದ ಫೋನ್ ಬಂತು, ಇಷ್ಟು ಗಂಟೆಗೆ ಬರುವೆನೆಂದು ತಿಳಿಸಿದ, ಆದರೆ ಅರ್ಧಗಂಟೆ ಮುಂಚಿತವಾಗಿ ತಲುಪಿದ.

ಗೆಳೆಯನನ್ನು ತಾನು ನೋಡುತ್ತಿರುವುದು ಆರೇಳು ವರ್ಷಗಳ ಬಳಿಕ. ಉತ್ತರದ ಕಡೆ ಎಲ್ಲೋ ಹೋಗಿ ತಲೆಮರೆಸಿಕೊಂಡಿದ್ದ. ನಖಶಿಖಾಂತ

ದಿಟ್ಟಿಸಿದ, ದೈಹಿಕವಾಗಿ ಕೃಷನಾಗಿರುವನೆಂದೆನ್ನಿಸಿತು, ಮೇಲ್ನೋಟಕ್ಕೆ ಪ್ಲೇಟೋ ಅರಿಸ್ಟಾಟಲ್‌ರನ್ನು ಹೋಲುತ್ತಿರುವನೆಂದೆನ್ನಿಸಿತು. ಬೋದಿಲೇರ್ ಥರಾ ಪೋಲಿ ಕವಿತೆಗಳನ್ನು ಬರೆಯುತ್ತ ಅವರಿವರಿಂದ ಬಯ್ಯಿಸಿಕೊಳ್ಳುತ್ತಿರುವ ನಿರುಪದ್ರವಿ ವ್ಯಕ್ತಿ. ಆತ ಅವಿವಾಹಿತನೇನೋ ಸರಿ, ಆದರೆ ಬ್ರಹ್ಮಚಾರಿಯಂತು ಅಲ್ಲವೆ ಅಲ್ಲ. ಯಾವುದೊ ಕಾಲದಲ್ಲಿ ಯಾವುದೋ ಹುಡುಗಿಯನ್ನು ಪ್ರೀತಿಸಿದ್ದ, ಆದರೆ ಆಕೆ ಇವನಿಗೆ ಕೈಕೊಟ್ಟು ಬೇರೆಯವನ ಕೈಯಲ್ಲಿ ತಾಳಿ ಕಟ್ಟಿಸಿಕೊಂಡು ಅಮೇರಿಕಾಕ್ಕೆ ಹಾರಿಹೋದಳು. ಆದರು ಇವನಿಗೆ ಹೆಣ್ಣು ಕೊಡುವ ಕನ್ಯಾದಾತರಿದ್ದರು, ಪ್ರೀತಿಸುವ ಹುಡುಗಿಯರೂ ಇದ್ದರು. ಆದರೆ ಇವನು ಪರಿತ್ಯಕ್ತ ಹುಡುಗಿಯ ನೆನಪಲ್ಲಿ ಪದ್ಯ ಬರಕೊಂಡು ಅಲೆಮಾರಿಯಾಗಿ ದಿನಗಳನ್ನು ನೂಕುತ್ತಿರುವ ಸೃಜನಶೀಲ ಪ್ರತಿಭಾವಂತ, ಬಹುಭಾಷಾ ಕೋವಿದ.

ತನ್ನ ಸಮಸ್ಯೆಗಳನ್ನು ಹೇಳಿಕೊಳ್ಳುವುದಕ್ಕೆ, ಹೇಳಿದ್ದನ್ನು ಸಾವಧಾನದಿಂದ ಕೇಳಿಸಿಕೊಳ್ಳುವುದಕ್ಕೆ, ಕೇಳಿಸಿಕೊಂಡು ಸಮಸ್ಯೆ ಪರಿಹರಿಸಲು ನೆರವು ನೀಡುವುದಕ್ಕೆ ಇಂಥ ವ್ಯಕ್ತಿಯ ಅಗತ್ಯ ತನಗಿತ್ತು. ಅಂತು ಹೇಳಿಕಳಿಸಿದಂತೆ ಬಂದ ಪುಣ್ಯಾತ್ಮ.

ಸ್ನಾನ ಊಟ ರೆಸ್ಟೆಲ್ಲ ಮುಗಿದ ಬಳಿಕ ಮಹೇಂದ್ರನಿಗಿಂತ ಮೊದಲು ಸುಶೀಲಾಳೆ,

“ರ್‍ರೀ ಪ್ರಮೋದ, ಈ ನಿಮ್ಮ ಗೆಳೆಯ ರಿಸ್ಕಲ್ಲದ ರಿಸ್ಕಲ್ಲಿ ಸಿಕ್ಕಾಕ್ಕೊಂಡು ಒದ್ದಾಡ್ತಿದ್ದಾರೆ. ಅದ್ಯಾವುದೊ ಮುದುಕಿ ಅಂತೆ, ಅದನ್ನು ಇವರೆಲ್ಲೋ ನೋಡಿದ ರಂತೆ! ಆಕೇನೆ ಬೇಕೂಂತ ಹಠ ಹಿಡಿದು ಕೂತಿದ್ದಾರೆ, ತಮ್ಮನ್ನು ತಾವು ಅಲಕ್ಷಿಸಿ ಆಕೆನ ಹುಡುಕ್ಕೊಂಡು ಒಂದೇ ಸಮನೆ ಅಲೀತಿದ್ದಾರೆ. ಹೇಳಿ ಕೇಳಿ ನಮಗೆಲ್ಲ ಸಾಕಾಗಿದೆ, ಇನ್ನು ನೀವಾದರು ಹೇಳಿರಿ” ಎಂದು ಒಂದೇ ವಾಕ್ಯದಲ್ಲಿ ಹೇಳಿದಳು.

ಆ ವಿಷಯ ತನಗೆ ತಿಳಿದಿರುವಂತೆ, ತಾನು ತ್ರಿಕಾಲಜ್ಞಾನಿಯಂತೆ ಅದಕ್ಕೆ ಹ್ಞಾ ಅನ್ನದೆ ಹ್ಞೂಹ್ಞು ಅನ್ನದೆ ಸ್ಥಿತಪ್ರಜ್ಞನಂತೆ ನಿರ್ಭಾವುಕತೆಯಿಂದ ಆಕೆಯ ಕಡೆ ನೋಡಿದ, ಬಳಿಕ ತನ್ನ ಗೆಳೆಯನ ಕಡೆ ನೋಡಿದ. ಗಡ್ಡದೊಳಗೆ ಬೆರಳಾಡಿಸಿ ಒಂದು ಕ್ಷಣ ಕಣ್ಣು ಮುಚ್ಚಿ ತೆರೆದ.

“ಲೇಖಕರು ಅಂದ ಬಳಿಕ ಇಂಥ ಹುಚ್ಚಾಟಗಳೆಲ್ಲ ಸಹಜ ತಂಗಿ, ನಾನು ಬಂದಿರುವೆನಲ್ಲ, ನೀವು ನಿಶ್ಚಿಂತೆಯಿಂದಿರಿ” ಎಂದು ಪ್ರಮೋದ ಭರವಸೆಯ ಮಾತುಗಳನ್ನಾಡಿದ.

* * *

ತಾವಿಬ್ಬರು ಈ ವಿಷಯದಲ್ಲಿ ಒಂದೆ ಜಾಯಮಾನದವರು, ಸಮಾನ ಅಭಿರುಚಿ ಉಳ್ಳವರು, ಕೆಲಸಕ್ಕೆ ಬಾರದ ವಿಷಯಗಳನ್ನು ಮೈಮೇಲೆದುಕೊಂಡು

ಕಫದೊಳಗೆ ಸಿಲುಕಿಕೊಂಡ ನೊಣದಂತೆ ಒದ್ದಾಡುವವರು. ತಮ್ಮಿಬ್ಬರ ನಡುವೆ ಇರುವ ಒಂದೆ ಒಂದು ವ್ಯತ್ಯಾಸವೆಂದರೆ ಅವನು ವಿವಾಹಿತ, ತಾನು ಅವಿವಾಹಿತ. ತಾವಿಬ್ಬರು ಅಜರಾಮರ ಪ್ರೇಮಿಗಳೆ. ಅದರಲ್ಲಿ ಅವನು ಸಫಲನಾದ, ಅದರಲ್ಲಿ ತಾನು ವಿಫಲನಾದ. ಹೆಚ್ಚು ಕಡಿಮೆ ತಮ್ಮಿಬ್ಬರದ್ದು ಒಂದೆ ಜಾತಿ. ಆದರೆ ಜಾತಿವ್ಯವಸ್ಥೆ ತಾವಿಬ್ಬರು ಜಾತಿ ವ್ಯವಸ್ಥೆ ಸಮರ್ಥಕರಲ್ಲ. ಅದೇನೆ ಇರಲಿ..

ಹೇಗೋ ತನ್ನ ಜೀವದ ಗೆಳೆಯ ಪ್ರಮೋದ ತನ್ನ ಕಿವಿಯಳತೆಯಲ್ಲಿರುವನಲ್ಲ! ಅದೆ ನೆಮ್ಮದಿಯ ಸಂಗತಿ. ಆಕೆ ಹೇಳಿದ್ದನ್ನು ಅವನು ಹೇಗೆ ಪರಿಭಾವಿಸಿರುವ ನೆಂಬುದು ತಿಳಿಯದು. ಪುಸ್ತಕಗಳಿದ್ದ ಕೋಣೆಗೆ ಆತನನ್ನು ಕರೆದೊಯ್ದು.

"ಎಲ್ಲೋ ಓದಿದ್ದ, ಯಾರೋ ಬರೆದಿದ್ದ, ಯಾರೊ ಪ್ರಕಟಿಸಿದ್ದ, ಎಂದೋ ಪ್ರಕಟಿಸಿದ್ದ ಆ ಪುಸ್ತಕವನ್ನು ಕಳೆದಾರು ದಿವಸಗಳಿಂದ ಹುಡುಕುತ್ತಿರುವೆ, ಅದು ಸಿಕ್ಕರೆ ಅದರಲ್ಲಿ ಪ್ರಸ್ತಾಪಿಸಲ್ಪಟ್ಟಿರುವ ವೃದ್ಧೆ ಮತ್ತು ಮೊನ್ನೆ ಸನ್ಮಾನಿತ ವೃದ್ಧೆ, ಈ ಇವೆರಡು ವೃದ್ಧೆಯರ ನಡುವೆ ಸಾಮ್ಯತೆ ಸಿಕ್ಕಬಹುದು" ಎಂದು ಮಹೇಂದ್ರ ಅತ್ಯುತ್ಸಾಹದಿಂದ ಹೇಳಿದ.

ಅದು ಕೋಣೆ ಅಂದರೆ ಕೋಣೆ! ಅಲ್ಲಿ ಸ್ಟೀಲ್ ಕಪಾಟುಗಳು ಹತ್ತಕ್ಕಿಂತ ಅಧಿಕವಿದ್ದವು. ಪ್ರತಿ ಕಪಾಟಲ್ಲಿ ಪುಸ್ತಕಗಳನ್ನು ಒತ್ತು ಒತ್ತಾಗಿರಿಸಲಾಗಿತ್ತು. ಅಲ್ಲಿ ಪುಸ್ತಕಗಳ ಸಂಖ್ಯೆ ಹತ್ತಾರು ಸಹಸ್ರವಿತ್ತು.

"ನಿನಗೆ ನೆನಪಿರುವಂತೆ ಅದು ಆ ಕಪಾಟಲ್ಲಿರಬಹುದೆ! ಈ ಕಪಾಟಲ್ಲಿರಬಹುದೆ! ಸರಿಯಾಗಿ ನೆನಪು ಮಾಡಿಕೊ! ಸುಮ್ಮನೆ ಹುಡುಕಿದರೇನು ಪ್ರಯೋಜನ! ಎಲ್ಲಿ ಖರೀದಿಸಿದ್ದಿ, ಅದರಲ್ಲಿರೋ ಕಂಟೆಂಟ್ ಏನು! ಅದನ್ನಾದರು ನೆನಪಿಸಿಕೊ ಮಾರಾಯ" ಎಂದು ಪ್ರಮೋದ ಕೇಳಿದ.

ಕಾರಣ ಅವನಂತೆ ತಾನು ಸಹ ಪುಸ್ತಕದ ಹುಳು.

ಮಹೇಂದ್ರನ ಒಂದು ಕ್ಷಣ ತಲೆ ಕೆರೆದುಕೊಂಡು ಯೋಚಿಸಿದ.

"ಸುಮಾರು ವರ್ಷಗಳ ಹಿಂದೆ ಅದನ್ನು ಹೈದರಾಬಾದ್‌ನ ಅಬಿಡ್ಸ್‌ನಲ್ಲಿ ಖರೀದಿಸಿದ್ದೆ, ಅದರೊಟ್ಟಿಗೆ ರಿಚರ್ಡ್‌ಬರ್ಟನ್ ಬಗೆಗಿದ್ದ ಪುಸ್ತಕಾನೂ ಖರೀದಿಸಿದ್ದೆ. ನಾನು ಅಲ್ಲಿಗೆ ಹೋಗಿದ್ದು ಮರ್ಲಿನ್ ಮನ್ರೋ ಬಗ್ಗೆ ಹುಡುಕೋಕೆ. ಅರ್ಥರ್ ಮಿಲ್ಲರ್ ಬರೆದಿರೋ ರಿಚರ್ಡ್ ಬರ್ಟನ್ ಸಿಕ್ಕರೆ ಆ ಪುಸ್ತಕ ಸಿಗುವುದು" ಎಂದು ತಿಳಿಸಿದ.

"ರಿಚರ್ಡ್‌ಬರ್ಟನ್ ಸಿಕ್ಕರೆ ಅದು ಸಿಗತ್ತೈತೆ ಅನ್ನೋಕೆ ಅದೇನು ಎಲಿಜೆತ್ ಟೇಲರ್ರಾ" ಎಂದು ತಮಾಷೆ ಮಾಡಿದ ಪ್ರಮೋದ್.

ಅಲ್ಲಿ ಸಹಸ್ರಾರು ಪುಸ್ತಕಗಳಿದ್ದವು, ಆದರೆ ಅವುಗಳ ನಡುವೆ ಅನುಕ್ರಮಣಿಕೆ ಇರಲಿಲ್ಲ. ಪ್ರತಿ ಕಪಾಟು ಧೂಳಲ್ಲಿ ಅದ್ದಿ ತೆಗೆದಂತಿತ್ತು. ಅಲ್ಲದೆ ಬೆಳಕು ಸಹ

ಇರಲಿಲ್ಲ. ನವರಂಧ್ರಗಳನ್ನು ಭದ್ರಪಡಿಸಿಕೊಂಡು ಒಂದು ಹಿಡಿ ಬೆಳಕಲ್ಲಿ ಅದನ್ನು ಹುಡುಕುವುದು ಅಷ್ಟು ಸುಲಭವಲ್ಲ.

ಇದ್ದಕ್ಕಿದ್ದಂತೆ ಪ್ರಮೋದಗೆ ಏನೋ ಹೊಳೆಯಿತು.

"ಕಂಕುಳಲ್ಲಿ ಕೂಸು ಇಟ್ಟುಕೊಂಡು ಊರೆಲ್ಲ ಹುಡುಕಿದರಂತೆ, ಹಾಗಾಯಿತು ನಿನ್ನ ಪರಿಸ್ಥಿತಿ. ಅಲ್ಲಯ್ಯಾ ಅಷ್ಟು ದೊಡ್ಡ ಫಂಕ್ಷನ್ ಅಂತೀಯಾ. ಅದೆಲ್ಲವನ್ನು ವೀಡಿಯೋ ಫೋಟೊ ತೆಗೆದಿರಬಹುದಲ್ಲವೆ! ಅಲ್ಲೋಗಿ ವಿಚಾರಿಸೋಣ, ಏನಂತೀಯಾ!" ಎಂದು ಹೇಳಿದ.

"ಅಯ್ಯೋ ತನಗಿದು ಹೊಳೆದೇ ಇರಲಿಲ್ಲ" ಎಂದು ಹೀರೋ ಹಣೆ ಹಣೆ ಚಚ್ಚಿಕೊಂಡ. "ನೀನು ಹೇಳಿದ್ದು ಸರಿ, ಹೋಗಿ ಬರೋಣ ನಡೆ, ಹೇಗೋ ರತ್ನಂ ಅವರನ್ನು ನಿನಗೆ ಪರಿಚಯಿಸಿದಂತಾಗ್ತದೆ"

* * *

ಈ ನಶ್ವರ ಪ್ರಪಂಚದಲ್ಲಿ ಅತ್ಯಂತ ಬ್ಯುಸಿ ಇರುವ ವ್ಯಕ್ತಿ ಅಂದರೆ ವೆಂಕಟರತ್ನಂ ಮೊದಲಿಯಾರ್! ದಾರಿಯಲ್ಲಿ ಇದನ್ನೇ ಮಾತಾಡಿಕೊಳ್ಳುತ್ತ ಹೋದರು, ಅಕ್ಷರಶಃ ರತ್ನಂ ಬ್ಯುಸಿ ಇದ್ದರು.

"ಅವರು ಅಲ್ಲೆಲ್ಲೋ ಆಶ್ರಮದಲ್ಲಿದ್ದಾರೆ, ನೀವು ಬರುವುದು ಅವರಿಗೆ ತಿಳಿದಿದೆ. ಅಲ್ಲಿವರೆಗೆ ಮನೆಯೊಳಗೆ ತಿರುಗಾಡಿಸಲು ತಿಳಿಸಿದ್ದಾರೆ" ಎಂದು ಅವರ ಕಾರ್ಯದರ್ಶಿ ಪರಮೇಶ್ವರಶಾಸ್ತ್ರಿ ತಿಳಿಸಿದ. ಆ ಮನೆ ತುಂಬ ವೃದ್ಧರಿದ್ದರು. ಅದು ತಮ್ಮ ಮನೆ ಎಂದು ಭಾವಿಸಿದಂತಿದ್ದರು. ಅವರಲ್ಲಿ ಕೆಲವರು ಪ್ರೀತಿಯಿಂದ ಮಾತಾಡಿಸಿದರು, ಯೋಗಕ್ಷೇಮ ವಿಚಾರಿಸಿದರು.

ಆ ಮನೆ ತನಗೇನು ಅಪರಿಚಿತವಾಗಿರಲಿಲ್ಲ. ತಾನೆ ತನ್ನ ಗೆಳೆಯನನ್ನು ಪ್ರತಿ ಕೋಣೆಯೊಳಗೆ ತಿರುಗಾಡಿಸಿದ. ಗೋಡೆ ಮೇಲಿದ್ದ ವಿವಿಧ ಬಗೆಯ ಫೋಟೋಗಳನ್ನು ಸಂದರ್ಭ ಸ್ವಾರಸ್ಯ ವಿವರಿಸಿ ತೋರಿಸಿದ. ಸ್ವಲ್ಪ ಹೊತ್ತಿಗೆ ರತ್ನಂ ಆಗಮಿಸಿದರು.

ಪಾನೀಯ ಸೇವನೆ ಬಳಿಕ ಅವರೆ ಆತ ಈತನನ್ನು ಪರಿಚಯಿಸಿದ. ಅದಕ್ಕೆ ಅವರು ಮುಗುಳ್ನಕ್ಕು,

"ನಿಮ್ಮ ಸ್ನೇಹಿತರಾದವರು ಲೇಖಕರಾಗಿದೆ ಇನ್ನೇನಾಗಿರಲು ಸಾಧ್ಯ! ಹ್ಞಾಂ ಅಂದಹಾಗೆ ನೀವು ಗುಣಸಾಗರಕ್ಕೆ ಬರುತ್ತಿರುವುದು ಇದೇ ಮೊದಲ ಸಲವೇನು!" ಎಂದು ಕೇಳಿದರು.

ಅದಕ್ಕೆ ಏನು ಹೇಳುವುದು! ತಾನು ಒಂದೆರಡು ಸಲ ಬಂದಿರುವುದುಂಟು, ಹೋಗಿರುವುದುಂಟು, ಆದರೆ ರತ್ನಂ ಅವರನ್ನು ಕಂಡಿಲ್ಲವೆನ್ನುವುದು

ಉಲ್ಲೇಖಾರ್ಹ ಕೊರತೆ ಎಂದು ಅವರಿವರು ಭಾವಿಸುವುದುಂಟು. ಬಳಿಕ ರತ್ನಂ ಮಹೇಂದ್ರನನ್ನು ಉದ್ದೇಶಿಸಿ,

"ಯಾವುದೊ ಒಂದು ಅಪರಿಚಿತ ವೃದ್ಧೆ ನಿಮ್ಮ ತಲೆ ಕೆಡಿಸಿರುವುದು ಎಂದು ಕೇಳಿದೆ, ನಿಜವೇನು!" ಎಂದು ಕೇಳಿದರು.

ಅದರಿಂದ ಆತನಿಗೆ ಆಶ್ಚರ್ಯವಾಯಿತು, "ಯಾರು ಹೇಳಿದರು ಸಾರ್, ಹಾಗೇನು ಇಲ್ಲವಲ್ಲ! ಸುಮ್ಮನೆ ಕುತೂಹಲ" ಎಂದು ಹೇಳಿದ.

ಅದಕ್ಕೆ ಅವರು, "ಈ ವಿಷಯ ಇಡೀ ಸಾಗರಕ್ಕೆ ತಿಳಿದಿದೆ. ನೀವು ಆರ್ಡಿನರಿ ಮನುಷ್ಯರಲ್ಲ ನೋಡಿ ಅಲಕ್ಷ್ಯ ಮಾಡೋಕೆ! ಇರಲಿ, ಯಾವ ಮುದುಕಿ ಹೇಳಿ! ಆಕೆ ಬಗ್ಗೆ ನನಗೂ ಕುತೂಹಲವಿದೆ" ಎಂದು ಕೇಳಿದರು, ಅವರ ಮಾತಿನಲ್ಲಿ ಆತುರತೆ ಇತ್ತು.

ಮಹೇಂದ್ರ ತನ್ನ ಕಡೆ ನೋಡಿದ್ದಕ್ಕೆ ಪ್ರಮೋದ,

"ಅಪರಿಚಿತ ನಿಗೂಢ ವ್ಯಕ್ತಿಗಳು ಲೇಖಕರನ್ನು ಕಾಡೋದು ಮಾಮೂಲು. ಅವರು ಕಾಡುವರೊ ಇಲ್ಲವೊ, ಆದರೆ ಲೇಖಕರು ಮಾತ್ರ ಅವರ ಬಗ್ಗೆ ವಿಚಿತ್ರವಾಗಿ ಆಲೋಚಿಸುತ್ತಾರೆ. ಈ ನಮ್ಮ ಮಹೇಂದ್ರನ ವಿಷಯದಲ್ಲಿ ಅದೇ ಆಗಿರೋದು, ಇವನು ಆ ವೃದ್ಧೆಯನ್ನು ನೋಡಿರುವುದು ಮೊನ್ನೆ ನಡೆದ ಫಂಕ್ಷನ್‌ನಲ್ಲಿ. ಅದನ್ನು ತಿಳಕೊಳ್ಳೋಕೆ ಅಂತ ನಾವಿಲ್ಲಿಗೆ ಬಂದಿರೋದು!" ಎಂದು ಹೇಳಿದ.

ಅದಕ್ಕೆ ರತ್ನಂ, "ಈ ವಿಷಯದಲ್ಲಿ ನಾನು ಖಂಡಿತ ಸಹಕರಿಸುವೆ, ಏನು ಮಾಡುವುದು ಹೇಳಿರಿ" ಎಂದು ಹೇಳುತ್ತ ಕುರ್ಚಿಯಲ್ಲಿದ್ದ ಅವರು ತುಸು ಮುಂದಕ್ಕೆ ಜರುಗಿದರು.

ಹೀಗೀಗಂತ ಮಹೇಂದ್ರ ಹೇಳಿದ, ಅದಕ್ಕೆ ರತ್ನಂ,

"ಓಹ್ ಅಷ್ಟೆ ತಾನೆ! ಜೀವನ ಸಂಧ್ಯಾಕ್ಕೆ ಹೋಗಿರಿ, ಈ ನಿಮ್ಮ ಗೆಳೆಯರು ಆ ಆಶ್ರಮ ನೋಡಿದಂತಾಗುವುದು, ಅಲ್ಲಿನ ವೃದ್ಧರ ಪರಿಚಯನೂ ಆಗುವುದು, ಅಲ್ಲವೆ, ಅಲ್ಲಿ ಪುರುಷೋತ್ತಮ ನಿಮಗೆ ಎಲ್ಲಾ ರೀತಿ ಸಹಕರಿಸುವನು" ಎಂದು ಹೇಳಿದರು, ಅಲ್ಲದೆ ಫೋನ್ ಮಾಡಿ ಆತಗೆ ಎಲ್ಲಾ ವಿಷಯ ತಿಳಿಸಿದರು.

ಅವರೆ ಅಲ್ಲಿಗೆ ವೆಹಿಕಲ್‌ನ ವ್ಯವಸ್ಥೆ ಸಹ ಮಾಡಿದರು. ಆಶ್ರಮ ತಲುಪಲು ಅರ್ಧ ತಾಸು ಹಿಡಿಯಿತು. ಕಾರಣ ಜೀವನ ಸಂಧ್ಯಾ ಹೆಸರಿನ ಆಶ್ರಮ ಸಿಟಿಗೆ ಹತ್ತಿರವಿರಲಿಲ್ಲ. ಏಳೆಂಟು ಕಿಮೀ ದೂರದಲ್ಲಿತ್ತು, ಅದು ವೃಷಭಾವತಿ ನದಿ ತೀರದಲ್ಲಿತ್ತು, ನೀರಿಲ್ಲದೆ ಬಣಗುಟ್ಟುತ್ತಿದ್ದ ಅದನ್ನು ಸರ್ಕಾರ ಸರ್ವಋತು ನದಿಯನ್ನಾಗಿ ಪರಿವರ್ತಿಸಿತ್ತು. ಅಲ್ಲದೆ ನದಿ ಇಕ್ಕೆಲದಲ್ಲಿ ಉದ್ಯಾನ ಬೆಳೆಸಿತ್ತು, ಅದು ತರುಲತೆಗಳಿಂದ ಸುಂದರವಾಗಿತ್ತು, ಅಲ್ಲದೆ ಘನ ಸರ್ಕಾರ ಅಲ್ಲಿಯೆ

ಒಂದು ಮೃಗಾಲಯ ಸ್ಥಾಪಿಸಿತ್ತು, ಅಲ್ಲಿ ಜಿಂಕೆ ಮೊಲದಂತ ಸೌಮ್ಯ ಪ್ರಾಣಿಗಳು, ಗಿಳಿ ಗೊರವಂಕ ನವಿಲುಗಳಂಥ ಸೌಮ್ಯ ಪಕ್ಷಿಗಳು ಅಲ್ಲಿದ್ದವು.

"ಸಾರ್ ಸರ್ಕಾರ ಇದನ್ನು ಚಿಟ್ಟೆಗಳ ವನವನ್ನಾಗಿಸಲು ಯೋಜನೆ ಹಾಕಿಕೊಂಡಿದೆ. ಬಗೆಬಗೆಯ ಚಿಟ್ಟೆ ಪತಂಗಗಳನ್ನು ಬೇಕೆಂದು ಕೇಂದ್ರ ಸರ್ಕಾರದ ಪ್ರಕೃತಿ ಇಲಾಖೆಗೆ ಮನವಿ ಸಲ್ಲಿಸಿದೆ, ಅಲ್ಲಿಂದ ಚಿಟ್ಟೆಗಳು ಬಂದೊಡನೆ ಇಲ್ಲಿಗೆ ಕೆಲಸ ಆರಂಭವಾಗುವುದು" ಎಂದು ಪುರುಷೋತ್ತಮ ಅಭಿಮಾನದಿಂದ ತಿಳಿಸಿದ.

ಆಗಲೆ ಆತನ ಕಣ್ಣುಗಳಲ್ಲಿ ಬಣ್ಣದ ಚಿಟ್ಟೆಗಳು ಹಾರಾಡಲಾರಂಭಿಸಿದ್ದವು.

ಪುರುಷೋತ್ತಮ ಇಡುತ್ತಿದ್ದ ಪ್ರತಿ ಹೆಜ್ಜೆಗೆ ರತ್ನಂ ಅವರ ಗುಣಗಾನ ಮಾಡುತ್ತಿದ್ದ.

"ಅವರಿಗೆ ಪದ್ಮಭೂಷಣ ಬರಬೇಕು, ಭಾರತರತ್ನ ಬರಬೇಕು, ಮ್ಯಾಗ್ಸೆಸೆಯಂಥ ಅಂತಾರ್‍ರಾಷ್ಟ್ರೀಯ ಮಟ್ಟದ ಪ್ರಶಸ್ತಿ ಸಹ ಬರಬೇಕು, ಅವರಿಗೆ ಎಷ್ಟು ಪ್ರಶಸ್ತಿಗಳು ಬಂದರು ಕಡಿಮೆ, ಅವರು ದೇವರಂಥ ಮನುಷ್ಯರು" ಎಂದು ಹೇಳುತ್ತ ಭಾವಪರವಶನಾದ.

"ನಿನಗೆ ತಿಳಿದಿರುವುದೊ ಇಲ್ಲವೊ! ಇಲ್ಲಿ ಇವರ್‍ಯಾರು ಪೇಯ್ಡ್ ಸರ್ವೆಂಟ್ಸಲ್ಲ. ಸ್ವಇಚ್ಛೆಯಿಂದ ಇಲ್ಲಿನ ವೃದ್ಧರಿಗೆ ಸೇವೆ ಸಲ್ಲಿಸಲು ಬಂದಿರುವರು. ಉದಾಹರಣೆಗೆ ಈ ಪುರುಷೋತ್ತಮ ಆಂಧ್ರಪ್ರದೇಶದಿಂದ ಬಂದಿರುವುದು, ಇವರು ಅಲ್ಲಿ ಐಎಎಸ್ ಅಧಿಕಾರಿಯಾಗಿದ್ದವರು, ಅಲ್ಲಿ ಸ್ವಯಂ ನಿವೃತ್ತಿ ಪಡೆದು ಇಲ್ಲಿಗೆ ಬಂದಿದ್ದಾರೆ" ಎಂದು ಮಹೇಂದ್ರ ಪ್ರಮೋದನಿಗೆ ಮಾತ್ರ ಕೇಳಿಸುವಂತೆ ಹೇಳಿದ.

ಅದಕ್ಕೆ ಅತಿಥಿ ಆತನ ಕಡೆ ಅಭಿಮಾನ ಮತ್ತು ವಿಸ್ಮಯದಿಂದ ನೋಡಿದ. ಜೊತೆಗೆ ಒಂದು ನಿಟ್ಟುಸಿರುಬಿಟ್ಟ.

"ಓಹ್ ಹಾಗೋ, ಇವರು ಮ್ಯಾರೀಡಾಗಿದ್ದರೆ ಇವರ ವೈಫೂ!" ಎಂದು ಕೇಳಿದ, ಅದಕ್ಕೆ ಆತ,

"ನಿನ್ನ ಸಂದೇಹ ಸಹಜ, ಇಲ್ಲಿ ಪೇಯ್ಡ್ ಸರ್ವೆಂಟ್ಸ್ ಟೆನ್ ಪರ್ಸೆಂಟು, ಉಳಿದವರೆಲ್ಲರು ವೃದ್ಧರ ಸೇವೆ ಮಾಡಲೆಂದೆ ಬಂದಿರುವವರು. ಈ ಪುರುಷೋತ್ತಮ ಅವರ ಮಿಸೆಸ್ ಸಹ ಐಎಎಸ್ ಅಧಿಕಾರಿ, ಮಹಿಳಾ ವಿಂಗ್‌ನಲ್ಲಿ ಅವರು ಸೇವೆ ಸಲ್ಲಿಸುತ್ತಿದ್ದಾರೆ. ಆಕೆ ಇಂಟರೆಸ್ಟಿಂಗ್ ಮಹಿಳೆ, ನಂತರ ಆಕೆನ ಪರಿಚಯಿಸುವೆ" ಎಂದು ಹೇಳುವುದಕ್ಕು ಅವರು ಮುಖ್ಯ ಕಾರ್ಯಾಲಯದ ಅಂಗಳದಲ್ಲಿರುವುದಕ್ಕು ಸರಿ ಹೋಯಿತು.

* * *

ಹೊಳೆಯಲ್ಲಿ ಹುಣುಸೆಹಣ್ಣು ತೊಳೆದಂತೆ!

ಈ ಗಾದೆ ಮಾತನ್ನು ಜೀವನ ಸಂಧ್ಯಾ ನಿಜ ಮಾಡಿತು. ಇದರಲ್ಲಿ ಪುರುಷೋತ್ತಮ್ ಅವರ ತಪ್ಪೇನು ಇಲ್ಲ. ಅಪೇಕ್ಷಿಸಿದೊಡನೆ ಇದು ಲೋಕಕಲ್ಯಾಣಾರ್ಥವೆಂದೆ ಪರಿಭಾವಿಸಿದರು. ಎಲ್ಲಾ ವಿಡಿಯೋ ಟೇಪ್‌ಗಳನ್ನು ತರಿಸಿದರು, ಬಿಳಿ ಗೋಡೆಯನ್ನೇ ಬೆಳ್ಳಿತೆರೆಯನ್ನಾಗಿ ಪರಿವರ್ತಿಸಿದರು. ಪ್ರೊಜೆಕ್ಟರಲ್ಲಿ ಹಾಕಿ ಪ್ಲೇ ಮಾಡಿದರು. ಅದು ಆರಂಭದಿಂದ ಮುಕ್ತಾಯದವರೆಗೆ. ಸಹಸ್ರಾರು ಮುದುಕರು ಮುದುಕಿಯರು! ಅವರೆಲ್ಲರು ಒಂದೆ ರೀತಿ ಕಾಣಿಸಿದ್ದು ಅಚ್ಚರಿ ಅನ್ನಿಸಿತು. ವಿಚಿತ್ರವೆಂದರೆ ಮಹೇಂದ್ರನಿಗೆ ಅವರಲ್ಲಿ ಅಜ್ಜ ಅಜ್ಜಿಯರು ಮತ್ತು ತನ್ನ ತಂದೆ ಯಾರು ಎಂದು ನಿಖರವಾಗಿ ಗುರುತಿಸುವುದಾಗಲಿಲ್ಲ. ಅವೆ ಹಲ್ಲಿಲ್ಲದ ಬೊಚ್ಚು ಬಾಯಿಗಳು, ಅವೇ ಕೃತಕ ಬಣ್ಣ ಲೇಪಿತ ತಲೆಗೂದಲು! ಎಲ್ಲಾ ಕೃತಕವೆ. ಈ ಇಳಿ ವಯಸ್ಸಿನಲ್ಲು ವೃದ್ಧರು ಯೌವನವನ್ನು ಅಭಿನಯಿಸುವುದೆಂದರೆ!

ಪ್ರಮೋದನಿಗು ಸಹ ನಗೆ ನಿಯಂತ್ರಿಸುವುದಾಗಲಿಲ್ಲ.

"ಈ ವಯಸ್ಸಿನ ಮೇನಿಯಾ ನಮ್ಮ ಪುರಾಣಗಳಲ್ಲು ಇದೆ. ಮಹಿ, ಯಯಾತಿ ಮಗನಿಂದ ಯೌವನವನ್ನು ಪಡೆಯಲಿಲ್ಲ, ವೃದ್ಧ ತರುಣನಾಗುವುದು, ತರುಣ ವೃದ್ಧನಾಗುವುದು! ಇವೆಲ್ಲ ಪರಿಕಲ್ಪನೆಗಳು ನಮ್ಮ ಇತಿಹಾಸ ಪುರಾಣಗಳಲ್ಲಿವೆ. ಇಲ್ಲಿನ ವೃದ್ಧರೆಲ್ಲರು ಈ ಕಾಲದವರಲ್ಲವೆ! ಫಂಕ್ಷನ್ನು ಸನ್ಮಾನ ಅಂತ ಮೇಕಪ್‌ನಲ್ಲಿ ತಮ್ಮ ಒರಿಜಿನಾಲಿಟಿಯನ್ನು ಮರೆಮಾಚಿಕೊಳ್ಳಲು ಪ್ರಯತ್ನಿಸಿರಲುಬಹುದು. ಅದೆಲ್ಲ ಜೀವನೋತ್ಸಾಹದ ಒಂದು ಭಾಗ, ಅದೇನು ತಪ್ಪಲ್ಲ, ತಪ್ಪಿರುವುದು ನಾವು ನೋಡುವ ಕಣ್ಣುಗಳಲ್ಲಿ" ಎಂದು ಉಪನ್ಯಾಸ ನೀಡಿದ.

ಅವೆಲ್ಲ ಸಾಲದಾಗಿ ಕೇಳಿದ್ದಕ್ಕೆ ಪುರುಷೋತ್ತಮ್ ಇಲ್ಲವೆನ್ನಲಿಲ್ಲ. ತಮ್ಮ ಬೇಡಿಕೆಯನ್ನು ಗಂಭೀರವಾಗಿ ಪರಿಗಣಿಸಿದರು. ಫೋಟೋಗ್ರಾಫರ್ ಆಲ್ಬಂನ ಒಂದು ತಿಂಗಳು ಕಳೆದ ಬಳಿಕ ಕೊಡುವೆ ಎಂದು ಹೇಳಿದ್ದ. ಇವರು ಫೋನ್ ಮಾಡಿ ಒತ್ತಾಯಿಸಿದ್ದಕ್ಕೆ ಅವನು ಅಲ್ಲಿಗೆ ತಲುಪಲು ಎರಡು ತಾಸು ಸಮಯ ತೆಗೆದುಕೊಂಡ.

"ಯಾಕೆ ಲೇಟಾಯಿತು" ಎಂದು ಕೇಳಿದ್ದಕ್ಕೆ ಅವನು,

"ಸಾಹೇಬರೆ ಗುಣಸಾಗರ ಮೊದಲಿನಂತೆ ಪುರುಸಭೆ ಗಾತ್ರದ ಊರಲ್ಲ, ಈಗ ಇದು ನಗರಸಭೆ ಆಗಿದೆ. ಆದರೆ ಇನ್‌ಫ್ರಾಸ್ಟ್ರಕ್ಚರ್ ಒಂಚೂರು ಛೇಂಜಾಗಿಲ್ಲ. ಅವೇ ಕೆಟ್ಟ ರಸ್ತೆಗಳು, ಟ್ರಾಫಿಕ್‌ರೂಲ್ಸಿಲ್ಲದ ಸಂಚಾರ ವ್ಯವಸ್ಥೆ, ಕಾಮನ್‌ಸೆನ್ಸ್ ಬೇಡಬಿಡಿ, ಆದರೆ ಸಿವಿಕ್‌ಸೆನ್ಸಾದರು ಇರೋದು ಬೇಡವೆ! ಪ್ರತಿಫಲರ್ಲಾಂಗಿಗೂ ಟ್ರಾಫಿಕ್ ಜಾಂ! ಅದಕ್ಕೆ ಲೇಟಾಯಿತು ಸಾರ್"

ಹೀಗೆ ಅವನು ಸಹ ಮಾರುದ್ದ ಉಪನ್ಯಾಸ ನೀಡಿದ. ಮತ್ತೊಂದು ಪ್ರಶ್ನೆ ಕೇಳಿದರೆ ಇನ್ನೊಂದು ಪುರಾಣ ಬಿಚ್ಚುವನೆಂದೂಹಿಸಿ ಎಲ್ಲರು ಮೌನವಹಿಸಿದರು.

ಅವನು ತನ್ನ ಏರ್‌ಬ್ಯಾಗ್‌ನಲ್ಲಿದ್ದ ನೆಗೆಟಿವ್ ರೋಲುಗಳನ್ನು, ಹಾಕಿದ್ದ ಪ್ರಿಂಟ್ ಪ್ರತಿಗಳನ್ನು ಟೀಪ್ಯಾ ಮೇಲೆ ಹರಡಿದ. ಉಳಿದವರು ನೋಡಿ ಏನು ಪ್ರಯೋಜನ! ಹುಡುಕುವವರು ಹುಡುಕುವುದು ಲೇಸಲ್ಲವೆ! ಅದಕ್ಕೆ ಪ್ರತಿ ಫೋಟೋವನ್ನು ಮಹೇಂದ್ರ ಕಣ್ಣಲ್ಲಿ ಕಣ್ಣಿರಿಸಿ ಪರಿಶೀಲಿಸಿದ. ವಿಡಿಯೋಗಳಲ್ಲಿದ್ದಂತೆ ಈ ಪ್ರತಿ ಸ್ಟಿಲ್‌ಫೋಟೋಗಳಲ್ಲು ಅಸಂಖ್ಯಾತ ವೃದ್ಧರಿದ್ದರು. ಅವರೆಲ್ಲರು ಒಂದೇ ಥರಾ ಇದ್ದರು. ಆದ್ದರಿಂದ ಆ ಪರ್ಟಿಕ್ಯುಲರ್ ವೃದ್ಧೆಯನ್ನು ನಿಖರವಾಗಿ ಗುರುತಿಸುವುದು ಸಾಧ್ಯವಾಗಲಿಲ್ಲ.

ಆದರು ಇದು ಇರಬಹುದು, ಅದು ಇರಬಹುದು! ಸಂದೇಹದ ಆಧಾರದ ಮೇಲೆ ಸುಮಾರು ಹನ್ನೆರಡು ಫೋಟೋಗಳನ್ನು ಆಯ್ಕೆ ಮಾಡಿದ. ಅವುಗಳನ್ನು ಒಯ್ಯಲು ಪುರುಷೋತ್ತಮ್ ಸಮ್ಮತಿಸಿದರು. ಅಷ್ಟೆ ಅಲ್ಲದೆ,

"ನಿಮಗೆ ಆ ವೃದ್ಧೆ ಸಿಕ್ಕರೆ ಸಾಕು, ಆ ಸತ್ಕಾರ್ಯಕ್ಕೆ ನಮ್ಮಿಂದ ಬೇರೆ ಏನಾದರು ಸಹಾಯ ಕೇಳಿ" ಎಂದೂ ಹೇಳಿದರು, ಅದಕ್ಕೆ ಮಹೇಂದ್ರ,

"ಎಂಥೆಂಥವರನ್ನು ಹುಡುಕಿರುವೆ, ಆದರೆ ಈ ವೃದ್ಧೆಯನ್ನು ಹುಡುಕುವುದು ಮಾತ್ರ ನೆರವೇರುತ್ತಿಲ್ಲ. ಆ ವೃದ್ಧೆಯ ಮುಖದಲ್ಲಿ ಏನೋ ಸಮ್‌ಥಿಂಗ್ ವಿಶೇಷವಿದೆ. ಆಕೆಯ ಹಿಂದೆ ಅಸಾಧಾರಣ ಲೈಫ್ ಇದೆ. ಅದನ್ನು ನಾನು ತಿಳಕೋಬೇಕಿದೆ!" ಎಂದು ಹೇಳಿದ.

ಅದಕ್ಕೆ ಅವರು, "ಆಕೆ ಬಗ್ಗೆ ನಾವಲ್ ಬರೆಯೋ ಉದ್ದೇಶವಿದೆ ಏನು!" ಎಂದು ಕೇಳಿದರು, ಅದಕ್ಕೆ ಈತ,

"ಸದ್ಯಕ್ಕೆ ಆ ಆಲೋಚನೆ ಇಲ್ಲ, ಬರೆಯೋದಕ್ಕಿಂತ ಆತ್ಮತೃಪ್ತಿ ಮುಖ್ಯ ಅಲ್ಲವೆ! ಮೊದಲು ಆಕೆ ಆಕೆಯೇ ಎಂದು ಖಚಿತ ಆಗಬೇಕಿದೆ. ಅಥವಾ ಆಕೆ ಆಕೆ ಆಗಿರದೆ ಇರಬಹುದು. ಯಾವುದಕ್ಕು ಆಕೆ ಮೊದಲು ಸಿಗುವುದು ಮುಖ್ಯ. ಆಕೆನ ಎಲ್ಲಂತ ಹೇಗೆ ಪತ್ತೆ ಹಚ್ಚುವುದು, ಅದೇ ಚಿಂತೆ!" ಎಂದು ಹೇಳಿ ನಿಡಿದಾದ ಉಸಿರುಬಿಟ್ಟ.

ಅದುವರೆಗೆ ಸುಮ್ಮನಿದ್ದ ಪ್ರಮೋದ,

"ತಪ್ಪು ತಿಳಿಬೇಡಿ, ನನಗೆ ಕ್ರೈಮು, ಇನ್‌ವೆಸ್ಟಿಗೇಷನ್ ರಿಪೋರ್ಟಂದರೆ ಇಷ್ಟ, ನಾನು ಎಂಎ ಮಾಡಿರುವುದು ಕ್ರಿಮಿನಾಲಜಿ ಮೇಲೆ, ಅಲ್ಲದೆ ನಾನು ನ್ಯಾಷನಲ್ ಹೆರಾಲ್ಡ್, ಡೆಕ್ಕನ್ ಕ್ರಾನಿಕಲ್‌ನಂಥ ಪತ್ರಿಕೆಗಳಲ್ಲಿ ಕ್ರೈಮ್ ಇನ್‌ವೆಸ್ಟಿಗೇಷನ್‌ಗೆ ಸಂಬಂಧಿಸಿದ ಲೇಖನಗಳನ್ನು ಬರೆದಿರುವೆ. ಪ್ರಾಯಶಃ ನೀವ್ಯಾರು ಅವನ್ನ ನೋಡಿರಲಿಲ್ಲ. ನನ್ನ ಗೆಳೆಯನ ನಿದ್ದೆಗೆಡಿಸಿರುವ ಆ ಮುದುಕಿನ ನಾನು ಸಹ

ಸೀರಿಯಸ್ಸಾಗಿ ಪರಿಗಣಿಸ್ತೀನಿ" ಎಂದು ಹೇಳಿ ಜೇಬಿನಿಂದ ಸಿಗರೇಟ್ ಪ್ಯಾಕ್ ಮತ್ತು ಲೈಟರ್ ತೆಗೆದು ಮುಂದೆ ಇರಿಸಿಕೊಂಡ.

ಅಲ್ಲಿ ಧೂಮ್ರಪಾನ ಕಟ್ಟುನಿಟ್ಟಾಗಿ ನಿಷೇಧಿಸಿರಬಹುದು ಎಂಬ ಕಾರಣದಿಂದಾಗಿಯೋ, ಸೇದಿ ಸ್ಥಳದ ಪಾವಿತ್ರ್ಯತೆಯನ್ನು ಮಲಿನಗೊಳಿಸ ಬಾರದೆಂದೋ! ಅವನ್ನು ಪುನಃ ಮುಟ್ಟಲಿಲ್ಲ.

ಪುರುಷೋತ್ತಮ್ ಅವನ ಮಾತಿಗೆ "ವೆರ್ರಿ ಇಂಟರೆಸ್ಟಿಂಗ್, ಆದರೆ ನಿಮ್ಮನ್ನು ನೋಡಿದರೆ ಹಾಗೆ ಅನ್ನಿಸುವುದಿಲ್ಲ, ಕಾರಣ ನೀವು ನೋಡುವುದಕ್ಕೆ ಸನ್ಯಾಸಿ ಥರ ಇರುವಿರಿ, ಮುಂದೆ ಹೇಳಿರಿ" ಎಂದು ಪ್ರೋತ್ಸಾಹಕರ ಮಾತು ಆಡಿದರು.

ಮಹೀನು ಕಣ್ಣಿಂದ ಸಂಜ್ಞೆ ಮಾಡಿದ.

"ಮಹೇಂದ್ರ ಆಯ್ಕೆ ಮಾಡಿರುವ ವೃದ್ಧೆಯರ ವಿಳಾಸ ಐ ಮೀನ್ ಅವರ ಪೋಸ್ಟಲ್ ಅಡ್ರಸ್ ಕೊಡುವಿರಾ" ಎಂದು ಕೇಳಿದ.

"ಓಹ್ ಅಷ್ಟೆ ತಾನೆ" ಎಂದು ಅವರು ಆಶ್ವಾಸನೆ ನೀಡಿದರು.

* * *

ಅವರಿಬ್ಬರು ಆ ದಿವಸದ ಬಳಿಕ ಸಮಸ್ಯೆಯನ್ನು ಗಂಭೀರವಾಗಿ ಪರಿಗಣಿಸಿದರು. ಪ್ರಮೋದಗೆ ಗೊತ್ತು ತನ್ನ ಗೆಳೆಯನ ಸ್ವಭಾವ. ಅವನು ಕ್ಷುಲ್ಲಕ ಕಾರಣಗಳಿಗೆ ಇಂಥ ಸಮಸ್ಯೆಗಳನ್ನು ಮೈಮೇಲೆ ಎಳೆದುಕೊಳ್ಳುವುದಿಲ್ಲ. ಅವನ ಆಲೋಚನೆ ಹಿಂದೆ ಒಂದು ಬಲವಾದ ಕಾರಣವಿರುತ್ತದೆ. ಆ ವೃದ್ಧೆಯ ಪೂರ್ವಾಪರ ತನಗೆ ಅಸ್ಪಷ್ಟ ಗೊತ್ತು ಅನ್ನುವುದು ತನ್ನ ಅಭಿಪ್ರಾಯ. ಅದನ್ನು ತಾನು ಸಹ ಗಂಭೀರವಾಗಿ ಪರಿಗಣಿಸಿದ.

ತಾವಿರುವುದು ಬಾಡಿಗೆ ಮನೆ, ಆದರೆ ಅದು ಸಾಕಷ್ಟು ವಿಶಾಲವಿತ್ತು. ಅದರ ನಿಜವಾದ ಮಾಲಕರು ಹುಲಕುಂಟೆ ಶ್ರೀಪಾದಾಚಾರ್ಯರು. ಅವರ ಪೂರ್ವಜರು ಗುಣಸಾಗರದ ಜಹಗೀರದಾರರಾಗಿದ್ದವರು, ಪುರೋಹಿತರ ಒಂದು ತಂಡ ತಾಳಿಕೋಟೆ ಯುದ್ಧಕ್ಕೆ ವಿಜಯನಗರದಿಂದ ಹೊರಟಿತಂತೆ, ಅದು ಮಾರ್ಗ ಮಧ್ಯೆ ಈ ಮನೆಯಲ್ಲಿ ವಾಸ್ತವ್ಯ ಹೂಡಿತಂತೆ, ಅಲ್ಲಿಯೆ ಸ್ನಾನ ಸಂಧ್ಯಾವಂದನೆ ಆಹಾರ ಸ್ವೀಕರಿಸಿ ತಮ್ಮ ಪ್ರಯಾಣ ಮುಂದುವರಿಸಿತಂತೆ. ಆ ಕಾಲದ ವಾಸ್ತುವನ್ನು ಶತಮಾನಗಳ ನಂತರವು ಉಳಿಸಿಕೊಂಡಿರುವ ಮನೆ. ಆ ಮನೆಯಲ್ಲಿ ಒಂದೊಂದು ಕೋಣೆಯೂ ವಿಶಾಲವೆ.

ತಮ್ಮ ಸಮಾವೇಶಕ್ಕೆ ಅವರು ಅಂಥ ಒಂದು ಕೋಣೆಯನ್ನು ಆಯ್ದುಕೊಂಡರು. ಅದು ತಮ್ಮ ಮೊದಲ ಮಹಡಿ ಮೇಲಿತ್ತು. ಅಲ್ಲಿಗೆ ಸುಶೀಲಮ್ಮ ಮಾತು ಮಾತಿಗೆ ಹತ್ತಿ ಬರುವುದು ಅಸಂಭವ, ಕಾರಣ ಆಕೆ ಕೆಲವು

ತಿಂಗಳುಗಳಿಂದ ಮೊಣಕಾಲು ಬೇನೆಯಿಂದ ನರಳುತ್ತಿದ್ದಳು. ಅಲ್ಲದೆ ಹಾಳಾಗಿ ಹೋಗಿರಿ ಎಂದು ಅವರನ್ನು ಅವರ ಪಾಡಿಗೆ ಬಿಟ್ಟು ನಿರಮ್ಮಳವಾಗಿದ್ದಳು.

ಆ ಕೋಣೆಯಲ್ಲಿ ಅವರು ತಮ್ಮ ಕಾರ್ಯಚಟವಟುಕೆ ಆರಂಭಿಸಿದರು. ಮೊದಲು ಜೀವನ ಸಂಧ್ಯಾದಿಂದ ತಂದಿದ್ದ, ಪುರುಷೋತ್ತಮ್ ಉದಾರವಾಗಿ ನೀಡಿದ್ದ, ಕೆಲವು ವೃದ್ಧೆಯರ ಭಾವಚಿತ್ರಗಳನ್ನು, ಅವರಿಗೆ ಸಂಬಂಧಿಸಿದ ವಿಳಾಸಗಳನ್ನು, ಅವರಿಗೆ ಸಂಬಂಧಿಸಿದ ಫೋನ್ ನಂಬರುಗಳನ್ನು ತಮ್ಮ ಮುಂದೆ ಹರಡಿಕೊಂಡರು. ಪ್ರತಿ ಭಾವಚಿತ್ರವನ್ನು ಧಾರಾಳ ಬೆಳಕಲ್ಲಿ ಹಿಡಿದು ಪರಿಶೀಲಿಸುವುದು, ನೀಳ ನಾಸಿಕ ಮತ್ತು ಬಲಗೆನ್ನೆಯ ಸುಕ್ಕಲ್ಲಿ ಹುದುಗಿರುವ ಚಿಕ್ಕ ಕಪ್ಪು ಮಚ್ಚೆಯನ್ನು ಪತ್ತೆ ಹಚ್ಚಲು ಹೆಣಗುವುದು, ಬಳಿಕ ನಿರಾಶರಾಗಿ ಕೆಳಕ್ಕಿಡುವುದು, ನಂತರದಿಂದ ಬೇಸರಪಟ್ಟು ನಿಡುಸುಯ್ಯುವುದು, ನಿರಾಶರಾಗದೆ ಇನ್ನೊಂದು ಸಿಗರೇಟ್ ಹಚ್ಚಿಕೊಂಡು ತಮ್ಮ ಕಾರ್ಯ ಮುಂದುವರಿಸುವುದು!

ಹ್ಞಾಂ ಅಂದಹಾಗೆ ಮಹೇಂದ್ರ ಲೇಖಕನಾಗಿದ್ದಂತೆ ಒಳ್ಳೆಯ ಕಲಾವಿದ ಸಹ ಹೌದು. ಅದರಲ್ಲು ಪೋಟರೇಟ್ ರಚನೆಯಲ್ಲಿ ಸಿದ್ಧಹಸ್ತನಿದ್ದ, ಅವನ ಹಲವು ಚಿತ್ರಗಳು ಚಿತ್ರಕಲಾ ಪರಿಷತ್ತಿನ ವಾರ್ಷಿಕ ಬಹುಮಾನಗಳನ್ನು ಪಡೆದಿದ್ದವು, ಅವನು ರಚಿಸಿದ ಹಲವು ಚಿತ್ರಗಳು ಹಲವು ಗಣ್ಯರ ಮನೆಗಳಲ್ಲಿದ್ದವು. ಆದರೆ ಅದು ತನ್ನ ಹಾಬಿಯಾಗಿತ್ತು.

ಅದನ್ನು ಆ ಕ್ಷಣ ನೆನಪಿಸಿದ್ದು ಪ್ರಮೋದ,

"ನೀನು ಆ ವೃದ್ಧೆಯನ್ನು ಹತ್ತಿರದಿಂದ ಕ್ಷುಣ್ಣವಾಗಿ ನೋಡಿರುವಿ, ಆಕೆಯ ಮುಖ ಕವಳಿಕೆಗಳನ್ನು ಮನಸ್ಸಿನಲ್ಲಿ ದಾಖಲಿಸಿಕೊಂಡಿರುವಿ, ಆ ನೆನಪುಗಳ ಆಧಾರದ ಮೇಲೆ ಆಕೆಯ ಚಿತ್ರವನ್ನು ನೀನು ರಚಿಸಬಾರದ್ಯಾಕೆ ಮಿತ್ರಮಾ!" ಎಂದು ಕೇಳಿದ, ಆತನ ಮಾತಲ್ಲಿ ಭರವಸೆ ಇತ್ತು.

ಅದರಿಂದ ಮಹೇಂದ್ರ ಉತ್ಸುಕನಾದ, ತಾನು ಆ ವೃದ್ಧೆಯನ್ನು ತೀರಾ ಹತ್ತಿರದಿಂದ ಗಮನಿಸಿದ್ದ, ಆಕೆಯ ನೀಳನಾಸಿಕದಿಂದ ಹೊರಟ ನಿಶ್ವಾಸವನ್ನು ತನ್ನ ಮುಖಕ್ಕೆ ತಗುಲಿಸಿಕೊಂಡಿದ್ದ, ಆಕೆಯ ಕಣ್ಣಿನ ಆಳದಲ್ಲಿದ್ದ ಶುಕ್ಲಪಟಲದ ಮೇಲೆ ಸ್ವಯಂ ತನ್ನ ಪ್ರತಿಬಿಂಬವನ್ನು ನೋಡಿ 'ಅರೆ ಅದು ನನ್ನ ಪ್ರತಿಬಿಂಬ' ಎಂದು ಮಾನಸಿಕವಾಗಿ ಉದ್ಗರಿಸಿದ್ದ. ಆಕೆಯ ವರ್ಣಲೇಪಿತ ತುಟಿಗಳ ನಡುವೆ ಜಿನುಗಿದ 'ಮಗೂ' ಎಂಬ ವಾತ್ಸಲ್ಯಪೂರಿತ ಸಂಬಂಧವಾಚಕವನ್ನು ಕಿವಿಗಳ ಕರ್ಣಪಟಲದ ಮೇಲೆ ಮುದ್ರಿಸಿಕೊಂಡಿದ್ದ!

ಓಹ್ ಅದೊಂದು ಅವಿಸ್ಮರಣೀಯ ಅನುಭವ, ಅನುಭೂತಿ!

ತಾನು ಸುಲಭವಾಗಿ ರಚಿಸಬಹುದಾದ ಮುಖ ಅದು, ಆದರೆ ಆ ವೃದ್ಧೆ ತನ್ನ ಮುಖದ ನೈಜ ಸ್ವರೂಪವನ್ನು ಕೃತಕ ಪ್ರಸಾಧನಗಳಿಂದ

ಮರೆಮಾಚಿದ್ದಳು. ಆಭರಣಗಳಿಂದ ಕಿವಿಗಳ ಕೊರಳ ಹೃತ್ಭಾಗದ, ಮುಂಗೈಗಳ ನೈಜ ಸೌಂದರ್ಯವನ್ನು ನೇಪಥ್ಯಕ್ಕೆ ಸರಿಸಿದ್ದಳು.

ಆಕೆಯ ಕುರಿತು ತಾನು ಒಂದೆರಡು ಕವಿತೆಗಳನ್ನು ನಿನ್ನೆ ಮೊನ್ನೆ ರಚಿಸಿರುವುದು ನಿಜ, ಅಕ್ಷರಗಳ ಕರಿಗಂಬಳಿ ಮೇಲೆ ಕುಳ್ಳಿರಿಸಿ ಈರೇಳು ಲೋಕಗಳ ತುಂಬೆಲ್ಲ ಯಾತ್ರೆ ಮಾಡಿಸಿದ್ದು ನಿಜ, ನಸುಗೋಮಲ ಶಬ್ದಗಳ ತೂಗುಯ್ಯಾಲೆಯಲ್ಲಿ ಕುಳ್ಳಿರಿಸಿ ತೂಗಾಡಿ 'ಸೋ ಜಾ ರಾಜಕುಮಾರಿ ಸೋ ಜಾ' ಎಂದು ಸೆಹಗಲ್‌ನ ರೀತಿ ಹಾಡಿದ್ದು ನಿಜ. ಆದರೆ ಕವಿತೆಗಳ ರಚನೆಗೆ ಅಕ್ಷರಗಳುಳ್ಳ ಶಬ್ದಗಳು ಬೇಕು, ವಾಕ್ಯಗಳ ರಚನೆಗೆ ಶಬ್ದಗಳು ಬೇಕು. ಅವಕ್ಕೆಲ್ಲ ಮನಸ್ಸಿನ ನೆರವು ಬೇಕು, ಆದರೆ ಚಿತ್ರರಚನೆಗೆ!

ಕಳೆದ ಸಲ ಅದೇ ತಾನೆ ಅರಳಿರುವ ಹೂವು, ಮಕರಂದ ಸೇವನೆಗೆಂದೋ ಪರಿಮಳ ಆಘ್ರಾಣಿಸಲೆಂದೋ ಅದರ ಮೇಲೆ ಕೂಡ್ರಲು ಪ್ರಯತ್ನಿಸುತ್ತಿರುವ ಜೇನುಹಕ್ಕಿ ಚಿತ್ರ! ರಚಿಸಿದ್ದು ಎರಡು ತಿಂಗಳ ಹಿಂದೆ. ಚಳಿಗಾಲ ಮಳೆಗಾಲವಾದರೆ ಬಣ್ಣ ಒಣಗುತ್ತಿರಲಿಲ್ಲ, ಕುಂಚಗಳು ನೀರ ಸಂಪರ್ಕದಿಂದ ಇನ್ನು ಹಸಿ ಇರುವುದು ತನ್ನ ಅದೃಷ್ಟ.

ಪ್ರಮೋದ ಬಣ್ಣವನ್ನು ಕೆಬಕಿ ಪರಿಶೀಲಿಸಿ, "ಇನ್ನು ಒಣಗಿಲ್ಲ ಪ್ರಭೋ, ತಳದಲ್ಲಿ ಹಸಿ ಇದೆ, ರಚನೆ ಆರಂಭಿಸು" ಎಂದು ತಿಳಿಸಿದ.

ಇನ್ನು ತಡವೇಕೆ!

* * *

ಪ್ರಮೋದ ಒಂದು ಕ್ಷಣ ಮೂಕವಿಸ್ಮಿತನಾದ, ತನ್ನ ಗೆಳೆಯ ಅಭಿಜಾತ ಕಲಾವಿದ ಅನ್ನಿಸಿತು. ಆತನ ಕಡೆ ಅಭಿಮಾನಪೂರ್ವಕವಾಗಿ ನೋಡಿದ. ಹತ್ತಿರ ಹೋಗಿ ತನ್ನೆರಡೂ ಕೈಗಳನ್ನು ಅವನ ಭುಜಗಳ ಮೇಲಿರಿಸಿದ, ಮೆಲ್ಲಗೆ ಹಿಂದಕ್ಕು ಮುಂದಕ್ಕು ಅಲುಗಾಡಿಸಿದ, ಬಳಿಕ ಅಪ್ಪಿಕೊಂಡ,

'ನೀನು ರಿಯಲ್ಲಿ ಗ್ರೇಟ್ ಆರ್ಟಿಸ್ಟ್ ಕಣೊ ಮಹಿ' ಎಂದು ಅಭಿನಂದಿಸಿದ. ಎಲ್ಲಾ ಪ್ರತಿಭೆಗಳು ಒಬ್ಬ ಯಶಸ್ವಿ ಪುರುಷನೊಳಗೆ ಇರುವುದು ಅಪರೂಪ. ಅವು ಮೇಳೈಸುವುದು ಆಯ್ದ ವ್ಯಕ್ತಿಗಳಲ್ಲಿ ಮಾತ್ರ. ಅಂಥ ಬಹುಮುಖ ಪ್ರತಿಭಾವಂತ ತನ್ನ ಗೆಳೆಯ ಮಹೇಂದ್ರ.

ರಚನಾಪೂರ್ವದಲ್ಲಿ ಕಲಾವಿದ ತುಸು ಗೊಂದಲ ಅನುಭವಿಸಿದ್ದು ನಿಜ, ಮತ್ತು ಅದು ಸಹಜ. ಅದಕ್ಕೆ ಸೂಕ್ತ ಕಾರಣಗಳಿದ್ದವು. ತಾನು ನೋಡಿದ್ದು ಪ್ರಸಾಧನಗಳಲ್ಲಿ ಮರೆಮಾಚಿಕೊಂಡಿದ್ದ ಮುಖವನ್ನು. ಪ್ರಸಾಧನಗಳು ಕೃತಕ ಮುಖವಾಡದ ಒಂದು ಭಾಗ. ಅದು ಶಾಶ್ವತವಲ್ಲ. ಆದರೆ ಅದೇ ವ್ಯಕ್ತಿ

ಖಾಸಗಿಯಾಗಿ, ಅಥವಾ ಮನೆಯಲ್ಲಿ ತನ್ನನ್ನು ತಾನು ಮರೆಮಾಚಿಕೊಳ್ಳುವುದಿಲ್ಲ, ಅದಲ್ಲದೆ ಆಕೆ ಒಬ್ಬ ವೃದ್ಧಳು, ಅದೂ ಅಂದಾಜಲೆ ತೊಂಬತ್ತರ ಮೇಲ್ಪಟ್ಟು ವಯಸ್ಸಾಗಿರುವ ಹಿರಿಯ ಜೀವ. ಅದಕ್ಕೆ ಬೇಕಿರುವ ಪೇಷನ್ಸು ತಾಳ್ಮೆ ಅದೆಲ್ಲ ಆಕೆಗೆ ಸಿಕ್ಕುವುದು ದುರ್ಲಭ. ಆದ್ದರಿಂದ ಪ್ರಸಾಧನಗಳಿಂದಾವೃತ ಚೆಹರೆಯ ಮುಖವನ್ನು ಕೈಯಲ್ಲಿ ಹಿಡಿದು ಹುಡುಕುತ್ತ ಹೊರಟರೆ ಆಕೆ ಎದುರಿದ್ದರು ಗುರುತಿಸುವುದು ಕಷ್ಟದ ಸಂಗತಿ. ಆದ್ದರಿಂದ...

ಪ್ರಮೋದನ ಸಾಂದರ್ಭಿಕ ಪ್ರಶ್ನೆ ಮತ್ತು ಸಲಹೆ ಮಹೇಂದ್ರನಿಗೆ ಹಿಡಿಸಿತು. ಆತನ ಆಗಮನವನ್ನು ತನ್ನ ಆರನೆ ಇಂದ್ರಿಯ ಆಕ್ಷಣ ಬಯಸಿದ್ದು ಗ್ರಹಿಸಿದ್ದು ನಿಜ. ಸಮಸ್ಯೆಯನ್ನು ಎಳೆಎಳೆಯಾಗಿ ಬಿಚ್ಚಿಟ್ಟ ಬಳಿಕ ಅವನೆ,

"ನೀನು ಹೇಳಿದ್ದಕ್ಕೆ ನಾನು ಹೇಳಿದ್ದು, ಕಲಾವಿದನಲ್ಲಿ ಒಳಗಣ್ಣು ಜಾಗೃತವಾಗಿರುತ್ತದೆ, ಅದಕ್ಕೆನೆ ಆರನೆ ಇಂದ್ರಿಯ ಅನ್ನುವುದು, ಅದು ನಿನ್ನಲ್ಲಿ ಸದಾ ಎಚ್ಚರವಾಗಿರುತ್ತದೆ, ಇದಕ್ಕೆ ಅದರ ನೆರವು ಪಡೆ, ಅದರ ಮೂಲಕ ಆಕೆಯ ನಿಜ ಸ್ವರೂಪವನ್ನು ಗ್ರಹಿಸು. ಹುಬ್ಬು ರೆಪ್ಪೆ ಆಕೆಯ ಬೊಚ್ಚು ಬಾಯೊಳಗಿನ ಕೃತಕ, ಅದು ಅಪ್ಪಟ ಚಿನ್ನದ ದಂತಪಂಕ್ತಿ... ಎಲ್ಲವನ್ನು ಆಕೆಯ ಕೃತಕ ರೂಪದಿಂದ ಉತಾರಗೊಳಿಸು. ನಿನ್ನ ಕಲ್ಪನೆಯನ್ನು ವಾಸ್ತವಕ್ಕೆ ಜೋಡಿಸು. ಆಗ ಆಕೆಯ ನಿಜಸ್ವರೂಪ ಬಯಲಾಗುತ್ತದೆ" ಎಂದು ಮಾರ್ಮಿಕವಾಗಿ ಹೇಳಿದ.

ಅವನು ಹೇಳುತ್ತಿದ್ದುದನ್ನು ತಾನು ಕೇಳಿಸಿಕೊಳ್ಳುತ್ತಿದ್ದುದು ನಿಜ, ಆದರೆ ತನ್ನೊಳಗಿನ ಇನ್ನೊಂದು ಕರ್ಣೇಂದ್ರಿಯ ಅವನ ಮಾತುಗಳನ್ನು ಆಲಿಸುತ್ತಿತ್ತು, ಅದೇ ಆಕೆಯ ಮುಖದಿಂದ ಒರಿಜಿನಾಲಿಟಿಯನ್ನು ಬೇರ್ಪಡಿಸಲಾರಂಭಿಸಿತ್ತು. ಆಕೆಯನ್ನು ಭೌತಿಕವಾಗಿ ಸಹಜಗೊಳಿಸಲಾರಂಭಿಸಿತ್ತು. ನೋಡು ನೋಡುತ್ತಿದ್ದಂತೆ ತನ್ನ ಅಂತರಂಗದಲ್ಲಿ ಆಕೆಯ ಎರಡು ರೂಪಗಳು ಮೈತಳೆದವು, ಅದೂ ಸಜೀವವಾಗಿ!

ಇದನ್ನೇ ಪವಾಡ ಅನ್ನುವುದು!

ಮೇಕಪ್ ಸಹಿತ ವೃದ್ಧೆ, ಮೇಕಪ್ ರಹಿತ ವೃದ್ಧೆ! ಇವೆರಡರ ನಡುವೆ ಅಜ ಮತ್ತು ಗಜಗಳ ನಡುವೆ ಇರುವ ವ್ಯತ್ಯಾಸ. ಅದೃಷ್ಟವಶಾತ್ ಅವೆರಡೂ ಒಂದೆ, ಅವರಿಬ್ಬರು ಒಂದೆ.

ಅವರಿಬ್ಬರು ಅವೆರಡೂ ಚಿತ್ರಗಳನ್ನು ಮಹೇಂದ್ರ ರಚಿಸಿರುವುದು ಕಾಲ ಯಾಪನೆಗಲ್ಲ. ಬಹುಮಾನ ಸ್ಪರ್ಧೆಗೆ ಖಂಡಿತ ಅಲ್ಲ, ಸ್ವಸಂತೋಷಕ್ಕಂತು ಅಲ್ಲವೆ ಅಲ್ಲ. ಆದರೆ ಅವುಗಳನ್ನಿಟ್ಟುಕೊಂಡು ಮುಂದೇನು ಮಾಡುವುದು! ಕಲೆಕ್ಟರೇಟ್ ಆಫೀಸ್ ಬಳಿ ಮಧುಸೂದನನ ಡಿಜಿಟಲ್ ಸ್ಟುಡಿಯೋ, ಆರ್ಟ್ ಗ್ಯಾಲರಿ ಇರುವುದಲ್ಲವೆ! ಅವನು ತನ್ನ ಬ್ರೆಸ್ಟ್ ಫ್ರೆಂಡ್ ಅಲ್ಲವೆ! ಅವನು ಯಾವುದೋ

ರಹಸ್ಯವನ್ನು ರಕ್ಷಿಸುವಂಥ ವಿಶ್ವಾಸ ಪಾತ್ರನಲ್ಲವೆ! ಅವನ ಬಳಿಗೆ ಅವುಗಳನ್ನು ಜೋಪಾನವಾಗಿ ಒಯ್ಯುವುದು!

ಅವು ಒಂದೊಂದು ಒಂದೂವರೆ ಎರಡೂವರೆ ಅಗಲುದ್ದವಿದ್ದವು. ಜೊತೆಗೆ ಅವಕ್ಕಿದ್ದ ಫ್ರೇಮುಗಳು ಬೇರೆ. ಅಚಾನಕ್ ನೋಡಿದವರು ಅವು ಕಳ್ಳಸಾಗಾಣಿಕೆ ಭಾಗವೆಂದು ಸಂದೇಹಿಸಬಹುದಿತ್ತು. ತಲಾ ಒಂದೊಂದು ಹಿಡಿದು ಮಹಡಿಯಿಂದ ಇಳಿಯಲು ಉದ್ಯುಕ್ತರಾದರು. ಆದರೆ ಅಲ್ಲಿದ್ದ ಮೆಟ್ಟಿಲುಗಳ ಹಾದಿ ಕಿಷ್ಕಿಂದವಾಗಿತ್ತು, ಅಲ್ಲದೆ ಅಂಕುಡೊಂಕಾಗಿತ್ತು. ಶತಶತಮಾನಗಳಿಂದ ನಡೆದೂ ನಡೆದೂ ಮೆಟ್ಟಿಲುಗಳೆಲ್ಲವು ಸವೆದು ಕನ್ನಡಿಯಂತಾಗಿದ್ದವು. ತಲೆ ತಗ್ಗಿಸಿದವರು ಅವುಗಳ ಪಾರದರ್ಶಕ ಮೈಯೊಳಗೆ ತಮ್ಮ ಪ್ರತಿಬಿಂಬಗಳನ್ನು ನೋಡಿಕೊಳ್ಳಬಹುದಿತ್ತು. ಹ್ಞಾಂ ಅಂದಹಾಗೆ ಇನ್ನೊಂದು ಮಹತ್ವದ ಸಂಗತಿ ಅಂದರೆ ಮೇಲಿನಿಂದ ಕೆಳಗೆವರೆಗೆ ತಲುಪುವವರೆಗೆ ಒಂದು ಹಗ್ಗ ಇಳಿ ಬಿಡಲಾಗಿತ್ತು. ಅದು ಕೂಡ ಆ ಕಾಲದ್ದು, ಅದು ಸಹ ಸವೆದಿದ್ದರು ಗಟ್ಟಿ ಇತ್ತು.

ಮಹೇಂದ್ರ ಆ ಮೆಟ್ಟಿಲುಗಳು ಮತ್ತು ಹಗ್ಗ ಕುರಿತು ಚಿಕ್ಕ ಪ್ರಾತ್ಯಕ್ಷಿಕೆ ನೀಡಿದ. ಅಕಸ್ಮಾತ್ ಆಯತಪ್ಪಿ ಬಿದ್ದರೆ ಹಲ್ಲುಗಳನ್ನು ಕಳೆದುಕೊಳ್ಳುವುದು ಅನಿವಾರ್ಯವೆಂದೂ ಎಚ್ಚರಿಕೆ ನೀಡಿದ. ಅದಕ್ಕೆ ಪ್ರಮೋದ ಸಮ್ಮತಿಸಿದ. ಜೊತೆಗೆ ಮನಸ್ಸಿನಲ್ಲೆ ಪ್ರಾಕ್ಟೀಸು ಮಾಡಿ ಆತ್ಮವಿಶ್ವಾಸ ರೂಢಿಸಿಕೊಂಡ.

ಆ ಮೆಟ್ಟಿಲುಗಳ ನಿಕಟ ಪರಿಚಯವಿರದಿದ್ದ ಪರಕೀಯ ಹಿಂದೆ, ಪರಿಚಯವಿದ್ದ ಸ್ಥಳೀಯ ಮುಂದೆ!

ಅವರು ಐದಾರು ಹೆಜ್ಜೆ ಕೆಳಕ್ಕಿಳಿದಿರಬಹುದು, ಅಷ್ಟರಲ್ಲಿ ಕೆಳಗಿನಿಂದ ಸುಶೀಲಾ ಮಹಡಿ ಏರುವ ಸನ್ನಾಹದಲ್ಲಿದ್ದಳು, ತನ್ನ ಒಂದು ಕೈಯಲ್ಲಿ ಫ್ಲಾಸ್ಕನ್ನು ಇನ್ನೊಂದು ಕೈಯಲ್ಲಿ ಗ್ಲಾಸುಗಳನ್ನು ಹಿಡಿದಿದ್ದಳು.

* * *

"ಓಹ್ ನೀವಿಬ್ಬರು ನಾನು ಊಹಿಸಿದಕ್ಕಿಂತ ತುಂಬಾ ಕಿಲಾಡಿಗಳಿರುವಿರಿ" ಎಂದು ಕ್ಲಾಸ್ ತೆಗೆದುಕೊಂಡಳು. ಇದರಲ್ಲಿ ಕಿಲಾಡಿತನ ಇರಲಿಲ್ಲ. ಚಿತ್ರಗಳನ್ನು ನೋಡಿ ಇಷ್ಟಪಡುವಳು,

"ಓಹ್ ಇಂಥ ಪ್ರತಿಭಾವಂತ ವ್ಯಕ್ತಿ ನನ್ನ ಗಂಡ ಎನ್ನುವುದು ಅಭಿಮಾನದ ಸಂಗತಿ" ಎಂದು ಶ್ಲಾಘಿಸುವಳೆಂದೇ ಅವರಿಬ್ಬರು ಭಾವಿಸಿದ್ದರು, ಆದರೆ ಆಕೆ ಆ ಎರಡೂ ಚಿತ್ರಗಳನ್ನು ನೋಡಿದೊಡನೆ,

"ನಾನು ವೃದ್ಧಳಾದ ಬಳಿಕ ಹೇಗೆ ಕಾಣಿಸಬಹುದೆಂದು ಊಹಿಸಿ ಬರೆದಿರುವಿರಲ್ಲವೆ!" ಎಂದು ಪ್ರಶ್ನಿಸುವುದೆ!

ಕೇಳಿ ಮುಖ್ಯವಾಗಿ ಮಹೇಂದ್ರ ದಿಗ್ಭ್ರಾಂತನಾದ. ತನ್ನ ಪತ್ನಿ ಐ ಮೀನ್ ಸುಶೀಲಾ ನೂರರ ಹತ್ತಿರದವರೆಗೆ ಜೀವಿಸಬಹುದೆ! ಇದು ಯಕ್ಷಪ್ರಶ್ನೆ. ಅದನ್ನು ಕೇಳಿ ಆತ ಹಣೆ ಹಣೆ ಚಚ್ಚಿಕೊಂಡ,

"ಇಲ್ಲಮ್ಮಾ ತಾಯಿ, ನಿನ್ನನ್ನು ವೃದ್ಧಳನ್ನಾಗಿಸಿ ನಾನ್ಯಾವ ನರಕಕ್ಕೆ ಹೋಗಲಿ! ಮುಕ್ಕಾಗದ ಸೌಂದರ್ಯರಾಶಿ ನಿನ್ನದು, ಈ ಚಿತ್ರದಲ್ಲಿರುವ ಮುದುಕಿ ಜೊತೆ ನಿನ್ನನ್ನು ನೀನು ಕಂಪೇರ್ ಮಾಡಬೇಡಮ್ಮಾ" ಎಂದು ಹೇಳಿ ಆ ಚಿತ್ರಗಳನ್ನು ಆಕೆಯಿಂದ ಜೋಪಾನದಿಂದ ಪಡೆದು ಸ್ನೇಹಿತನ ಕೈಗೆ ವರ್ಗಾಯಿಸಿದ,

"ನಾವು ಪಡುತ್ತಿರುವ ಕಷ್ಟ ನಿನಗೆ ಗೊತ್ತಿರುವುದಲ್ಲವೆ! ಅದೇ ಆ ವೃದ್ಧೆಗೆ ಸಂಬಂಧಿಸಿದ ಚಿತ್ರಗಳು ಇವು, ನೆನಪುಗಳ ಆಧಾರದ ಮೇಲೆ ಗೀಚಿರುವೆನಮ್ಮಾ, ಎರಡಿವೆ ಎಂದು ನಿನ್ನ ಸಂದೇಹ ತಾನೆ, ಹಾಗಿದ್ದರೆ ಕೇಳು, ಇದು ಮೇಕಪ್ ಮಾಡಿಕೊಳ್ಳದ ಮುದುಕಿ, ಅದು ಮೇಕಪ್ ಮಾಡಿಕೊಂಡಿರುವ ಮುದುಕಿ" ಎಂದು ವಿವರಿಸಿದ.

ಆಕೆ ಅವುಗಳನ್ನು ರೆಪ್ಪೆಯಾರಿಸದೆ ಪರೀಕ್ಷಿಸಿದಳು, "ಅರೆ ಹೌದಲ್ಲವೆ!" ಎಂದು ಉದ್ಗರಿಸಿದಳು. ಈ ವಯಸ್ಸಿನಲ್ಲೂ ಇದು ಮೇಕಪ್ ಮಾಡಿಕೊಂಡಿರುವುದಲ್ಲವೆ! ಹ್ಹಾಹ್ಹಾ ಇದರ ಅಸ್ತೆಟಿಕ್ ಸೆನ್ಸ್! ಸಿಕ್ಕರೆ ತಿಳಿಸಿ, ನಾನೂ ಆಕೆಯನ್ನು ಅಭಿನಂದಿಸುತ್ತೇನೆ" ಎಂದು ಹೇಳಿದಳು, ಪುನಃ ತಾನೆ, "ಎಷ್ಟು ನೈಜವಾಗಿ ರಚಿಸಿರುವಿರಿ! ಯು ಆರ್ ರಿಯಲಿ ಗ್ರೇಟ್ ಕಣ್ರೀ" ಎಂದು ಅಭಿನಂದಿಸಿ ಕೈಕುಲುಕಿದಳು.

ಆಕೆಯ ಮಾತಿನಿಂದ ಅವರ ಮನಸ್ಸಿಗೆ ಎಷ್ಟೋ ಸಂತೊಷವಾಯಿತು. ಪರಸ್ಪರ ಮುಖ ನೋಡಿಕೊಂಡರು. ಪುನಃ ತಲಾ ಒಂದೊಂದು ಚಿತ್ರವನ್ನು ಕಂಕುಳಲ್ಲಿರಿಸಿಕೊಂಡರು.

"ಹೋಗ್ತಿದ್ದೀವಿ ನಮ್ಮ ಕಾರ್ಯ ಯಶಸ್ವಿಯಾಗಲೆಂದು ಆಶೀರ್ವಾದ ಮಾಡು ಆದಿಶಕ್ತಿ" ಎಂದು ಮಹೇಂದ್ರ ಆಕೆಯನ್ನು ಸಾಭಿನಯಪೂರ್ವಕವಾಗಿ ಕೇಳಿದ. ಅದಕ್ಕೆ ಆಕೆ, "ಕ್ಷೇಮದಿಂದ ಹೋಗಿರಿ, ಲಾಭ ಸಹಿತ ಮರಳಿರಿ, ಆದರೆ ಆ ಮಾಯಾವಿ ಮುದುಕಿ ಬಲೆಯೊಳಗೆ ಮಾತ್ರ ಬೀಳಬೇಡಿರಿ" ಎಂದು ತಮಾಷೆ ಮಾಡಿದಳು.

* * *

ಅದಕ್ಕೆ ಹೇಳುವುದು ಮಧುಸೂದನ ಒಂದು ಹೇಳಿದರೆ ಹತ್ತು ಮಾಡುವ ವ್ಯಕ್ತಿ ಅಂತ. ತಮಗಿಂತ ಕಿರಿಯನಿದ್ದರು ಬಹಳ ಉತ್ಸಾಹಿ ಯುವಕ, ಪ್ರಯೋಗಶೀಲ

ವ್ಯಕ್ತಿ, ಸ್ನೇಹಮಯಿ ವಗೈರೆ ವಗೈರೆ. ತೋರಿಸಿದೊಡನೆ ಅವೆರಡೂ ಚಿತ್ರಗಳನ್ನು ಚಿತ್ರಗಳನ್ನು ನೋಡಿ 'ಹ್ಹಾಹ್ಹಾ' ಎಂದು ಉದ್ಗರಿಸಿದ.

"ನೀವು ಈ ಗುಣಸಾಗರದ ಅಭಿನವ ಮೈಖೇಲ್ ಏಂಜಲೋ ಸಾರ್" ಎಂದು ಹೊಗಳಿದ.

"ಸಾರ್ ಯು ಆರ್ ಎ ಜೀನಿಯಸ್" ಎಂದು ಹೊಗಳಿದ. "ನಿಮ್ಮಲ್ಲೊ ಅದ್ಭುತ ಕಲಾವಿದನಿರುವನು, ಅದನ್ಯಾಕೆ ಬಚ್ಚಿಟ್ಟುಕೊಂಡಿದ್ದಿರಿ!" ಎಂದು ಶ್ಲಾಘಿಸಿದ, ಕೇಳಿದ. ಅವನೆ ಪುನಃ ಏನನ್ನೊ ನೆನಪು ಮಾಡಿಕೊಂಡು,

"ಈ ಚಿತ್ರದಲ್ಲಿರೋ ಮುದುಕೀನ ನಾನೆಲ್ಲೊ ನೋಡಿರುವೆ, ಆದರೆ ಸದ್ಯಕ್ಕೆ ನೆನಪಾಗ್ತಿಲ್ಲ, ಆದರೆ ಒಂದಂತು ಸತ್ಯ ಇದು ಫೆಮಿಲಿಯರ್ ಫೇಸ್" ಅಂದ. ಅದನ್ನು ಕೇಳಿ ಅವರು ಮುಖ ಅರಳಿಸಿಕೊಂಡರು. ಹ್ಹಾ ಹೌದಾ ಎಂದು ಉದ್ಗರಿಸಿದರು. ಎಲ್ಲಿ ಯಾರು ಎಂದು ಪೀಡಿಸಿದರು. ಅದಕ್ಕೆ ಅವನು,

"ಸದ್ಯಕ್ಕೆ ಆ ಟಾಪಿಕ್ ಬೇಡ, ನೆನಪಾದಾಗ ನಾನೇ ಹೇಳ್ತೀನಿ, ಹೇಗೋ ನಿಮ್ಮ ಫೋನ್ ನಂಬರ್ ಇದೆಯಲ್ಲ. ನಾನು ಈಕೆನ ನೋಡಿರುವುದಂತು ಖರೆ, ಆದರೆ ಎಲ್ಲಿ ಯಾವಾಗ ಎಂದು ಖಚಿತವಾಗಿ ಹೇಳಲಾರೆ" ಎಂದು ಸಂದೇಹವನ್ನು ಅಮಾನತ್ತಲ್ಲಿರಿಸಿದ. ಬಳಿಕ ತಾನೆ,

'ಅಂದ ಹಾಗೆ ಇವರ್‍ಯಾರೂಂತ ಹೇಳಲೇ ಇಲ್ಲ! ಓಹ್ ನಿಮ್ಮ ಫ್ರೆಂಡಾ, ಈ ಚಿತ್ರಗಳನ್ನು ಬರೆದಿರುವುದು ಇವರಲ್ಲ ತಾನೆ! ಏನೇ ಆಗಲಿ ನಿಮ್ಮ ಸ್ನೇಹಿತರೆಂದರೆ ನನಗೂ ಸ್ನೇಹಿತರೆ. ನಿಮ್ಮ ಸ್ನೇಹಿತರು ಸಾಮಾನ್ಯ ಜನರಿರಲಾರರು, ನೈಸ್ ಟು ಮೀಟ್ ಯು"

ಈ ಎಲ್ಲಾ ಔಪಚಾರಿಕ ಮಾತುಗಳು ಮುಗಿದದ್ದು ಅವನು ತರಿಸಿದ ಪೈನಾಪಲ್ ಜ್ಯೂಸ್ ಕುಡಿದ ಮೇಲೆಯೆ! ಅವನೆ ಮಾತು ಪುನಃ ಆರಂಭಿಸಿದ,

"ಇವುಗಳನ್ನು ನೀವು ನನಗೆ ಗಿಫ್ಟ್ ಕೊಡಲಿಕ್ಕಿಲ್ಲ, ಆ ದೊಡ್ಡಗುಣ ನಿಮ್ಮಲ್ಲಿರಲಾರದು, ಸುಮ್ಮನೆ ತಮಾಷೆಗೆ ಹೇಳಿದೆ. ಅದಿರ್ಲಿ ನಿಮಗೆ ಇವುಗಳ ಪ್ರಿಂಟೌಟ್ ಬೇಕು, ಎಷ್ಟು ಕಾಪೀಸ್ ಬೇಕು, ಈಗಲೆ ಹೇಳಿ" ಎಂದು ಕೇಳಿದ, ತಾನು ಮಹಾವಾಚಾಳಿ ಎಂಬುದನ್ನು ಪುನಃ ಸಾಬೀತು ಪಡಿಸಿದ.

"ಪ್ರಶ್ನೆಗಳು ನಿನ್ನಲ್ಲಿವೆ, ಅವಕ್ಕೆ ಉತ್ತರಗಳೂ ನಿನ್ನಲ್ಲಿವೆ ಮಧು, ನಮಗೆ ಐವ್ವೆವತ್ತು ಕಾಪೀಸು ಬೇಕು ಸದ್ಯಕ್ಕೆ" ಎಂದು ಕೇಳಿದ. ಅದಕ್ಕೆ ಮಧು, "ಕಲ್ಲರ್ ಪ್ರೋಸೆಸ್ ಡಿಲೇ ಆಗ್ತದೆ, ಬಲ್ಕ್ ಇದ್ದರೆ ಬೆಂಗಳೂರಿಗೆ ಕಳಿಸ್ತೀವಿ, ಅದಕ್ಕೆ ಸದ್ಯಕ್ಕೆ ಹತ್ತತ್ತು ಕಾಪಿಸು ಕೊಡ್ತೀನಿ" ಎಂದ, ಆಗಲಿ ಎಂದು ಮಹಿ ಹೇಳಿದ.

ಅದಕ್ಕೆ ಅವನೆ "ಅರ್ಧ ತಾಸು ಕಾಯವಿರಿ ತಾನೆ! ಟೆಕ್ನಿಷಿಯನ್ ಬರಬೇಕಿದೆ" ಎಂದು ರಿಕ್ವೆಸ್ಟ್ ಮಾಡಿಕೊಂಡ.

ಪ್ರಮೋದ ಮುಖ ನೋಡಿದ್ದಕ್ಕೆ ಮಹೇಂದ್ರ, ಅದಕ್ಕೆ ಅವರು ಎಸ್ ಅಂದರು.

ಈಗ ಹನ್ನೆರಡೂವರೆ, ಒಂದು ಗಂಟೆವರೆಗೆ ಕಾಯಬೇಕು, ಟೈಂಪಾಸಿಗೆ ಹೊರಗೆಲ್ಲಾದರು ಹೋಗಿ ಚಹಾ ಕುಡಿದು ಸಿಗರೇಟ್ ಸೇದಿ ಫ್ರೆಷ್ ಆದರೆ ಹೇಗೆ! ಮಹಿ ಟೈಂ ನೋಡಿಕೊಳ್ಳುತ್ತ ಯೋಚಿಸಿದ. ಪ್ರಮೋದನ ನಾಲಗೆ ಸಹ ಚುಟುಗುಟ್ಟಲಾರಂಭಿಸಿತ್ತು ಬೇರೆ. ಕಾರಣ ಅವನು ಪ್ರತಿ ಅರ್ಧ ಗಂಟೆಗೊಮ್ಮೆ ಸಿಗರೇಟನ ಸೇದುವ ಚಟಗಾರ.

ರಸ್ತೆ ಆಚೆ ಕಡೆ ದರ್ಶಿನಿ ಇತ್ತು. ಅಲ್ಲಿಗೆ ಹೋದರು, ಟೀ ಕುಡಿದ ಬಳಿಕ ಸಿಗರೇಟ್ ಹಚ್ಚಿಕೊಂಡರು, ಹ್ಹಾ ಅಂದಹಾಗೆ ಸ್ಟುಡಿಯೋ ಕಣ್ಣಳತೆಯಲ್ಲಿತ್ತು, ಅಲ್ಲಿನ ವಿದ್ಯಮಾನಗಳು ಸ್ಪಷ್ಟವಾಗಿ ಕಾಣಿಸುತ್ತಿದ್ದವು.

"ಅವನು ಹೇಳಿದ್ದು ಕೇಳಿಸಿಕೊಂಡೆ ತಾನೆ! ಅದೆ ಆ ಮುದುಕಿನ ತಾನು ನೋಡಿರುವುದಾಗಿ ಹೇಳಿದ್ದು, ಅವನು ನೋಡಿರಬಹುದೆ, ಅಥವಾ ಬ್ಯುಲ್ಡಪ್ ಕೊಟ್ಟಿರಬಹುದೆ!" ಎಂದು ಮಹಿ ಅನುಮಾನ ವ್ಯಕ್ತಪಡಿಸಿದ. ಅದಕ್ಕೆ ಅತಿಥಿ,

"ಅವನು ಹೇಳಿದ್ದರಲ್ಲಿ ಸುಳ್ಳಿಲ್ಲ, ಸುಳ್ಳು ಹೇಳುವುದರಿಂದ ಅವನಿಗೇನು ಲಾಭ. ನೋಡಿದ ಕೂಡಲೆ ಹಿಂದೆ ಮುಂದೆ ಆಲೋಚಿಸದೆ ಹೇಳಿದ. ಅವನು ಖಂಡಿತ ಆ ಮುದುಕಿನ ನೋಡಿರಲೇಬೇಕು" ಎಂದು ಹೇಳಿದ.

ಚಹಾನೂ ಕುಡಿದದ್ದು ನಿಧಾನ, ಸಿಗರೇಟ್ ಸೇದಿದ್ದು ಸಹ ನಿಧಾನ. ಗೋಡೆ ಮೇಲೆ ನೇತು ಬಿಟ್ಟಿದ್ದ ಮೆನ್ಯುನಲ್ಲಿದ್ದ ತಿಂಡಿತೀರ್ಥಗಳ ಹೆಸರು ಬೆಲೆ ವಿವರಗಳನ್ನು ಓದಿದ್ದು ಸಹ ನಿಧಾನವಾಗಿ. ಅಲ್ಲಿನ ಗಿರಾಕಿಗಳ ನಡೆನುಡಿಯನ್ನು ಅಬ್ಸರ್ವ್ ಮಾಡಿದ್ದು ಸಹ ನಿಧಾನವಾಗಿ. ಹೀಗಾಗಿ ಅರ್ಧ ತಾಸು ಮುಗಿದು ಮೇಲೆ ಐದು ನಿಮಿಷ ಹೆಚ್ಚುವರಿ ಸಮಯ ಆಗಿತ್ತು.

ರಸ್ತೆ ದಾಟುವಾಗ ಅತಿಥಿ, "ಮಧುಸೂದನ ಇಂಟರೆಸ್ಟಿಂಗ್, ಇನ್‌ಸೈಟ್ಸ್ ಇರುವ ವ್ಯಕ್ತಿ, ಅವನ ಸ್ನೇಹ ಗಟ್ಟಿಗೊಳಿಸಿಕೊ, ಕೆಲಸಕ್ಕೆ ಬರ್ತಾನೆ" ಎಂದು ಸಲಹೆ ನೀಡುವುದನ್ನು ಮರೆಯಲಿಲ್ಲ.

* * *

ಪ್ರಮೋದ ಹೇಳಿದ್ದರಲ್ಲಿ ಅತಿಶಯೋಕ್ತಿ ಇರಲಿಲ್ಲ. ಮಧುಸೂದನ ಇಂಟರೆಸ್ಟಿಂಗ್ ಮತ್ತು ಹೆಲ್ಪಿಂಗ್ ನೇಚರ್ ಇದ್ದ ವ್ಯಕ್ತಿಯಾಗಿದ್ದ. ಸ್ವಲ್ಪ ಹೇಳಿದರೆ ಬಹಳ ಹಚ್ಚಿಕೊಳ್ಳುತ್ತಿದ್ದ. ಆ ದಿವಸ ಆಗಿದ್ದು ಅದೇ. ಪ್ರಿಂಟೌಟ್ ಕಾಪೀಸು ಕೊಡುವಾಗ ಅವನು ಪುನಃ ಅವೆರಡೂ ಚಿತ್ರಗಳನ್ನು ವಿವಿಧ ಅಂತರದಲ್ಲಿರಿಸಿ ನೋಡಿದ,

"ಸಾರ್ ನೀವು ನಿಜವಾಗಲು ಗ್ರೇಟ್ ಸಾರ್, ನಿಮ್ಮ ಇಮ್ಯಾಜಿನೇಷನ್ನು ಮತ್ತು ಮೆಮೊರಿ ಪವರ್ ಅದ್ಭುತ. ಇದನ್ನು ನೋಡಿದವರು ಜೀವಂತ ವ್ಯಕ್ತೀನ ಎದುರಿಗೆ ಕೂಡ್ರಿಸಿಕೊಂಡು ಬರೆದಿರುವಿರಿ ಅಂತಾನೆ ಹೇಳ್ತಾರೆ. ಹಾಗಿದೆ ಇದರಲ್ಲಿನ ಲೈಫ್" ಬಳಿಕ ಅದನ್ನು ಟೇಬಲ್ ಮೇಲಿರಿಸಿ ಪುನಃ ತಾನೆ, "ಈ ಚಿತ್ರದಲ್ಲಿನ ವೃದ್ಧೆನ ನಾನು ಎಲ್ಲೋ ಯಾವತ್ತೊ ನೋಡಿರುವೆ, ಆದರೆ ಈ ಕ್ಷಣ ಆಕೆ ಇಂಥ ವ್ಯಕ್ತಿ ಅಂತ ಖಚಿತವಾಗಿ ಹೇಳಲಾರೆ. ಆಕೆನ ಹುಡುಕುವ ಜವಾಬ್ದಾರಿನ ನನಗೆ ನೀವು ನೆಮ್ಮದಿಯಿಂದಿರಿ, ಹ್ಹಾ ಅಂದಹಾಗೆ ನಾವೆಲ್ಲರು ಸೇರಿ ಎಲ್ಲಾದರು ಸಿಟ್ಟಿಂಗ್!" ಎಂದು ಆ ಮಾತನ್ನು ಮೆಲ್ಲಗೆ ಹೇಳಿದ,

ಅದಕ್ಕೆ ಮಹೇಂದ್ರ, "ಮೊದಲು ಆ ಮುದುಕಿ ಸಿಗಲಿ, ಆ ಬಳಿಕ ಉಳಿದದ್ದು" ಎಂದು ಸೂಚಿಸಿದ.

ಪ್ರಮೋದನ ಅಸೆಸ್ಮೆಂಟ್ ಸರಿ ಅಂತ ಮಹೀಗೆ ಪುನಃ ಅನ್ನಿಸಿತು. "ಮಧುಸೂದನ ಸ್ವಲ್ಪ ಕಿಡ್ಡಿಂಗು, ಆದರೆ ಅಂಟರುಪುಳಕಿಯಂಥವನು, ಹತ್ತಿರ ಹೋದರೆ ಅಂಟಿಕೊಂಡೇ ಬಿಡ್ತಾನೆ. ಅವನು ಫೈನಾನ್ಸಿಯಲಿ ಸೌಂಡಾಗಿದ್ದಾನೆ ಪ್ರಮೋದ. ಅಗತ್ಯವಿದ್ದಾಗ ನನಗೆ ಐದು ಹತ್ತು ಸಾವಿರ ಕೊಡ್ತಿರ್ತಾನೆ. ಸ್ಟುಡಿಯೋ ಜೊತೆಗೆ ರಿಯಲ್ ಎಸ್ಟೇಟ್ ಬ್ಯುಸಿನೆಸ್ ಬೇರೆ ಇದೆ" ಎಂದು ದಾರಿಯುದ್ದಕ್ಕು ಗುಣಗಾನ ಮಾಡಿದ.

ಮನೆಯಲ್ಲಿ ಸುಶೀಲಾ ಅವರ ಆಗಮನಕ್ಕಾಗಿ ಕಾಯುತ್ತಿದ್ದಳು. ಆಕೆ ಕೈಯಲ್ಲಿ ಟೆಲಿಗ್ರಾಂ ಇತ್ತು. ಅದನ್ನು ನೋಡಿದೊಡನೆ ಪ್ರಮೋದನ ಮುಖ ಮುದುಡಿತು, ಅದೆಲ್ಲೋ ಇರುವ ಆತನ ತಾಯಿಗೆ ಮೂರನೆ ಸಲ ಹಾರ್ಟ್‌ಅಟ್ಯಾಕ್ ಆಗಿತ್ತು. ವಿಷಯ ತಿಳಿದು ಮಹೇಂದ್ರ ದಂಪತಿಗಳ ಮನಸ್ಸಿಗು ನೋವಾಯಿತು.

ಬಾತ್ರೂಮಲ್ಲಿದ್ದಾಗ ಮಹೇಂದ್ರ ಹತ್ತು ಸಾವಿರವಿದ್ದ ಪಾಕೆಟ್ಟನ್ನು ಗೆಳೆಯನ ಬ್ಯಾಗಲ್ಲಿರಿಸಿದ ಸಪ್ಪಳಾಗದಂತೆ. ಬಾತ್ರೂಮಿನಿಂದ ಬಂದವನೆ ಅವನು ಊಟಕ್ಕೆ ಕಾಯಲಿಲ್ಲ.

"ಡಾಕ್ಟರ್ ಪುನಃ ಹಾರ್ಟ್ ಅಟ್ಯಾಕ್ ಆಗದಂತೆ ಮುಂಜಾಗ್ರತೆ ವಹಿಸಿ ಅಂತ ಹೇಳಿದ್ದರು. ಮದುವೆ ಆಗಲಿಕ್ಕೆ ಒತ್ತಾಯಿಸುವಳೂಂತ ನಾನು ಸಹ ಆಕೆನ ಸ್ವಲ್ಪ ದೂರವಿಟ್ಟಿದ್ದೆ. ಮುದುಕರು ತಾವು ಸುಖವಾಗಿರೊಲ್ಲ, ನಮ್ಮನ್ನು ನೆಮ್ಮದಿಯಿಂದಿರಲಿಕ್ಕೆ ಬಿಡೋದಿಲ್ಲ, ಹಠಮಾರಿಗಳು, ನಿಯರ್ ನೈಂಟಿ ಇತ್ತು, ಆದರು ನನ್ನ ಆಕೆ ಸೈಕಲಾಜಿಕಲಿ ಸ್ಟ್ರಾಂಗು" ಎಂದು ಹೇಳುತ್ತ ಲಗುಬಗೆಯಿಂದ ರೆಡಿಯಾದ.

"ಯಾವುದಕ್ಕು ಫೋನ್ ಮಾಡು ಪ್ರಮೋದ್, ತಾಯಿ ಸೆಂಟಿಮೆಂಟ್ ಹತ್ತಿರ ಇರೋರಿಗೆ ಅರ್ಥಾಗೊಲ್ಲ, ಆ ನೋವು ನಮಗೆ ಅರ್ಥಾಗುತ್ತೆ. ಯಾಕೆಂದರೆ

ನಮ್ಮ ಪಾಲಿಗೆ ಅವರಿದ್ದಾರೆ, ಆದರೆ ಅವರ ಪಾಲಿಗೆ ನಾವಿಲ್ಲ, ಬ್ಯಾಗಿನ ಕಡೆ ಗಮನವಿರಲಿ" ಎಂದು ಮಹಿ ಹೇಳಿ ಕಣ್ಣುಗಳನ್ನು ಒದ್ದೆ ಮಾಡಿಕೊಂಡ.

ತಮ್ಮಿಬ್ಬರ ಕಥೆಗಳು, ತಮ್ಮಿಬ್ಬರ ಪೂರ್ವಾಪರಗಳು ತಮ್ಮಿಬ್ಬರಿಗೂ ಗೊತ್ತು. ತಮ್ಮಿಬ್ಬರ ಪೇರೆಂಟ್ಸನ ಒಪ್ಪಿಸಲು ಪ್ರಯತ್ನಿಸಿದ್ದು, ಆರ್ಯಸಮಾಜದಲ್ಲಿ ತಮ್ಮಿಬ್ಬರ ಮದುವೇನ ಸಿಂಪಲ್ಲಾಗಿ ಮಾಡಿದ್ದು, ನಿನಗೆ ನಾನೆ ಅಣ್ಣ ಅಂತ ಸುಶೀಲಾಗೆ ಧೈರ್ಯ ಹೇಳಿದ್ದು ಎಲ್ಲವು ಈ ಪ್ರಮೋದನೆ. ಅಂಥವನು ಉಂಡು ಉಪವಾಸಿ ಬಳಸಿ ಬ್ರಹ್ಮಚಾರಿ!

ಮಹಿ, ಜೊತೆಯಲ್ಲಿ ಹೋಗಿ ಬಸ್ ಹತ್ತಿಸಿ ಮರಳಿದ.

* * *

ಸೇರಿದ ಬಳಿಕ ದಂಪತಿಗಳು ಪ್ರಮೋದನ ತಾಯಿಯ ಆರೋಗ್ಯಸ್ಥಿತಿಯ ಗಂಭೀರತೆ ಕುರಿತಂತೆ ಮಾತುಕತೆ ನಡೆಸಿದರು. ಹೆಲ್ಪಿಂಗ್ ನೇಚರ್ ಇರುವ ಅಪರೂಪದ ಗೆಳೆಯ. ಅಂಥವರು ಇರುವುದು ಸಾವಿರಕ್ಕೊಬ್ಬರು. ವಿಚಿತ್ರವೆಂದರೆ ಅವನು ಮದುವೆ ಮಾಡಿಸಿದವರೆಲ್ಲರು ಸುಖವಾಗಿದ್ದಾರೆ, ಆದರೆ ಅವನು ಮಾತ್ರ ಸುಖವಾಗಿಲ್ಲ. ಇದು ದುರ್ದೈವದ ಸಂಗತಿ. ಹೀಗೆ ಅವರು ಮಾತುಗಳ ನಡುವೆ ಅವನ ನೆನಪಲ್ಲಿ ಕಳೆದು ಹೋಗಿದ್ದರು, ಅವರಿಗೆ ಸಮಯದ ನಿರ್ಬಂಧವಿರಲಿಲ್ಲ, ಮಾಡಿರದಿದ್ದ ಊಟ ಸಹ ನೆನಪಾಗಲಿಲ್ಲ.

ಅದಾದ ಒಂದು ತಾಸಿನ ಬಳಿಕ ಲ್ಯಾಂಡ್‌ಫೋನ್ ಟ್ರಿಣ್‌ಗುಟ್ಟಿತ್ತು. ಅದೇ ತಾನೆ ಮಹಿ ಮುಖ ತೊಳೆದುಕೊಂಡು ಬಚ್ಚಲಿನಿಂದ ಹೊರಗಡೆ ಬಂದಿದ್ದ, ಮುಖವನ್ನು ಒರೆಸಿಕೊಳ್ಳಲು ಟುವೆಲ್ಲಿಗಾಗಿ ಹುಡುಕಾಟ ನಡೆಸಿದ್ದ. ಹಾಗೆಯೇ ಹೋಗಿ ರಿಸೀವರ್ ಎತ್ತಿಕೊಂಡ.

ಆ ಕಡೆಯಿಂದ ಮಾತಾಡುತ್ತಿರುವುದು ಪ್ರಮೋದ. ತನಗೆ ತಿಳಿಯದ ಹಾಗೆ 'ನನ್ನ ಬ್ಯಾಗಿನಲ್ಲಿ ಹತ್ತು ಸಾವಿರ ರೂಪಾಯಿ ಇರಿಸಿರುವುದು ಸರಿಯೆ!' ಎಂದು ಕೇಳಿದ, ತನ್ನ ಬಳಿ ದುಡ್ಡಿಗೆ ಬರವಿಲ್ಲವೆಂದೂ ಹೇಳಿದ, ಜೊತೆಗೆ ನೆನಪು ಮಾಡಿಕೊಂಡು ಅವನು ಹೇಳಿದ್ದೇನೆಂದರೆ,

"ನಿನ್ನ ತಲೆಯಲ್ಲಿರುವ ವೃದ್ಧೆ ಅಸಾಧಾರಣ ಹಿನ್ನೆಲೆಯ ವ್ಯಕ್ತಿ ಅನ್ನಿಸುತ್ತೆ, ಆಕೆಯನ್ನು ಹೇಗಾದರು ಪ್ರಯತ್ನಿಸಿ ಹುಡುಕು, ನನ್ನ ಅಂತರಾತ್ಮ ಹೇಳುತ್ತಿದೆ, ಆಕೆ ವಾಸ ಇರುವುದು ಅಲ್ಲೆ. ಅದೇನು ದೊಡ್ಡ ಶಹರ ಅಲ್ಲವಲ್ಲ, ಚಿಕ್ಕ ಶಹರ, ಅದನ್ನು ವೃದ್ಧರ ಪುನರ್ವಸತಿ ಕೇಂದ್ರ ಅಂದರು ಸರಿಯೆ. ಅಂಥ ಕಡೆ ಆಕೆಯನ ಪತ್ತೆ ಹಚ್ಚುವುದು ಸಾಹಸದ ಸಂಗತಿ ಅಲ್ಲ. ಮುಖ್ಯವಾಗಿ ಆ ಸ್ಟುಡಿಯೋದ ಮಧುಸೂದನನ ಹೆಲ್ಪ್ ತಗೊ. ಅವನಿಗೆ ನಿನ್ನ ಮೇಲೆ ಅಭಿಮಾನ,

ನಿನಗಾಗಿ ಅವನು ಏನಾದರು ಮಾಡಬಲ್ಲ" ಟೆಲಿಫೋನ್ ಬೂತಿನಿಂದ ಮಾತಾಡುತ್ತಿದ್ದುದರಿಂದ ಆಗಾಗ್ಗೆ ಅದರ ರಂಧ್ರದಲ್ಲಿ ಕಾಯಿನು ಉದುರಿಸುವ ಅನಿವಾರ್ಯತೆ ಇತ್ತು, ಪುನಃ ಉದುರಿಸಿ ಮಾತು ಮುಂದುವರಿಸಿದ,

ಬಸ್ಸು ಮಾರ್ಗಮಧ್ಯೆ ಅದ್ಯಾವುದೊ ಊರಲ್ಲಿ ಕಾಫಿಗಂತ ನಿಲ್ಲಿಸಿರಬೇಕು.

"ನನ್ನ ತಾಯಿಯ ಆರೋಗ್ಯಸ್ಥಿತಿ ಕಳವಳಕಾರಿಯಾಗಿರುವುದು ನಿಜ, ಆದರೆ ಹೃದಯ ಇದ್ದವರಿಗೆ ಇದೆಲ್ಲ ಮಾಮೂಲು, ಆಕೆನ ಬದುಕಿಸಿಕೊಳ್ಳಲು ಎಲ್ಲಾ ರೀತಿಯಿಂದ ಪ್ರಯತ್ನಿಸುವೆ. ಕೈಬಿಟ್ಟರೆ ವೈಕುಂಠ ಸಮಾರಾಧನೆ ನಡೆಸಿ ಪುನಃ ಗುಣಸಾಗರಕ್ಕೆ ಬರುವೆ. ನನ್ನ ತಲೇನು ಆ ವೃದ್ಧೆ ತಿನ್ನುತ್ತಿದ್ದಾಳೆ. ಇಬ್ಬರು ಕೂಡಿ ಆ ಮುದುಕಿ ಕುರಿತು ಏನು ಮಾಡುವುದೆಂದು ಯೋಚಿಸೋಣ, ಮೊದಲು ನೀನು ಆಕೆಯನ್ನು ಪತ್ತೆ ಹಚ್ಚು" ಎಂದು ನಿರರ್ಗಳವಾಗಿ ಹೇಳಿದ.

"ಹ್ಹಾ ಮರೆತ್ತಿದ್ದೆ, ಅಲ್ಲದೆ ನಿನಗೆ ಹೇಳಬಾರದೆಂದುಕೊಂಡಿದ್ದೆ, ಆ ನಿನ್ನ ಒರಿಜಿನಲ್ ಪೇಂಟಿಂಗ್ ನನ್ನ ಬಳಿ ಇವೆ. ಅಮೇರಿಕಾದ ನ್ಯೂಜೆರ್ಸಿಲಿ ನ್ಯೂಟೇಸ್ಟ್ ಅಸೋಸಿಯೇಷನ್ ವೃದ್ಧರಿಗೆ ಸಂಬಂಧಿಸಿದ ಪೇಂಟಿಂಗ್ ಕಾಂಪಿಟೇಷನ್ ಏರ್ಪಡಿಸಿದೆ, ಆಕರ್ಷಕ ನಗದು ಬಹುಮಾನ ಜೊತೆಗೆ ಅಮೇರಿಕಾ ಪ್ರವಾಸ ಎಲ್ಲ ಇದೆ, ಅದಕ್ಕೆ ನಿನ್ನ ಪೇಂಟಿಂಗನ ಕಳಿಸ್ತಿದ್ದೀನಿ, ಹ್ಹಾಂ ಇನ್ನೊಂದು ವಿಷಯ, ಅದಕ್ಕೆ ನಾನೆ ಕ್ಯಾಪ್ಷನ್ ಕೊಡ್ತೀನಿ, ವಿಶ್ವಸುಂದರಿ ಅಂತ, ಇದು ನಿನಗೆ ಇಷ್ಟವಾಯ್ತು ತಾನೆ!" ಪುನಃ ನೆನಪು ಮಾಡಿಕೊಂಡು ಪುನಃ ತಾನೆ ಹೇಳೀದ.

"ಅಡ್ರೆಸ್ ಕೊಡೋದು ಕಂಪಲ್ಸರಿ ಇತ್ತಲ್ಲ, ಅದಕ್ಕೆ ನಿನ್ನ ಅಡ್ರೆಸ್ ಕೊಟ್ಟೀನಿ, ವಿಶ್ವಸುಂದರಿ ಕೇರಾಫ್ ಮಹೇಂದ್ರ, ಸೋ ಅಂಡ್ ಸೋ ಅಂತ, ಇದಕ್ಕೆ ಬೇಸರವಿಲ್ಲ ತಾನೆ!"

ಅದಕ್ಕೆ ಪ್ರತಿಯಾಗಿ ತಾನು ಏನೋ ಹೇಳಬೇಕೆನ್ನುವಷ್ಟರಲ್ಲಿ ಅವನು

"ಮಹಿ ಊರು ಸೇರಿಕೊಂಡ ಬಳಿಕ ಪುನಃ ಮಾತಾಡ್ತೀನಿ, ಆ ಮುದುಕಿ ಹುಡುಕಾಟನ ಮುಂದುವರಿಸು" ಎಂದು ಹೇಳಿದ್ದು ಅಸ್ಪಷ್ಟವಾಗಿ ಕೇಳಿಸಿತು.

ಬಸ್ಸಿನ ಹಾರನ್ ಸೌಂಡು ಕರ್ಕಶವಾಗಿ ಕೇಳಿಸದಿದ್ದಲ್ಲಿ ಇನ್ನು ಅವನು ಮಾತಾಡುತ್ತಿದ್ದನೇನೊ! ಅವನು ಹೆಚ್ಚು ವಾಚಾಳಿ, ಆದ್ದರಿಂದ ಯಾವ ಮಾತು ನೆನಪಲ್ಲಿ ಉಳಿಯುವುದು ಕಷ್ಟ. ಆದರು ಅವನದ್ದು ನಿಷ್ಕಲ್ಮಷ ಹೃದಯ.

ಅವನು ಹೇಳಿದ್ದೆಲ್ಲವನ್ನು ಚಾಚೂತಪ್ಪದೆ ತನ್ನ ಪತ್ನಿಗೆ ವಿವರಿಸಿದ.

ಇನ್ನು ಊಟ ಸರಿಯಾಗಿ ಮಾಡಿರಲಿಲ್ಲ.

* * *

ಅಷ್ಟರಲ್ಲಿ ಪುನಃ ಫೋನ್ ಟ್ರಿಣ್‌ಗುಟ್ಟಿತು.

ಕೈಯಲ್ಲಿ ತುತ್ತು ಇದ್ದ ಕಾರಣಕ್ಕೆ ಪತ್ನಿಗೆ ಮಾತಾಡಾಲು ಸೂಚಿಸಿದ, ಆಕೆ ಹೋಗಿ ರಿಸೀವರ್ ಎತ್ತಿ ಹಲೋ ಅಂದಳು. ಒಂದು ನಿಮಿಷದ ಬಳಿಕ ಆಕೆ, "ಅದ್ಯಾರೊ ಮಧು ಅಂತೆ, ನಿಮ್ಮ ಜೊತೆ ಮಾತಾಡಬೇಕಂತೆ" ಎಂದು ಹೇಳಿದಳು.

ಆ ನಾಮವಾಚಕ ಕೇಳಿಸಿಕೊಂಡಾಕ್ಷಣ ಮಹೇಂದ್ರನ ಹೃದಯಬಡಿತ ಹೆಚ್ಚಿತು. ಎಂಜಲುಗೈಯನ್ನು ಟವೆಲ್ಲಿಗೆ ಒರೆಸಿಕೊಳ್ಳುತ್ತ ಧಾವಿಸಿ ರಿಸೀವರನ್ನು ಕೈಯಲ್ಲಿ ಹಿಡಿದುಕೊಂಡ. ಕೊನೆಗೂ ತಾನು ಊಹಿಸಿದಂತೆಯೇ ಆಯಿತು. ಇನ್ನು ತಡಮಾಡುವುದೇಕೆ!

"ಊಟನ ಅರ್ಧಕ್ಕೆ ಬಿಟ್ಟು ಹೋಗ್ತಿದ್ದೀರಲ್ಲ!" ಎಂದು ಕೇಳಿದಳು.

ಅದಕ್ಕೆ ಮಹಿ, "ಆ ಮೇಲೆ ಬಂದು ಮಾಡ್ತೀನಿ, ತೀರಾ ಅರ್ಜೆಂಟಿದೆ" ಎಂದು ಹೇಳುತ್ತ ಲಘುಬಗೆಯಿಂದ ರೆಡಿಯಾಗಿ ಅಲ್ಲಿಂದ ಹೊರಟ.

ಮಧು ತನ್ನ ಸ್ಟುಡಿಯೋದಲ್ಲಿರಲಿಲ್ಲ, ಆದರೆ ಇಂಥ ನಿರ್ದಿಷ್ಟ ಪ್ಲೇಸಿನಲ್ಲಿ ಕಾಯುತ್ತಿರುವೆನೆಂದು ತಿಳಿಸಿದ್ದ, ಅಂದರೆ ಅದು ಅದ್ಯಾವುದೊ ಬಡವಾಣೆ, ಅದು ಇಲ್ಲಿಂದ ಏಳೆಂಟು ಕಿಮೀ ದೂರ. ಆ ಬಡಾವಣೆಯಲ್ಲಿ ವಾಸಿಸುತ್ತಿರುವವರೆಲ್ಲರೂ ಶ್ರೀಮಂತರೆ. ಅದು ತಮಗೆಂದೆ ನಿರ್ಮಿಸಿಕೊಂಡ ಬಡಾವಣೆ. ಆ ಬಡಾವಣೆಗೆ ತಾನು ಹೋಗುವುದು ತೀರಾ ವಿರಳ.

ಡೈಮಂಡ್ ರಿಕ್ರಿಯೇಷನ್ ಕ್ಲಬ್ ಮುಂದೆ ಕಾಯುತ್ತಿರುವೆನೆಂದು ತಿಳಿಸಿದ್ದನಷ್ಟೆ. ಅದು ಸಹ ಆ ಬಡಾವಣೆ ಶ್ರೀಮಂತರು ತಮ್ಮ ಮನರಂಜನೆ ಸಲುವಾಗಿ ಮಾಡಿಕೊಂಡಿದ್ದ ಏರ್ಪಾಡು. ರತ್ನಂ ಆ ಕ್ಲಬ್‌ನ ಮೆಂಬರ್. ಅವರು ಒಮ್ಮೆ ಅಲ್ಲಿಗೆ ತನ್ನನ್ನು ಕರೆದೊಯ್ದಿದ್ದರು. ಕುಡಿಯುವಿರಾದರೆ ಕುಡಿಯಿರಿ, ತಿನ್ನುವಿದರಾದರೆ ತಿನ್ನಿರಿ ಎಂದು ಸೂಚಿಸಿದ್ದರು. ಆದರೆ ತಾನು ಕುಡಿಯಲಿಲ್ಲ, ತಿನ್ನಲಿಲ್ಲ. ಅಭ್ಯಾಸವಿದ್ದರೆ ತಾನೆ ಅದೆಲ್ಲ.

ಆ ಲ್ಯಾಂಡ್ ಮಾರ್ಕ್ ತಲುಪುವುದಕ್ಕೆ ಹಿಡಿದ ಸಮಯ! ಅಲ್ಲಿ ಮರದ ಕೆಳಗೆ ಕಾಯುತ್ತ ಇದ್ದ ಮಧು ಜೊತೆಗೆ ಇನ್ನೊಬ್ಬನಿದ್ದ. ಹೋಗಿ ತಲುಪಿದೊಡನೆ ಆತ ಈತನನ್ನು ಪರಿಚಯಿಸಿದ. ನಿನ್ನೆ ಸಂಜೆ ಯುಗಂಧರ್ ತನ್ನ ಸ್ಟುಡಿಯೋಕ್ಕೆ ಬಂದಿದ್ದನಂತೆ, ಅಲ್ಲಿದ್ದ ಪೋರ್ಟ್ರೇಟ್ ನೋಡಿದನಂತೆ, ಅರೆ ಆಕೆಯೇ ಈಕೆ ಎಂದು ಉದ್ಗರಿಸಿದನಂತೆ, ಆಕೆಯ ಪರಿಚಯ ಈತನಿಗೆ ಇರುವುದಂತೆ, ಸೌಂದರ್ಯ ಪ್ರಸಾಧನ ಸಾಮಗ್ರಿಗಳನ್ನು ಈತ ಆಕೆಗೆ ಸರಬರಾಜು ಮಾಡುತ್ತಿರುವನಂತೆ ವಗೈರೆ ವಗೈರೆ... ಆದರೆ ಅವನಿಗೆ ಸ್ಥಳೀಯ ಭಾಷೆಗಳು ಬರುವುದಿಲ್ಲ, ಏನಿದ್ದರು ಸ್ಪ್ಯಾನಿಷ್ ಮಿಶ್ರಿತ ಇಂಗ್ಲೀಷ್!

ಸೌಂದರ್ಯ ಪ್ರಸಾಧನಗಳ ಕುತೂಹಲ ಇದ್ದುದರಿಂದ ಮಹಿ ಕೆಲವು ಪ್ರಶ್ನೆಗಳನ್ನು ಕೇಳಿದ, ಪ್ರಧಾನವಾಗಿ ಯುಗಂಧರನ ಹಿನ್ನೆಲೆ. ಓಹ್ ಅದು ಇನ್ನು ಇಂಟರೆಸ್ಟಿಂಗ್! ಹ್ಞಾಂ ಅಂದಹಾಗೆ ಆತ ಮಧುಗಿಂತ ಹಿರಿಯನಿದ್ದ, ಮತ್ತು ಆತ ತನಗಿಂತ ಕಿರಿಯನಿದ್ದ. ಎಲ್ಲರಂತೆ ಆತ ಸಹ ವಲಸಿಗ. ಆಸಕ್ತಿಕರ ಸಂಗತಿ ಅಂದರೆ ಆತ ಮುಂಬಯಿಯ ಒರೋಲಿ, ಹೈದರಾಬಾದ್‌ನ ಜ್ಯುಬ್ಲಿಹಿಲ್ಸ್ ಮತ್ತು ಮದ್ರಾಸಿನ ಕೋಡಂಬಾಕಂ ಏರಿಯಾದಲ್ಲಿ ನಿವಾಸಿಸುತ್ತಿರುವ ವೃದ್ಧ ತಾರೆಯರಲ್ಲಿ ಬಹುಪಾಲು ಮಹಿಳೆಯರು ತನಗೆ ಚಿರಪರಿಚಿತರಂತೆ, ಅವರಿಗೆ ತಾನು ಸೌಂದರ್ಯ ಪ್ರಸಾಧನಗಳನ್ನು ಸರಬರಾಜು ಮಾಡುತ್ತಿದ್ದನಂತೆ.

ಸೌಂದರ್ಯ ಪ್ರಸಾಧನಗಳೆಂದರೆ ಅವೇ ಸ್ನೋ ಪೌಡರ್, ನೇಲ್ ಪಾಲಿಷ್ ವಗೈರೆ ವಗೈರೆ! ಅಂಡರ್ ಎಸ್ಟಿಮೇಟ್ ಮಾಡಿದ್ದಕ್ಕೆ ಯುಗಂಧರ್ ನಕ್ಕ. ಕೃತಕ ಕಣ್ಣುಹುಬ್ಬುಗಳು ರೆಪ್ಪೆಗಳು, ತುಟಿ ಮೇಲೊದಿಕೆಗಳು, ಕೃತಕ ಉಗುರುಗಳು! ಇನ್ನು ಮನಸ್ಸು ಬಿಚ್ಚಿ ಹೇಳುವುದಾದರೆ ಕೃತಕ ತೊಡೆಗಳು, ಕೃತಕ ಬಟಕ್ಸುಗಳು ಕೃತಕ ತಲೆಗೂದಲು! ಕೃತಕ ದಂತಪಂಕ್ತಿಗಳು!

"ಓಹ್! ವೆರ‍್ರಿ ಇಂಟರೆಸ್ಟಿಂಗ್" ಎಂದು ಮಹಿ ಉದ್ಗರಿಸಿದ, ಅವನ ಹಿಂದಿನ ಹೆಜ್ಜೆ ಗುರುತುಗಳಲ್ಲಿ ಹೆಜ್ಜೆ ಇಡುತ್ತ...

ಕೇಳಲು ಉತ್ಸುಕರಿರುವರು ಎಂದು ಅರ್ಥ ಮಾಡಿಕೊಂಡ ಯುಗಂಧರ್ ಹೇಳುವುದನ್ನು ಮುಂದುವರಿಸಿದ,

"ಈ ಲೇಡಿ ಐಕಾನ್ಸ್ ಡಿಗ್ನಿಟರೀಸ್ ಯುಕ್ತ ವಯಸ್ಸು ದಾಟಿದ ಬಳಿಕ ಅಸಹಾಯಕತೆಗೆ ತುತ್ತಾಗುವರು, ಆದರು ಅವರಲ್ಲಿ ಏನೋ ಒಂದು ನಮೂನಿ ಇಗೊ, ಸುಪರೀಯಾರಿಟಿ ಕಾಂಪ್ಲೆಕ್ಸ್, ನಾನು ಸಾಧನಾ ಆಶಾ ಪರೇಖ್, ವಹಿದಾ ರೆಹಮಾನ್‌ರಂಥ ಸೆಲ್ಯೂಲಾಯ್ಡ್ ಕ್ವೀನ್ಸ್‌ನ ಹತ್ತಿರದಿಂದ ನೋಡಿರುವೆ, ಅವರ ಅಂದಂದಿನ ಅಗತ್ಯಗಳನ್ನು ಬಟವಾಡೆ ಮಾಡಿರುವೆ. ಆದರೆ ಅವರಿಗೆ ನಮ್ಮಂಥ ವರ್ಕಿಂಗ್ ಕ್ಲಾಸ್ ಮನುಷ್ಯರ ಬಗ್ಗೆ ಅಗೌರವ, ಅನುಮಾನ, ಈ ಕಾರಣಕ್ಕೆ ಅದೆಲ್ಲ ಬಿಟ್ಟು ಇಲ್ಲಿಗೆ ಬಂದಿರುವೆ, ನಾನು ಇಲ್ಲಿಗೆ ಬರೋದಕ್ಕೆ ಕಾರಣ ವೆಂಕಟರತ್ನಂ ಮೊದಲಿಯಾರ್‌ರವರು, ಕೆಲವು ತಿಂಗಳಿಂದ ಆರಕ್ಕೇರದೆ ಮೂರಕ್ಕಿಳಿಯದೆ ಸರಳ ರೇಖೆಯ ಹಾಗೆ ಜೀವನ ಸಾಗಿದೆ" ಸ್ವಲ್ಪ ಹೊತ್ತು ಸುಮ್ಮನಿದ್ದ ಬಳಿಕ ಏನನ್ನೋ ನೆನಪಿಸಿಕೊಂಡು,

"ಈ ಮೇಕಪ್ ಗೀಳು ಕೇವಲ ಮಹಿಳೆಯರಿಗಿದೆ ಎಂದು ತಿಳಿಬೇಡಿ, ಇದು ಗಂಡಸರನ್ನು ಕಾಡುತ್ತಿರುವ ಗೀಳು, ಜಿತೇಂದ್ರ ಧರ್ಮೇಂದ್ರ ಅನುಪಮ್ ಖೇರ್ ಇವರಿಗೆಲ್ಲ ನಾನು ಮೀಸೆ, ಒಳ್ಳೆಯ ವಿಗ್ಗುಗಳನ್ನು ಸರಬರಾಜು

ಮಾಡಿರುವೆ. ನನ್ನ ಬಳಿ ಒಳ್ಳೊಳ್ಳೆಯ ಮೀಸೆಗಳು, ಗಡ್ಡಗಳು, ವಿಗ್ಗುಗಳಿವೆ ಸಾರ್. ಮೊನ್ನೆ ವೃದ್ಧರ ಸನ್ಮಾನ ಸಮಾರಂಭ ನಡೆಯಿತಲ್ಲವೆ, ಅದರಲ್ಲಿ ಭಾಗವಹಿಸಿದ ಹಲವು ವೃದ್ಧರು ಹಚ್ಚಿಕೊಂಡಿದ್ದ ಬಹುಪಾಲು ಮೀಸೆಗಳು ನನ್ನವೆ, ಇದನ್ನೆಲ್ಲ ನಾನ್ಯಾಕೆ ಹೇಳ್ತಿದ್ದೀನೆಂದರೆ ನಿಮಗೆ ಹೇಳಿದರೆ ನೀವು ಇನ್ನು ನಾಲ್ಕಾರು ಜನರಿಗೆ ಹೇಳುವಿರಿ, ಇದರಿಂದ ನನ್ನ ಬ್ಯುಸಿನೆಸ್ ಇಂಪ್ರೂವ್ ಆಗ್ತದೆ"

ಎಂದು ವಿಷಾದ ಬೆರೆತ ಧ್ವನಿಯಲ್ಲಿ ಹೇಳಿದ, ಅವನ ಭೌತಿಕ ಲಕ್ಷಣ ಅವನ ಹೇಳಿಕೆಗೆ ತಾಳೆಯಾಗುವಂತೆ ಇತ್ತು. ಅವನು ಹೇಳಿದ್ದರಲ್ಲಿ ಸುಳ್ಳಿರಲಿಲ್ಲ. ಅವನೆ ತೀಕ್ಷ್ಣವಾಗಿ ನೋಡಿ, "ಸಾರ್ ನಿಮ್ಮ ಮುಖಕ್ಕೆ ಈಗಿರುವ ನ್ಯಾಚ್ಯುರಲ್ ಮೀಸೆ ಸರಿ ಹೊಂದುತ್ತಿಲ್ಲ, ನನ್ನ ಹತ್ತಿರ ನಿಮ್ಮ ಮುಖಕ್ಕೆ ಸ್ಯೂಟಾಗುವ ಒಳ್ಳೆ ಕ್ವಾಲಿಟಿ ಮೀಸೆ ಇದೆ, ನೀವು ಇಷ್ಟಪಟ್ಟರೆ ಕೊಡ್ತೀನಿ, ಟ್ರಯಲ್ ನೋಡಿ, ನಿಮ್ಮ ಮಿಸೆಸ್ ಗುಡ್ ಅಂದರೆ ತಗೊಳ್ಳುವಿರಂತೆ" ಎಂದು ಹೇಳಿದ್ದು ಕೇಳಿ ತನಗೆ ನಗು ತಡೆಯಲಾಗಲಿಲ್ಲ,

"ರೀ ಯುಗಂಧರ್, ಇಂಥದೊಂದು ಬ್ಯುಸಿನೆಸ್ ಇರುವುದೆಂದು ನನಗೆ ಆ ಕ್ಷಣದವರೆಗೆ ತಿಳಿದಿರಲಿಲ್ಲ ಕಣ್ರೀ, ಕೇಳಲಿಕ್ಕೆ ಇಂಟರೆಸ್ಟಿಂಗಾಗಿದೆ, ಈಗಿರುವ ಮೀಸೆ ನನಗೆ ಸಾಕು, ಅದಿರ್ಲಿ ಈ ಬ್ಯುಸಿನೆಸ್ ನಿಮ್ಮ ಆಯ್ಕೆನೋ, ಅಥವಾ!" ಎಂದು ಕೇಳಿದ.

ಅದಕ್ಕೆ ಅವನು ನಕ್ಕು,

"ಸಾರ್ ಈ ಬ್ಯುಸಿನೆಸ್ ನಮ್ಮ ಪೂರ್ವಿಕರಿಂದ ಬಂದಿರೋದು, ನಮ್ಮದು ಕೂದಲು ಏಜೆನ್ಸಿ ಕಿನ್ನಾಳದಲ್ಲಿದೆ. ವರ್ಷಕ್ಕೆ ಲಕ್ಷಾಂತರ ವ್ಯಾಪಾರನ ಅಲ್ಲಿ ನಮ್ಮ ಬ್ರದರ್ಸ್ ಮಾಡ್ತಾರೆ. ನನ್ನ ಬ್ಯುಸಿನೆಸ್ಸು ಚೆನ್ನಾಗಿಯೇ ಇತ್ತು, ಆದರೆ ಮುಂಬಯಿಯ ದಾಡಿವಾಲ ನನ್ನಿಂದ ಸಾವಿರಾರು ಮೀಸೆಗಳನ್ನು ಹೋಲ್‌ಸೇಲ್ ರೇಟ್‌ನಲ್ಲಿ ಖರೀದಿಸಿ ಕೊನೆ ಗಳಿಗೇಲಿ ಕೈಎತ್ತಿ ಬಿಟ್ಟ, ನಾನು ಪಾಪರ್ ಎದ್ದೋಗಿಬಿಟ್ಟೆ ಸಾರ್, ಆದರೆ ಇಲ್ಲು ನನ್ನ ಗಣ್ಯ ಗಿರಾಕಿಗಳಿರುವುದರಿಂದ ನಾನು ಬದುಕ್ಕೊಂಡೆ ಸಾರ್, ಅಂಥ ಅತಿಗಣ್ಯಾತಿ ಗಣ್ಯ ಗಿರಾಕಿಗಳಲ್ಲಿ ನೀವು ಚಿತ್ರಿಸಿರುವ ವೃದ್ಧೆ ಸಹ ಒಬ್ಬರು" ಎಂದು ಹೇಳಿ ಸಮಾಧಾನದ ಉಸಿರುಬಿಟ್ಟ.

ಅಷ್ಟರಲ್ಲಿ ರಸ್ತೆ ಪಕ್ಕ, ಅಂದರೆ ಸಾರ್ವಜನಿಕ ಪಾರ್ಕ್ ಆಚೆ, ಅಂದರೆ ಸ್ವಲ್ಪ ಎತ್ತರದ ಸ್ಥಳದ ಮೇಲೆ!

* * *

ಇದ್ದ ಬ್ಯುಲ್ಡಿಂಗ್ ಈ ಕಾಲದ್ದಾಗಿರಲಿಲ್ಲ. ಒಂದರ ಮೇಲಿನ್ನೊಂದರಂತೆ ಒಟ್ಟು ಮೂರು ಮಹಡಿಗಳು ಅದಕ್ಕೆ ಇದ್ದವು. ಇಂಡೋ ದ್ರಾವಿಡನ್ ಶೈಲಿಯಲ್ಲಿ

ಅದನ್ನು ನಿರ್ಮಿಸಲಾಗಿತ್ತು. ಅದರ ಮುಂದೆ ಪೋರ್ಟಿಕೊ ಇತ್ತು, ಅದು ಕಮಲಾಕೃತಿಯಲ್ಲಿತ್ತು, ಅದರ ನಡುವೆ ಫೌಂಟೇನ್ ಇತ್ತು. ಅದರ ಬುಡದಲ್ಲಿ ಐದಾರು ಅಡಿ ವಿಸ್ತೀರ್ಣದ ಕೊಳವಿತ್ತು. ಆದರೆ ನೀರಿರಲಿಲ್ಲ, ಅದರಲ್ಲಿ ಈಜಾಡಿದ ಹಂಸಗಳಾಗಲಿ ಅವುಗಳ ಹೆಜ್ಜೆಗುರುತುಗಳಾಗಲಿ ಇರಲಿಲ್ಲ. ಆದರೆ ಅಲ್ಲಲ್ಲಿ ಪಾಚಿ ಕಲೆಗಳು ಹೇರಳವಾಗಿದ್ದವು.

ಇನ್ನು ಬಾಗಿಲ ಮೇಲಿದ್ದ ಕೆತ್ತನೆ ಅತ್ಯದ್ಭುತವಾಗಿತ್ತು. ಅದನ್ನು ಬರೀಸೈಜು ಪಿಂಕ್ ಕಲ್ಲರ್ ಗ್ರಾನೈಟ್‌ನಿಂದ ಇಲ್ಲಿಂದ ಅಲ್ಲಿಯವರೆಗೆ ನಿರ್ಮಿಸಿದ್ದರು. ಅದೇ ಗೋಡೆಯ ಮೇಲೆ ಆ ಕಟ್ಟಡದ ಹೆಸರು 'ರಾಜಹಂಸ' ಎಂದು, ಅದರ ನಿರ್ಮಾಣದ ವರ್ಷ ಕ್ರಿಶ. 1887 ಎಂದು ಇತ್ತು, ಅದರ ಮೇಲ್ಭಾಗದಲ್ಲಿ ಕಮಾನಾಕಾರದಲ್ಲಿ ಹೈನೆಸ್ ಬಹದ್ದೂರ್ ರಾಜಾ ಪ್ರತಾಪಸಿಂಗ್ ಎಂದು ಇತ್ತು. ಅಂದರೆ ಅವರು ಈ ಗುಣಸಾಗರ ಸಂಸ್ಥಾನವನ್ನು ಪರಿಪಾಲಿಸಿದ ರಾಜ. ಅಂದರೆ ಈ ಭವನ ಭವನ ಅಲ್ಲ, ಆತನ ಅರಮನೆ ಎಂದು ಅರ್ಥವಾಯಿತು.

ಅದು ಅರಮನೆ ಎಂದು ಅರ್ಥವಾಗಿ, ಈ ಅರಮನೆಯಲ್ಲಿ ವಾಸಿಸುತ್ತಿರುವ ವೃದ್ಧೆ ಮಹಾರಾಣಿ ಇದ್ದಿರಬಹುದೆಂದು ಊಹಿಸಿದ ಫಲವಾಗಿ.. ಒಂದು ಕ್ಷಣ ಭಯವಾಯಿತು.

ತನಗೆ ಈ ಎಲ್ಲಾ ಮಾಹಿತಿ ತಿಳಿದಿಲ್ಲವೆನ್ನುವುದು ಆಶ್ಚರ್ಯದ ಸಂಗತಿ. ತನಗೆ ತಾನೆ ಛೀಮಾರಿ ಹಾಕಿಕೊಂಡ.

ಆ ಬಾಗಿಲ ಮುಂದೆ ಮುರುಕು ಛೇರ್‌ನಲ್ಲಿ ನೇಪಾಳಿ ಗದ್ದಕ್ಕೆ ಕೋಲಾನಿಸಿ ನಿದ್ದೆ ಹೋಗಿದ್ದ. ಇನ್ನು ಬಾಗಿಲ ಮಗ್ಗುಲ ಕಾಲಿಂಗ್ ಬೆಲ್ ಇತ್ತು, ಆದರೆ ಅದು ತುಕ್ಕು ಹಿಡಿದಿದ್ದರಿಂದ ಕೆಲಸ ಮಾಡುತ್ತಿರಲಿಲ್ಲ. ಮುಖ್ಯದ್ವಾರದ ಮೇಲೆ ಅಂದರೆ ಗಜಲಕ್ಷ್ಮಿ ಮೂರ್ತಿಯ ಕೊರಳಲ್ಲಿ ಎಂದೋ ಕಟ್ಟಿದ್ದ ಲಿಂಬಿಹಣ್ಣು, ಮೆಣಸಿನಕಾಯಿ ಇದ್ದು ಒಣಗಿದ್ದವು. ಬಾಗಿಲ ಮುಂದೆ ಇದ್ದ ಕಾಲೊರಸ ಪ್ರತಿರಂಧ್ರದಲ್ಲಿ ಮಣ್ಣು ಕಸುಕಡ್ಡಿ ತುಂಬಿತ್ತು. ಅದನ್ನು ಯಾರು ಸಹ ಸ್ವಚ್ಛಗೊಳಿಸಿರಲಿಲ್ಲ.

ಇನ್ನು ತಾವು ತಮ್ಮ ಕಾಲುಗಳ ಪೈಕಿ ಒಂದನ್ನು ಎತ್ತಿ ಒಳಗಿರಿಸಬೇಕು, ಆದರೆ ಅದು ಸುಲಭವಲ್ಲ, ಅದಕ್ಕೆ ಕಾವಲುಗಾರನ ಅನುಮತಿ ಬೇಕು, ಮುಖ್ಯವಾಗಿ ಅವನು ಒಳಗೆ ಹೋಗಿ ಅನುಮತಿ ಪಡೆದು ಹಿಂತಿರುಗಬೇಕು. ನಿದ್ದೆಯ ಪರಾಕಾಷ್ಠೆ ತಲುಪಿದ್ದ ಅವನನ್ನು ಎಚ್ಚರಿಸುವುದು ಸುಲಭಸಾಧ್ಯವಿರಲಿಲ್ಲ. ಆ ಮೂವ್ವರು ಪರಸ್ಪರ ಮುಖಗಳನ್ನು ನೋಡಿಕೊಂಡರು.

ತಾವಿಬ್ಬರು ಆ ಬಂಗಲೆಗೆ ಹೊಸಬರು, ಆದರೆ ಯುಗಂಧರ್ ಹೊಸಬನಲ್ಲವಲ್ಲ! ಹೇಗಾಗಿ!

ಎರಡು ಸಲ ತಿವಿದರು ನೇಪಾಳಿ ಎಚ್ಚರಾಗಲಿಲ್ಲ. ಮೂರನೆ ಪ್ರಯತ್ನಕ್ಕೆ ತುಸು ರೆಪ್ಪೆ ಹಿಗ್ಗಲಿಸಿ ಮೇಲು ಕೆಳಗೆ ನೋಡಿದ. ಆದರೆ ಅವನು ಪುನಃ ನಿದ್ದೆಗೆ ಜಾರುವ ಯತ್ನವನ್ನು ಯುಗಂಧರ್ ನಿಷ್ಫಲಗೊಳಿಸಿದ. ಕಣ್ಣು ತೆರೆದು ನೋಡಿ ಓಹ್ಹೋ ಅವನೆ ಇವನು ಎಂದು ನಿಖರವಾಗಿ ಗುರುತಿಸಿ 'ಸಲಾಂ ಸಾಬ್' ಎಂದ ಅಸ್ಪಷ್ಟವಾಗಿ. ತಮ್ಮಿಬ್ಬರನ್ನು ನೋಡಿ ದಿಗ್ಗನೆ ಎದ್ದು ನಿಂತ, ಯಾರಿವರು ಅನ್ನುವ ಅರ್ಥದಲ್ಲಿ ನೋಡಿದ. ಅದಕ್ಕೆ ಇವನೇನು ಅಂದನೋ, ಅವನೇನು ಅದನ್ನು ಅರ್ಥ ಮಾಡಿಕೊಂಡನೊ!

ಯುಗಂಧರ್ ಇಪ್ಪತ್ತರ ನೋಟನ್ನು ಜೇಬಿಗಿಳಿಸಿದೊಡನೆ ಅವನು ತಲೆ ಮೇಲಿನ ಟೊಪ್ಪಿಯನ್ನು ಸರಿಪಡಿಸಿಕೊಂಡು ಮೆಲ್ಲಗೆ ಹೊಸ್ತಿಲನ್ನು ದಾಟಿ ಒಳಪ್ರವೇಶಿಸಿದ. ಅವನು ಪ್ರವೇಶಿಸಿದ ಸ್ವಲ್ಪ ಹೊತ್ತಿಗೆ ಒಳಗಿನಿಂದ ಯಾರೋ ಒಂದಿಬ್ಬರು ಗಟ್ಟಿಯಾಗಿ ಮಾತಾಡುವುದು ಕೇಳಿಸಿತು. ಅವರಿಬ್ಬರು ನಿಸ್ಸಂದೇಹವಾಗಿ ಮಹಿಳೆಯರೆ ಆಗಿದ್ದರು. ಅವರಿಬ್ಬರು ಸಹ ಹಿಂದಿ ಭಾಷೆಯಲ್ಲಿ ಮಾತಾಡುತ್ತಿದ್ದರು, ಮಾತಾಡುತ್ತಿದ್ದರು ಅನ್ನುವುದಕ್ಕಿಂತ ಅವರು ಜಗಳ ಆಡುತ್ತಿದ್ದರು ಅನ್ನುವುದೆ ಸೂಕ್ತ. ಅವರಲ್ಲಿ ಒಬ್ಬರು ಮಾಲಕರು ಇನ್ನೊಬ್ಬರು ಕೆಲಸದಾಳು ಎಂದು ಊಹಿಸಿಕೊಂಡರು.

ಯುಗಂಧರ್ ಆ ಮಾತುಗಳನ್ನು ಸೂಕ್ಷ್ಮವಾಗಿ ಆಲಿಸಿ, "ಮಾಲಕನ್ ಮೂಡಾಫ್ ಆದಂತಿದೆ. ಈಗ ಆಕೆಯನ್ನು ಮಾತಾಡಿಸುವುದು ಒಂದೆ, ಜೇನುಗೂಡಿಗೆ ಕಲ್ಲು ಎಸೆಯುವುದು ಒಂದೆ. ಆ ಮುದುಕಿಗೆ ಸಿಟ್ಟು ಬಂದರೆ ಆಕೆ ರಾಕ್ಷಸಿಯಂತಾಗುವಳು, ಆದ್ದರಿಂದ ಇನ್ನೊಮ್ಮೆ ಬರುವುದೆ ಒಳ್ಳೆಯದು, ಏನಂತೀರಾ!" ಎಂದು ಕೇಳಿದ.

ಅದಕ್ಕೆ ತಾವು ಏನು ಹೇಳುವುದು! ಹೇಳಲೆಂದರೆ ಆಕೆಯ ನೇಚರ್ ತಮಗೆ ತಿಳಿದಿದ್ದರೆ ತಾನೆ! ಮಧು ಮತ್ತು ಮಹೇಂದ್ರ ಪರಸ್ಪರ ಮುಖಗಳನ್ನು ನೋಡಿಕೊಂಡರು, ನಿಡುಸುಯ್ದರು. ಅವರ ಸ್ಥಿತಿ ನೋಡಿ ಪುನಃ ಯುಗಂಧರನೆ,

"ಆ ಮುದುಕಿ ಎಮೋಷನಲ್, ಬುದ್ಧಿ ಸ್ಥಿಮಿತದಲ್ಲಿರುವುದು ಅಪರೂಪ. ನೆನಪಿನ ಶಕ್ತಿ ದಿನದಿಂದ ದಿನಕ್ಕೆ ಕಡಿಮೆ ಆಗ್ತಿದೆ. ಉದಾಹರಣೆಗೆ ನನಗೆ ಏನನ್ನೋ ಆರ್ಡರ್ ಕೊಟ್ಟಿರ್ತಾಳೆ, ಆದರೆ ಅದನ್ನು ಮರೆತಿರ್ತಾಳೆ, ವಯಸ್ಸಾಗಿದೆ ನೋಡಿ" ಪುನಃ ತಾನೆ, "ಹೀಗೆ ನಾನು ಹೇಳಿದ್ದರಲ್ಲಿ ತಪ್ಪೇನಾದರು ಇದೆಯಾ! ನಾಳೆ ನಾಡಿದ್ದು ಬರೋಣವಾ, ಅಥವಾ ಇವತ್ತೇ ಭೆಟ್ಟಿಯಾಗೋಣವಾ!" ಎಂದು ಕೇಳಿದ.

ಇವರು ಬೇಸರ ನಿರಾಸೆಯಿಂದ ನಿಟ್ಟುಸಿರುಬಿಟ್ಟರು, ನಾಳೆವರೆಗೆ ಕಾಯುವುದೆಂದರೆ! ಅದು ಯಮಹಿಂಸೆ, ಕಾರಣ ಕೈಗೆ ಬಂದ ತುತ್ತು ಬಾಯಿ

ಸೇರುವ ಮೊದಲೆ ಅಂತರ್ಧಾನವಾದರೆ ಎಂಬ ಆತಂಕ. ಇಂಥ ಘಟನೆಗಳು ತನ್ನ ಜೀವನದಲ್ಲಿ ಎಷ್ಟೋ ಸಲ ನಡೆದಿರುವುದುಂಟು. ಅವುಗಳ ಸಾಲಲ್ಲಿ ಈ ಘಟನೆಯೂ ಸೇರಿದರೆ!

ಅವರ ಮುಖದ ಭಾವನೆಗಳನ್ನು ಅರ್ಥ ಮಾಡಿಕೊಂಡವನಂತೆ ಆತ,

"ಆಕೆಗೆ ಈಗ ನಿಯರ್ ಹಂಡ್ರಡ್. ಇನ್ನು ಫೈವ್ ಟೆನ್ ಇಯರ್ಸ್ ಆ ವೃದ್ಧೆ ಇರುವುದು ಗ್ಯಾರಂಟಿ, ಒಳ್ಳೆಯವಳೆ, ಆದರೆ ಶಾರ್ಟ್‌ಟೆಂಪರ್, ಇದೆಲ್ಲ ವಯಸ್ಸಾದವರಿಗೆ ಕಾಮನ್ ಅಲ್ವೆ!" ಎಂದು ಹೇಳಿದ,

"ಆಗಲಿ ಪರವಾಗಿಲ್ಲ ಯುಗಂಧರ್, ಈ ವಿಷಯದಲ್ಲಿ ನಾಳೆವರೆಗೆ ಕಾಯುವುದು ಬೇಡ. ಇವತ್ತೇ ಭೆಟ್ಟಿಯಾಗೋಣ, ಆಕೆ ನಮ್ಮನ್ನು ಬಯ್ದರೂ ಚಿಂತೆ ಇಲ್ಲ. ಕಳೆದ ಹದಿನೈದು ದಿವಸಗಳಿಂದ ಆಕೆ ನನ್ನ ದಿನಚರಿಯನ್ನು ಕೆಡಿಸಿದ್ದಾಳೆ, ನಮಗೋಸ್ಕರ ನೀವು ರಿಸ್ಕ್ ತಗೊಳ್ಳಿ ಪ್ಲೀಸ್" ಎಂದು ಮಹೇಂದ್ರ ಆತನ ಮುಂಗೈಗಳನ್ನು ಬೊಗಸೆಯಲ್ಲಿ ಹಿಡಿದು ವಿನಂತಿ ಮಾಡಿಕೊಂಡ.

ಅದಕ್ಕೆ ಯುಗಂಧರ್ ನಿಡುಸುಯ್ದು, "ಈ ತನ್ನ ಪೋಟ್ರೇಟ್ ನೋಡಿದರೆ ಆಕೆಗೆ ಖಂಡಿತ ಸಂತೋಷಾಗ್ತದೆ. ನನಗೆ ತಿಳಿದಮಟ್ಟಿಗೆ ಆಕೆ ಸ್ವಲ್ಪ ಸೆಲ್ಫ್ ಸೆಂಟರ್ಡ್ ಪರ್ಸನ್, ಎಷ್ಟೇ ಆದರು ಬಾಳಿ ಬದುಕಿದಾಕೆ ಅಲ್ಲವೆ! ನಾನು ಒಳಗೆ ಹೋಗಿ ಬರುವವರೆಗೆ ನೀವು ಹೊರಗಡೆನೆ ಕಾಯ್ತಿರುವುದು ಅನಿವಾರ್ಯ. ಕೆಲವು ದಿವಸಗಳ ಹಿಂದೆ ಪರಿಚಯಸ್ಥರು ಅಂತ ಹೇಳ್ಕೊಂಡು ಬಂದ ಅಪರಿಚಿತರು ಕೆಲವು ಸಾಮಾನುಗಳನ್ನು ಕದ್ದು ಒಯ್ದಿರುವರಂತೆ. ಆ ಘಟನೆ ನಡೆದ ಬಳಿಕ ಅಪರಿಚಿತರು ಒಳಗೆ ಬರುವಂತಿಲ್ಲ, ಆ ವಿಷಯದಲ್ಲಿ ಈ ನೇಪಾಳಿ ಗೂರ್ಖಾ ಕಟ್ಟುನಿಟ್ಟು. ಅದಕ್ಕೆ ನೀವು ಇಲ್ಲೇ ಟೈಂಪಾಸ್ ಮಾಡಿ, ನಾನು ಒಳಗೆ ಹೋಗಿ ಪರ್ಮಿಷನ್ ತಗೊಂಡು ಬರ್ತೀನಿ" ಎಂದು ಹೇಳಿ ಒಳ ಪ್ರವೇಶಿಸಿದ.

* * *

ನಿಜ ಹೇಳುವುದಾದರೆ ಒಳಗೆ ಇಬ್ಬರು ಹೆಂಗಸರ ನಡುವೆ ಜೋರಾಗಿ ಮಾತುಕತೆ ನಡೆಯುತ್ತಿತ್ತು ಅಂತ ಪ್ರಸ್ತಾಪಿಸಿದ್ದು ನೆನಪಿರುವುದು ತಾನೆ! ಮನೆ ಕೆಲಸದ ಹೆಂಗಸು ಆ ಕ್ಷಣ ರೋಸಿದಳು, "ನನ್ನ ಒಂದು ತಿಂಗಳ ಸಂಬಳ ನೀಡಿದರೆ ನಾನು ಈ ಮನೆಯ ಬಾಗಿಲು ದಾಟುವುದಿಲ್ಲ" ಎಂದು ಖಡಾಖಂಡಿತವಾಗಿ ಕೇಳಿದಳಂತೆ, ಆಕೆಯ ಆ ಮಾತಿಗೆ ವೃದ್ಧೆ ಕೋಪದ ಕೈಗೆ ಬುದ್ಧಿ ಕೊಡದೆ ಆಕೆಯ ಜೊತೆ ಒಳ್ಳೆಯ ಮಾತುಗಳ ಮೂಲಕ ರಾಜಿ ಕುದುರಿಸಿಕೊಳ್ಳಬಹುದಿತ್ತು, ಆದರೆ ಆಕೆ ಈಕೆಯ ಮೇಲೆ ಕಳ್ಳತನದ ಆಪಾದನೆ ಹೋರಿಸುವುದೆಂದರೇನು! ಅದಕ್ಕೆ ಕೆಲಸದ ಹೆಂಗಸು ಆಣೆ ಪ್ರಮಾಣ ಮಾಡಿ

ತಾನು ಅಂಥ ಕೆಟ್ಟ ಕೆಲಸ ಮಾಡಿದ್ದರೆ ತನ್ನ ಈ ಮಗುವಿಗೆ ಬರಬಾರದ ರೋಗ ಬರಲಿ ಅಂದಳು, ತನ್ನಂಥ ಬಡವರು ಹಣ ಉಳ್ಳವರ ಕಣ್ಣಿಗೆ ಕಳ್ಳರಂತೆ ಗೋಚರಿಸುವುದು ಯಾವ ನ್ಯಾಯ ಎಂದು ಗಟ್ಟಿ ಧ್ವನಿಯಲ್ಲಿ ತರಾಟೆ ತೆಗೆದುಕೊಂಡಳು. ಅದಕ್ಕೆ ಆ ವೃದ್ಧೆ ಪೊಲೀಸರನ್ನು ಕರೆಸುವೆನೆಂದು ಬೆದರಿಕೆ ಹಾಕಿದಳು, ಕರೆಯಿರಿ, ತನ್ನಂಥ ಬಡವರು ಶ್ರಮಜೀವಿಗಳು ಪೊಲೀಸರಿಗೆ ಹೆದರುವುದಿಲ್ಲವೆಂದು ಜಗ್ಗಿಸಿ ಹೇಳಿದಳು.

ಅವರಿಬ್ಬರ ಜಗಳ ಹೀಗೆ ಗರಿಷ್ಠಮಟ್ಟ ತಲುಪಿತು, ಸಂಬಳ ಕೊಡುವುದಿಲ್ಲವೆಂದು ಆಕೆ, ಅದು ಕೊಡದ ಹೊರತು ತಾನು ಮನೆಬಿಟ್ಟು ಹೊರಗೆ ಹೋಗುವುದಿಲ್ಲವೆಂದು ಈಕೆ, ಪರಸ್ಪರ ಪಟ್ಟು ಹಿಡಿದರು. ಆ ಕ್ಲೈಮ್ಯಾಕ್ಸ್ ಸಮಯದಲ್ಲೆ ಯುಗಂಧರ್ ಒಳಗೆ ಹೋಗಿದ್ದು. ಕೆಲಸದ ಹೆಂಗಸು ಪಳನಿಯಮ್ಮ ಸಹ ತನಗೆ ಗೊತ್ತು. ಗೊತ್ತು ಅಂದರೆ ಗೊತ್ತು, ಎಂಥವೋ ನಾಲ್ಕಾರು ಮಾತುಗಳನ್ನು ಹೇಳಿದ ಪರಿಣಾಮ ವೃದ್ಧೆಯ ಕೋಪ ನಿಧಾನವಾಗಿ ಕಡಿಮೆಯಾಯಿತು.

'ಹಣ ನೀಡಿದರೆ ಈಕೆ ತನ್ನನ್ನು ದುರ್ಬಲಳು ಎಂದು ಭಾವಿಸಿದರೆ ಹೇಗೆ! ಇದರಿಂದ ತನ್ನ ಪ್ರಿಸ್ಟೇಜ್ ಕಡಿಮೆಯಾದರೆ ಹೇಗೆ! ಈಕೆ ಇಲ್ಲಿಂದ ಮರಳಿದ ಬಳಿಕ ತನ್ನ ಕುರಿತು ಅಪಪ್ರಚಾರ ಮಾಡಿದರೆ ತಾನು ಸಮಾಜದಲ್ಲಿ ಮುಖ ಎತ್ತಿ ತಿರುಗಾಡುವುದು ಸಾಧ್ಯವೆ!'

ಇಂಥ ಸಂದೇಹಗಳಿಗೆ ಸಮಾಧಾನಗಳನ್ನು ಎಲ್ಲಿಂದ ತರುವುದು! ಏನೋ ಹೇಳಿದ, ಆಕೆ ಲೆಕ್ಕ ಮಾಡಿ ಐವತ್ತು ಕಡಿಮೆ ಕೊಟ್ಟಳು, ಬಳಿಕ ಬಾಗಿಲು ದಾಟಲಿದ್ದ ಆಕೆಯನ್ನು ಕೂಗಿ ಹತ್ತಿರ ಕರೆದು ಐವತ್ತಕ್ಕೆ ಹೆಚ್ಚುವರಿಯಾಗಿ ಇನ್ನೊಂದು ಐವತ್ತನ್ನು ಜೋಡಿಸಿ ಒಟ್ಟು ನೂರು ರೂಪಾಯಿಗಳನ್ನು ಕೊಡುತ್ತ 'ಇಟ್ಟುಕೊ, ಚಿಕ್ಕ ಮಗುವಿಗೆ ಹಾಲು ತರಲಿಕ್ಕೆ' ಎಂದು ಕೊಟ್ಟಳು, ಅದನ್ನು ಆಕೆ ನಗುನಗುತ್ತ ಇಸಿದುಕೊಂಡಳು, ಬೆನ್ನು ಮಾಡುವ ಮೊದಲು ಆಕೆಗೆ ಪಾದಾಭಿವಂದನೆ ಸಲ್ಲಿಸಿದಳು.

ಇದಿಷ್ಟು ಒಳಗಡೆ ನಡೆದ ವಿದ್ಯಮಾನ. ಇದರಿಂದ ಅರ್ಥವಾಗುವುದೆಂದರೆ ವೃದ್ಧೆಯ ಮಾನಸಿಕ ಸ್ಥಿತಿ ಏರುಪೇರು ಆಗುವುದು, ಈಗಿರುವ ಬುದ್ಧಿ ಇನ್ನೊಂದು ಸ್ವಲ್ಪ ಹೊತ್ತಿಗೆ ಇರುವುದು ಡೌಟು. ಸದಾ ಅಸಮತೋಲನದ ಮನಸ್ಸುಳ್ಳ ವೃದ್ಧೆ. ಆದರೆ ಒಳ್ಳೆಯವಳು.

ಹ್ಞಾಂ ಅಂದಹಾಗೆ ಇಂಥವರು ನಿಮ್ಮ ಭೇಟಿಯ ನಿರೀಕ್ಷೆಯಲ್ಲಿರುವರು ಎಂದು ಯುಗಂಧರ್ ಹೇಳದೆ ಇದ್ದಾನೆಯೆ! ಅದಕ್ಕೆ ಆಕೆ ಅಪರಿಚಿತರು ತನ್ನನ್ನು ಯಾವ ಕಾರಣಕ್ಕೆ ಭೇಟಿಯಾಗುವುದು! ಎಂದು ಆಕೆ ಕೇಳದೆ ಇದ್ದಾಳೆಯೆ!

ಅದಕ್ಕೆ ಆತ ಪ್ರಸಿದ್ಧ ಲೇಖಕರು, ಜೊತೆಗೆ ಅಭಿಜಾತ ಕಲಾವಿದರು ಎಂದು ಹೇಳದೆ ಇದ್ದಾನೆಯೆ, ಅದಕ್ಕೆ ಆಕೆ ಓಹ್ಹೋ ಎಂದು ಉದ್ಗರಿಸದೆ ಇದ್ದಾಳೆಯೆ, ಅದಕ್ಕೆ ಆತ ತನ್ನ ಜೇಬಲ್ಲಿದ್ದ ಚಿಕ್ಕ ಅಳತೆಯ ಪೋಟ್ರೇಟನ್ನು ತೆಗೆದು ಇಗೋ ನೋಡಿ ಎಂದು ತೋರಿಸದೆ ಇದ್ದಾನೆಯೆ, ಅದಕ್ಕೆ ಆಕೆ ಅದನ್ನು ನೋಡಿ ಓಹ್ ಚಿತ್ರದಲ್ಲಿರುವುದು ತಾನೆ, ಹಾಗಿದ್ದರೆ ತಡಮಾಡುವುದ್ಯಾಕೆ ಒಳಗೆ ಬರಲು ತಿಳಿಸು ಎಂದು ಹೇಳದೆ ಇದ್ದಾಳೆಯೆ!

ಆ ಕ್ಷಣದವರೆಗೆ ಮಧು ಮತ್ತು ಮಹೇಂದ್ರ ಇಬ್ಬರು ಅಲ್ಲಿದ್ದ ಕೈತೋಟದಲ್ಲಿ ಮೆಲ್ಲಗೆ ತಿರುಗಾಡುತ್ತಿದ್ದರು. ಅದು ತೋಟವೆಂದರೆ ತೋಟ, ಅಲ್ಲಿದ್ದವು ಗಿಡಗಳೆಂದರೆ ಗಿಡಗಳು. ಅವೆಲ್ಲವು ಸೂಕ್ತ ಪೋಷಣೆ ಇಲ್ಲದೆ ಬಾಡಿ ಬಸವಳಿದಿದ್ದವು. ಇನ್ನು ಎಷ್ಟೋ ಗಿಡಗಳು ಮರಗಳಾಗುವ ಅವಸರದಲ್ಲಿ ಬಾಡಿ ಒಣಗಿ ತಮ್ಮ ಅವಶೇಷಗಳನ್ನು ಮಾತ್ರ ಉಳಿಸಿದ್ದವು.

ಅವುಗಳಲ್ಲಿ ಒಂದು ವೃಕ್ಷ ಮಹಿಯ ಗಮನ ಸೆಳೆಯಿತು. ಆ ವೃಕ್ಷದ ಬುಡದಲ್ಲಿ ಒಂದು ಕಲ್ಲು ಇತ್ತು, ಅದರ ಮೇಲೆ ಒಂದೆರಡು ವಾಕ್ಯಗಳಿದ್ದವು, ಅರ್ಥವೆಂದರೆ ಅದು ಕ್ರಿ.ಶ. 1912 ಕಾಲದ್ದು, ಆಗ ಇಂಡಿಯಾಕ್ಕೆ ಭೇಟಿ ನೀಡಿದ್ದ ಲಾರ್ಡ್ ಕರ್ಜನ್ ಈ ಬಂಗಲೆಗೆ ಐ ಮೀನ್ ನಿವಾಸಕ್ಕೆ, ಐ ಮೀನ್ ಅರಮನೆಯಲ್ಲಿ ಒಂದೂವರೆ ದಿವಸ ವಾಸ್ತವ್ಯ ಹೂಡಿದ್ದ. ಅದು ಆತ ಆ ನೆನಪಿಗೆ ನೆಟ್ಟ ವೃಕ್ಷ ಅದಾಗಿತ್ತು.

ಅದನ್ನು ನೋಡಿ ಮಹಿ ಹ್ಹಾಹ್ಹಾ ಎಂದು ಉದ್ಗರಿಸಿದ. ಭೂತ್‌ಬಂಗಲೆಯನ್ನು ಹೋಲುತ್ತಿರುವ ಈ ಮನೆ ಅಸಾಮಾನ್ಯವಾದದ್ದು ಎಂದು ಹೇಳಿದ. ಕರವಸ್ತ್ರದ ನೆರವಿನಿಂದ ಆ ಶಿಲಾಫಲಕದ ಹೊರಮೈಯನ್ನು ಒರೆಸಿ ಸ್ವಚ್ಛಗೊಳಿಸಿದ. ಅದೇ ವೇಳೆಗೆ ಸರಿಯಾಗಿ ಯುಗಂಧರ್ ಅಲ್ಲಿಗೆ ಆಗಮಿಸಿದ್ದು.

ಮಹಿ ಆತಗೆ ಆ ಶಿಲಾಫಲಕದ ಕಡೆ ಗಮನ ಸೆಳೆದ. ಅದಕ್ಕೆ ಆತ "ಸಾರ್ ಇಂಥ ವೈಶಿಷ್ಟ್ಯಗಳು ಇಲ್ಲಿ ಕಿಕ್ಕಿರಿದಿವೆ. ಅವುಗಳನ್ನು ಪತ್ತೆ ಹಚ್ಚಿ ನೋಡುವುದಕ್ಕೆ ತಾಳ್ಮೆ ಬೇಕು, ಸಹಾನುಭೂತಿ ಬೇಕು. ಅಗೋ ಅಲ್ಲಿ ಕಾಣ್ತಿದೆಯಲ್ಲ, ಶಿಲಾಫಲಕಗಳ ಸಮೂಹ, ಅವೇನಿರಬಹುದು ಊಹಿಸಿ" ಎಂದು ಕೇಳಿದ,

ಅವರಿಬ್ಬರು ಆ ಕಡೆ ನೋಟ ಹರಿಸಿದರು. ಹ್ಹಾಂ ಅಂದಹಾಗೆ ಆ ತೋಟದ ವಿಸ್ತೀರ್ಣ ಇಲ್ಲಿಂದ ಅಲ್ಲಿಯವರೆಗೆ ಇತ್ತಲ್ಲವೆ. ಅಲ್ಲಿಗೆ ಸುಮಾರು ಅರವತ್ತು ಅಡಿ ದೂರದಲ್ಲಿ, ಅಂದರೆ ಬಿಲ್ವವೃಕ್ಷದ ಆಸುಪಾಸು ಆ ಶಿಲಾಫಲಕಗಳಿದ್ದವು. ಅವು ಸಾಕುನಾಯಿಗಳ ಸಾವಿನ ವಿವರ ಅವುಗಳಲ್ಲಿತ್ತು. ಅದನ್ನು ಕೇಳಿ ಅವರಿಗೆ ವಿಚಿತ್ರವೆನ್ನಿಸಿತು. ಅಂದರೆ ಈ ಮನೆ! ಅಂದರೆ ಹಲವು ಕಥೆಗಳನ್ನು ತನ್ನ ಗರ್ಭದಲ್ಲಿ ಬಚ್ಚಿಟ್ಟುಕೊಂಡಿರುವ ಈ ಸ್ಮಾರಕ ಅತ್ಯದ್ಭುತವೆನ್ನಿಸಿತು ಅವರಿಗೆ.

ಅವುಗಳಿರುವಲ್ಲಿಗೆ ಹೋಗಿ ಪರಿಶೀಲಿಸುವುದಕ್ಕೆ ಸಮಯವಿರಲಿಲ್ಲ. ವೃದ್ಧೆ ತಮಗಾಗಿ ಒಳಗೆ ಕಾಯುತ್ತಿರುವಳು ಅಂದಬಳಿಕ, ಅವರಿಗೆ ಬರಲಿಕ್ಕೆ ಹೇಳಿರಿ ಎಂದು ಅನುಮತಿ ನೀಡಿ ತಾನು ಮೇಕಪ್ ಮಾಡಿಕೊಳ್ಳಲು ಮೇಕಪ್ ಕೋಣೆಯನ್ನು ಪ್ರವೇಶಿಸಿದಳು ಅಂದಬಳಿಕ, ತನ್ನನ್ನು ಕಾಣಬಯಸುವವರ ಬಾಯಿಯಿಂದ ದುರ್ವಾಸನೆ ಸೂಸುತ್ತಿದ್ದುದೇ ಆದರೆ ಅಂಥವರು ಕಡ್ಡಾಯವಾಗಿ ಏಲಕ್ಕಿ ಲವಂಗ ಬಾಯಿಯೊಳಗೆ ಇರಿಸಿಕೊಂಡಿರತಕ್ಕದ್ದು, ಅಥವಾ ಮೌತ್‌ಸ್ಪ್ರೇ ಸಿಂಪರಿಸಿಕೊಂಡಿರತಕ್ಕದ್ದು ಎಂದು ಸಂಜ್ಞೆ ಮೂಲಕ ಸೂಚಿಸಿದಳು ಅಂದ ಬಳಿಕ...

ಆತ ಹೇಳಿದ್ದು ಕೇಳಿ, ಸೂಚಿಸಿದ್ದು ಆಲಿಸಿ ಅವರಿಬ್ಬರಿಗೆ ಅಚ್ಚರಿಯಾಯಿತು, ಅವರು ಅವನ ಕಡೆ ಪ್ರಶ್ನಾರ್ಥಕ ನೋಟ ಬೀರಿದರು, ಅದಕ್ಕೆ ಅವನು ಜೇಬಿನಿಂದ ಮೌತ್ ಸ್ಪ್ರೇ ತೆಗೆದು ತನ್ನ ಬಾಯಿಗೆ ಸಿಂಪರಣೆ ಮಾಡಿಕೊಂಡನು. ಅವನು ಅದನ್ನು ಕೊಟ್ಟಿದ್ದಕ್ಕೆ ಅವರು ಸಹ ತಮ್ಮ ಬಾಯಿಗಳಿಗೆ ಸ್ಪ್ರೇ ಮಾಡಿಕೊಂಡರು. ಏನೆಲ್ಲ ರೂಲ್ಸ್ ರೆಗ್ಯುಲೇಷನ್ಸು ನಡುವೆ ಆಕೆಯನ್ನು ಕಾಣುವುದು ಇದೆಯಲ್ಲವೆ!

* * *

ಅದು ಹಿಂಸೆ ಅಲ್ಲವೆಂದು ಅರ್ಥವಾಗುವುದಕ್ಕೆ ಹಿಡಿದ ಸಮಯ ಅತ್ಯಲ್ಪ. ಯುಗಂಧರನ ಹಿಂದೆಯೇ ಅವರಿಬ್ಬರು ತುಂಬಾ ಎಚ್ಚರಿಕೆಯಿಂದ ಹೆಜ್ಜೆ ಇಡುತ್ತ ಆ ಬಂಗಲೆಯನ್ನು ಪ್ರವೇಶಿಸಿ ಒಂದು ಕ್ಷಣ ದಿಗ್ಭ್ರಾಂತರಾದರು. ಅದು ಹಜಾರ ಎನ್ನುವುದು ಎಷ್ಟು ನಿಜವೊ, ಅದು ವೈವಿಧ್ಯಮಯ ಮತ್ತು ವಿಸ್ಮಯಕಾರಿ ಅನ್ನುವುದು ಸಹ ಅಷ್ಟೇ ನಿಜ. ನಿಜ ಹೇಳುವುದಾದರೆ ಹಜಾರ ವರ್ತುಲಾಕಾರವಿತ್ತು, ಅಲ್ಲೆಲ್ಲ ಇದ್ದದ್ದು ಗಚ್ಚಿನಗೋಡೆಗಳು. ಅಲ್ಲಿದ್ದ ಯಾವುದೇ ಗೋಡೆ ಎಷ್ಟೋ ವರ್ಷಗಳಿಂದ ಸುಣ್ಣ ಬಣ್ಣ ಕಂಡಿರಲಿಲ್ಲ. ಇನ್ನು ಮೇಲಿನ ವಿನ್ಯಾಸ ಅತ್ಯದ್ಭುತವಾಗಿತ್ತು. ಅಲ್ಲಿದ್ದ ಕಾಷ್ಠಶಿಲ್ಪ ನಯನಮನೋಹರವಾಗಿತ್ತು. ಆದರೆ ಬೇಸರದ ಸಂಗತಿ ಅಂದರೆ ಅಲ್ಲೆಲ್ಲ ಇಲ್ಲಾಣ ಜೇಡರಬಲೆಗಳು ಅಸಂಖ್ಯ ಇದ್ದವು. ಇನ್ನು ಅವುಗಳ ನಡುವೆ ಅದ್ಯಾವುದೋ ಕಾಲದ ಲಾಂದ್ರಗಳು ನಾಮಕಾವಾಸ್ತೆ ಇದ್ದವು. ಇನ್ನು ಹಜಾರದಲ್ಲಿದ್ದ ಕುರ್ಚಿಗಳು ಸೋಫಾಗಳು ಟೀಪ್ಯಾಗಳು! ಒಂದೆರಡು ಕಡೆ ಗೋಡೆಗಾನಿಸಿ ಇರಿಸಿದ್ದ ಷೋಕೇಸುಗಳಲ್ಲಿದ್ದ ಆಂಟಿಕ್‌ಪೀಸುಗಳು! ಅವುಗಳಲ್ಲಿದ್ದ ದುಬಾರಿ ವಸ್ತುಗಳು!

ಇನ್ನು ಪ್ರತಿಗೋಡೆ ಮೇಲೆ ರಾಜಾರವಿವರ್ಮ ವಿರಚಿತ ತೈಲವರ್ಣದ ಚಿತ್ರಗಳಿದ್ದವು. ಜೊತೆಗೆ ಅಲ್ಲಲ್ಲಿ ಸ್ಥಿರಚಿತ್ರಗಳಿದ್ದವು, ಪ್ರತಿಚಿತ್ರದಲ್ಲಿ ಓರ್ವ ಸುಂದರ ಮಹಿಳೆ ತನ್ನ ಕಾಲದ ಡಿಗ್ನಿಟರೀಸ್ ಜೊತೆಗೆ ಬಿದ್ದಿದ್ದಳು. ಆದರೆ ಅವ್ಯಾವುವು

ಕಣ್ಣಿಗೆ ಅಸ್ಪಷ್ಟವಾಗಿ ನಿಲುಕುವುದು ಸಾಧ್ಯವಿತ್ತೆ ಹೊರತು ಕೈಗೆ ನಿಲುಕುವುದು ಸಾಧ್ಯವೇ ಇರಲಿಲ್ಲ.

ಇವೆಲ್ಲವನ್ನು ನೋಡಿದರೆ, ಅವೆಲ್ಲವನ್ನು ನೋಡಿದರೆ! ತನ್ನ ಊಹೆ ಸರಿ ಅನ್ನಿಸದೆ ಇರದು. ಏನೋ ಸಮ್‌ಥಿಂಗ್ ಡಿಫರೆಂಟ್ ಸಮ್‌ಥಿಂಗ್ ಸ್ಪೆಷಾಲಿಟಿ ಇರುವ ಪ್ರಸಿದ್ಧ ಮಹಿಳೆ ಆಕೆ ಅನ್ನಿಸಿತ್ತು ಆಗ, ಈಗ ಅದು ಸಾಕ್ಷಾತ್ಕಾರಗೊಳ್ಳುತ್ತಿದೆ. ಆ ಒಂದು ಕ್ಷಣ ತನಗೆ ರೋಮಾಂಚನವಾಗದೆ ಇರಲಿಲ್ಲ.

ಹಾಲಿನಿಂದ ಮೇಲಕ್ಕೆ ಇದ್ದ ವಿಕ್ಟೋರಿಯನ್ ಕಾಲದ ಸ್ಟೇರ್‌ಕೇಸೋ! ರಾಜರ ಕುಟುಂಬ ವರ್ಗದವರು ಅದರ ಮೇಲೆ ಏರಿ ಇಳಿಯುವ ಕಾಲ್ಪನಿಕ ದೃಶ್ಯಗಳಿಂದ ಅರೆಗಳಿಗೆ ಪರವಶನಾದ. ದುರ್ದೈವದ ಸಂಗತಿ ಅಂದರೆ ಅವುಗಳನ್ನು ನೋಡಿಕೊಳ್ಳುವ ಏಕರಿಕೆ ದೇಖರಿಕೆ ಕೊರತೆ ಇತ್ತು. ಕಾರಣ ಆ ಮನೆಗೆ ಹತ್ತು ಜನ ಆಳುಗಳು ಇದ್ದರು ಕಡಿಮೆಯೆ! ತಮ್ಮ ಕಣ್ಣೆದುರೇ ಇದ್ದೊಬ್ಬ ಮಹಿಳೆ ಮನೆಗೆಲಸ ಬಿಟ್ಟು ಕಂಕುಳಲ್ಲಿ ಕೂಸು ಇರಿಸಿಕೊಂಡು ಅಲ್ಲಿಂದ ಹೊರಟು ಹೋದಳು. ಮಹಿ ನಿಡಿದಾದ ಉಸಿರುಬಿಟ್ಟ.

ಯುಗಂಧರ್ ಆ ಕ್ಷಣದವರೆಗೆ ಮೇಲೆ ಕೆಳಗೆ ಆತಂಕದಿಂದ ನೋಡುತ್ತಿದ್ದ. ಆ ವೃದ್ಧೆ ಇವರ ನಡವಳಿಕೆಯನ್ನು ಮೇಲಿನ ಕಳ್ಳಗಿಂಡಿಯಿಂದ ಗಮನಿಸುತ್ತಿದ್ದರೆ ಎಂಬ ಅನುಮಾನ ತನ್ನನ್ನು ಕಾಡದೆ ಇರಲಿಲ್ಲ. ಅದಕ್ಕೆ ಆತ ಕುಳಿತುಕೊಳ್ಳುವಂತೆ ತಮಗೆ ಸೂಚಿಸಿದ. ಎಲ್ಲೆಲ್ಲೋ ಕುಳಿತುಕೊಳ್ಳಲಿದ್ದ ಅವರನ್ನು ಇಂಥ ಕಡೆ ಕುಳ್ಳಿರಿ ಎಂದು ಸೂಚಿಸಿದ, ಕಾರಣ ಅತಿಥಿಗಳಿಗೆಂದೇ ಮೀಸಲಿರಿಸಿದ್ದ ಆಸನಗಳು ಮೀಸಲಿದ್ದವು. ಅವುಗಳಲ್ಲಿ ಅವರು ಮೆಲ್ಲಗೆ ಕುಳಿತೊಡನೆ ಧೂಳು ಘಾಟು ಮೂಗಿಗೆ ಅಡರಿತು. ಒಡನೆಯೆ ಆತ 'ಗಟ್ಟಿಯಾಗಿ ಸೀತು ಸದ್ದು ಮಾಡದಿರಿ' ಎಂದು ಸಂಜ್ಞೆ ಮೂಲಕ ಸೂಚಿಸಿದ.

ಈ ಬಂಗಲೆ ತಮ್ಮ ಪಾಲಿಗೆ ಉಸಿರುಗಟ್ಟಿಸುವ ಯಾತನಾ ಶಿಬಿರದಂತೆ ಭಾಸವಾಯಿತು. ಈ ಬಂಗಲೆಯ ರೀತಿ ರಿವಾಜೇ ಹೀಗಿರುವಾಗ ಇನ್ನು ಆ ವೃದ್ಧೆಯ ರೀತಿ ರಿವಾಜುಗಳು ಇನ್ನು ಯಾವ ಪ್ರಮಾಣದಲ್ಲಿ ಇದ್ದಿರಬಹುದು ಎಂಬ ಸಂದೇಹ ಸಹ ತಮ್ಮನ್ನು ಕಾಡದೆ ಇರಲಿಲ್ಲ.

ತಮ್ಮನ್ನು ಕಾಣಲಿಕ್ಕೇನು ರೋಗ ಈ ವೃದ್ಧೆಗೆ. ಯಾಕೆ ಬಾರದೆ ತಮ್ಮನ್ನು ಸತಾಯಿಸುತ್ತಿರುವುದು! ಬಂದವರಿಗೆ ಒಂದು ಕಪ್ಪು ಪೇಯ, ಅಥವಾ ಒಂದು ಕಪ್ಪು ನೀರು ಕೊಡುವ ಔದಾರ್ಯವಿಲ್ಲವೆ ಈ ವೃದ್ಧೆಗೆ! ತಮ್ಮ ಮನಸ್ಸು ಶಪಿಸದೆ ಇರಲಿಲ್ಲ.

ಹೌದು ಅಲ್ಲಿ, ಅಷ್ಟು ದೊಡ್ಡ ಬಂಗಲೆಯಲ್ಲಿ, ನೂರಾರು ಜನ ಸಲೀಸಾಗಿ ವಾಸಿಸುವಂತೆ ಇದ್ದ ಆ ಹಳೆಕಾಲದ ಕಟ್ಟಡದಲ್ಲಿ, ಆ ಭೀಕರ ನಿಶ್ಶಬ್ದದಲ್ಲಿ

ಈ ವೃದ್ಧೆ ಒಂಟಿಯಾಗಿ ವಾಸಿಸುತ್ತಿರುವುದೆ ಅಚ್ಚರಿಯ ಸಂಗತಿಯಲ್ಲವೆ! ನಿಜ ಹೇಳುವುದಾದರೆ ಈ ಹಗಲು ಸಮಯದಲ್ಲೆ ಕಾರಿರುಳು ಇದೆ ಎಂಬ ಆತಂಕ ತಮ್ಮದು.

ಒಂದು ಸದ್ದು ಕೇಳಿಸಿತು, ಅದು ಎಲ್ಲಿಂದ ಎಂಬುದು ಸ್ಪಷ್ಟವಾಗಿ ತಿಳಿಯಲಿಲ್ಲ, ಆದರೆ ಯುಗಂಧರ್ ಉಸಿರುಬಿಗಿಹಿಡಿದ. ತುಟಿ ಮೇಲೆ ಬೆರಳಿರಿಸಿ 'ಆಕೆಯ ಆಗಮನದ ಮುನ್ಸೂಚನೆ' ಎಂದು ಪಿಸುದನಿಯಲ್ಲಿ ತಿಳಿಸಿದ. ಆತನ ಆ ಮಾತಲ್ಲಿ ಮಾಂತ್ರಿಕತೆ ಇತ್ತು, ಅದರಿಂದ ತಾವಿಬ್ಬರು ಉಸಿರು ನಿಯಂತ್ರಿಸುವುದು ಅನಿವಾರ್ಯವಾಯಿತು. ಒಂದೆರಡು ನಿಮಿಷಗಳ ಬಳಿಕ ಅವನು ಏನನ್ನೋ ನೆನಪಿಸಿಕೊಂಡ. ಅರೆ ಮರೆತ್ತಿದ್ದೆನಲ್ಲ ಅನ್ನುವಂತೆ! ಜೇಬಿನಿಂದ ಮೌತ್‌ಸ್ಪ್ರೇ ತೆಗೆದು ಹಿಡಿದು ಅವರ ಉಸಿರ ಸನಿಹದಲ್ಲಿ ನಿಂತ, ಬಾಯಿ ತೆರೆಯಿರಿ ಎಂದು ಆಜ್ಞಾಪಿಸಿದ. ಅವನ ವರ್ತನೆ ತಮಗೆ ವಿಚಿತ್ರ ಅನ್ನಿಸಿತು, ಇವನ ಮತ್ತು ಇಲ್ಲಿನ ಮುದುಕಿಯ ಸಹವಾಸ ಬೇಡವೆಂದೆನ್ನಿಸಿತು. ಮುಖ್ಯವಾಗಿ ಮಹಿಯ ಸಿಂಡರಿಸಿಕೊಂಡ ಮುಖ ಗಮನಿಸಿದ,

"ಇದರಿಂದ ನಿಮಗೆ ಮಾತ್ರ ಅಲ್ಲ, ನನಗೂ ಹಿಂಸೆ ಆಗ್ತಿದೆ, ಏನು ಮಾಡೋದು, ಒಬ್ಬೊಬ್ಬರದ್ದು ಒಂದೊಂದು ನೇಚರ್, ಆದರೆ ಈ ವೃದ್ಧೆಗೆ ಇದೇ ಮೇನಿಯಾ, ಸಹಿಸಿಕೊಳ್ಳೋಣ, ಇನ್ನೊಂದೈದು ನಿಮಿಷ. ಎಲ್ಲಿ ತೆರೆಯಿರಿ ಬಾಯಿಗಳನ" ಎಂದು ಅಷ್ಟೇ ಮೆಲ್ಲಗೆ ಹೇಳಿದ,

ಗೋಡೆ ಮೇಲಿನ ಸ್ಥಿರಚಿತ್ರಗಳನ್ನು ತಮ್ಮ ಮಾತುಗಳನ್ನು ಕೇಳಿಸಿಕೊಳ್ಳುತ್ತವೆ, ಕೇಳಿಸಿಕೊಂಡ ಮಾತುಗಳನ್ನು ಆಕೆಯ ಕಿವಿಗೆ ಹಾಕುತ್ತವೆ ಎಂಬ ಸಂದೇಹ ತನ್ನದು.

ಮೊದಲು ಮಹಿ ಬಾಯಿ ತೆರೆದರೆ ಬಳಿಕ ಮಧು ಬಾಯಿ ಹಿಗ್ಗಲಿಸಿದ. ಅವುಗಳಿಗೆ ಈ ವ್ಯಕ್ತಿ ಸ್ಪ್ರೇ ಮಾಡಿದ. ಬಳಿಕ ಅವನೆ,

"ಗೆಳೆಯರೆ, ಹೀಗೆ ಹೇಳುತ್ತಿರುವುದಕ್ಕೆ ಬೇಸರಿಸಬೇಡಿರಿ, ಗೌರವಾನ್ವಿತ ವೃದ್ಧೆಯವರು ತಮ್ಮ ಕೋಣೆಯಿಂದ ಆಗಲೆ ಹೊರಟಿರುವರು, ಅವರು ಪ್ರಾಯಶಃ ಹಜಾರದ ಸನಿಹದಲ್ಲಿರಬಹುದು. ಅಥವಾ ನಾವು ಕುಳಿತಿರುವ ಶೈಲಿಯನ್ನು ಅವರು ತಾವಿರುವಲ್ಲಿಂದ ಗಮನಿಸುತ್ತಿರಬಹುದು, ಏಷ್ಟಾದರು ಅವರು ಸಹಸ್ರ ಚಂದ್ರದರ್ಶನ ಪಡೆದ ಪುಣ್ಯಸ್ತ್ರೀ, ಆಕೆ ಅಗೋ ಆ ಆಸನದ ಮೇಲೆ ಕುಳಿತುಕೊಳ್ಳುವರು, ನೀವು ಆಕೆಗೆ ಮೂರು ಅಡಿ ಅಂತರದಲ್ಲಿ ಕುಳಿತಿರಬೇಕು, ಮಾತು ಆಡುವಾಗ ನಿಮ್ಮ ನಿಮ್ಮ ಬಾಯಿಗಳ ಮೇಲೆ ನಿಮ್ಮ ನಿಮ್ಮ ಬಲಗೈಯ ನಾಲ್ಕು ಬೆರಳುಗಳನ್ನು ಊರ್ಧ್ವಮುಖವಾಗಿ ಅಡ್ಡವಿರಿಸಿಕೊಳ್ಳುವುದನ್ನು ಮರೆಯಬಾರದು. ಅತಿಥಿಗಳು ಸಾಂಕ್ರಾಮಿಕ ವ್ಯಾಧಿಗಳ ವಾಹಕರು ಅನ್ನುವುದು

ಆಕೆಯ ನಂಬಿಕೆ. ಹ್ಞಾಂ ಇನ್ನೊಂದು ಮುಖ್ಯ ಸಂಗತಿ ಅಂದರೆ ಆಡುವ ಪ್ರತಿ ಮಾತು ಸೂಜಿ ಮೊನೆಯನ್ನು ಚುಂಬಿಸಿದಂತೆ ಇರಬೇಕು. ನನ್ನ ಮಾತುಗಳು ಗಣ್ಯರಾದ ನಿಮಗೆ ಅರ್ಥವಾಗಿರಬಹುದೆಂದು ಭಾವಿಸುವೆ" ಎಂದು ಹೇಳುವುದಕ್ಕು ಅನತಿದೂರದಲ್ಲಿದ್ದ ಬಾಗಿಲು ಕೀರ್ರ್ ಎಂದು ಸದ್ದಾಗುವುದಕ್ಕು ಸರಿ ಹೋಯಿತು.

ಅದು ಕೇಳಿಸಿತೊ ಇಲ್ಲವೊ ಎಂಬ ಅನುಮಾನದಿಂದ ಅದೇ ಬಾಗಿಲ ಬಳಿ ಯಾರೋ ಮಂದ್ರಸ್ಥಾಯಿಯಲ್ಲಿ ಕೆಮ್ಮಿದ ಸದ್ದು ಸಹ ಕೇಳಿಸಿತು.

* * *

ನಿಜ ಹೇಳುವುದಾದರೆ ಆ ಒಂದು ಕ್ಷಣ ರೋಮಾಂಚಕಾರಿಯಾದುದು. ಇರಲಿ ಅದೆಲ್ಲ, ಸ್ವಲ್ಪ ಅಂದರೆ ಅರ್ಧ ಸೆಕೆಂಡ್ ಹಿಂದಕ್ಕೆ ಮರಳಿದರೆ, ಅಂದರೆ ಆಕೆ ಕೆಮ್ಮಿದ ಸದ್ದು ತಮ್ಮ ತಮ್ಮ ಕಿವಿಗಳ ಹೊಸ್ತಿಲಲ್ಲಿರುವಾಗಲೆ ತಾವಿಬ್ಬರು ಮೆಲ್ಲಗೆ ಕತ್ತು ಹೊರಳಿಸಿದ ಅನುಭವ ಅವರ್ಣನೀಯ. ತಾವಿಬ್ಬರು ತಮ್ಮ ತಮ್ಮ ಕತ್ತುಗಳನ್ನು ಹೇಗೆ ಪಕ್ಕಕ್ಕೆ ಹೊರಳಿಸಿದರು ಅಂದರೆ ಹಾಗೆ ಅಷ್ಟು ಸೂಕ್ಷ್ಮವಾಗಿ ಹೊರಳಿಸಿದರು, ಅದೂ ತೀರಾ ಮೆಲ್ಲಗೆ, ಅಂದರೆ ಗಂಟೆಗೆ ಅರ್ಧ ಕಿಮೀ ವೇಗದಲ್ಲಿ. ಆಗ ತಾವ್ಯಾರು ಸಹ ರೆಪ್ಪೆಯಾರಿಸಿರಲಿಲ್ಲ. ತಮ್ಮ ಅರೆತೆರೆದ ತುಟಿಗಳ ನಡುವೆ ಆಡಲಿದ್ದ ಮಾತು, ಉದ್ಗರಿಸಲಿದ್ದ ಉದ್ಗಾರ ಹಾಗೆ ಅಲ್ಲಿಯೇ ಸ್ಥಗಿತಗೊಂಡಿತ್ತು. ಇನ್ನೇನು ಆಕೆ ತಮ್ಮನ್ನು ಸಮೀಪಿಸಿದಳು ಅನ್ನುವಷ್ಟರಲ್ಲಿ ಪುನಃ ಆಕೆ ಕೋಣೆ ಸೇರಿಕೊಂಡಳು.

ಆಕೆಗೆ ತಮ್ಮನ್ನು ಭೆಟ್ಟಿಯಾಗುವುದು ಇಷ್ಟವಿಲ್ಲವೊ! ನಿರಾಸೆ ಮತ್ತು ಆತಂಕ ಆವರಿಸಿತು. ಎಷ್ಟೋ ಸಂದರ್ಭಗಳಲ್ಲಿ ಕೈಯಲ್ಲಿರುವ ತುತ್ತು ಬಾಯಿಗೆ ತಲುಪಿಲ್ಲ. ಅದರಂತೆಯೇ ಇದಾದರೆ! ಆದರೆ ಬಂದ ದಾರಿಗೆ ಸುಂಕವಿಲ್ಲವೆಂದು ಭಾವಿಸಿ ಮರಳುವುದು. ತಾವು ಇಬ್ಬರು ಬಿಟ್ಟ ನಿಟ್ಟುಸಿರನ್ನು ಯುಗಂಧರ್ ಗಮನಿಸಿದ, ತನ್ನ ಬಾಯಿಯನ್ನು ತಮ್ಮ ಕಿವಿಗಳಿಗೆ ಹತ್ತಿರ ತಂದು,

"ದಯವಿಟ್ಟು ಬೇಸರಾಗುವುದು ಬೇಡ, ಆ ವೃದ್ಧೆ ನಿಮ್ಮನ್ನು ಅತಿಗಣ್ಯರೆಂದು ಭಾವಿಸಿದೆ, ಅದಕ್ಕೆ ಬಾಯೊಳಗಿನ ಕೃತಕ ಚಿನ್ನದ ದಂತಪಂಕ್ತಿ ಸ್ವಲ್ಪ ಸಮಸ್ಯೆಯಾಗಿರಬಹುದು, ಡೆಂಚರ್ ಬಾಯಿಯೊಳಗಿನ ಫೋನಿಕ್ ಟೆಕ್ನಾಲಜಿಗೆ ತೊಂದರೆ ಕೊಡಬಾರದಲ್ಲವೆ! ಅದರ ಪರಿಣಾಮ ಮಾತುಗಳು ಅಸ್ಪಷ್ಟವಾದರೆ ಅತಿಥಿಗಳಿಗೆ ಕಿರಿಕಿರಿಯಾಗದಂತೆ ಎಚ್ಚರವಹಿಸುವುದು ಆಕೆ ತನ್ನ ಕರ್ತವ್ಯವೆಂದು ಭಾವಿಸುವಳು, ಅದು ಆಕೆಯ ದೊಡ್ಡಗುಣ. ಆಕೆ ಒಳಗೆ ಹೋಗಿ ಡೆಂಚರ್‌ಗೆ ಅಥೆನ್ಸಾ ಲೇಪಿಸಿ ಪುನಃ ಆಗಮಿಸುವಳು, ಅದಕ್ಕೆ ನೀವು

ಕಾಯಬೇಕಿರುವ ಅವಧಿ ಹೆಚ್ಚೆಂದರೆ ಒಂದೆರಡು ನಿಮಿಷ ಮಾತ್ರ" ಎಂದು ಪಿಸು ಮಾತಲ್ಲಿ ಹೇಳಿದನು.

ವೃದ್ಧೆಯ ಹಾಗೆ ಇವನು ಸಹ ಇರಕ್‌ಸಮ್ ಕಿರಿಕ್‌ಸಮ್ ಅನ್ನಿಸಿತು ತಮಗೆ, ತಮಗೆ ಈ ಪುಣ್ಯಾತ್ಮ ವೃದ್ಧೆಯ ಬಂಗಲೆ ತೋರಿಸದೆ ಇದ್ದರೆ ಚೆನ್ನಾಗಿತ್ತೂಂತ ಅನ್ನಿಸಿತು. ಅವನ ಕಡೆ ಪುನಃ ನೋಡಿದ ತಮ್ಮ ನೋಟ ನಿರ್ಭಾವುಕವಾಗಿತ್ತು.

ಇದ್ದಕ್ಕಿದ್ದಂತೆ ಮಹಿ ಸ್ವಾಮಿನಿಷ್ಠ ಚತುಷ್ಪಾದಿಗಳನ್ನು ನೆನಪು ಮಾಡಿಕೊಂಡ, ಇಂಥ ಮನೆಗೆ ಜರ್ಮನ್ ಶಪರ್ಡ್, ಆಸ್ಟ್ರೇಲಿಯನ್ ರಿಟ್ರೀವರ್ ಬೇಡ, ಆದರೆ ಕನಿಷ್ಠಪಕ್ಷ ಲ್ಯಾಬ್ರಡಾರ್ ಅಗತ್ಯವಿತ್ತೂಂತ ಅನ್ನಿಸಿತು. ಅವನಿಗೆ ಮಾತ್ರ ಕೇಳಿಸುವಂತೆ,

"ಯುಗಂಧರ್ ಈ ಗೌರವಾನ್ವಿತ ವೃದ್ಧೆ ಒಂದು ಒಳ್ಳೆ ಸಭ್ಯಸ್ಥ ನಾಯಿ ಸಾಕಬಹುದಿತ್ತಲ್ಲವೆ!" ಎಂದು ತೀರಾ ಮೆಲ್ಲಗೆ ಕೇಳಿದ, ಅದಕ್ಕೆ ಅವನು,

"ಅಯ್ಯೋ ವೃದ್ಧೆಯ ಶ್ವಾನ ಪ್ರೇಮ ತಿಳಿದರೆ ನೀವು ಆ ಕುರಿತು ಕಾದಂಬರೀನೆ ಬರೆಯುವಿರಿ, ನನಗೆ ತಿಳಿದಂತೆ ಇಲ್ಲಿ ನಾಯಿಗಳಿದ್ದವು, ಆದರೆ ಅವು ಈಗ ಇರುವುದು ನಿಮಗೆ ತೋರಿಸಿದ ಸ್ಥಳದಲ್ಲಿ. ಏನು ಮಾಡುವುದು ಹೇಳಿ ವೃದ್ಧೆಯ ಹಣೆಯಲ್ಲಿ ನಾಯಿಗಳ ಋಣವಿಲ್ಲ" ಎಂದು ಅಷ್ಟೇ ಮೆಲ್ಲಗೆ ಮಾಹಿತಿ ನೀಡಿದ.

ಅಷ್ಟರಲ್ಲಿ ಆ ಕೋಣೆಯ ಬಾಗಿಲ ಬಳಿ ಪುನಃ ಸದ್ದು, (ಗಿರಕಿ ಅಲ್ಲಾಡಿದಾಗ ಆಗುವ ಸದ್ದನ್ನು ಅದು ಹೋಲುತ್ತಿತ್ತು) ಕೇಳಿಸಿತು. ಓಹ್ ಆಕೆ ಆಗಮನಕ್ಕೆ ಸಂಬಂಧಿಸಿದ ಸದ್ದು ಅದು ನಿಸ್ಸಂದೇಹವಾಗಿ. ಇವರಿಬ್ಬರು ಉಸಿರು ಬಿಗಿಹಿಡಿದರು, ಮೆಲ್ಲಗೆ ಕತ್ತು ಹೊರಳಿಸಿದರು. ಅಲ್ಲೆಲ್ಲೋ ಅಸ್ಪಷ್ಟ ಆಕೃತಿ,

ಅದು ತನ್ನ ಬೆನ್ನೆಲುಬನ್ನು ನೇರಗೊಳಿಸಲು ಪ್ರತಿಹೆಜ್ಜೆಗೆ ಪ್ರಯತ್ನಿಸುತ್ತಿದೆ. ಕಣ್ಣಿಗೆ ಅಡ್ಡವಿದ್ದ ಕನ್ನಡವನ್ನು ತೆಗೆಯುವುದೊ ಬೇಡವೊ ಎಂದು ಯೋಚಿಸುತ್ತಿದೆ. ತಮ್ಮನ್ನು ದೂರದಿಂದ ನೋಡಲು ನೋಟದ ಮೂಲಕ ಗ್ರಹಿಸಲು ಕಣ್ಣ ಹುಬ್ಬುಗಳ ಮೇಲೆ ಅಂಗೈಯನ್ನು ಇರಿಸಿ ತೆಗೆದು ವಯೋಸಹಜ ಅಸಹಾಯಕತೆಯನ್ನು ಪ್ರಕಟಿಸುತ್ತಿದೆ. ತಾನು ಹೆಜ್ಜೆಯನ್ನು ಬಲವಾಗಿ ಇಟ್ಟರೆಲ್ಲಿ ಭವನ ಕುಸಿದು ನೆಲದ ಪಾಲಾಗುವುದೊ ಎಂದು ಯೋಚಿಸುತ್ತಿದೆ. ಅದುವರೆಗೆ ಇದ್ದ ಕೈಗೋಲನ್ನು ನಿಧಾನವಾಗಿ ಮೂಲೆಯಲ್ಲಿರಿಸುತ್ತಿದೆ. ಅಪರಿಚಿತರು ಎದ್ದು ತನಗೆ ಗೌರವ ಸಲ್ಲಿಸುವರೊ ಇಲ್ಲವೊ ಎಂದು ತಮ್ಮ ನಡವಳಿಕೆಯನ್ನು ಸಂದೇಹಿಸುತ್ತಿದೆ. ಅವರು ಸಾಂಪ್ರತು ತನ್ನನ್ನು ನೋಡಿದೊಡನೆ ಹೇಗೆ ಸಂಬೋಧಿಸಬಹುದು! ತಾನು ಹೇಗೆ ಅವರನ್ನು ಸಂಬೋಧಿಸುವುದು! ಮನಸ್ಸಿನಲ್ಲಿ ಲೆಕ್ಕಾಚಾರ

ಹಾಕುತ್ತಿದೆ, ಒಂದೇ ಮಾತಲ್ಲಿ ಹೇಳುವುದಾದರೆ ಅದರ ಪ್ರತಿಯೊಂದು ಪ್ರತಿಕ್ರಿಯೆ ವ್ಯವಹಾರಿಕವಾದುದು ಅನ್ನುವುದರಲ್ಲಿ ಅನುಮಾನವಿಲ್ಲ.

"ನಿಮ್ಮ ಅದೃಷ್ಟ, ಬೆಳಗ್ಗೆ ನೀವು ಎದ್ದೊಡನೆ ನಿಮ್ಮ ನಿಮ್ಮ ಪತ್ನಿಯ ಮುಖವನ್ನು ನೋಡಿರಲಾರಿರಿ, ಕಾರಣ ಈ ಮಾತು ಯಾಕೆ ಹೇಳುತ್ತಿರುವೆನೆಂದರೆ ವೃದ್ಧೆ ಇನ್ನು ಕೆಲವೇ ಕ್ಷಣಗಳಲ್ಲಿ ನಿಮ್ಮನ್ನು ಸಮೀಪಿಸಲಿದೆ. ಹಲೋ ಎಂಬರ್ಥದ ಮುಗುಳ್ನಗೆಯನ್ನು ಅದು ಮುಂಚಿತವಾಗಿ ಪ್ರದರ್ಶಿಸಲಿದೆ, ಅದಕ್ಕೆ ನೀವು ಅದಕ್ಕಿಂತ ಹೆಚ್ಚು ಪ್ರಮಾಣದ ಮುಗುಳ್ನಗೆಯನ್ನು ಸೂಚಿಸಲು ಹಿಂಜರಿಯಬಾರದು ಆತ್ಮೀಯರೆ. ಇನ್ನು ಆಕೆ ಆಸೀನಳಾಗುವ ಆಸನ ಅಗೋ ಅಲ್ಲಿ, ಅಂದರೆ ನಿಮಗೆ ನಾಲ್ಕೂವರೆ ಅಡಿ ದೂರದಲ್ಲಿ. ಯಾವ ಕಾರಣಕ್ಕು ನೀವು ಆಕೆಯ ಮುಂಗೈಯನ್ನು ಸ್ಪರ್ಶಿಸಬಾರದು. ಕೈಗಳನ್ನು ಕಾರ್ಬೊಲಿಕ್ ಸೋಪಿನಲ್ಲಿ ತೊಳೆದವರಾಗಿರಬೇಕು. ಹ್ಞಾಂ ಅಂದಹಾಗೆ ಪ್ರತಿಮಾತಿಗೆ ಬಲಗೈಯ ನಾಲ್ಕು ಬೆರಳುಗಳನ್ನು ಬಾಯಿಯ ಮೇಲೆ ಊರ್ಧ್ವಮುಖಿಯವಾಗಿ ಇಟ್ಟಿರಬೇಕು. ಇನ್ನೂ ಹೇಳುವುದು ಇತ್ತು, ಹಾಗೆಯೇ ಕೇಳುವುದು ಸಹ ಇತ್ತು, ಆದರೆ ಗೌರವಾನ್ವಿತ ವೃದ್ಧೆಯವರು ಹಜಾರವನ್ನು ಪ್ರವೇಶಿಸಿರುವರು" ಎಂದು ಕಲಾತ್ಮಕವಾಗಿ ಹೇಳಿದ.

ಆತನ ಮಾತುಗಳನ್ನು ಮಹಿ ತಾಳ್ಮೆಯಿಂದ ಕೇಳಿಸಿಕೊಂಡ, ಆದರೆ ಅವುಗಳನ್ನು ಅರಗಿಸಿಕೊಳ್ಳಲು ಆಗಲಿಲ್ಲ. ಆದರೆ ಮಧು ಅವುಗಳನ್ನು ಸರಿಯಾಗಿ ಕೇಳಿಸಿಕೊಳ್ಳಲಿಲ್ಲ, ಆದರೆ ತನ್ನ ಮನಸ್ಸು ಆ ವೃದ್ಧೆಯ ಮುಖದ ಸುಕ್ಕು ಗೆರೆಗಳನ್ನು ಹೇಗೆ ಸೆರೆಹಿಡಿಯುವುದು, ಸತ್ಯಜಿತ್‌ರೇ ಫಿಲಂಗಳ ವೃದ್ಧರಂತೆ ಆಕೆ ಇದ್ದರೆ ಕೆಮೇರಾಕ್ಕೆ ಹಬ್ಬ, ಈ ಕ್ಷಣ ತನ್ನ ಕೈಯಲ್ಲಿ ಕೆಮೆರಾ ಇರಬೇಕಿತ್ತು, ಇದ್ದಿದ್ದರೆ ಆ ವೃದ್ಧೆಯನ್ನು ವಿವಿಧ ಕೋನಗಳಿಂದ ಸೆರೆಹಿಡಿಯಬಹುದಿತ್ತು, ಹೀಗೆ ಒಬ್ಬ ವೃತ್ತಿನಿರತ ಕೆಮೆರಾಮನ್ನುವಿನಂತೆ ಯೋಚಿಸುತ್ತಿದ್ದ.

* * *

ಆಕೆ ತಮ್ಮ ಕಣ್ಣಳತೆಯಲ್ಲಿ ಕೇವಲ ಮೂರುನಾಲ್ಕು ಅಡಿ ದೂರದಲ್ಲಿ ಸುಖಾಸೀನಳಾಗಿರುವಳು. ಆಕೆಯ ತಲೆ ಮೇಲಿದ್ದ ಗುಂಗುರು ಕೂದಲಲ್ಲಿ ಎಲ್ಲೋ ಒಂದೆರಡು ಮಾತ್ರ ಬೆಳ್ಳಿಗೂದಲುಗಳು ಗವಾಕ್ಷಿಯ ಬೆಳಕಿಗೆ ಥಳ ಥಳ ಮಿಂಚುತ್ತಿದ್ದವು, ಕಣ್ಣರೆಪ್ಪೆಗಳು ಅಗತ್ಯಕ್ಕಿಂತ ಕಾಲು ಸೆಂಟಿಮೀಟರ್ ಉದ್ದ ಇದ್ದವು. ಇನ್ನು ಕಣ್ಣ ಹುಬ್ಬುಗಳು ಮಳೆಬಿಲ್ಲನ್ನು ಹೋಲುತ್ತಿದ್ದವು, ನೀಳನಾಸಿಕದ ಬಲ ಹೊಳ್ಳೆಯ ರಂಧ್ರಕ್ಕಿದ್ದ ವಜ್ರದ ನತ್ತು ಫಳಫಳ ಹೊಳೆಯುತ್ತಿತ್ತು. ಇನ್ನು ನೊಸಲಲ್ಲಿ ಹತ್ತಾರು ಸುಕ್ಕು ಗೆರೆಗಳು ಇದ್ದವು, ಆದರೆ ಅವುಗಳನ್ನು ತಾತ್ಕಾಲಿಕವಾಗಿ

ಕೃತಕ ಸಾಧನಗಳಿಂದ ಮುಚ್ಚಲಾಗಿತ್ತು. ಭ್ರೂಮಧ್ಯದ ನಿವೇಶನವನ್ನು ಒಂದು ಪುಟ್ಟ ಚಿನ್ನದ ಟಿಕ್ಲಿಯಿಂದ ಅಲಂಕರಿಸಲಾಗಿತ್ತು. ಇನ್ನು ತುಟಿಗಳಿಗೆ ಲೇಪಿಸಿದ್ದ ಬಣ್ಣವೊ, ಕೆಳದುಟಿ ಕೆಳಗಿನ ತಪ್ಪಲ ಮೇಲೆ ಲೇಪಿಸಿದ್ದ ಬಣ್ಣವೊ! ಆಕೆ ಆಗಾಗ್ಗೆ ತನ್ನ ಬಾಯಿಯೊಳಗಿದ್ದ ಚಿನ್ನದ ವಜ್ರದ ಕೃತಕ ದಂತಪಂಕ್ತಿಗಳನ್ನು ಪ್ರದರ್ಶಿಸುತ್ತಿದ್ದುದರ ಕುರಿತು ಹೇಳುವುದಾದರೆ, ಒಟ್ಟಾರೆ ಹೇಳುವುದಾದರೆ, ಆಕೆ ಧರಿಸಿದ್ದ ಉಡುಪು ಕುರಿತು ಹೇಳುವುದಾದರೆ, ಆಕೆ ತನ್ನ ಶರೀರದ ಕೆಲವು ಕಡೆ ಲಗತ್ತಿಸಿದ್ದ ಕೃತಕ ಪ್ಯಾಡುಗಳ ಕುರಿತು ಹೇಳುವುದಾದರೆ, ಆಕೆ ತನ್ನ ಶರೀರದಾದ್ಯಂತ ಸಿಂಪರಣೆ ಮಾಡಿಕೊಂಡಿದ್ದ ವಿದೇಶಿ ಪರಿಮಳ ಕುರಿತು ಹೇಳುವುದಾದರೆ! ಆಕೆ ಮುಖದಲ್ಲಿದ್ದ ಅಸಂಖ್ಯಾತ ಸುಕ್ಕುಗಳನ್ನು ಆಯಾ ಕೊರಕಲುಗಳನ್ನು ವಿಶೇಷ ಪ್ರಸಾಧನಗಳಿಂದ ಮರೆಮಾಚಲು ಶ್ರಮಿಸಿದ್ದುದರ ಕುರಿತು ಹೇಳುವುದಾದರೆ, ತುಟಿಗಳಿಗೆ ಲೇಪಿಸಿದ್ದ ಕೆಂಪು ಬಣ್ಣ ಕುರಿತು ಹೇಳುವುದಾದರೆ! ಓಹ್ ಹೀಗೆ ಪ್ರತ್ಯೇಕವಾಗಿ ವರ್ಣಿಸುತ್ತ ಹೋದರೆ ನೂರಾರು ಪುಟಗಳಾಗುವುದು. ನೂರಕ್ಕೆ ಹತ್ತಿರವಿದ್ದರು ಆಕೆಯಲ್ಲಿದ್ದ ಸೌಂದರ್ಯ ಪ್ರಜ್ಞೆಯೆ! ಹ್ಹಾ ಹ್ಹಾ ಸೌಂದರ್ಯಾಭಿಲಾಷಿಯೆ!

ನೋಡಿ ಈ ವಯಸ್ಸಿನಲ್ಲೆ ಇಷ್ಟು ಸುಂದರವಾಗಿರುವ ತಾನು ಇನ್ನು ಷೋಡಷ ಪ್ರಾಯದವಳಿದ್ದಾಗ ಇನ್ನೆಷ್ಟು ಚೆಂದವಿದ್ದಿರಬಹುದೆಂದು ಯೋಚಿಸಿ ಅನ್ನುವ ಅರ್ಥ ಆಕೆಯ ನೋಟದಲ್ಲಿ ಅಡಕವಾಗಿತ್ತು.

ಒಂದೆ ಮಾತಲ್ಲಿ ಹೇಳುವುದಾದರೆ ಆಕೆಯ ವೃದ್ಧಾಪ್ಯ ಜೀವನೋತ್ಸಾಹಕ್ಕೆ ಹೊಸವ್ಯಾಖ್ಯಾನ ಬರೆದಿತ್ತು. ವಯಸ್ಸಿನ ವಿವಿಧ ಅವಸ್ಥಾಂತರಗಳ ಪ್ರದರ್ಶನಾಲಯದಂತೆ ಇತ್ತು. ಓಹ್ ಆಕೆಯ ಕಣ್ಣುಗಳು ಮತ್ಸ್ಯಾಕಾರದ ಪಂಜರ, ಆದರೆ ಅದರಿಂದ ಚಿಮ್ಮುತ್ತಿದ್ದ ನೋಟದಲ್ಲಿ ಯೌವನೋತ್ಸಾಹವಿತ್ತು, ಅದು ಸಮ್ಮೋಹನವಾಗಿತ್ತು. ಅದೇನೆ ಇರಲಿ... ಅದು ಸದಾ ನೋಡಿಸಿಕೊಳ್ಳುವ ಮುತುವರ್ಜಿಯ ಮುಖ.

ಹೆಚ್ಚು ಹೊತ್ತು ರೆಪ್ಪೆಯಾರಿಸದೆ ನೋಡಬೇಡಿರೆಂದು ಆಕೆಯ ಹಿಂದೆ ಇದ್ದ ಯುಗಂಧರ್ ಕಣ್ಣಿನಿಂದ ಸಂಜ್ಞೆ ಮಾಡಿದ. ಒಂದು ನೋಟದ ಅವಧಿ ಹತ್ತು ಸೆಕೆಂಡುಗಳನ್ನು ಮೀರಬಾರದೆಂದು ಎಚ್ಚರಿಸಿದ್ದ. ಮಹೀ ಕೂಡಲೆ ತನ್ನ ನೋಟವನ್ನು ಉಪಸಂಹರಿಸಿಕೊಂಡ. ತನಗೆ ಆಕೆಯ ಮುಂಗೈಯನ್ನು ಸ್ಪರ್ಶಿಸುವ ಆಸೆ ಇತ್ತು, ತನ್ನ ತೋಳುಗಳಲ್ಲಿ ಆಕೆಯನ್ನು ಮಗುವನ್ನಾಗಿ ಪರಿವರ್ತಿಸುವ ಆಸೆ ಇತ್ತು. ಆಕೆಯ ಜೊತೆ ಗಂಟೆಗಟ್ಟಲೆ ಮನಸ್ಸು ಬಿಚ್ಚಿ ಹರಟುವ ಆಸೆ ಇತ್ತು. ಆದರೆ ಅದಕ್ಕೆ ನಿರ್ಬಂಧಗಳಿದ್ದವು. ಕಾರಣ ಪರರ ನೋಟಗಳಿಂದ, ಅನವಶ್ಯಕ ಮಾತುಗಳಿಂದ, ಅತಿಥಿಗಳ ಬಾಯಿ ವಾಸನೆಯಿಂದ

ಯಾವಕ್ಷಣವಾದರು ಆಕೆಗೆ ಇರಿಟೇಟಾಗಬಹುದು. ಅಂದಮಾತ್ರಕ್ಕೆ ಆಕೆ ಅಷ್ಟು ರಿಜಿಡ್ಡಲ್ಲ. ಆದರೆ ಅವೆಲ್ಲ ಆಕೆಯನ್ನು ಉತ್ತೇಜಿಸಬೇಕು, ಆಕೆಯಲ್ಲಿ ಸಂತೋಷದ ಲಹರಿಗಳನ್ನು ಉತ್ಪಾದಿಸಬೇಕು.

"ಕೇವಲ ನೆನಪುಗಳ ಆಧಾರದಿಂದ ನನ್ನ ಪೋಟ್ರೇಟನ್ನು ರಚಿಸಿದ ವ್ಯಕ್ತಿ ನಿಮ್ಮಲ್ಲಿ ಯಾರು! ಓಹ್ ನೀನೇ ತಾನೆ!" ಎಂದು ಆಕೆ ಸ್ವತಃ ನುಡಿದಳು, ಅದಕ್ಕೆ ಮಹಿ ಹೌದು ಎಂದು ತಲೆ ಅಲ್ಲಾಡಿಸಿದ.

'ಓಹ್ ನೀವು ನಿಜಕ್ಕು ಅದೃಷ್ಟವಂತರು, ಸ್ವತಃ ಆಕೆ ಮಾತನ್ನು ಆರಂಭಿಸಿದ್ದು, ಆಕೆ ನಿಮ್ಮ ಪ್ರತಿಭೆಯನ್ನು ಪ್ರಶಂಸಿಸಿದ್ದು, ನಿಮ್ಮ ಹಸ್ತಲಾಘವ ಮಾಡಲು ಆಕೆ ತನ್ನ ಬಲಗೈಯನ್ನು ಸ್ವಲ್ಪೇ ಸ್ವಲ್ಪ ಮುಂದಕ್ಕೆ ಚಾಚಿ ಪುನಃ ಉಪಸಂಹರಿಸಿಕೊಂಡದ್ದು, ತಾನು ಸ್ಪರ್ಶಿಸಬೇಕೆಂದಿದ್ದ ಅತಿಥಿ ಕೈಗಳನ್ನು ಕಾರ್ಬಾಲಿಕ್ ಸಾಬೂನಿನಿಂದ ಸ್ವಚ್ಛಗೊಳಿಸಿಕೊಂಡಿರುವನೊ ಇಲ್ಲವೊ ಎಂದು ಸಂದೇಹಿಸಿದ್ದು, ರೇಶ್ಮೆ ಕರವಸ್ತ್ರವನ್ನು ಅತಿಮೆಲ್ಲಗೆ ಅತಿ ನಾಜೂಕಿನಿಂದ ತನ್ನ ತುಟಿಗಳ ಮೇಲಾಡಿಸಿದ್ದು, ಪುನಃ ಏನು ಎಂಥ ಮಾತುಗಳನ್ನು ಆಡುವುದೆಂದು ಮನಸ್ಸಿನಲ್ಲಿಯೆ ತಾಲೀಮು ಆಯ್ಕೆ ನಡೆಸಿದ್ದು ಇವೆಲ್ಲವು ಅತಿಥಿಗಳಾದ ನಿಮ್ಮ ಅದೃಷ್ಟ'

ಹಿಂದೆ ನಿಂತಿದ್ದ ಯುಗಂಧರ್ ಕಣ್ಣುಗಳಿಂದ ಹೇಳಿದ.

ಆಕೆ ತಿರುಗದ ಫ್ಯಾನ್ ಕಡೆ ನೋಡಿದಳು, ಅದು ಎಷ್ಟೋ ದಶಕಗಳ ಹಿಂದಿನ ಫ್ಯಾನು, ಅದನ್ನು ತಯಾರಿಸಿದ್ದ ಮ್ಯಾನ್ಯುಫ್ಯಾಚರಿಂಗ್ ಕಂಪನಿ ಕಮ್ಯುನಿಷ್ಟರ ಹಾವಳಿಗೆ ತತ್ತರಿಸಿ ಶಾಶ್ವತವಾಗಿ ಲಾಕ್‌ಡೌನಾಗಿತ್ತು. ಅದು ತಿರುಗುತ್ತಿರಲಿಲ್ಲ, ತಿರುಗಿದರು ಅತಿ ಮೆಲ್ಲಗೆ, ಅದೂ ಕೀರಕು ಕೀರಕು ಸದ್ದು ಮಾಡುವುದು, ಪ್ರತಿಪ್ರದಕ್ಷಿಣೆಗೆ ಫಲಾನುಭವಿಗಳ ತಲೆ ಮೇಲೆ ಇಲ್ಲಣ ಧೂಳು ಸುರಿಸುವುದು, ಶಬ್ದಗಳ ನೆರವಿಲ್ಲದೆ ಬಯ್ಯಿಸಿಕೊಳ್ಳುವುದು, ಅವೆಲ್ಲವನ್ನು ಅಷ್ಟೇ ಮೌನವಾಗಿ ಸಹಿಸಿಕೊಳ್ಳುವುದು!

ಅದನ್ನು ಸೂಕ್ಷ್ಮವಾಗಿ ಅರ್ಥ ಮಾಡಿಕೊಂಡ ಯುಗಂಧರ್ ಮೆಲ್ಲಗೆ ಹೋಗಿ ಕಪಾಟು ತೆರೆದು ಅದರಲ್ಲಿದ್ದ ಬೀಸಣಿಕೆಯನ್ನು ಕೆಗೆತ್ತಿಕೊಂಡ, ಅದರ ಮೈಮೇಲೆ ಸುಂದರ ಕುಸುರಿಗೆಲಸವಿತ್ತು, ಅದರ ತುಂಬೆಲ್ಲ ನವಿಲುಗರಿಗಳಿದ್ದವು, ಪ್ರತಿನವಿಲುಗರಿಗು ಒಂದೊಂದು ಕಣ್ಣು ಇದ್ದವು. ಅದನ್ನು ತಂದು ಆಕೆಯ ಬಲಬದಿಯಲ್ಲಿ ನಿಂತು ಬೀಸಲಾರಂಭಿಸಿದ, ಅದರಿಂದ ವೃದ್ಧೆ ಸಂಪ್ರೀತಳಾದಳು. ಅವನ ಕಡೆ ಅಭಿಮಾನದಿಂದ ನೋಡಿದಳು.

ಪುನಃ ಆಕೆ ಮೆಲ್ಲಗೆ ತುಟಿಗಳನ್ನು ಹಿಗ್ಗಲಿಸಿ, "ನನ್ನ ಪೋಟ್ರೇಟನ್ನು ರಚಿಸಿದ್ದು ಕೇವಲ ನೆನಪು ಮಾತ್ರದಿಂದ ತಾನೆ! ಅದು ಹೇಗೆ ಸಾಧ್ಯ!" ಎಂದು ಕೇಳಿದಳು.

ಮಹಿ ಆಕೆಯ ಮಾತಿಗೆ ಪ್ರತಿಕ್ರಿಯಿಸಲು ಅರೆಗಳಿಗೆ ತಡವರಿಸಿದ. ಕಾರಣ ಆಡುವ ಮುನ್ನ ಮಾತನ್ನು ಮನಸ್ಸಿನಲ್ಲಿ ಪ್ರಾಕ್ಟೀಸ್ ಮಾಡಬೇಕಿತ್ತು. ಪ್ರತಿಮಾತು ಸೂಜಿ ಮೊನೆಯನ್ನು ಮುದ್ದಿಸಿದಂತೆ ಇರಬೇಕೆಂದು ಅವನು ಸಲಹೆ ನೀಡಿದ್ದ ಬೇರೆ. ಅದರಂತೆ, ಅಜ್ಜಿ ಅಮ್ಮ ಮೇಡಂ! ಈ ಮೂರು ಸಂಬಂಧವಾಚಕಗಳ ಪೈಕಿ ಯಾವುದನ್ನು ಉಪಯೋಗಿಸುವುದು! ಸಂದಿಗ್ಧತೆ ಅನುಭವಿಸಿದ. ಅಮ್ಮ ಅಂಥ ಸಂಬೋಧಿಸುವುದೆ ಹೆಚ್ಚು ಸೂಕ್ತ ಅನ್ನಿಸಿದ ಬಳಿಕ,

"ಖಂಡಿತ ಅಮ್ಮ, ನೋಡಿದಾಕ್ಷಣ ನಿಮ್ಮ ಮುಖ ಚೆಹರೆ ನನ್ನ ಮನಸ್ಸಿನಲ್ಲಿ ಅಚ್ಚಾಯಿತು, ನಿಮ್ಮ ಮುಖದಲ್ಲಿ ದೈವದತ್ತ ಕಳೆ ಇರುವುದು ಅಂತ ಅನ್ನಿಸಿತು, ನಿಮ್ಮ ಮುಖ ಉಳಿದವರೆಲ್ಲರ ಮುಖಗಳಿಂದ ಭಿನ್ನ ಅಂತ ಅನ್ನಿಸಿತು, ನಿಮ್ಮನ್ನು ಹುಡುಕುವ ಪ್ರಯತ್ನಕ್ಕೆ ಪೂರಕವಾಗಿ ನಿಮ್ಮ ಪೋಟ್ರೇಟ್ ರಚಿಸಿದೆ, ಈ ಯುಗಂಧರ್ ಅದು ನೀವೆ ಅಂತ ಗುರುತಿಸಿದ ಬಳಿಕ ನನ್ನ ಪ್ರಯತ್ನ ಸಾರ್ಥಕವಾಯಿತೆನ್ನಿಸಿತು, ಅದನ್ನು ನೀವು ಸಹ ಒಪ್ಪಿದ್ದಕ್ಕೆ, ಸಂತೋಷಪಟ್ಟಿದ್ದಕ್ಕೆ ಧನ್ಯವಾದಗಳು ಅಮ್ಮಾ" ಎಂದು ಪ್ರತಿಮಾತನ್ನು ಸೌಜನ್ಯಪೂರ್ವಕವಾಗಿ ಹೇಳಿದ.

ಅದರಿಂದ ಆಕೆ ಸಂತಸಗೊಂಡಳು, ಹತ್ತಿರ ಬರುವಂತೆ ಸಂಜ್ಞೆ ಮಾಡಿದಳು, ಹತ್ತಿರ ಹೋದೊಡನೆ ಆಕೆ ತನ್ನೆರಡೂ ಕೈಗಳಿಂದ ಮಹಿಯ ಬಲ ಮುಂಗೈಯನ್ನು ಹಿಡಿದು ಮರ್ಧಿಸಿದಳು, ಅವುಗಳನ್ನು ತುಟಿಗಳಿಂದ ಚುಂಬಿಸಿದಳು.

"ನಿನ್ನ ಈ ಕೈಗಳಿಗೆ ಮಾಂತ್ರಿಕ ಶಕ್ತಿ ಇದೆ ಮಗೂ, ದೈವದತ್ತ ಪ್ರತಿಭೆ ನಿನ್ನ ಕೈಗಳ ಬೆರಳುಗಳಲ್ಲಿದೆ. ನನ್ನದೊಂದು ಆಸೆ ಇದೆ, ಅದನ್ನು ನಡೆಸಿಕೊಡುವಿ ಏನು!" ಎಂದು ಹೇಳಿ ಮಾತನ್ನು ಅಪೂರ್ಣಗೊಳಿಸಿದಳು,

ಭಾವಪರವಶನಾಗಿದ್ದ ಮಹಿ ಚೇತರಿಸಿಕೊಂಡು,

"ಅಮ್ಮಾ ದಯವಿಟ್ಟು ಹೇಳಿ, ಖಂಡಿತ ನಡೆಸಿಕೊಡುವೆ" ಎಂದು ಕೇಳಿದ.

ಆಕೆಯ ಪೂರ್ವಾಪರ ತಿಳಿಯುವುದಕ್ಕೆ ಆಕೆಯ ಆಸೆಯನ್ನು ಈಡೇರಿಸುವುದು ರಹದಾರಿ ಎಂದು ಭಾವಿಸಿದ. ಆಕೆ ಅದಕ್ಕೆ ತಕ್ಷಣ ಪ್ರತಿಕ್ರಿಯಿಸಲಿಲ್ಲ, ಬಳಿಕ ಆಕೆಯೇ,

"ಸುಮಾರು ಎಪ್ಪತ್ತು ವರ್ಷಗಳ ಹಿಂದೆ ನಡೆದ ಘಟನೆ, ವ್ಯಾನ್‌ಗೋನ ಹೆಸರು ಕೇಳಿರುವಿ ತಾನೆ! ಆತನ ಮೊಮ್ಮಗ ವಿಕ್ಟರ್ ಹ್ಯೂಗೊ ಪ್ಯಾರಿಸ್ ನಗರದಲ್ಲಿ ಪರಿಚಯವಾಗಿದ್ದ, ಅವನು ನನ್ನ ಪೋಟ್ರೇಟ್ ರಚಿಸಿದ್ದ, ನನ್ನ ವಿವಿಧ ಭಂಗಿಗಳನ್ನು ರಚಿಸಿದ್ದ, ಎಪ್ಪತ್ತು ವರ್ಷಗಳ ಬಳಿಕ ಹೇಗಿರುತ್ತೇನೆ ಅಂತ ಕಲ್ಪಿಸಿಕೊಂಡು ರಚಿಸುವಿಯಾ ಎಂದು ಕೇಳಿದ್ದೆ, ಅದನ್ನೂ ಅವನು

ರಚಿಸಿಕೊಟ್ಟಿದ್ದ, ಆ ಚಿತ್ರ ನನ್ನಲ್ಲಿ ಭ್ರಮನಿರಸನ ಮೂಡಿಸಿತ್ತು, ಆ ಹೆಸರಾಂತ ಕಲಾವಿದನನ್ನು ಶಾಶ್ವತವಾಗಿ ದೂರವಿರಿಸಿದ್ದೆ, ನಿನ್ನ ಚಿತ್ರ ಹೆಚ್ಚು ಕಡಿಮೆ ಅವನ ಚಿತ್ರವನ್ನೆ ಹೋಲುತ್ತಿದೆ, ಹ್ಯೂಗೋ ಮತ್ತು ನೀನು ಅಸಾಧಾರಣ ಪ್ರತಿಭಾವಂತರು. ಆ ಪ್ರತಿಗಳು ಒಂದು ಆಲ್ಬಂನಲ್ಲಿವೆ, ಅದು ಯಾವುದೋ ಕಪಾಟಲ್ಲಿದೆ. ತೋರಿಸುವೆ" ಎಂದು ಹೇಳಿದಳು,

ಆಕೆಯ ಮಾತುಗಳಿಂದ ತಾನು ಮೂಕವಿಸ್ಮಿತನಾದ, ತನ್ನ ಊಹೆ ನಿಜದ ಹೊಸ್ತಿಲಲ್ಲಿದೆ ಅಂತ ಅನ್ನಿಸಿತು. ಮುಖದಲ್ಲಿ ಸಂತೋಷದ ಗೆರೆ ಕಾಣಿಸಿಕೊಂಡಿತು.

"ಅಮ್ಮಾ ಹ್ಯೂಗೋನ ಕಲಾಕೃತಿಗಳು ದೆಹಲಿಯ ನೆಹುರು ಆರ್ಟ್ ಗ್ಯಾಲರಿಯಲ್ಲಿವೆ, ಆತನನ್ನು ಗ್ರೇಟ್ ಬ್ರಿಟನ್ ನೈಟ್‌ಹುಡ್ ಪ್ರಶಸ್ತಿ ನೀಡಿ ಗೌರವಿಸಿದೆ, ಆತನ ಸಮಾಧಿ ನೆದರ್‌ಲ್ಯಾಂಡಲ್ಲಿದೆ ಅಂತ ಕೇಳಿರುವೆ" ಎಂದು ಉತ್ಸಾಹದಿಂದ ಹೇಳಿದ.

ಅವನ ಮಾತಿನಿಂದ ಆಕೆ ಇನ್ನು ಹೆಚ್ಚು ಉಲ್ಲಸಿತಳಾದಳು. ಅವನ ಕಡೆ ಅಭಿಮಾನದಿಂದ ನೋಡಿದಳು. ಪುನಃ ಆಕೆ ಒಂದು ಕ್ಷಣ ಮೌನವಹಿಸಿದ ಬಳಿಕ,

"ನೀನು ನಿಜವಾದ ಕಲಾವಿದ ಅಂತ ನಿನ್ನ ಮಾತುಗಳಿಂದ ತಿಳಿಯಿತು, ನನಗೆ ನಿನ್ನಿಂದ ಇನ್ನು ಒಂದು ಕೆಲಸ ಆಗಬೇಕು, ಮಾಡುವಿ ಏನು!" ಎಂದು ಕೇಳಿದಳು.

"ಕಲ್ಪನೆ ಆಧಾರದಿಂದ ನನ್ನ ಚಿತ್ರ ರಚಿಸಿರುವ ನೀನು ನನ್ನ ಯೌವನವನ್ನು ಕಲ್ಪಿಸಿಕೊಂಡು ಚಿತ್ರ ರಚಿಸಿಕೊಡುವಿಯಾದರೆ ನನಗೆ ಹೆಚ್ಚು ಸಂತೋಷವಾಗುವುದು" ಎಂದು ಅತಿ ಮೆಲ್ಲಗೆ ಕೇಳಿದಳು.

ಆಕೆಯ ಮಾತುಗಳಿಂದ ಮಹಿ ಕಸಿವಿಸಿ ಅನುಭವಿಸಿದ, ಆಕೆಯ ಮುಖವನ್ನು ತೀಕ್ಷ್ಣವಾಗಿ ನೋಡಿದ. ಆಕೆಯ ವೃದ್ಧಾಪ್ಯ ಮುಖ ನಿಧಾನವಾಗಿ ಕರಗಿ ಆ ಜಾಗದಲ್ಲಿ ಸುರಸುಂದರವಾದ ಮುಖ ಆವಿರ್ಭವಿಸಿತು. 'ಓಹ್ ಇದು ತನಗೆ ಹೊಳೆಯಲಿಲ್ಲವಲ್ಲ!' ಮನಸ್ಸಿನಲ್ಲೆ ಉದ್ಗರಿಸಿದ.

"ಅಮ್ಮಾ, ಇದು ಸವಾಲಿನ ವಿಷಯ, ಅಂದಹಾಗೆ ಚಿತ್ರ ರಚನೆ ನನ್ನ ಹಾಬಿ, ಖಂಡಿತ ಪ್ರಯತ್ನಿಸುವೆ" ಎಂದು ಸವಾಲನ್ನು ಸ್ವೀಕರಿಸಿದ.

ಆಕೆ ಕಡೆ ಇನ್ನೊಮ್ಮೆ ದೃಷ್ಟಿ ಕೇಂದ್ರೀಕರಿಸಿದ, ಕಾರಣ ಆಕೆಯ ಯೌವನವನ್ನು ಸಾಕಾರಗೊಳಿಸುವುದಕ್ಕೆ ತನ್ನಲ್ಲಿರುವ ಪ್ರತಿಭೆ ನೈಪುಣ್ಯ ಸಾಲದು. ತಾನು ಜಗತ್ಪ್ರಸಿದ್ಧ ಚಿತ್ರಕಲಾವಿದರನ್ನು ಆವಾಹಿಸಿಕೊಳ್ಳಬೇಕು. ವೃದ್ಧಾಪ್ಯದ ಚಿಪ್ಪೊಳಗೆ ಅವಿತಿರುವ ಯೌವನವನ್ನು ಹೊರತೆಗೆಯಬೇಕು. ಅದು ತನ್ನಿಂದ

ಸಾಧ್ಯವೆ! ಅದೃಷ್ಟವಶಾತ್ ಅದು ಸಾಧ್ಯವಾದರೆ ವೃದ್ಧೆ ತನ್ನ ಪೂರ್ವಾಪರ ನಿವೇದಿಸದೆ ಇರುವುದಿಲ್ಲ, ತನ್ನಲ್ಲಿರುವ ಶತಮಾನದವಧಿಯ ಮಾಹಿತಿಯನ್ನು ತನಗೆ ಒಪ್ಪಿಸದೆ ಇರುವುದಿಲ್ಲ. ಮೊದಲು ತಾನು ಆಕೆ ಒಪ್ಪಿಸಿರುವ ಕೆಲಸವನ್ನು ಮಾಡಲು ಆರಂಭಿಸಬೇಕು.

ವಿಚಿತ್ರವೆಂದರೆ ತನ್ನ ನೋಟವನ್ನು ಆಕೆ ಆ ಕ್ಷಣ ಎದುರಿಸದಾದಳು, ಒಂದೆಸಳು ನಾಚಿಕೆ ಆಕೆಯ ಮುಖದ ಮೇಲೆ ಸುಳಿದು ಮರೆಯಾಯಿತು. ಆಕೆಯೊಳಗೆ ಭೂತಕಾಲ ಅಡಗಿರುವ ಕಾರಣಕ್ಕೆ ನಾಚಿಕೆ ಲಜ್ಜೆ ಇತ್ಯಾದಿ. ಓಹ್ ತನ್ನ ಕಲ್ಪನೆ ಅದ್ಭುತ!

ಅವರಿಬ್ಬರು ಆಕೆಗೆ ಪಾದಾಭಿವಂದನೆ ಸಲ್ಲಿಸಿ ಮರಳುವುದಕ್ಕು!

* * *

“ಮಹಿ ನೀವು ನಿಜಕ್ಕು ಅದೃಷ್ಟವಂತರು, ಅಮ್ಮನವರು ಬೇರೆ ಯಾರ ಸಂಗಡನೂ ಇಷ್ಟು ಮನಸ್ಸು ಬಿಚ್ಚಿ ಮಾತಾಡಿರಲಿಲ್ಲ” ಎಂದು ಯುಗಂಧರ್ ಕೈಕುಲುಕಿದ.

ಮಹಿ ಅವರಿಬ್ಬರ ಕಡೆ ಅಭಿಮಾನದಿಂದ ನೋಡಿದ, “ಆಕೆ ಇಷ್ಟು ಬೇಗ ಸಿಗಬಹುದೆಂದು ನಿರೀಕ್ಷಿಸಿರಲಿಲ್ಲ, ಅದಕ್ಕೆ ಮಧು ಎಷ್ಟು ಕಾರಣಾನೋ, ನೀವು ಅಷ್ಟೆ ಕಾರಣ. ಥ್ಯಾಂಕ್ಸ್ ಇಬ್ಬರಿಗು” ಎಂದು ಸಮಾಧಾನದ ಉಸಿರುಬಿಟ್ಟ.

ಅದಕ್ಕೆ ಯುಗಂಧರ್, “ಅದಕ್ಕೆಲ್ಲ ಥ್ಯಾಂಕ್ಸ್ ಯಾಕೆ! ಅಲ್ಲಿ ನಿಮಗೆ ಕಾಫಿ ಬೇಡ, ಆದರೆ ನೀರು ಕೊಡಲು ಆಗಲಿಲ್ಲ, ಅಲ್ಲಿ ಅದೆಲ್ಲ ಮಾಡೋರ್‍ಯಾರು ಇಲ್ಲವಲ್ಲ, ಅದಕ್ಕೆ ಇಲ್ಲಿ ಎಲ್ಲಾದರು ಒಂದು ಕಪ್ಪು ಕಾಫಿ ಕುಡಿಬಹುದಲ್ಲವೆ!” ಎಂದು ಕೇಳಿದ.

ಸಿಗರೇಟ್ ಸೇದದೆ ಇದ್ದ ಕಾರಣ ಮಧುನ ನಾಲಗೆ ಚುಟು ಚುಟು ಅನ್ನುತ್ತಿತ್ತು. ಕೈಯಲ್ಲಿ ಕೆಮೆರಾ ಇದ್ದಿದ್ದರೆ ಆ ಮುದುಕಿಯ ಫೋಟೋಗಳನ್ನು ಬೇರೆ ಬೇರೆ ಯ್ಯಾಂಗಲ್‌ನಲ್ಲಿ ತೆಗೀಬಹುದಿತ್ತು, ಅಲ್ಲಿಗೆ ಹೋಗುವ ಮೊದಲು ಇದ್ದ ಭಯ ಆತಂಕ ಅಲ್ಲಿಗೆ ಹೋದ ಬಳಿಕ ಇರಲಿಲ್ಲ. ಅಷ್ಟು ವಯಸ್ಸಾಗಿರುವವರು ಗುಣಸಾಗರದಲ್ಲಿ ಇರುವುದು ಸದ್ಯಕ್ಕೆ ಆಕೆ ಮಾತ್ರ. ಆದರೆ ಫೋಟೋಗ್ರಾಫಿಗೆ ಇರುವ ಮುಖ್ಯ ತೊಂದರೆ ಅಂದರೆ ಆಕೆ ಪ್ರಸಾಧನಗಳ ಲೇಪನದೊಳಗೆ ತನ್ನನ್ನು ತಾನು ಮರೆಮಾಚಿಕೊಳ್ಳುತ್ತಿರುವುದು,

“ಯುಗಂಧರ್ ನಿಮ್ಮಿಂದ ಇನ್ನೊಂದು ಹೆಲ್ಪ್ ಆಗಬೇಕಲ್ಲ!” ಎಂದು ಕೇಳಿದ. ಅದಕ್ಕೆ ಆತ,

"ಒಂದ್ಯಾಕೆ ಹತ್ತು ಹೆಲ್ಪ್ ಕೇಳು, ಆದರೆ ಅದು ಸಕಾರಣವಾಗಿರಬೇಕು" ಎಂದು ಹೇಳಿದ.

ಅದಕ್ಕೆ ಮಧು, "ವಿಚಿತ್ರವೆಂದರೆ ಇಷ್ಟು ಹೊತ್ತು ಸಮಕ್ಷಮ ಇದ್ದರು ಅವರು ಹೆಸರು ತಿಳೀಲಿಲ್ಲ ನೋಡು, ನಿನಗೆ ಅವರ ಹೆಸರು ಗೊತ್ತೇನು!" ಎಂದು ಕೇಳಿದ.

ಅದಕ್ಕೆ ಯುಗ್, "ಆಕೆ ಹೆಸರು ತಿಳಕೊಳ್ಳುವ ಪ್ರಸಂಗ ಬಂದಿಲ್ಲ" ಎಂದು ನಕ್ಕ.

ಅದಕ್ಕೆ ಮಹಿ, "ಆಕೆಯ ಹೆಸರು ಕುಲಗೋತ್ರ ಮುಂದ್ಯಾವತ್ತಾದರು ತಿಳಿದೇ ತಿಳಿಯುವುದು, ಸದ್ಯಕ್ಕೆ ಆಕೆನ ವಿಶ್ವಸುಂದರಿ ಅಂತ ಕರೆಯೋಣ. ಆದರೆ ನಾವಿಟ್ಟಿರುವ ಹೆಸರು ನಮ್ಮಲ್ಲೆ ಇರಲಿ, ಆಕೆಗೆ ಅಥವಾ ಬೇರೆಯವರಿಗೆ ತಿಳಿಯುವುದು ಬೇಡ" ಎಂದು ಮೆಲ್ಲಗೆ ಹೇಳಿದ.

"ಅಗೋ ಅಲ್ಲಿ ಕಾಣಿಸ್ತಿರೋ ಕೆಫೆಗೆ ವಿಶ್ವಸುಂದರಿ ಕೆಫೆ ಅಂತ ಇಟ್ಟರೆ ಹೇಗಿರುತ್ತೆ!"

"ಖಂಡಿತ ಕಾಫಿಯ ರುಚಿ ಹೆಚ್ಚುತ್ತೆ"

"ಸುಮ್ಮನೆ ತಮಾಷೆಗೆ ಹೇಳಿದ್ದು, ಹಾಗಂತ ಕೆಫೆಯ ಮಾಲಕರಿಗೆ ಹೇಳುವುದು ಬೇಡ"

ಆ ಮೂವ್ವರು ಕೆಫೆಯೊಳಗೆ ಹೋಗಿದ್ದು ಆಯಿತು, ತರಿಸಿಕೊಂಡ ಕಾಫಿಯನ್ನು ಕುಡಿಯಲಾರಂಭಿಸಿದ್ದು ಆಯಿತು, 'ಇಲ್ಲಿ ದಯವಿಟ್ಟು ಸಿಗರೇಟ್ ಸೇದ ಬೇಡಿ ಸಾರ್, ಕಸ್ಟಮರ್ಸ್‌ಗೆ ತೊಂದರೆ ಆಗ್ತದೆ' ಎಂದು ಭಟ್ಟರು ಎಚ್ಚರಿಸಿದ್ದು ಆಯಿತು, ಅವರ ಸಲಹೆಯನ್ನು ಪುರಸ್ಕರಿಸಿ ಕೈಯಲ್ಲಿದ್ದ ಅವೆರಡನ್ನು ಜೇಬಲ್ಲಿರಿಸಿದ್ದು ಆಯಿತು. ಇನ್ನು ಹೊರಗಡೆ ಪಾನ್‌ಶಾಪ್ ಪಕ್ಕ ಸಿಗರೇಟ್ ಸೇದುತ್ತ ಮಧು,

"ಯುಗಂಧರ್ ಆ ಅಜ್ಜಿಯ ಒಂದಿಷ್ಟು ಫೋಟೋಗಳನ್ನು ತೆಗೆಯಬೇಕೆಂಬಾಸೆ, ಅದಕ್ಕೆ ನೀವು ಆಕೆನ ಒಪ್ಪಿಸಬೇಕು" ಎಂದು ಕೇಳಿದ, ಅದಕ್ಕೆ,

"ಕೆಮೆರಾ ತಂದಿದ್ದರೆ ನಿಮ್ಮ ಪಾಡಿಗೆ ನೀವು ತೆಗೀಬಹುದಿತ್ತಲ್ಲವೆ! ಅಜ್ಜಿ ಒಳ್ಳೆಯ ಮೂಡಲ್ಲಿದ್ದರು, ಆಕೆ ಪುನಃ ಆ ಥರಾ ಇರೋದು ಎಂದೋ ಏನೋ!" ಎಂದ, ಅದಕ್ಕೆ, ಮಧು,

"ಮಧುರೈಗೆ ಹೋಗಿದ್ದಾಗ ಮೀನಾಕ್ಷಿ ಅಮ್ಮನವರ ಫೋಟೋ ತೆಗೆಯಬೇಕೆಂದೆನ್ನಿಸಿತು. ಆಕೆಯ ಮೂಲವಿಗ್ರಹದ, ಅದರಲ್ಲು ನಿರಾಭರಣ ವಸ್ತ್ರಾಲಂಕಾರ ಮಾಡುವ ಪೂರ್ವದಲ್ಲಿ ಫೋಟೋ ತೆಗೆಯುವ ಆಸೆಯನ್ನು

ಅಲ್ಲಿನ ಅರ್ಚಕರ ಬಳಿ ಪ್ರಸ್ತಾಪಿಸಿದೆ, ಆರಂಭದಲ್ಲಿ ಒಪ್ಪಲಿಲ್ಲ, ಬಳಿಕ ಅರ್ಚಕನ ವೇಷದಲ್ಲೆ ಗರ್ಭಗುಡಿ ಪ್ರವೇಶಿಸಲು ಅವರೆ ನೆರವು ನೀಡಿದರು. ಮುಂಬೆಳಗಿನ ನಸುಕಲ್ಲಿ ಆಕೆಯ ನೂರಾರು ಫೋಟೋ ತೆಗೆದೆ. ಓಹ್ ಅದೊಂದು ಸಾಹಸಗಾಥೆ! ಹಾಗೆಯೇ ಅಜ್ಜಿಯವರು!" ಎಂದು ಸೂಚ್ಯವಾಗಿ ತಿಳಿಸಿದ.

ಅದಕ್ಕೆ ಯುಗಂಧರ್ "ಅಂದರೆ ನಿಮ್ಮ ಮಾತಿನ ಅರ್ಥ!" ಎಂದು ಮೂಗಿನ ಮೇಲೆ ಬೆರಳಿರಿಸಿಕೊಂಡ. ಅದಕ್ಕೆ ಮಹಿ ಹೇಳಿದ್ದೆಂದರೆ, "ಮೇಕಪ್ ಇಲ್ಲದೆ ಅಜ್ಜಿ ಪೋಸ್ ನೀಡಬೇಕು ಅಂತ ಅಲ್ಲವೆ ನಿನ್ನ ಮನಸ್ಸಿನಲ್ಲಿರುವುದು"

ಅದಕ್ಕೆ ಮಧು ಎಸ್ ಅಂದ.

"ಅಂದರೆ ನಿಮ್ಮ ಮಾತಿನ ಅರ್ಥ ಆಕೆ ಈವನ್ ಡೆಂಚರ್ ಹಾಕದೆ ನ್ಯಾಚ್ಯುರಲ್ಲಾಗಿರಬೇಕು"

"ಹೌದು ಹಂಡ್ರಡ್ ಪರ್ಸೆಂಟ್ ನ್ಯಾಚ್ಯುರಲ್ಲಾಗಿರಬೇಕು"

"ಅದು ನೆರವೇರದ ಮಾತು ಗೆಳೆಯರೆ. ಟಾಪ್ ಟು ಬಾಟಂ ಮೇಕಪ್ ಮಾಡಿಕೊಂಡೆ ನಿದ್ದೆ ಹೋಗುವ ಆಕೆ ನ್ಯಾಚ್ಯುರಲ್ಲಾಗಿ ನಿಮ್ಮ ಕೆಮೆರಾಕ್ಕೆ ಪೋಸ್ ಕೊಡುವುದು ಅಸಂಭವ"

"ಆ ವಿಷ್ಯ ನಮಗು ಗೊತ್ತು, ಆದರೆ ನೀವು ಆಕೆನ ಒಪ್ಪಿಸಬೇಕು"

"ನೆವರ್ ಹಾಗೇನಾದರು ಕೇಳಿದರೆ ಆ ವೃದ್ಧೆ ನನ್ನನ್ನು ಹತ್ಯೆ ಮಾಡಲುಬಹುದು, ಇವೆಲ್ಲ ನಾವು ನಾವೆ ಮಾತಾಡಿಕೊಳ್ಳೋಕೆ ಚಂದ, ಅದೆಲ್ಲ ನೆರವೇರದ ಮಾತು"

"ಯೋಚಿಸಬೇಡ ಮಧು, ಅದೆಲ್ಲ ಅವಲಂಬಿಸಿರುವುದು ನಾನು ಬಿಡಿಸಲಿರುವ ಚಿತ್ರದ ಮೇಲೆ, ಅದಕ್ಕು ಕಾಲ ಕೂಡಿಬರುತ್ತೆ" ಎಂದು ಮಹಿ ಕೈಯಲ್ಲಿದ್ದ ಸಿಗರೇಟ್ ತುಂಡನ್ನು ಚರಂಡಿಗೆ ಎಸೆದ.

"ಬೇಗ ಬಿಡಿಸಿ ಸಾರ್, ಆ ಮುದುಕಿಯದ್ದು ಫೋಟೋಜೆನಿಕ್ ಫೇಸ್"

* * *

ಯೋಚಿಸಲಾರಂಭಿಸಿದಂತೆ ಮಹಿಯ ತಲೆಯಲ್ಲಿ ಉಷ್ಣತಾಮಾನ ಹೆಚ್ಚಲಾರಂಭಿಸಿತು, ವೃದ್ಧಾಪ್ಯವನ್ನು ನಿಧಾನವಾಗಿ ಕೌಶಲ್ಯಪೂರ್ಣವಾಗಿ ಚಾಕಚಕ್ಯತೆಯಿಂದ ಹಂತಹಂತವಾಗಿ ಉತಾರಗೊಳಿಸಿ ಅದರೊಳಗಿನ ಯೌವನವನ್ನು ಅನಾವರಣಗೊಳಿಸಲು ಶಕ್ತಿಮೀರಿ ಪಯತ್ನಿಸಿದ. ರಚಿಸುವುದು ಅಳಿಸುವುದು ನಡೆಸಿದ. ಸಿಗರೇಟ್ ಮೇಲೆ ಸಿಗರೇಟುಗಳನ್ನು ಸೇದೆಸೆದ. ಅಂತಿಮವಾಗಿ ಏನೋ ಮಾಡಬೇಕೆಂದು ನಿರ್ಧರಿಸಿದಾಗ ಎರಡು ಅಭೂತಪೂರ್ವ ಘಟನೆಗಳನ್ನು ಒಮ್ಮೆಗೆ ಸಂಭವಿಸಿದವು.

ಸುಶೀಲ 'ರ್ರೀ ಮಹಿ' ಎಂದು ಕೂಗಿದ್ದು ಮಹಡಿಯ ಕೊನೆ ಮೆಟ್ಟಿಲ ಮೇಲಿನಿಂದ, ಹೊರಗಡೆ ಕಾಲಿಂಗ್‌ಬೆಲ್ ಒತ್ತಿದ್ದಲ್ಲದೆ ಮುಚ್ಚಿದ್ದ ಬಾಗಿಲ ಮೇಲೆ ಟಕಟಕ ಬಡಿಯುವ ಸದ್ದು ಮೇಲಿಂದ ಮೇಲೆ ಕೇಳಿಸಿತು. ಇವೆರಡರಲ್ಲಿ ಯಾವ ಸದ್ದಿಗೆ ತಾನು ಸ್ಪಂದಿಸುವುದು! ಒಂದು ಕ್ಷಣ ಗೊಂದಲ ಅನುಭವಿಸಿದ. ಕೈಯಲ್ಲಿದ್ದ ಕುಂಚವನ್ನು ಪುನಃ ಬಣ್ಣದಲ್ಲಿರಿಸಿದ, ಇನ್ನೊಂದು ಕೈಯಲ್ಲಿದ್ದ ಸ್ಕೆಚ್ ಚಾರ್‌ಕೂಲ್ ಪೆನ್ಸಿಲನ್ನು ಇನ್ನೊಂದು ಪಕ್ಕಕ್ಕೆ ಇರಿಸಿದ. ತುಂಬಾ ವೇಗವಾಗಿ ತನ್ನನ್ನು ಸಮೀಪಿಸಿದ ಆಕೆಯ ಮುಖದಲ್ಲಿ ಸಖೇದಾಶ್ಚರ್ಯ ಮಡುಗಟ್ಟಿತ್ತು. ತನ್ನ ಕೈಯಲ್ಲಿದ್ದ ಯಾವುದೋ ಒಂದು ವಸ್ತುವನ್ನು ಆಕೆ ಅನರ್ಘ್ಯವೆಂದು ಆಪಾದಿಸಿ ತನ್ನ ಬೆನ್ನ ಹಿಂದೆ ಅಡಗಿಸಿಟ್ಟುಕೊಂಡಳು, ಅಲ್ಲದೆ ತನ್ನ ಕಡೆ ಮಹದುಪಕಾರ ಮಾಡಲಿರುವವಳಂತೆ ನೋಡಿದಳು, ಆ ನೋಟದಲ್ಲಿ ಕಿಲಾಡಿತನವಿತ್ತು. ಅದೇ ಸಂದರ್ಭದಲ್ಲಿ ಬಾಗಿಲ ಮೇಲೆ ಬಡಿಯುವುದು ಪುನಃ ಪುನಃ ಕೇಳಿಸಿತು.

ಪತ್ನಿಗೆ ಸ್ಪಂದಿಸುವುದಕ್ಕಿಂತ ತಾನು ಬಾಗಿಲಾಚೆ ಇರುವ ಅತಿಥಿ ಕಡೆ ಸ್ಪಂದಿಸುವುದೆ ಸೂಕ್ತವೆಂದು ಮಹಿ ಪರಿಭಾವಿಸಿದ. ಅಲ್ಲಿ ಅವರಿರಬಹುದೆ! ಇವರಿರಬಹುದೆ! ಅಥವಾ ಕೊರಿಯರ್ ಬಾಯ್ ಏನಾದರು, ಅಥವಾ ಕಿರಾಣಿ ಅಂಗಡಿಯವರೇನಾದರು, ಅಥವಾ ಕರೆಂಟ್ ನೀರಿನ ಬಿಲ್ ನೀಡುವವರೇನಾದರು! ಹೀಗೆ ಅನುಮಾನಿಸಿದ. ಹೇಗೋ ಅವೆಲ್ಲವನ್ನು ಅಲ್ಲೆ ಒಂದು ಬದಿಯಲ್ಲಿರಿಸಿ ನಿರಮ್ಮಳನಾಗಿದ್ದನಲ್ಲವೆ!

ವೇಗವಾಗಿ ಹೋಗಿ ತಲುಪಲೆಂದು ಪಾದವನ್ನು ಮೇಲೆತ್ತಿದ, ಆದರೆ ನಿಂತೂ ನಿಂತಿದ್ದ ಕಾರಣದಿಂದ ಪಾದ ಜೋಮ್ ಬಂದು ನಿಷ್ಕ್ರಿಯಗೊಂಡಿತು. ಹೆಳವನಂತೆ ಹೋಗಿ ಬಾಗಿಲು ತೆರೆದು ನೋಡುತ್ತಾನೆ,

'ಓಹ್ ಮೈ ಗಾಡ್' ಎಂದು ಉದ್ಗರಿಸಿದ. ಅಲ್ಲಿ ಆಕಾಶ ಭೂಮಿಗೆ ಏಕಾಗಿ ನಿಂತಿರುವುದು ಬೇರೆ ಯಾರು ಅಲ್ಲ ತನ್ನ ಜೀವದ ಗೆಳೆಯ ಪ್ರಮೋದ. ಊರಿಗೆ ಮರಳಿದ ಕೆಲವೇ ದಿವಸಗಳಲ್ಲಿ ಪುನಃ ಗುಣಸಾಗರಕ್ಕೆ ವಾಪಸ್ಸಾಗಿದ್ದ. ಅಲ್ಲಿದ್ದಾಗ ದಿನಕ್ಕೆರಡು ಸಲವಾದರು ತನಗೆ ಫೋನ್ ಮಾಡುತ್ತಿದ್ದ, ಸಣ್ಣಪುಟ್ಟ ವಿಷಯಗಳನ್ನು ಪ್ರಸ್ತಾಪಿಸುತ್ತಿದ್ದ, ಆ ವೃದ್ಧೆಯ ತಲಾಷ್ ಎಲ್ಲಿಯವರೆಗೆ ಬಂತು ಎಂದು ಕೇಳುತ್ತಿದ್ದ. ತನ್ನ ತಾಯಿ ಇರಬಹುದು, ಅಥವಾ ಭೌತಿಕವಾಗಿ ನಿರ್ಗಮಿಸಲುಬಹುದು ಎಂದು ಅನುಮಾನ ವ್ಯಕ್ತಪಡಿಸಿದ್ದ. ಅಂಥ ಗೆಳೆಯ ತನ್ನ ಪ್ರಮೋದ!

ಅವನನ್ನು ತಾನು ಅರ್ಧ ತಾಸಿನ ಹಿಂದೆ ಸ್ಮರಿಸಿಕೊಂಡಿದ್ದ. ಅವನ ಜೊತೆಯಲ್ಲಿದ್ದರೆ ತಾನು ಸೃಜನಶೀಲವಾಗಿ ಯೋಚಿಸಬಹುದು,

ಫಲವತ್ತಾಗಬಹುದು! ಯೋಚಿಸಿದ್ದ. ಅಂಥ ಗೆಳೆಯ ನೆನೆದವರ ಸಮಕ್ಷಮದಲ್ಲಿ! ಸಂತೋಷದ ಕೊಪ್ಪರಿಗೆಯಲ್ಲಿ ಮಿಂದೆದ್ದ.

ಪರಸ್ಪರ ಹೆಗಲುಗಳ ಮೇಲೆ ಕೈಗಳನ್ನು ಹಾಕಿ ಒಳ ನಡೆದರು, ಸ್ಟ್ಯಾಂಡ್ ಕ್ಯಾನ್‌ವಾಸ್ ಕುಂಚ ಬಣ್ಣಗಳಿವೆಲ್ಲವನ್ನು ನೋಡಿ ಹ್ಹಾಹ್ಹಾ ಏನೋ ಆರಂಭಿಸಿರುವಂತಿದೆ ಎಂದು ಉದ್ಗರಿಸುವುದಕ್ಕು ಸುಶೀಲ ತಮ್ಮ ಎದುರು ನಿಲ್ಲುವುದಕ್ಕು ಸರಿ ಹೋಯಿತು. ನೋಡಿದೊಡನೆ "ಯಾವಾಗ ಬಂದಿರಿ ಪ್ರಮೋದಣ್ಣ" ಎಂದು ಪರಾಂಬರಿಸಿದಳು. ಪುನಃ ತಾನೆ,

"ಈ ನಿಮ್ಮ ಗೆಳೆಯ ಅದ್ಯಾವುದೊ ವೃದ್ಧೆಯ ನೆನಪಲ್ಲಿ ಕಳೆದು ಹೋಗಿದ್ದಾರೆ, ತಾವು ಸರಿಯಾಗಿ ಊಟ ನಿದ್ದೆ ಮಾಡ್ತಿಲ್ಲ, ನಮಗು ಮಾಡಲಿಕ್ಕೆ ಬಿಡ್ತಿಲ್ಲ, ರಾತ್ರಿ ನಿದ್ದೆಗಣ್ಣಲ್ಲಿ ಅರ್ಥವಾಗದ ಸಂಗತಿಗಳನ್ನು ಅರ್ಥವಾಗದ ವಿಚಿತ್ರ ಭಾಷೆಯಲ್ಲಿ ಕನವರಿಸುತ್ತಾರೆ. ಆಗಾಗ್ಗೆ ಎದ್ದು ಸಿಗರೇಟ್ ಸೇದುವುದು, ಹೊರಗಡೆ ಕುರ್ಚಿಯಲ್ಲಿ ಕುಳಿತು ಕತ್ತಲೆಯೊಡನೆ ಸಂಭಾಷಣೆ ನಡೆಸ್ತಾರೆ, ಸೈಕಿಯಾಟ್ರಿಸ್ಟ್ ಡಾ ಧ್ರುವ್ ಅವರನ್ನು ಅವರ ಪಾಡಿಗೆ ಬಿಟ್ಟುಬಿಡಿ, ತಮ್ಮ ಗುರಿ ಸಾಧಿಸಿದ ಬಳಿಕ ನಿಧಾನವಾಗಿ ಸರಿ ಹೋಗ್ತಾರೆ ಅಂತ ಸಲಹೆ ನೀಡಿದ್ದರು, ಅವರ ಮಾತಿನಂತೆ ನಾನು ಅವರನ್ನು ಅವರ ಪಾಡಿಗೆ ಬಿಟ್ಟಿರುವೆ, ಆದರು ಮನಸ್ಸು ತಡೆಯುತ್ತಿಲ್ಲ" ಎಂದು ಮನಸ್ಸಿನಲ್ಲಿದ್ದುದೆಲ್ಲವನ್ನು ಹೊರಹಾಕಿದಳು.

ಅದಕ್ಕೆ ಮಹಿ, "ನಿನ್ನ ಪುರಾಣನ ಶುರು ಮಾಡಿದಿ ಏನು! ಬಂದವರಿಗೆ ಒಂದು ಕಪ್ ಕಾಫಿ ಕೊಡಬೇಕಲ್ಲವೆ!" ಎಂದು ಆಕೆಯ ಭಾವನೆಗಳನ್ನು ಬೇರೆ ಕಡೆ ತಿರುಗಿಸಲು ಪ್ರಯತ್ನಿಸಿದ.

"ಹ್ಹಾಂ ಇನ್ನೊಂದು ಮರೆತ್ತಿದ್ದೆ" ಅಂತ ಅಡ್ಡಗೋಡೆ ಮೇಲೆ ದೀಪವಿರಿಸಿ ತಾನು ಅಡುಗೆ ಮನೆಗೆ ಹೋಗಿ ಕಾಫಿ ಮಾಡಿಕೊಂಡು ಬಂದಳು, ಕಪ್ಪುಗಳನ್ನು ಟೇಬಲ್ ಮೇಲಿರಿಸಿ "ಇದನ್ನಲ್ಲವೆ ನೀವು ಹುಡುಕುತ್ತಿದ್ದುದು" ಎಂದು ತನ್ನ ಮಡಿಲೊಳಗಿನಿಂದ ಒಂದು ವಸ್ತುವನ್ನು ಹೊರತೆಗೆದಳು, ಅದು ಒಂದು ಪುಸ್ತಕವಾಗಿತ್ತು. ಅದರ ತುಂಬೆಲ್ಲ ಧೂಳು ಮಸಿ ಅಡರಿತ್ತು, ಅದರ ಮೇಲೊದಿಕೆಯನ್ನು ಗೆದ್ದಲು ತಿಂದಿದ್ದವು.

ಮಹಿ ಆಸಕ್ತಿ ಕುತೂಹಲದಿಂದ ಆ ಪುಸ್ತಕವನ್ನು ಕೈಗೆತ್ತಿಕೊಂಡ. ಅದರ ಮೇಲಿದ್ದ ಧೂಳು ಒಮ್ಮೆಗೆ ಗಂಟಲು ಆವರಿಸಿದ ಪರಿಣಾಮವಾಗಿ ಕೆಮ್ಮಿದ. ಅಲ್ಲಿದ್ದ ತುಸು ಬೆಳಕಲ್ಲಿ ಅದು ಇಂಥದ್ದೆ ಎಂದು ಸ್ಪಷ್ಟವಾಗಿ ಗುರುತಿಸುವುದಾಗಲಿಲ್ಲ. ಬೆಳಕಿಗೆ ಹತ್ತಿರವಿಡಿದು ಪೀನಮಸೂರವಿದ್ದ ಕನ್ನಡಕ ಏರಿಸಿ ನೋಡಿ "ಹ್ಹಾಹ್ಹಾ" ಎಂದು ಉದ್ಗರಿಸಿದ.

ಇದನ್ನಲ್ಲವೆ ತಾನು ಇಷ್ಟು ದಿವಸ ಹುಡುಕುತ್ತಿದ್ದುದು! ಹುಡುಕಿ ಕೊಟ್ಟ ಪತ್ನಿಗೆ ಯಾವ ರೀತಿ ಕೃತಜ್ಞತೆಗಳನ್ನು ಹೇಳುವುದು! ಆಕೆ ಕಡೆ ಅಭಿಮಾನದಿಂದ ನೋಡಿದ.

* * *

ಕೈಗೆ ಸಿಕ್ಕೊಡನೆ ಪ್ರಮೋದ ಒಂದೆ ಗುಕ್ಕಿಗೆ ಅದನ್ನು ಓದಿ ಮುಗಿಸಿದ. "ಹಿಂದೆ ನೀನು ಈ ಪುಸ್ತಕನ ಕನ್ನಡಕ್ಕೆ ಅನುವಾದ ಮಾಡಿರಬೇಕಲ್ಲವೆ ಮಹಿ" ಎಂದು ಕೇಳಿದ.

ಆತನ ನೆನಪಿನ ಶಕ್ತಿಗೆ ತಾನು ಬೆರಗಾದ. ಹೌದು ಮಹೇಂದ್ರನೇ ಬಹಳ ವರ್ಷಗಳ ಹಿಂದೆ ಈ ಕೃತಿಯನ್ನು ಕನ್ನಡಕ್ಕೆ ಅನುವಾದ ಮಾಡಿದ್ದ. ನ್ಯಾಷನಲ್ ಬುಕ್ ಟ್ರಸ್ಟ್ ಅದನ್ನು ಅನುವಾದಿಸಿ ಎಂದು ಕೇಳಿತ್ತು. 'ಸ್ವರ್ಗ ಲೋಕದ ಕಥಾನಕ' ಎಂದು ಅದಕ್ಕೆ ಶೀರ್ಷಿಕೆ ನೀಡಿದ್ದ. ಆ ಸಂಸ್ಥೆ ಅದನ್ನು ಮುಂದೆಂದೋ ಪ್ರಕಟಿಸಿತು, ಅದರ ಐದು ಗೌರವ ಪ್ರತಿಗಳನ್ನು ಗೌರವಧನದ ಚೆಕ್ ಸಂಗಡ ಕಳಿಸಿತ್ತು.

ಅದೇ ಅವಧಿಯಲ್ಲಿ ತಾನು ಒಂದು ಊರಿನಿಂದ ಇನ್ನೊಂದು ಊರಿಗೆ ವರ್ಗವಾಗಿದ್ದ. ಅನ್ಯಜಾತಿಯ ಹುಡುಗಿಯನ್ನು ಪ್ರೀತಿಸಿ ಕಾಲೇಜ್‌ನ ಆಡಳಿತ ಮಂಡಳಿಯ ಕೋಪಕ್ಕೆ ಗುರಿಯಾಗಿದ್ದ. ಅದೊಂದೆ ಅಲ್ಲದೆ ಮನೆಯವರ ಕೋಪಕ್ಕೆ ಸಹ. ಈ ಗಡಿಬಿಡಿಯಲ್ಲಿ ಅದ್ಯಾವುದನ್ನು ತಾನು ಗಂಭೀರವಾಗಿ ಪರಿಗಣಿಸಿರಲಿಲ್ಲ. ಅದು ಸಹ ಇಲ್ಲೆಲ್ಲೋ ಇರಬಹುದೆಂಬ ಸಂದೇಹ. ಅದನ್ನು ಸಹ ತನ್ನ ಪತ್ನಿ ಹುಡುಕಿ ಕೊಟ್ಟರೆ ಆಶ್ಚರ್ಯವಿಲ್ಲ. ಅದು ಏನೇ ಇರಲಿ...

ಆ ಪುಸ್ತಕದ ಹೆಸರು 'ದಿ ಸಾಗಾ ಆಫ್ ಎ ಪ್ಯಾರಡೈಜ್', ಕರ್ತೃ ಸರ್ ಅರ್ಥರ್ ಮಿಲ್ಲರ್! ಪ್ರಕಟಿತ ವರ್ಷ ಸೋ ಅಂಡ್ ಸೋ. ಅದನ್ನು ಪೆಂಗ್ವಿನ್ ಪ್ರಕಟಿಸಿತ್ತು. ಮಿಸ್ ಯುನಿವರ್ಸ್ ಉತ್ಪಲಾ ಪಂಡಿತ್ ಜೀವನ ವೃತ್ತಾಂತ ಅದರಲ್ಲಿರುವುದು. ನಿಸ್ಸಂದೇಹವಾಗಿ ಈಕೆಯೇ ಆಕೆ, ಆಕೆಯೇ ಈಕೆ. ಈಕೆ ಮತ್ತು ಆಕೆ ಇಬ್ಬರು ಒಂದೆ. ಅದರ ಪ್ರತಿಗಳು ಪೆಂಗ್ವಿನ್‌ನಲ್ಲಿ ಇರಬಹುದು, ಅಥವಾ ಇಲ್ಲದೆ ಇರಬಹುದು. ಅಂತು ಕೊನೆಗು ತನಗೆ ಈ ಕೃತಿ ದೊರಕಿದ್ದು, ಅದು ತನ್ನ ಪ್ರೀತಿಯ ಪತ್ನಿಯ ಸತತ ಪ್ರಯತ್ನದಿಂದ, ಈ ಕೃತಿಯನ್ನು ಪ್ರಮೋದ ಓದಿ ಮುಗಿಸಿದ್ದು! ಅದೃಷ್ಟ ಅಂತ ಇದಕ್ಕೆ ಹೇಳುವುದು.

ಇನ್ನು ತಾವು ತಡಮಾಡುವುದು ಸರಿ ಅಲ್ಲ.

ಹ್ಞಾಂ ಅಂದಹಾಗೆ ಮಹಿ ಪ್ರಮೋದಗೆ ಕಳೆದ ಕೆಲವು ದಿವಸಗಳಲ್ಲಿ ನಡೆದ ಸಮಸ್ತ ವಿದ್ಯಮಾನಗಳನ್ನು ವಿವರಿಸಿದ. ಮಧು ಬಗ್ಗೆ ಅವನಿಗೆ ಗೊತ್ತು, ಆದರೆ ಯುಗಂಧರ್ ಬಗ್ಗೆ ಆತನಿಗೆ ತಿಳಿದಿಲ್ಲ. ಅವನನ್ನು ತಾವಿರುವಲ್ಲಿಗೆ ಫೋನ್

ಮಾಡಿ ಕರೆಕಳಿಸಿಕೊಂಡರೆ ಹೇಗೆ! ಬಂದರೆ ಈ ಪುಸ್ತಕದ ಮಾಹಿತಿ ಅವನಿಗೆ ತಿಳಿಯುವುದು, ತಿಳಿದರೆ ಅವನು ಅದರಿಂದ ಏನೆಲ್ಲಾ ಲಾಭ ಪಡೆಯಲು ಪ್ರಯತ್ನಿಸಬಹುದು, ಕಾರಣ ಅವನು ಒಬ್ಬ ವ್ಯಾಪಾರಿ, ಪ್ರತಿಯೊಂದನ್ನು ಅವನು ಲಾಭ ಲುಕ್ಸಾನುವಿನ ಆಧಾರದಿಂದ ನಿರ್ಧರಿಸುವನು. ಆದ್ದರಿಂದ ಅವನನ್ನು ಈತನಿಗೆ ಹೊರಗೆಲ್ಲಾದರು ಪರಿಚಯ ಮಾಡಿಸಿದರಾಯಿತು, ಆದರೆ ಈ ಕೃತಿಯನ್ನು ಸದ್ಯಕ್ಕೆ ಗೋಪ್ಯವಾಗಿರಿಸಿದರಾಯಿತು.

ಇದನ್ನು ಅವರಿಬ್ಬರು ಪರಸ್ಪರ ಚರ್ಚಿಸಿ ನಿರ್ಧರಿಸಿದರು.

ಇದ್ದಕ್ಕಿದ್ದಂತೆ ಮಹಿ ಏನನ್ನೊ ನೆನಪಿಸಿಕೊಂಡು, "ಗಡಿಬಿಡಿಯಲ್ಲಿ ಮರೆತ್ತಿದ್ದೆ ಕ್ಷಮಿಸು, ಬಂದಕೂಡಲೆ ನಾನು ನಿನ್ನ ತಾಯಿಯ ಅನಾರೋಗ್ಯದ ಬಗ್ಗೆ ಕೇಳಬೇಕಿತ್ತು, ಆದರೆ ಕೇಳಲಿಲ್ಲ, ಈಗ ಹೇಳು, ಅವರು ಹೇಗಿದ್ದಾರೆ! ಆರೋಗ್ಯದಿಂದ ಇದ್ದಾರಲ್ಲವೆ!" ಎಂದು ಕೇಳಿದ.

ಅದಕ್ಕೆ ಉತ್ತರಿಸುವ ಮುನ್ನ ಪ್ರಮೋದ ಸಿಗರೇಟ್ ಹಚ್ಚಿಕೊಂಡ, ಅದರ ಧೂಮ್ರವಲಯದಲ್ಲಿ ತನ್ನನ್ನು ತಾನು ಮರೆಮಾಚುವ ಪ್ರಯತ್ನ ನಡೆಸಿದ. ಬಳಿಕ ನಿಚ್ಚಳಗೊಂಡು,

"ನನ್ನ ತಾಯಿ ಗಟ್ಟಿ ವ್ಯಕ್ತಿತ್ವದ ಹೆಣ್ಣುಮಗಳು. ಹಾರ್ಟ್ ಪ್ರಾಬ್ಲಂ ಇತ್ತು, ಅದ್ಯಾವುದೋ ರಕ್ತನಾಳ ಬ್ಲಾಕ್ ಆಗಿತ್ತಂತೆ, ಅದನ್ನು ಹೇಗೋ ಡಾಕ್ಟರ್ ಸರಿಪಡಿಸಿದರು. ಆದರೆ ಈಗ ಆಕೆನ ಅಲ್ಜಿಮಿರಾ ವ್ಯಾಧಿ ಕಾಡಲಾರಂಭಿಸಿದೆ. ಇದ್ದಕ್ಕಿದ್ದಂತೆ ಆಕೆ ಬಾಲ್ಯಕ್ಕೆ ಹೋಗಿದ್ದಾಳೆ. ಬಾಲ್ಯದ ಯಾವುದ್ಯಾವುದೋ ಘಟನೆಗಳನ್ನು ಮೆಲುಕು ಹಾಕುತ್ತಿದ್ದಾಳೆ, ಯಾರ್‍ಯಾರನ್ನೋ ನೆನಪು ಮಾಡಿಕೊಳ್ಳುತ್ತಿದ್ದಾಳೆ, ತನ್ನ ಆರೋಗ್ಯ ವಿಚಾರಿಸಲೆಂದು ಬರುವವರನ್ನು ತನ್ನ ಬಾಲ್ಯದ ಗೆಳೆಯರೆಂದು ಅಪಾರ್ಥ ಮಾಡಿಕೊಳ್ಳುತ್ತಿದ್ದಾಳೆ, ಅದು ಸುಲಭವಾಗಿ ಗುಣವಾಗುವ ಖಾಯಿಲೆ ಅಲ್ಲ. ಆ ವ್ಯಾಧಿ ಇರುವವರನ್ನು ನೋಡಿಕೊಳ್ಳುವವರಿಗೆ ತಾಳ್ಮೆ ವ್ಯವಧಾನ ಇರುವುದು ಮುಖ್ಯ, ಅದು ನನ್ನಲ್ಲಿಲ್ಲವಲ್ಲ. ಆದ್ದರಿಂದ ಅಕ್ಕ ಆಕೆಯ ಜವಾಬ್ದಾರಿ ವಹಿಸಿಕೊಂಡಿದ್ದಾಳೆ, ಹೆತ್ತತಾಯಿಯ ಸೇವೆ ಮಾಡುವುದು ತನ್ನ ಖಾಸಗಿ ಜೀವನಕ್ಕಿಂತ ದೊಡ್ಡದು ಅಂತ ಆಕೆ ಹೇಳಿದಳು. ಡಾಕ್ಟರ್ ಸಲಹೆಯಂತೆ ನಾನು ಅಲ್ಲಿಂದ ಹೊರಟು ಬಂದೆ" ಎಂದು ನಿರ್ಭಾವುಕತೆಯಿಂದ ಹೇಳಿದ.

ಅವನ ಮಾತುಗಳು ತನ್ನ ಮನದಾಳದ ಭಾವನೆಗಳನ್ನು ಕದಡಿದವು.

"ಇನ್ನು ಕೆಲವು ದಿನ ತಾಯಿ ಬಳಿ ಇರಬೇಕಿತ್ತು, ನಿನ್ನ ಅಗತ್ಯ ಅಲ್ಲಿ ಇತ್ತೂಂತ ಅನ್ನಿಸುತ್ತೆ" ಎಂದು ತಿದ್ದುಪಡಿ ಮಾಡಿದ. ಅದಕ್ಕೆ ಅವನು ವಿಷಾದದ ನಗೆ ನಕ್ಕ. ಸ್ವಲ್ಪ ಹೊತ್ತು ಯೋಚಿಸಿದ,

"ನೀನು ಹೇಳ್ತಿರೋದು ಸರಿ ಮಹಿ, ಆದರೆ ಆಕೆಯ ಕಣ್ಣಲ್ಲಿ ನಾನೀಗ ಆಕೆಯ ಬಾಲ್ಯದ ಶತ್ರು. ಬಾಳಾ ಹೆಸರಿನ ಬಾಲಕ ಆಕೆಗೆ ಹಿಂಸೆ ಕೊಟ್ಟಿದ್ದನಂತೆ, ಅವನೆ ನಾನಂತೆ, ಅದಕ್ಕೆ ಆಕೆ ನನ್ನ ಮೇಲೆ ಸೇಡು ತೀರಿಸಿಕೊಳ್ಳುವಳಂತೆ, ಇದು ಅಲ್ಜಿಮೀರಿಯಾ ವ್ಯಾಧಿಯ ಪ್ರಭಾವ, ಅದಕ್ಕೆ ಡಾಕ್ಟರರ ಸಲಹೆಯಂತೆ ನಾನು ಹೊರಟು ಇಲ್ಲಿಗೆ ಬಂದದ್ದು, ನನಗೆ ಇರುವ ಸದಭಿರುಚಿ ಗೆಳೆಯನೆಂದರೆ ನೀನೊಬ್ಬ ಮಾತ್ರ. ಅಲ್ಲದೆ ಆ ವೃದ್ಧೆ ನನ್ನನ್ನು ಸಹ ಕಾಡುತ್ತಿದ್ದಳಲ್ಲವೆ! ಹ್ವಾಂ ನೀನು ರಚಿಸಿದ್ದ ಪೋಟ್ರೇಟ್ ಅಂತಿಮ ಸುತ್ತು ತಲುಪಿದೆ. ನಿನ್ನ ಅಡ್ರೆಸ್ ಕೊಟ್ಟಿದ್ದೆ, ಅಲ್ಲಿಂದ ಇಲ್ಲಿಗೇನಾದರು ಮೆಸೇಜ್ ಬಂತೇನು!" ಎಂದು ಹೇಳಿದ.

ಅದನ್ನು ಕೇಳಿ ಮಹಿ ಒಂದು ಕ್ಷಣ ಮೌನವಹಿಸಿದ, ಅವನ ಕೈಗಳನ್ನು ಆಪ್ಯಾಯತೆಯಿಂದ ಮರ್ಧಿಸಿದ.

"ಪ್ರಮೋದ್ ನಿನ್ನ ಬಗ್ಗೆ ನನಗೆ ಹೆಮ್ಮೆ ಅನ್ನಿಸ್ತಿದೆ. ನೀನು ಇನ್‌ಸೈಟ್ಸ್ ಇರೋ ಅಪರೂಪದ ಗೆಳೆಯ. ನಿಜ ಹೇಳಬೇಕೆಂದರೆ ನಾನು ನಿನ್ನ ಆಗಮನದ ನಿರೀಕ್ಷೆಯಲ್ಲಿದ್ದೆ. ಕಾಕತಾಳೀಯವೆಂದರೆ ನೀನು ಆರ್ಥರ್ ಮಿಲ್ಲರ್‌ನ ಪುಸ್ತಕನ ಓದಿ ಮುಗಿಸಿದ್ದು, ಈಕೆನೆ ಆಕೆ ಎಂದು ಸಂಬೋಧಿಸಿದ್ದು, ಅಲ್ಲದೆ ನನ್ನ ಅನುವಾದವನ್ನು ನೀನು ನೆನಪಿಸಿದ್ದು" ಎಂದು ಹೇಳಿದ, ಅದಕ್ಕೆ ಪ್ರಮೋದ

"ಆರ್ಥರ್ ಮಿಲ್ಲರನ ಈ ಪುಸ್ತಕ ಇಂಟರೆಸ್ಟಿಂಗಾಗಿದೆ. ಅದರ ಕಂಟೆಂಟ್ ನಿನ್ನ ನೆನಪಲ್ಲಿರುವುದೊ ಇಲ್ಲವೊ, ನೆನಪಿಸಿದರೆ ನಿನಗೆ ಖಂಡಿತ ಹೊಳೆಯುತ್ತದೆ. ಇನ್ನು ಅನುವಾದಿಸಿ ಒಳ್ಳೆಯ ಕೆಲಸ ಮಾಡಿರುವಿ, ಪ್ರಾಯಶಃ ನೀನು ಅನುವಾದಿಸಿರುವ ಸಂಗತಿ ಆಕೆಗೆ ತಿಳಿದಿರಬಹುದು, ಅಥವಾ ತಿಳಿದಿದ್ದರು ಆಕೆ ಮರೆತಿರಬಹುದು. ಇನ್ನೊಂದು ವಿಷ್ಯ ಈಗ ಸದ್ಯಕ್ಕೆ ಆಕೆಗೆ ಇದ್ಯಾವುದನ್ನು ನೆನಪಿಸುವುದು ಬೇಡ. ಮೊದಲು ಆಕೆ ಬಯಸಿದ ಚಿತ್ರ ರಚನೆಯನ್ನು ಆರಂಭಿಸು" ಎಂದು ಹೇಳುವುದಕ್ಕು ಅಲ್ಲೆಲ್ಲಿಂದಲೋ ಯುಗಂಧರನಿಂದ ಫೋನ್ ಬರುವುದಕ್ಕು ಸರಿ ಹೋಯಿತು.

* * *

ಆರಂಭದಲ್ಲಿ ಪೆನ್ಸಿಲ್ ಸ್ಕೆಚ್ ಮಾಡಿದ. ಅದು ಒಂದು ಪಕ್ಕ ಆಕೆ ವೃದ್ಧಾಪ್ಯದ ಪೋಟ್ರೇಟ್‌ನ ಪಕ್ಕದಲ್ಲಿರಿಸಿಕೊಂಡು. ಅದು ಆಕೆಯ ಕಣ್ಣುಗಳ ಹುಬ್ಬುಗಳ ಮೇಲಿನ ಕೃತಕ ಹೆಚ್ಚುವರಿಗಳನ್ನು ಒಂದೊಂದಾಗಿ ಉತಾರ ಮಾಡಿ. ಅದೂ ಆಕೆಯ ಮುಖದಲ್ಲಿನ ಸುಕ್ಕುಗಳನ್ನು ಒಂದೊಂದಾಗಿ ತೆಗೆಯುತ್ತ, ಅದೂ ಆ ಮುಖದ ಅನಾಟಮಿಯನ್ನು ಎದುರಿಗಿಟ್ಟುಕೊಂಡು, ಅದೂ ಆಕೆ ಯುವತಿ

ಇದ್ದಾಗ ಕೃತಕ ಹುಬ್ಬುಗಳು ರೆಪ್ಪೆಗಳು ಇದ್ದವೆ ಇಲ್ಲವೆ ಎಂಬ ಬಗ್ಗೆ ಪ್ರಮೋದನ ಜೊತೆ ಡಿಸ್‌ಕಸ್ ನಡೆಸಿ!

ಹ್ಞಾಂ ಇನ್ನೊಂದು ಉಲ್ಲೇಖಾರ್ಹ ಸಂಗತಿ ಅಂದರೆ ಆಕೆಯ ಬಾಯಿಯೊಳಗೆ ಈಗ ಇರುವುದು ಕೃತಕ ದಂತಪಂಕ್ತಿ. ಅಂದರೆ ಅಪ್ಪಟ ಚಿನ್ನದ ಸೆಟ್, ಅಂದರೆ ಪ್ರತಿ ದಂತದ ಸುತ್ತ ವಜ್ರದ ರೇಖೆಗಳು. ಆ ಕಾಲದಲ್ಲೆ ಕೃತಕ ದಂತ ವೈದ್ಯಕೀಯ ಶಾಸ್ತ್ರ ಇಷ್ಟು ಅಭಿವೃದ್ಧಿ ಹೊಂದಿತ್ತ! ವಿಶ್ವಸುಂದರಿ ಐ ಮೀನ್ ಉತ್ಪಲಾ ಪಂಡಿತ್ ತನ್ನ ಯಾವ ವಯಸ್ಸಿನಲ್ಲಿ ಹಲ್ಲುಗಳನ್ನು ಲಾಸ್ ಮಾಡಿಕೊಂಡಳು! ಅದು ಯಾವ ಕಾರಣಕ್ಕೆ ಅವುಗಳನ್ನು ಲಾಸ್ ಮಾಡಿಕೊಂಡಳು! ಅಥವಾ ಉದ್ದೇಶಪೂರ್ವಕವಾಗಿ ಸ್ವಯಿಚ್ಛೆಯಿಂದ ತೆಗೆಸಿಕೊಂಡಿರಬಹುದೆ! ಅಥವಾ ಕಾಮುಕರ ಕಣ್ಣಿಗೆ ತಾನು ವೃದ್ಧಾಪ್ಯವನ್ನು ಸ್ವತಃ ಆರೋಪಿಸಿಕೊಂಡಿರಬಹುದೆ! ಇವೆಲ್ಲ ಚರ್ಚಿನೀಯ ಅಂಶಗಳೆ! ಇವುಗಳ ಮಾಹಿತಿ ಆರ್ಥರನ ಕೃತಿಯಲ್ಲಿರುವುದೊ ಇಲ್ಲವೊ!

ಕೇಳಿದ್ದಕ್ಕೆ ಪ್ರಮೋದ 'ಇನ್ನೊಮ್ಮೆ ಓದಿ ಚೆಕ್ ಮಾಡುವೆ' ಎಂದು ಸೂಚಿಸಿ ಪುನಃ ಪುಸ್ತಕನ ಕೈಗೆತ್ತಿಕೊಂಡ. ಒಮ್ಮೆ ಗ್ಲ್ಯಾನ್ಸ್ ಮಾಡಿ ಮುಗಿಸಿದ, "ಅಂಥ ಒಳವಿವರಗಳಿಲ್ಲ, ಆದರೆ ಇಲ್ಲಿನ ಕೆಲವು ಫೋಟೊಗಳು ನಿನ್ನಲ್ಲಿ ಇಮ್ಯಾಜಿನೇಷನ್ ಪವರ್‌ಗೆ ಹೊಸ ಡೈಮೆನ್ಷನ್ ನೀಡಬಹುದು" ಎಂದ.

ಪುಸ್ತಕದಲ್ಲಿ ಅನೆಕ್ಚರ್ ಇತ್ತು, ಅದರಲ್ಲಿ ಹತ್ತಾರು ಫೋಟೋಗಳಿದ್ದವು, ಅವೆಲ್ಲ ಬ್ಲಾಕ್ ಅಂಡ್ ವೈಟ್ಸ್! ಹತ್ತಾರು ವರ್ಷಗಳ ಕಾಲ ಮೂಲೆಗುಂಪಾಗಿದ್ದ ಪುಸ್ತಕ ಅದು, ಆದ್ದರಿಂದ ಅದರಲ್ಲಿದ್ದ ಕೆಲವು ಫೋಟೊಗಳನ್ನು ಹುಳುಗಳು ಜಖಂ ಮಾಡಿದ್ದವು, ಇನ್ನು ಕೆಲವು ಚೆನ್ನಾಗಿದ್ದವು. ಅವುಗಳು ಇಂಥವೆ ಎಂದು ನಿಖರವಾಗಿ ಗುರುತಿಸುವುದು ಸಾಧ್ಯವಿರಲಿಲ್ಲ. ಇದಕ್ಕೆ ಮಧುಸೂದನನ ನೆರವು ಪಡೆಯಬೇಕು.

ಮಾಡಿದೊಡನೆ ಮಧು ಫೋನ್ ಎತ್ತಿಕೊಂಡ. "ಹ್ಞಾ ಹೌದಾ ಹಾಗೇನು!" ಎಂದು ಪ್ರತಿಕ್ರಿಯಿಸಿದ. ಬೇಗನೆ ಬಾ ಅಂತ ಸೂಚಿಸಿದೊಡನೆ ಅವನು ತನ್ನ ಬುಲೆಟ್ ಏರಿ ಬಂದು ತಲುಪಿದ. ಅದೇ ಸಮಯಕ್ಕೆ ಬಂದ ಸುಶೀಲ "ಅಪರೂಪಕ್ಕೆ ಎಲ್ಲ್ರೂ ಒಟ್ಟಿಗೆ ಸೇರಿದ್ದೀರಿ, ಊಟ ಮಾಡ್ತೀವಿ ಅಂದರೆ ಅಡುಗೆ ಮಾಡ್ತೀನಿ, ಇಲ್ಲಂದರೆ ಸದ್ಯಕ್ಕೆ ಟೀ ತರ್ತೀನಿ" ಎಂದು ಕೇಳಿದಳು. ಆದರೆ ಆ ಟೆನ್ಷನ್‌ನಲ್ಲಿ ಅವರ್‍ಯಾರು ಸಹ ಹಸಿದಿರಲಿಲ್ಲ. ಊಟದ ಅಗತ್ಯವಿರಲಿಲ್ಲ, ಅವರಿಗೆ ಅಗತ್ಯವಿದ್ದದ್ದು ಟೀ ಮಾತ್ರ. ಅದು ಸಿಗರೇಟ್ ಸೇದಲು ಪೂರ್ವಭೂಮಿಕೆ ರೂಪದಲ್ಲಿ!

ಫೋನ್ ಮಾಡಿದಾಗಲೆ ಇಟ್ಟಿದ್ದರಿಂದ ಆಕೆ ಚಹಾ ಕಪ್ಪುಗಳನ್ನು ತಂದು ವಿತರಿಸಿದಳು. "ಆ ವೃದ್ಧೆ ನಿಮ್ಮ ಮೂವ್ವರ ತಲೆ ತಿನ್ನುತ್ತಿರುವಳೆಂದು ಅರ್ಥ

ಆತು, ಇನ್ನೊಮ್ಮೆ ಹೋಗುವಾಗ ನನ್ನನ್ನೂ ಜೊತೇಲಿ ಕರಕೊಂಡೋಗಿರಿ" ಎಂದು ಹೇಳಿದಳು. ಅದಕ್ಕೆ ಅವರು ತಲೆ ಅಲ್ಲಾಡಿಸಿದರು.

ಆ ಮುದುಕಿ ಎಂಬ ಸಂತೋಷದಾಯಕ ಕ್ರಿಮಿ, ಅಥವಾ ಸುಖಪ್ರದಾಯಕ ನವೆ! ಇವೆರಡನ್ನು ಆಕೆ ನಿಭಾಯಿಸುವುದು ಕಷ್ಟ.

ಮಧು ಆ ಪುಸ್ತಕವನ್ನು ಹೊರಗಡೆ ತೆಗೆದುಕೊಂಡು ನೇರ ಬಿಸಿಲಿಗೆ ಹೋದ. ಒಂದೆರಡು ನಿಮಿಷಗಳ ಬಳಿಕ ಪುನಃ ಮರಳಿದ.

"ನನ್ನ ಸ್ಟುಡಿಯೋದಲ್ಲಿ ಖಂಡಿತ ಇವುಗಳನ್ನು ಇಂಪ್ರೂ ಮಾಡಿ ಕೊಡ್ತೀನಿ, ಆ ಕಾಲದ ಫೋಟೋಗ್ರಾಫಿ, ಸೂಪರ್ ಕ್ವಾಲಿಟೀದು, ಇವುಗಳನ್ನು ತೆಗೆದಿರೋದು ತಜ್ಞ ಫೋಟೋಗ್ರಾಫರುಗಳೆ, ಒಂದೆ ಮಾತಲ್ಲಿ ಹೇಳುವುದಾದರೆ ಅಪರೂಪದ ಫೋಟೋಸ್, ಇವೆಲ್ಲ ಆಕೆಯವೆ. ಅನುಮಾನ ಬೇಡ, ಅದು ಕಿಲಾಡಿ ಮುದುಕಿ, ಬ್ಯುಲ್ಡಪ್ ಕೊಡ್ತಿದೆ, ಅದನ್ನು ನಾವು ಎಷ್ಟು ನಂಬಬೇಕೊ, ಅಷ್ಟು ಮಾತ್ರ ನಂಬೋಣ" ಎಂದು ತನಗೆ ತೋಚಿದ ಸೂಕ್ಷ್ಮಗಳನ್ನು ವಿವರಿಸಿದ.

ಅವನ ಮಾತು ಸರಿ ಅನ್ನಿಸಿತು. ಪ್ರಮೋದ, "ಆ ದಿವಸ ನಿಮ್ಮ ಸಂಗಡ ನಾನೂ ಇದ್ದರೆ ಚೆನ್ನಾಗಿತ್ತು. ಆದರೆ ತಾಯಿಯ ಕಾರಣದಿಂದ ಒಳ್ಳೆಯ ಅವಕಾಶ ಮಿಸ್ ಮಾಡಿಕೊಂಡೆ. ಹೇಗೋ ಇಲ್ಲೆ ಕೆಲವು ದಿವಸ ಇರುವೆನಲ್ಲ. ಆ ವೃದ್ಧೆನ ಪಳಗಿಸೋಣ" ಎಂದು ಹೇಳಿದ.

ಅದಕ್ಕೆ ಮಹಿ, "ಸದ್ಯಕ್ಕೆ ಮೊದಲು ಮಧು ಈ ಫೋಟೋಸ್‌ನ ಇಂಪ್ರೂ ಮಾಡಿಕೊಂಡು ಬರಲಿ, ಆ ಮೇಲೆ ಉಳಿದದ್ದು" ಎಂದು ಹೇಳಿ ಅವನ ಕಡೆ ತಿರುಗಿ, ಮಧು ನೀನು ಕೂಡಲೆ ಹೋಗಿ ಅದೇನು ಮಾಡುವಿಯೊ ಅದನ್ನು ಮಾಡಿಕೊಂಡು ಬಾ, ತಡ ಆಗೋದು ಬೇಡ. ಮುದುಕಿ ಹೇಳಿರೋದು ನೆನಪಲ್ಲಿರಲಿ" ಎಂದು ಸೂಚಿಸಿದ.

ಅಲ್ಲಿಂದ ಹೊರಡಲಿದ್ದ ಮಧುನನ್ನು ನಿಲ್ಲಿಸಿ, "ಹ್ಹಾ ಇನ್ನೊಂದು ಮಾತು, ನನ್ನ ಚಿತ್ರಗಳು ಲೀಕ್ ಆದಂತೆ ಈ ಪುಸ್ತಕ ಆಗಲಿ, ಇದರಲ್ಲಿನ ಫೋಟೋಸಾಗಲಿ ಬೇರೆಯವರಿಗೆ ತಿಳಿಬಾರದು. ಮುಖ್ಯವಾಗಿ ಯುಗಂಧರ್‌ಗೆ ಗೊತ್ತಾಗಬಾರದು" ಎಂದು ಸೂಚಿಸಿದ.

ಅಲ್ಲಿಂದ ಅವನು ಹೊರಟು ಹೋದಬಳಿಕ...

* * *

ಅವರಿಬ್ಬರು ಚಾತಕ ಪಕ್ಷಿಗಳಂತೆ ಕಾಯುತ್ತಿದ್ದುದು ಸಾರ್ಥಕವಾಯಿತು, ಕಾರಣ ಮಧು ಆ ಪುಸ್ತಕಗಳಲ್ಲಿನ ಬಹುಪಾಲು ಚಿತ್ರಗಳನ್ನು ಇಂಪ್ರೂ ಮತ್ತು ಡೆವೆಲಪ್ ಮಾಡಿ ತಂದಿದ್ದ. ಅವುಗಳನ್ನು ಅವನು ಧರಿಸಿದ್ದ ಝುರಕಿನ್

ಜೇಬಿನೊಳಗೆ ಕೈತೂರಿಸಿದ, ಆದರೆ ಅವುಗಳನ್ನು ಅಲ್ಲಿಂದ ಹೊರತೆಗೆಯಲು ಒಂದು ಕ್ಷಣ ಹಿಂಜರಿದ, ಕಾರಣ ಅಲ್ಲಿ ಸುಶೀಲಾ ಮೇಡಂ ಇದ್ದಳು.

ಅವನ ಜಾಗರೂಕತೆ ತಿಳಿದು ಮಹಿಗೆ ನಗು ಬಂತು, "ಅಯ್ಯೋ ದಡ್ಡ, ಈ ಪುಸ್ತಕನ ಹುಡುಕಿ ಕೊಟ್ಟಿದ್ದು ಈ ಮಹಾತಾಯಿ ಕಣಪ್ಪಾ ಮಧು, ನಮಗಿಂತ ಮೊದಲು ಅವರು ನೋಡಬೇಕು, ತೋರಿಸು" ಎಂದು ಹೇಳಿದ.

ಅದಕ್ಕೆ ಅವನು ಅಕ್ಕಾ ಸಾರಿ ಎನ್ನುತ್ತ ಕೈಯನ್ನು ಹೊರತೆಗೆದ, ಆ ಕೈಯಲ್ಲಿ ಕವರ್ ಇತ್ತು, ಆ ಕವರಲ್ಲಿ ಹತ್ತಾರು ಫೋಟೋಗಳಿದ್ದವು.

ಇದ್ದ ಕುತೂಹಲದಿಂದ ಸುಶೀಲಾ ಅವುಗಳನ್ನು ಗಬಕ್ಕನೆ ಕೈಗೆತ್ತಿಕೊಂಡಳು, ಒಂದೊಂದಾಗಿ ನೋಡಲಾರಂಭಿಸಿದಳು, ಆ ಒಂದು ಫೋಟೋ ನೋಡಿದೊಡನೆ, "ಅರೆ ನೀವು ಮೊನ್ನೆ ಚಿತ್ರಿಸಿರುವ ವೃದ್ಧೆ ಚಿತ್ರ ಇಗೋ ಇಲ್ಲಿದೆ ನೋಡಿ" ಎಂದು ಉದ್ಗರಿಸಿದಳು,

ಆಕೆಯ ಮಾತು ಕೇಳಿ ಉಳಿದವರೆಲ್ಲರಿಗು ಆಶ್ಚರ್ಯವಾಯಿತು. ಅರೆ ತಾನು ಆ ವೃದ್ಧೆಯ ಚಿತ್ರ ರಚಿಸಿದ್ದು ಮೊನ್ನೆ ಮೊನ್ನೆ, ಅದೇ ಫೋಟೋ ಈ ಶತಮಾನದಷ್ಟು ಹಳೆಯ ಕೃತಿಯಲ್ಲಿ ಮುದ್ರಿತವಾಗಿರುವುದೆಂದರೇನು! ಮುಖ್ಯವಾಗಿ ಮಹಿ ಆ ನಿರ್ದಿಷ್ಟ ಫೋಟೋವನ್ನು ಕೈಗೆತ್ತಿಕೊಂಡು ಕಣ್ಣಿಗೆ ಅಡ್ಡವಿರಿಸಿಕೊಂಡು ನೋಡಿದ. ಅದರಲ್ಲಿರುವುದು ಹದಿಹರೆಯದ ಯುವತಿ, ಆದರೆ ಆ ವೃದ್ಧೆಯಲ್ಲ.

"ಯುವತೀನ ಮುದುಕಿಯನ್ನಾಗಿಸಿದೆಯಲ್ಲ, ಇದು ಸರಿ ಏನು!" ಎಂದು ಪತ್ನಿಯನ್ನು ಉದ್ದೇಶಿಸಿ ಹೇಳಿದ, ಅದಕ್ಕೆ ಆಕೆ ಪುನಃ ನಕ್ಕು, "ನನ್ನ ಗ್ರಹಿಕೆಯಲ್ಲಿ ತಪ್ಪಿಲ್ಲ ಸಾಹೇಬರೆ, ಈ ತರುಣೀನ ಮುದುಕಿಯನ್ನಾಗಿ ಪರಿವರ್ತಿಸಿ ನೋಡಿ, ಆಗ ತಿಳಿಯುತ್ತೆ ಈಕೆಯೇ ಆಕೆ ಅಂತ" ಎಂದು ಮಾರ್ಮಿಕವಾಗಿ ಹೇಳಿದಳು.

ಮಹಿ ಪುನಃ ನೋಡಿದ, ಅದು ಆಕೆಯ ದೃಷ್ಟಿಕೋನದಿಂದ. "ಅರೆ ಹೌದಲ್ಲ, ಈ ಇಪ್ಪತ್ತರ ಯುವತಿಯನ್ನು ವೃದ್ಧೆಯನ್ನಾಗಿ ಪರಿವರ್ತಿಸಿದರೆ ಆಕೆಯೇ ಈಕೆ, ಈಕೆಯೇ ಆಕೆ, ಸುಶೀ ನೀನು ನಿಜವಾಗಲು ಗ್ರೇಟ್ ಕಣೆ" ಎಂದು ಆಕೆಯನ್ನು ಅಭಿನಂದಿಸಿದ.

ಅದಕ್ಕೆ ಪ್ರತಿಯಾಗಿ ಆಕೆ ನಕ್ಕಳು, "ಹೆಣ್ಣಿಗೆ ಸಿಕ್ತ್ ಸೆನ್ಸ್ ಇರ್ತದೆ, ಗಂಡಸರಿಗೆ ಅರ್ಥವಾಗದೆ ಇರೋದು ಹೆಂಗಸರಿಗೆ ಅರ್ಥವಾಗುತ್ತೆ, ನೀನು ಮುದುಕಿಯಾದರೆ ಹೆಂಗ ಕಾಣುವಿ ಅಂತ ಯುವತಿಯರನ್ನು ಕೇಳೋದು, ನೀನು ಯುವತಿಯಾಗಿದ್ದಾಗ ಹೇಗೆ ಇರ್ತಿದ್ದಿ ಅಂತ ಮುದುಕಿಯರನ್ನು ಕೇಳೋದು! ಇಂಥ ಮಾತುಗಳನ್ನು ನಾವು ಚಿಕ್ಕವರಿದ್ದಾಗ ಆಡಿಕೊಳ್ತಿದ್ವಿ, ಆ

ಲೆಕ್ಕಾಚಾರದ ಮೇಲೆ ನಾನು ಹೇಳಿದ್ದು, ಈ ಯುವತಿಯ ಮೂಗು ತುಟಿ ಹಣೆ ಕಿವಿಗಳು ಇವೆಲ್ಲವನ್ನು ಸೂಕ್ಷ್ಮವಾಗಿ ಗಮನಿಸಿದರೆ ಇದರೊಳಗೆ ಆ ವೃದ್ಧೆ ಇರುವಳೊಂತ ಥಟ್ಟಂತ ತಿಳಿಯುತ್ತೆ ಕಣ್ರೀ" ಎಂದು ವಿವರಿಸಿದಳು.

ಹೆಂಡತಿಯ ಪ್ರಬುದ್ಧ ಮಾತುಗಳನ್ನು ಕೇಳಿ ಮಹಿ ಆನಂದಪರವಶನಾದ. ಇಂಥ ಬ್ರೀಲಿಯಂಟ್ ಮಹಿಳೆ ತನ್ನ ಪತ್ನಿಯಾಗಿರುವುದು ತನ್ನ ಅದೃಷ್ಟವೆಂದು ಭಾವಿಸಿದ, ಅದನ್ನು ಪ್ರಮೋದ ಸಹ ಅನುಮೋದಿಸಿದ. ಅವರಿಬ್ಬರು ಆಕೆಯನ್ನು ಹೃತ್ಪೂರ್ವಕವಾಗಿ ಅಭಿನಂದಿಸಿದರು.

'ಬೆಸ್ಟ್ ಆಫ್ ಲಕ್' ಹೇಳಿ ನಾಲ್ಕಾರು ಹೆಜ್ಜೆ ಮುಂದೆ ಹೋಗಿದ್ದ ಆಕೆ ಪುನಃ ಹಿಂತಿರುಗಿ "ಈ ಗಡಿಬಿಡಿಯಲ್ಲಿ ನೀವ್ಯಾರು ಮಧ್ಯಾಹ್ನ ಊಟ ಮಾಡಿಲ್ಲ, ತಿಂಡಿ ಮಾಡ್ಕೊಂಡು ಬರ್ತೀನಿ" ಅಂತ ಹೇಳಿ ಹೋದಳು.

* * *

ಮಹಿ ಆ ಚಿತ್ರವನ್ನು ರಚಿಸಲು ತೆಗೆದುಕೊಂಡ ಅವಧಿ ಕೇವಲ ಒಂದೂವರೆ ದಿವಸ ಮಾತ್ರ. ಅದನ್ನು ವಿವಿಧ ಮೂಲೆಗಳಿಂದ ವಿವಿಧ ಅಂತರಗಳಿಂದ ಉಳಿದವರು ನೋಡಿದರು. 'ಅದು ತ್ರೀಡಿ ಚಿತ್ರ' ಎಂದು ಮಧು ಶ್ಲಾಘಿಸಿದ, ಪ್ರಮೋದ, ಅಪರೂಪ ಅನನ್ಯ ಎಂದು ಹೊಗಳಿದ, ಆದರೆ ಸುಶೀಲಾ ವಿವಿಧ ಅಂತರಗಳಿಂದ ನೋಡಿ,

"ನೀವು ನಿಜವಾಗಲು ಗ್ರೇಟ್, ಎಕ್ಸಾರ್ಡನರಿ ಆರ್ಟಿಸ್ಟ್, ನೋಡೌಟ್, ಆದರೆ ಚಿತ್ರದಲ್ಲಿರುವ ಯುವತಿ ವಿವಾಹಿತೆ ಥರಾ ಇಲ್ವಾ! ನೀವೇ ನೋಡಿ, ಹಣೆ ಮೇಲೆ ಕುಂಕುಮ ಬೇಕಿತ್ತಾ, ಇನ್ನು ಆಕೆಯ ಕೈಗಳಿಗೆ ಬಳೆಗಳನ್ನು ತೊಡಿಸಿರುವಿರಿ, ಇದರಲ್ಲಿರೋದು ಆಲ್ಟ್ರಾ ಮಾಡರೇಟ್ ಯಂಗ್ ಲೇಡಿ, ಅಂಥವಳಿಗೆ ಇವೆಲ್ಲ ಬೇಕಿತ್ತೇನು!" ಎಂದು ಪ್ರಶ್ನಿಸಿದಳು.

ಮಹಿಗೆ ಆಕೆಯ ಪ್ರಶ್ನೆಗಳು ಸಂದಿಗ್ಧತೆಯನ್ನು ಹುಟ್ಟು ಹಾಕಿದವು, ಅವನು ಚಿತ್ರವನ್ನು ಸೂಕ್ಷ್ಮವಾಗಿ ಅಬ್ಸರ್ವ್ ಮಾಡಿದ, ಹಣೆಯಲ್ಲಿ ಕುಂಕುಮ ತಿಲಕದ ಅಗತ್ಯವಿರಲಿಲ್ಲ. ಆದರೆ ಇಲ್ಲದ ಬಳೆಗಳನ್ನು ಸುಶೀಲಾ ಪತ್ತೆ ಹಚ್ಚಿರುವುದು ಡೌಟಿನ ಸಂಗತಿ! ಕೇಳಿದ್ದಕ್ಕೆ ಆಕೆ ನಕ್ಕು ಹೇಳಿದಳು,

"ಬಳೆಗಳು ಕಾಣಿಸೋದಿಲ್ಲ, ಆದರೆ ಅವು ಇವೆ. ಸೂಕ್ಷ್ಮವಾಗಿ ಗಮನಿಸಿ ಬೇರೊಂದು ಕಡೆ ಬಳೆಗಳ ನೆರಳು ಪ್ರತಿಫಲನವಿದೆ. ಅದೇ ಸ್ಥಳದಲ್ಲಿ ಇನ್ನೇನ್ನಾದರು ಸೃಷ್ಟಿಸಬಹುದಿತ್ತು, ನಾನು ಹೇಳಿದ್ದನ್ನು ನೀವು ಸೀರಿಯಸ್ಸಾಗಿ ತಗೊಳ್ಳದಿದ್ದರು ಪರವಾಗಿಲ್ಲ, ಆ ವೃದ್ಧೆ ನೋಡಿದರೆ ಆಕೆ ಹ್ಹಾಹ್ಹಾ ಎಂದು ಉದ್ಗರಿಸಬಹುದು, ಆದರೆ ಆ ಮಂದಮತಿ ಅವೆಲ್ಲವನ್ನು ಗುರುತಿಸುವುದಿಲ್ಲ.

ಆದರೆ ಕಲಾ ವಿಮರ್ಶಕರು ತಜ್ಞ ಕಲಾವಿದರು ಮಾತ್ರ ಈ ಚಿತ್ರವನ್ನು ನೋಡಬಾರದು" ಎಂದು ವಿವರಿಸಿದಳು, ಸೂಚ್ಯವಾಗಿ ಸೂಚಿಸಿದಳು.

ಓಹ್ ತನ್ನ ಪತ್ನಿ ಇನ್ನೂ ಗ್ರೇಟ್ ಅನ್ನಿಸಿತು ತನಗೆ, ಇನ್ನು ಒಂದೆರಡು ದಿವಸ ವಿಳಂಬವಾದರು ಚಿಂತೆ ಇಲ್ಲ, ಆಕೆ ಸೂಚಿಸಿದ ನ್ಯೂನತೆಗಳನ್ನು ಸರಿಪಡಿಸುವುದು ಮುಖ್ಯವೆಂದು ಮಹಿ ಭಾವಿಸಿದ.

"ಎಸ್ ಯು ಆರ್ ಕರೆಕ್ಟ್ ಮಹಿ, ಕಲಾವಿದ ಅಲ್ಪತೃಪ್ತನಿರಬಾರದು, ತನ್ನ ಕೃತಿ ನೂರ್ಕಾಲ ಉಳಿಬೇಕು, ವಿವಿಧ ಕಾಲಘಟ್ಟದಲ್ಲಿ ಅದು ಬೆಳೀಬೇಕು, ನಾಲ್ಕಾರು ಜನ ಶ್ರೇಷ್ಠ ಕಲಾವಿದರು ತನ್ನ ಕೃತಿಯನ್ನು ಪ್ರಶಂಸಿಸಬೇಕು ಎಂಬ ಮಹತ್ವಾಕಾಂಕ್ಷೆ ಇರಬೇಕು. ವಾರ ಲೇಟಾದರು ಚಿಂತೆ ಇಲ್ಲ. ನ್ಯೂನತೆಗಳನ್ನು ಸರಿಪಡಿಸು, ಸುಶೀಲಾ ಓಕೆ ಮಾಡಿದ ಬಳಿಕ ಇದನ್ನು ಬಂಗಲೆಗೆ ಒಯ್ಯೋಣವಂತೆ!" ಎಂದು ಬೆನ್ನು ನೇವರಿಸಿದ, ಹಾಗೆಯೇ ಸೂಕ್ತ ಮತ್ತು ಪ್ರಬುದ್ಧ ಸಲಹೆ ನೀಡಿದ್ದಕ್ಕಾಗಿ ಸುಶೀಲಾಳನ್ನು ಅಭಿನಂದಿಸಿದ.

"ಅಲ್ಲಿಯವರೆಗೆ ನೀನು ನನ್ನ ಆ ಕನ್ನಡ ಅನುವಾದವನ್ನು ಹುಡುಕಬಹುದಲ್ಲವೆ!" ಎಂದು ಮಹಿ ಪ್ರಮೋದನಿಗೆ ಸೂಚಿಸಿದ, ಹೆಚ್ಚು ಕಡಿಮೆ ಬಾಗಿಲ ಬಳಿ ಇದ್ದ ಮಧು ತಿರುಗಿ ನೋಡುವುದಕ್ಕು ಪ್ರಮೋದ "ನಾನೀಗ ಅದೇ ಕೆಲಸ ಮಾಡುವೆ, ನೀನು ಏಕಾಗ್ರತೆಯಿಂದ ಆ ಕಾರ್ಯ ಪೂರ್ಣಗೊಳಿಸು" ಎಂದು ಹೇಳುವುದನ್ನು ಮರೆಯಲಿಲ್ಲ.

ಅದಾದ ಸ್ವಲ್ಪ ಹೊತಿಗೆ ತರಕಾರಿ ಮಸಾಲೆ ಉಪ್ಪಿಟ್ಟಿನ ಪರಿಮಳ ಅದೇ ತಾನೆ ಬಾಗಿಲ ಬಳಿ ಸೂಸಲಾರಂಭಿಸಿತು, ಅದರೊಂದಿಗೆ ಸುಶೀಲಾ ಒಳಗೆ ಆಗಮಿಸಿದಳು.

"ನೀವೆಲ್ರು ಬನ್ನಿರಿ, ಆ ಮುದುಕಿ ನಿಮ್ಮ ದಿನಚರಿ ಬದಲಾಯಿಸಿದೆ, ಅದು ನಿಮ್ಮ ಆರೋಗ್ಯನ ಏರುಪೇರು ಮಾಡಿದರು ಅಚ್ಚರಿ ಪಡಬೇಕಿಲ್ಲ, ಮೊದಲು ಟಿಫಿನ್ ಮಾಡಿ, ಬಳಿಕ ನಿಮ್ಮ ನಿಮ್ಮ ಕೆಲಸಗಳಲ್ಲಿ ತೊಡಗಿಸಿಕೊಳ್ಳಿರಿ" ಎನ್ನುತ್ತ ಆಕೆ ಆ ಎಲ್ಲಾ ಪರಿಕರಗಳನ್ನು ಟೇಬಲ್ ಮೇಲಿರಿಸಿದಳು.

ಆಕೆ ಸಲಹೆಯನ್ನು ವಾತ್ಸಲ್ಯವನ್ನು ನಿರಾಕರಿಸುವ ಶಕ್ತಿ ಅವರಲ್ಲಿ ಯಾರಲ್ಲು ಇರಲಿಲ್ಲ. ಕಾರಣ ಅವರೆಲ್ಲರ ಹೊಟ್ಟೆಗಳಲ್ಲಿ ಹಸಿವೆ ತಾಂಡವ ನೃತ್ಯ ಆರಂಭಿಸಿತ್ತು. ಆದ್ದರಿಂದ ಅವರೆಲ್ಲರು ಮರುಮಾತಾಡದೆ ಕೈತೊಳೆದುಕೊಂಡು ಬಂದು ಟೇಬಲ್ ಸುತ್ತ ಕುಳಿತರು. ಮುಚ್ಚಳ ತೆರೆದೊಡನೆ ಉಪ್ಪಿಟ್ಟಿನ ಪರಿಮಳ ನಾಲ್ದೆಸೆಗೆ ಹಬ್ಬಿತು,

ಆಕೆ ತಟ್ಟೆಗಳಲ್ಲಿ ಅದನ್ನು ಬಡಿಸುತ್ತಿರುವಾಗ ಪುನಃ ಲ್ಯಾಂಡ್ ಫೋನ್ ಟ್ರಿಣ್ ಎಂದು ಸದ್ದು ಮಾಡಿತು. ಸುಶೀಲಾ ರಿಸೀವರನ್ನು ಎತ್ತಿಕೊಂಡಳು.

ಆ ಕಡೆಯಿಂದ ಮಾತಾಡುತ್ತಿದ್ದುದು ಯುಗಂಧರ್! ಅವರು ಇರುವರೆಂದು ಹೇಳುವುದೊ! ಇಲ್ಲ ಎಂದು ಹೇಳುವುದೊ! ಸ್ವಲ್ಪ ಗೊಂದಲ ಅನುಭವಿಸಿದಳು. ಮಹಿ ಎಂಜಲುಗೈಯಿಂದ ಸಂಜ್ಞೆ ಮಾಡಿದ್ದನ್ನು ಗ್ರಹಿಸಿ

"ನಾನು ಅವರ ಶ್ರೀಮತಿ ಮಾತಾಡುತ್ತಿರುವುದು, ಅವರಿಲ್ಲ, ಅವರಿಗೇನಾದರು ಹೇಳಬೇಕಿತ್ತೇನು! ಓಹ್ಹೋ ಹಾಗೋ, ಅಜ್ಜಿ ಮೇಡಂ ಕಾಯ್ತಿದ್ದಾರೆ ಅಂತ ಹೇಳಬೇಕಲ್ಲವೆ! ಹೇಳ್ತೀನಿ ಬಿಡಿ, ಅಂದ ಹಾಗೆ ನಿಮ್ಮ ಹೆಸರು ಯುಗಂಧರ್ ಅಲ್ಲವೆ! ಸರಿ ಹಾಗಿದ್ದರೆ" ಎಂದು ಚಾಕಚಕ್ಯತೆಯಿಂದ ಸಂಭಾಷಣೆ ನಡೆಸಿ ರಿಸೀವರನ್ನು ಸ್ವಸ್ಥಾನದಲ್ಲಿರಿಸಿದಳು.

ತಾನು ಸುಳ್ಳು ಹೇಳಿಸುವ ಅಗತ್ಯವಿರಲಿಲ್ಲ, ಆದರೆ ಹೇಳಿಸುವ ಅಗತ್ಯವಿತ್ತು, ಯುಗಂಧರ್‌ನ ಅನಿರೀಕ್ಷಿತ ಆಗಮನದಿಂದ ಕಲಾವಿದನ ತನ್ಮಯತೆಗೆ ಭಂಗವೊದಗಬಾರದು ಅಂತ ಹೇಳಿಸಿದ್ದು.

ಓಹ್ ವಿಶ್ವಸುಂದರಿ ಮೇಡಂ ತಮ್ಮನ್ನು ಭೇಟಿಯಾಗಲು ತಿಳಿಸಿದ್ದಾಳೆ. ಯಾಕಿರಬಹುದು! ಯಾಕೋ ಇರಬಹುದು! ಅವೆರಡರಲ್ಲಿ ಒಂದು. ರಿಕ್ತಹಸ್ತಂಬುಲತೊ ಹೋಗಿ ಕಾಣುವುದೊ, ಪೂರೈಸಿದ ಕೃತಿಯೊಂದಿಗೆ ಹೋಗಿ ಕಾಣುವುದು ಸೂಕ್ತವೊ!

"ಸಾರ್ ಮೊದಲು ಚಿತ್ರ ಪೂರೈಸಿ, ಬರಿಗೈಲಿ ಹೋದರೆ ಆ ಕಿಲಾಡಿ ಮುದುಕಿ ಏನೇನೋ ಹೇಳಿ ಕನ್‌ಫ್ಯೂಸ್ ಮಾಡಬಹುದು, ಅದಕ್ಕೆ ಸ್ಟೇಬಲ್ ಮೈಂಡಿಲ್ಲ. ಎಲ್ಲಾ ಪ್ಲಾನ್ ಮಾಡಿಕೊಂಡೇ ಹೋಗೋಣ, ಅದಿರಲಿ, ಈ ಸಲ ನಮ್ಮ ಸುಶೀಲಾ ಮೇಡಂ ಅವರನ್ನು ಜೊತೆಯಲ್ಲಿ ಕರಕೊಂಡು ಹೋಗೋಣವೇನು!" ಎಂದು ಕೇಳಿದ. ತಾಟುಗಳಲ್ಲಿ ಉಪ್ಪಿಟ್ಟು ಬಡಿಸುವುದು ಅದೇ ತಾನೆ ಪೂರ್ಣಗೊಳಿಸಿದ್ದ ಆಕೆ,

"ಇಷ್ಟೆಲ್ಲ ಹೆಲ್ಪ್ ಮಾಡಿರೋ ನನ್ನನ್ನು ಬಿಟ್ಟು ಹೋದರೆ ಆ ದೇವರು ನಿಮ್ಯಾರನ್ನು ಕ್ಷಮಿಸುವುದಿಲ್ಲ, ಅಲ್ಲದೆ ಒಂದು ಹೆಣ್ಣು ಇನ್ನೊಂದು ಹೆಣ್ಣಿನ ಅಂತರಂಗ ಪ್ರವೇಶಿಸುವುದು ಸುಲಭ. ನಿಮ್ಮ ಜೊತೆ ನಾನಿದ್ದರೆ ವಾಸಿ, ಮಧುನ ಸಲಹೇನ ಗಂಭೀರವಾಗಿ ತಗೊಳ್ಳಿ" ಎಂದು ಸಗರ್ವದಿಂದ ಹೇಳಿದಳು.

ಆಕೆಯ ಮಾತನ್ನು ಪ್ರಮೋದ್ ಅನುಮೋದಿಸಿದ. "ಹೇಗೋ ನನ್ನ ಕಾರಿದೆಯಲ್ಲ" ಎಂದು ಮಧು ಸಪೋರ್ಟ್ ಮಾಡಿದ.

ಚಿತ್ರದಲ್ಲಿ ಯೌವನ ಸೂಸುತ್ತಿದ್ದ ಉತ್ಪಲಾ ಪಂಡಿತ್ ಬಗೆಗೇನೆ ಯೋಚಿಸುತ್ತ ಮೈಮರೆತ್ತಿದ್ದ ಮಹಿ ಆ ಕ್ಷಣ ವಾಸ್ತವಕ್ಕೆ ಮರಳಿ,

"ಎಸ್ ಸುಶೀಲಾ ಮೇಡಂ" ಎಂದು ಒಪ್ಪಿಗೆ ಸೂಚಿಸಿದ.

* * *

ಮಹಿ ಪತ್ರಿಕೆಗಳ ಫ್ರೀಲಾನ್ಸ್ ರೈಟರ್ ಮಾತ್ರ ಅಲ್ಲ, ಕಥೆ ಕಾದಂಬರಿಕಾರ ಮಾತ್ರ ಅಲ್ಲ, ಉತ್ತಮ ವಾಗ್ಮಿ ಮಾತ್ರ ಅಲ್ಲ! ತಾನೊಬ್ಬ ಅತ್ಯುತ್ತಮ ಸೃಜನಶೀಲ ಚಿತ್ರ ಕಲಾವಿದ. ಇದಕ್ಕೆ ನಿದರ್ಶನವಾಗಿ ಆತ ರಚಿಸಿದ ಆ ಚಿತ್ರ. ನೋಡಿದ ನೆನಪುಗಳ ಆಧಾರದ ಮೇಲೆ ವ್ಯಕ್ತಿಯ ಚಿತ್ರ ರಚಿಸುವುದೆಂದರೆ, ಅದೇ ವ್ಯಕ್ತಿಯ ವಿವಿಧ ವಯೋಮಾನದ ಅವಸ್ಥೆಗಳ ಚಿತ್ರಗಳನ್ನು ರಚಿಸುವುದೆಂದರೆ ಸಾಮಾನ್ಯ ಸಂಗತಿಯೆ!

ಆತನ ಪತ್ನಿ ಸಹ ತನ್ನ ಗಂಡನಿಗಿಂತ ಪ್ರತಿಭಾವಂತಳು. ಅದಕ್ಕೆ ಆಕೆ ಆ ಚಿತ್ರದಲ್ಲಿನ ಹೃದ್ಗೋಚರ ನ್ಯೂನತೆಗಳನ್ನು ನಿಖರವಾಗಿ ಗುರುತಿಸಿದ್ದು ಅಸಾಮಾನ್ಯ ಸಂಗತಿ ಅಲ್ಲವೆ! ಆ ಸೂಕ್ಷ್ಮ ನ್ಯೂನತೆಗಳನ್ನು ಕಲಾವಿದ ಕೇವಲ ಒಂದೂ ಮುಕ್ಕಾಲು ತಾಸಿನಲ್ಲಿ ಸರಿಪಡಿಸಿದ್ದು, ಜೊತೆಗೆ ಆ ಚಿತ್ರವನ್ನು ಸರ್ವಾಂಗೀಣವಾಗಿ ಇಂಪ್ರೂ ಮಾಡಿದ್ದು, ವಿವಿಧ ಕೋನಗಳಿಂದ ವೀಕ್ಷಿಸಿದವರಿಗೆ ವಿವಿಧ ಧ್ವನ್ಯಾರ್ಥಗಳನ್ನು ಉಣಬಡಿಸುವಂಥ ಚಿತ್ರವನ್ನು ಪುನಃ ರೂಪಿಸಿದ್ದು! ಇವೆಲ್ಲ ಅಸಾಧಾರಣ ಪ್ರತಿಭೆಗೆ ಸಂಬಂಧಿಸಿದ ಸಂಗತಿಗಳು, ಸವಾಲುಗಳು ಮಾತ್ರ!

ಅದಕ್ಕೆ ಉತ್ಪಲಾ ಪಂಡಿತ್ ಅನ್ನುವ ಒರಿಜಿನಲ್ ಹೆಸರು ಇಟ್ಟಿರಲಿಲ್ಲ. ಆದರೆ ಅವರು ಅದಕ್ಕೆ ನಾಮಕರಣ ಮಾಡಿದ್ದು ವಿಶ್ವಸುಂದರಿ ಅಂತ. ಬೇಕಿದ್ದರೆ ಅದನ್ನು ನೋಡಿ ಆ ಗೌರವಾನ್ವಿತ ವೃದ್ಧೆಯೇ ಅದಕ್ಕೆ ತನ್ನ ಒರಿಜಿನಲ್ ಹೆಸರು ಸೂಚಿಸಲಿ! ಅದು ಆಕೆಯ ಇಷ್ಟಕ್ಕೆ ಸಂಬಂಧಿಸಿದ್ದಲ್ಲವೆ!

ಅದನ್ನು ಹಾಗೆ ಒಯ್ಯುವುದು ಸೂಕ್ತವಲ್ಲವೆಂದು ಪರಿಭಾವಿಸಿದ ಮಧು ಅದನ್ನು ಗೋಪ್ಯವಾಗಿ ಹೊರ ಒಯ್ದು ಅದಕ್ಕೆ ಸುವರ್ಣ ಚೌಕಟ್ಟು ಹಾಕಿಸಿಕೊಂಡು ತಂದ. ಆದರೆ ಅದರ ಮೇಲೆ ಲ್ಯಾಮಿನೇಷನ್ ಮಾಡಿಸಲು ತಾನು ಹಿಂದೇಟು ಹಾಕಿದ, ಅದಕ್ಕಿದ್ದ ಕಾರಣವೆಂದರೆ ಪುನಃ ಯಾರಾದರು ಅದರಲ್ಲಿನ ನ್ಯೂನತೆಗಳನ್ನು ಗುರುತಿಸಿದರೆ ಎಂಬ ಸಂದೇಹ. ಅಂಥ ಪ್ರಾಜ್ಞರು ಇಲ್ಲೆಲ್ಲೂ ಇರದಿದ್ದರು ಇರುವ ಏಕೈಕ ತಜ್ಞೆ ಅಂದರೆ ಶ್ರೀಮತಿ ಸುಶೀಲಾ ಮೇಡಂ.

ಆಕೆ ಅದನ್ನು ಪುನಃ ನೋಡಿ ಮಹಿಯ ಎರಡೂ ಕೈಗಳನ್ನು ಬೊಗಸೆಯಲ್ಲಿ ತಕ್ಕೊಂಡು ಚುಂಬಿಸಿದಳು, 'ಯು ಆರ್ ಗ್ರೇಟ್ ಆರ್ಟಿಸ್ಟ್' ಎಂದು ಶ್ಲಾಘಿಸಿದಳು. ಇಷ್ಟು ಸಾಕಲ್ಲವೆ ಕಲಾವಿದ ಸಂತಸದ ಅರಣ್ಯದಲ್ಲಿ ದಾರಿ ತಪ್ಪಲು. ನಂತರ ಪ್ರಮೋದ ಅದನ್ನು ವಿವಿಧ ಕೋನಗಳಿಂದ ನೋಡಿ 'ಯು ಆರ್ ಜೀನಿಯಸ್' ಎಂದು ಅಭಿನಂದಿಸಿದ. ಇನ್ನು ಅದನ್ನು ತಾವು ವೃದ್ಧೆಯ ಬಳಿಗೆ ಒಯ್ಯುವುದು! ಐ ಮೀನ್ ರಾಜಾ ಪ್ರತಾಪ್ ಸಿಂಗ್ ಹೆಸರಿನ ರಾಜನ

ನಿವಾಸ, ಐ ಮೀನ್ ಆತನ ಬಂಗಲೆ, ಐ ಮೀನ್ ರಾಜಹಂಸದ ಹೆಸರಿನ ಪುರಾನ ಹವೇಲಿಗೆ ಒಯ್ಯುವುದು. ಅದಕ್ಕೆ ಮುಖ್ಯವಾಗಿ ಯುಗಂಧರ್‌ನ ಸಲಹೆಯನ್ನು ಪೂರ್ವಭಾವಿಯಾಗಿ ಪಡೆಯುವುದು.

ಫೋನ್ ಮಾಡಿದ ಆರನೆ ನಿಮಿಷದಲ್ಲಿ ಆತ ಕಾರಲ್ಲಿ ಆ ದಿಕ್ಕಿನಿಂದಲು, ಮಧು ತನ್ನ ಕಾರಲ್ಲಿ ಈ ದಿಕ್ಕಿನಿಂದಲು ಮನೆ ಮುಂದೆ ತಮ್ಮ ತಮ್ಮ ವೆಹಿಕಲ್ಸ್ ಪಾರ್ಕ್ ಮಾಡಿದರು. ಆ ಕಾರಲ್ಲಿ ಅವರಿಬ್ಬರು ಈ ಕಾರಲ್ಲಿ ಇವರಿಬ್ಬರು ಹೊರಟರಾಯಿತು.

'ಆ ಚಿತ್ರವನ್ನು ನನಗೆ ತೋರಿಸುವಿರಾದರೆ!' ಎಂದು ಯುಗಂಧರ್ ಕುತೂಹಲ ವ್ಯಕ್ತಪಡಿಸಿದ,

ಓಹ್ ಅಷ್ಟೇ ತಾನೆ! ತೋರಿಸಲು ನೋಡಲು ಅಡ್ಡಿ ಇಲ್ಲ, ಇವರು ಸಮಸ್ಯೆ ಅಂದರೆ ಅದನ್ನು ಪ್ಯಾಕಿನಿಂದ ಹೊರತೆಗೆಯುವುದು, ಅದರ ಮೈಲ್ಮೈಯಲ್ಲಿರುವ ಬಣ್ಣ ಹಸಿ ಇರಬಹುದು, ಗಾಳಿ ಬೆಳಕಿಗೆ ಬಣ್ಣ ತನ್ನ ಮೂಲಸ್ವರೂಪವನ್ನು ಬದಲಿಸಬಹುದು. ನೋಡಿ ಕುತೂಹಲವನ್ನು ಉಪಸಂಹರಿಸಿಕೊಳ್ಳುವುದು ಏಕೆ! ಅದನ್ನು ರಾಜಹಂಸದ ಆಸ್ಥಾನದಲ್ಲೆ ಅದನ್ನು ಅನಾವರಣಗೊಳಿಸುವುದು ಬಾಕಿ ಇದೆಯಲ್ಲವೆ!'

ಹ್ಹಾಹ್ಹಾ ಆಯ್ತು ಎಂದು ಚಿಕ್ಕ ಉದ್ಗಾರ ಚಿಕ್ಕ ನಿರಾಸೆಯೊಡನೆ ಪ್ರಮೋದನ ಸಲಹೆಯನ್ನು ಯುಗಂಧರ್ ಸ್ವಾಗತಿಸಿದ. ಹೌದು ನಿಸ್ಸಂದೇಹವಾಗಿ ಪ್ಯಾಕ್ ಒಳಗೆ ಭದ್ರಸ್ಥಿತಿಯಲ್ಲಿತ್ತು, ಅದರ ಮೇಲಿನ ಬಣ್ಣ ಸಂಪೂರ್ಣ ಒಣಗಿರಲಿಲ್ಲ. ಸಾಂಪ್ರತು ನೋಡಿದವರು ಮೌನದಿಂದ ಇದ್ದರೆ ಸರಿ, ಆದರೆ ಅದರ ಬಗ್ಗೆ ನೆಗೆಟಿವ್ ಅಭಿಪ್ರಾಯ ವ್ಯಕ್ತಪಡಿಸಿದರೆ ಎಂಬ ಸಂದೇಹ.

'ಗೌರವಾನ್ವಿತ ಅಜ್ಜಿಯವರು ರಾಜಹಂಸದಲ್ಲಿ ತಮ್ಮ ನಿರೀಕ್ಷೆಯಲ್ಲಿರುವರೊ ಇಲ್ಲವೊ! ಯಾಕೆಂದರೆ ನಾವೆಲ್ಲರು ಅಲ್ಲಿಗೆ ಹೋಗಿ ಕಾಯುವುದು ಸರಿ ಅಲ್ಲ ಎಂಬ ಏಕೈಕ ಕಾರಣದಿಂದ'

'ಓಹ್ ನೀವು ಹೇಳುವುದು ಸರಿ'

ಯುಗಂಧರ್ ಕಾರು ನಿಲ್ಲಿಸಿ ಹತ್ತಿರವಿದ್ದ ಟೆಲೆಫೋನ್ ಬೂತ್‌ಗೆ ಹೋಗಿ ಆರನೆ ನಿಮಿಷದಲ್ಲಿ ಪುನಃ ಮರಳಿದ.

'ರಿಂಗ್ ಆಯ್ತು ಯಾರು ರಿಸೀವರ್ ತಗೊಳ್ಳಲಿಲ್ಲ, ಪುನಃ ಮಾಡಿದರೆ ಆ ರಾಜಹಂಸದ ಭಯಾನಕ ಮೌನದಲ್ಲಿ ಆ ಸದ್ದು ಕರ್ಕಶವಾಗಿ ಕೇಳಿಸುವುದು ಎಂಬ ಕಾರಣದಿಂದ ಮತ್ತೆ ಟ್ರೈ ಮಾಡಲಿಲ್ಲ. ಪ್ರಮೋದ್ ಅವರೆ ಅಲ್ಲಿನ ಪ್ರಧಾನ ಸಮಸ್ಯೆ ಅಂದರೆ ಅಷ್ಟು ದೊಡ್ಡ ಬಂಗಲೆಯಲ್ಲಿ ವಾಸಿಸುತ್ತಿರುವುದು ಅಜ್ಜಿಯವರು ಮಾತ್ರ. ಆಳುಗಳಿಗೂ ಅವರ ಸೈಕಾಲಜಿಗು ಯಾಕೊ ಸರಿ

ಹೊಂದುತ್ತಿಲ್ಲ, ಎಷ್ಟಾದರು ಅವರು ವಿದೇಶಗಳಲ್ಲಿ ಇದ್ದು ಬಂದವರು ತಾನೆ! ಇಲ್ಲಿನ ಆಳುಗಳಿಗು ಅವರಿಗೆ ಹೊಂದಾಣಿಕೆ ಇಲ್ಲ. ಆಳುಗಳು ಆಳುಗಳೆ, ಮಾಲಕರು ಮಾಲಕರೆ, ಅಲ್ಲವೆ!' ಎಂಬ ಯುಗಂಧರ್‌ನ ಮಾತಿಗೆ ಉಳಿದವರು ತಲೆದೂಗಿದರು.

"ಹ್ಞಾಂ ಅಂದಹಾಗೆ ನಿಮ್ಮಿಂದ ನಮಗೆ ಒಂದು ಚಿಕ್ಕ ಹೆಲ್ಪ್ ಆಗಬೇಕು!" ಮಹಿ ಕೇಳಿದ್ದಕ್ಕೆ ಯುಗಂಧರ್,

"ದಯವಿಟ್ಟು ಕೇಳಿ" ಎಂದು ಹೇಳಿದ.

"ಅಗೋ ಆ ಅಂಬಾಸಿಡರ್‌ನಲ್ಲಿರುವ ಮಧುಗೆ ಅಜ್ಜಿಯವರ ಫೋಟೋ ಶೂಟ್ ಮಾಡುವ ಹೆಬ್ಬಯಕೆ, ಮೊನ್ನೆ ದಿವಸ ನಿಮಗು ಹೇಳಿದ್ದೆವು, ವಿಥೌಟ್ ಮೇಕಪ್‌ನಲ್ಲಿ ಅಜ್ಜಿಯವರು ಪರವ್ಯಕ್ತಿಗಳಿಗೆ ಗೋಚರಿಸುವುದು ತೀರಾ ವಿರಳ, ಅಲ್ಲದೆ ಅದಕ್ಕೆಲ್ಲ ಅವರು ಒಪ್ಪುವುದಿಲ್ಲಾಂತ ನೀವು ಹೇಳಿದ್ದಿರಿ, ಆದರೆ ಈ ದಿವಸ ಅಜ್ಜಿ ಯಾವ ಸ್ಥಿತಿಯಲ್ಲಿದ್ದರು ಫೋಟೋ ಶೂಟ್ ಮಾಡುವೆ ಅಂತ ಅವರು ಆಸೆ ಪಟ್ಟಿರುವರು, ಇದಕ್ಕೆ ನೀವು ಅವರಿಂದ ಅನುಮತಿ ಕೊಡಿಸಬೇಕು, ಇನ್ನೊಂದು ವಿಷಯ, ಇವರು ನನ್ನ ಶ್ರೀಮತಿ ಸುಶೀಲಾ. ಲೆಕ್ಚರರು ಲೇಖಕಿ ಹೀಗೆ ರೆಪ್ಯೂಟೆಡ್ ಪರ್ಸನ್, ಇವರು ನಮ್ಮ ಜೊತೆಯಲ್ಲಿರಲು ಅಡ್ಡಿ ಇಲ್ಲ ತಾನೆ!" ಎಂದು ಓಪನ್ನಾಗಿ ಕೇಳಿದ.

ಫೋಟೋಗ್ರಾಫರ್ ಮಧು ತನಗೆ ಚಿರಪರಿಚಿತ, ಆದರೆ ಮೇಡಂ ಅವರನ್ನು ನೋಡುತ್ತಿರುವುದು ಇದೇ ಪ್ರಥಮ. ಪ್ರತಿಭಾವಂತರು ಸಭ್ಯಸ್ಥರು ಮಿತಭಾಷಿಕರು ಅಂತ ಅನ್ನಿಸುತ್ತಿದೆ. ಪ್ರಸಿದ್ಧರು ಅಂದರೆ ತಮ್ಮ ಅಜ್ಜಿಯವರಿಗೆ ತುಂಬಾ ಇಷ್ಟ. ಆಕೆ ಸಹ ಕಾಲ ಮರೆತ ಪ್ರಸಿದ್ಧಳಲ್ಲವೆ!

"ಬರಲಿ, ನೋ ಪ್ರಾಬ್ಲೆಂ" ಎಂದು ಸಮ್ಮತಿಸಿದ.

* * *

ಅದನ್ನು ಅವರಿಬ್ಬರು ಸೈಲೆಂಟಾಗಿ ಕೇಳಿಸಿಕೊಂಡರು, ಮಧು ತಡಮಾಡದೆ ಸ್ಟುಡಿಯೋಕ್ಕೆ ಹೋಗಿ ಕೆಮೆರಾ ಅದಕ್ಕೆ ಸಂಬಂಧಿಸಿದ ಹೆಚ್ಚುವರಿ ಪರಿಕರಗಳನ್ನು ಹೆಕ್ಕಿ ತೆಗೆದು ಕಾರಲ್ಲಿರಿಸಿದ. ಇದಕ್ಕು ಮೊದಲು ತಾನು ನೋಡಿದ್ದನಲ್ಲವೆ! ಆ ಲೊಕೇಷನ್ನಿಗೆ ಅನುಗುಣವಾಗಿ ಅಲ್ಲಿರು ನೆರಳು ಬೆಳಕಿನಗನುಸಾರವಾಗಿ ಮನಸ್ಸಿನಲ್ಲೆ ಲೆಕ್ಕ ಹಾಕಲಾರಂಭಿಸಿದ. ಓಹ್ ಆ ವೃದ್ಧೆ ದೇವರು ಕೊಟ್ಟಿರುವ ಕಾಣಿಕೆ. ಅದು ಯಾವ್ಯಾವ ಬೆಳಕಿನಲ್ಲಿ ಯಾವ್ಯಾವ ನೆರಳಲ್ಲಿ ಹೇಗ್ಹೇಗೆ ಗೋಚರಿಸುವುದೂಂತ ಮನಸ್ಸಿನಲ್ಲೆ ಊಹಿಸಲಾರಂಭಿಸಿದ. ಸೃಜನಶೀಲ ಫೋಟೋಗ್ರಾಫಿಯ ಪ್ಲಸ್ ಪಾಯಿಂಟ್

ಅಂದರೆ ಆ ವೃದ್ಧೆಯ ಮುಖದ ಮೇಲಿರುವ ಸುಕ್ಕು ಗೆರೆಗಳು, ಆಕೆಯ ಕೆಳದುಟಿ ಕೆಳಗಿನ ನೆರಳು, ಆಕೆಯ ಹುಬ್ಬುಗಳ ಕೆಳಗಿನ ಕತ್ತಲೆ, ಆಕೆಯ ನೊಸಲ ಮೇಲೆ ಲಾಸ್ಯವಾಡುವ ಮುಂಗುರುಳು! ಓಹ್ ಇವೆಲ್ಲ ತನ್ನ ಫೋಟೋಗ್ರಾಫಿಗೆ ತುಂಬಾನೆ ಮುಖ್ಯ.

ಓಹ್ ದೇವರೆ ಈ ದಿವಸ ಗೋಚರಿಸಲಿರುವ ಆ ವೃದ್ಧೆ ಮೇಕಪ್ ಹಾಕಿಕೊಂಡಿರದೆ ಇರಲಿ. ಮಧುರೈ ಮೀನಾಕ್ಷಿಯ ಮೂಲವಿಗ್ರಹದ ಸಹಜ ಸೌಂದರ್ಯವನ್ನೇ ಯಶಸ್ವಿಯಾಗಿ ಕ್ಲಿಕ್ಕಿಸಿರುವ ತನಗೆ ಈ ವೃದ್ಧೆ ಯಾವ ಕಾರಣಕ್ಕು ಸವಾಲಾಗಬಾರದು ಎಂದು ಮನಸ್ಸಿನಲ್ಲಿ ಅಂದುಕೊಂಡ.

ತನ್ನ ಪಾಡಿಗೆ ತಾನು ಓಡುತ್ತಿದ್ದ ಕಾರನ್ನು ಟ್ರಾಫಿಕ್ ಪೊಲೀಸರು ಅಲ್ಲಲ್ಲಿ ತಡೆಯುತ್ತಿದ್ದರು, ಓಹ್ ಮಧು ನೀವೇನು, ಹುಷಾರಿಂದ ಡ್ರೈವ್ ಮಾಡಿರಿ ಎಂದು ಸಲಹೆ ನೀಡುತ್ತಿದ್ದರು. ಕಾರಣ ಅವರೆಲ್ಲ ತನ್ನ ಸ್ಟುಡಿಯೋದ ಫಲಾನುಭವಿಗಳೆ. ತನ್ನಿಂದ ವಿವಿಧ ಯ್ಯಾಂಗಲ್‌ಗಳಿಂದ ತೆಗೆಸಿಕೊಂಡವರೆ. ಅವರ ಕಡೆ ವಿಷ್ ಮಾಡುತ್ತ ಯಥಾರೀತಿ ತಾನು!

ಇನ್ನು ಲೇಖಕಿ ಸುಶೀಲಾ! ಬರೆಯುವುದು ತೆಗೆಯುವುದು ಇವೆರಡೂ ಸೃಜನಶೀಲ ಪ್ರಕ್ರಿಯೆಯ ಎರಡು ನಮೂನೆಗಳೆ. ವಯಸ್ಸಾದ ವೃದ್ಧರೆಂದರೆ ಆಕೆಗೆ ತುಂಬಾನೆ ಇಷ್ಟ. ತಮ್ಮ ಮನೆಯಲ್ಲಿ ಬರ್ತ್‌ಡೇ ಮ್ಯಾರೇಜ್ ಯಾನಿವರ್ಸರಿ ಇಂಥ ಯಾವುದೇ ಫಂಕ್ಷನ್ನುಗಳು ನಡೆಯಲಿ ಹತ್ತಾರು ಜನ ವೃದ್ಧರನ್ನು ಮನೆಗೆ ಬರಮಾಡಿಕೊಳ್ಳುವುದು, ಅವರಿಗೆ ಒಳ್ಳೆಯ ಊಟ ಹಾಕುವುದು, ಬಟ್ಟೆಬರೆ ನೀಡಿ ಗೌರಿವಿಸಿ ಅವರಿಂದ ಆಶೀರ್ವಾದ ಪಡೆಯುವುದು!

ಆದರೆ ಈಗ ತಾನು ದರ್ಶಿಸುತ್ತಿರುವ ಸಂದರ್ಶಿಸುತ್ತಿರುವ ವೃದ್ಧೆ ನಿಸ್ಸಂದೇಹವಾಗಿ ಅಸಾಧಾರಣ ಹಿನ್ನೆಲೆಯುಳ್ಳ ಮಹಿಳೆ. ಭೂತಕಾಲದ ನಿಗೂಢ ಸತ್ಯಗಳನ್ನು ತನ್ನ ಮನಸ್ಸಿನಲ್ಲಿ ಬಚ್ಚಿಟ್ಟುಕೊಂಡಿರುವ ಅಸಾಧಾರಣ ಮಹಿಳೆ, ತನ್ನಂಥ ಸೃಜನಶೀಲ ಲೇಖಕರ ಕಥೆ ಕಾದಂಬರಿಗಳಿಗೆ ಹೊಸದಿಕ್ಕು ತೋರಿಸುವಂಥ ಅಪರೂಪದ ಸ್ವಾಭಿಮಾನಿ ಹಿರಿಯ ಮಹಿಳೆ! ತಾನು ಚಾಕಚಕ್ಯತೆಯಿಂದ ಆಕೆಯ ಅಂತರಂಗದ ತಿಜೋರಿಯನ್ನು ತೆರೆಯುವ ಕೆಲಸ ಮಾಡಬೇಕು!

ಸುಶೀಲಾ ಮೌನವಾಗಿ ಯೋಚಿಸುತ್ತಿದ್ದಳು.

ಆ ಎರಡೂ ಕಾರುಗಳು ರಾಜಹಂಸವನ್ನು ಸಮೀಪಿಸಿದವು, ನಿಧಾನವಾಗಿ ಪ್ರಹರಿಗೋಡೆಯನ್ನು ದಾಟಿದವು, ಸದ್ದು ಮಾಡದೆ ಬಂಗಲೆಯ ಪೋರ್ಟಿಕೋದಲ್ಲಿ ಸ್ಥಗಿತವಾದವು. ಅವುಗಳಿಂದ ಆ ಐದು ಜನರು ನಿಧಾನವಾಗಿ ಕೆಳಕ್ಕಿಳಿದರು. ನೇಪಾಳಿ ಅವರ ಕಡೆ ದೃಷ್ಟಿ ಹರಿಸಿ ಓಹ್ಹೋ ಎಂದು ಉದ್ಗರಿಸಿದ,

ಯುಗಂಧರ್ ಜೊತೆ ಒಂದೂವರೆ ನಿಮಿಷಗಳ ಕಾಲ ಮಾತುಕತೆ ನಡೆಸಿದ. ಓಹೋ ತಮ್ಮ ಯುಗಂಧರನಿಗೆ ನೇಪಾಳಿ ಭಾಷೆ ಸಹ ಗೊತ್ತು.

ಪ್ರಮೋದ ಮತ್ತು ಸುಶೀಲಾ ಆ ಬಂಗಲೆಯನ್ನು ನೋಡುತ್ತಿರುವುದು ಅದೇ ಮೊದಲ ಸಲ. ಶತಮಾನದಷ್ಟು ಹಳೆಯ ಕಟ್ಟಡ. ಅರಮನೆಯನ್ನು ನೆನಪಿಸುವ ಕಟ್ಟಡ. ಆ ಕಾಲಘಟ್ಟದಲ್ಲಿ ಅರಮನೆಯೇ ಆಗಿದ್ದ ಕಟ್ಟಡ. ಪ್ರಮೋದ ಆರ್ಕಿಯೋಲಜಿ ಚರಿತ್ರೆ ಮತ್ತು ಆಂಟಿಕ್ಕುಗಳ ವಿನಮ್ರ ವಿದ್ಯಾರ್ಥಿ. ಆದ್ದರಿಂದ ಆತ ಅದನ್ನು ನೋಡಿದಾಕ್ಷಣ ವಿಸ್ಮಯಗೊಂಡ. ಅವರಿವರ ಅನುಮತಿ ಲೆಕ್ಕಿಸದೆ ಅಲ್ಲೆಲ್ಲ ತಿರುಗಾಡಿದ. ಅಗೋ ಅಲ್ಲಿ ಕುದುರೆಗಳನ್ನು ಕಟ್ಟುತ್ತಿದ್ದರು, ಇಗೋ ಇಲ್ಲಿ ಆನೆಯನ್ನು ಕಟ್ಟುತ್ತಿದ್ದರು, ಆಗೋ ಅಲ್ಲೊಂದು ಕಟ್ಟೆಯನ್ನು ಹೋಲುವ ಸ್ಥಳವಿರುವುದಲ್ಲ, ಅಲ್ಲಿಯೆ ರಾಜರ ಸಾರೋಟು ನಿಲ್ಲಿಸುತ್ತಿದ್ದರು. ಆತ ಸಂದೇಹಿಸಿದ್ದು ಊಹಿಸಿದ್ದು ನೂರಕ್ಕೆ ನೂರರಷ್ಟು ನಿಜವಾಗಿತ್ತು. ಇನ್ನೊಂದು ಉಲ್ಲೇಖಾರ್ಹ ಸಂಗತಿ ಅಂದರೆ ಪ್ರಮೋದ ಪ್ರಹರಿಗೋಡೆಯೊಳಗೆ ಒಂದೆರಡು ಪಾಳು ಕಟ್ಟಡಗಳನ್ನು ನಿಖರವಾಗಿ ಗುರುತಿಸಿದ್ದು, ಅವು ಸೈನಿಕರು ನಿವಾಸಿಸುತ್ತಿದ್ದ ಸ್ಥಳಗಳು ಎಂದು ಹೇಳಿದ್ದು.

ಶ್ರಮವಹಿಸಿ ವಿಕಿಪೀಡಿಯಾ ಮೂಲಕ ಗುಣಸಾಗರ ಕುರಿತ ಹಲವು ಮಾಹಿತಿಗಳನ್ನು ಸಂಗ್ರಹಿಸಿದ್ದ, ರಾಜಾ ಪ್ರತಾಪಸಿಂಗ್ ಹಾಲ್ದೇರಿ ವಂಶದ ಕೊನೆ ಅರಸು, ಆತ ಬ್ರಿಟೀಷ್ ಸಾಮ್ರಾಜ್ಯಶಾಹಿಗೆ ನಿಷ್ಠನಿದ್ದ. ಆ ಏರಿಯಾದ ಬೇರೆ ಸಂಸ್ಥಾನಿಕರಿಗೆ ಕಂಪನಿ ಇಪ್ಪತ್ತರಿಂದ ಮೂವತ್ತರವರೆಗೆ ಸೈನಿಕರನ್ನು ಇಟ್ಟುಕೊಳ್ಳುವ ಸ್ವಾತಂತ್ರ್ಯ ನೀಡಿದ್ದರೆ ಅದೇ ಕಂಪನಿ ಗುಣಸಾಗರದ ಸಂಸ್ಥಾನಿಕ ರಾಜಾ ಸಿಂಗ್‌ಗೆ ನಲವತ್ತೈದು ಸೈನಿಕರನ್ನು ಇಟ್ಟುಕೊಳ್ಳಲು ಪರವಾನಿಗಿ ನೀಡಿತ್ತು. ಅವೆಲ್ಲ ಆಸಕ್ತಿಕರ ಸಂಗತಿಗಳೆ. ನೇಪಾಳಿ ನಹೀ ನಹೀ ಅಂತ ತಡೆದರೂ ಲೆಕ್ಕಿಸದೆ ಮಧು ಆ ಸ್ಥಳಗಳನ್ನು ಕೆಮೆರಾದಲ್ಲಿ ಕ್ಲಿಕ್ಕಿಸಿದ್ದು ಅಭಿನಂದನಾರ್ಹ ಸಂಗತಿ.

ಇನ್ನು ಸ್ವಾಮಿನಿಷ್ಠ ಶ್ವಾನಗಳ ಸಾಮೂಹಿಕ ಸಮಾಧಿಗಳಿರುವಲ್ಲಿಗೆ ಹೋಗಬೇಕಿತ್ತು. ಆ ಶ್ವಾನಗಳ ಜೀವನ ಮಾಹಿತಿಯನ್ನು ಸಂಗ್ರಹಿಸುವ ಅಗತ್ಯವಿತ್ತು, ಆದರೆ ಅದಕ್ಕೆ ಸಮಯದ ಅಭಾವವಿತ್ತು. ಕಾರಣ ಅರ್ಧ ತಾಸು ಕಾಲ ಬಂಗಲೆ ಒಳಗೆ ಇದ್ದ ಯುಗಂಧರ್ ಅದೇ ತಾನೆ ಹೊರಗೆ ಕಾಣಿಸಿಕೊಂಡಿದ್ದ. ಆತ ನೋಡಿದೊಡನೆ ಮೌತ್‌ಸ್ಪ್ರೇ ಎಲ್ಲರ ಜೇಬಲ್ಲಿದೆಯೊ ಇಲ್ಲವೊ ಎಂದು ಕೇಳಿ ತಿಳಿದುಕೊಂಡ. ವಿಷಯ ತಿಳಿದೊಡನೆ ಮಹಿ ಸುಶೀಲಾಳ ಬಾಯಿಗೂ, ಸುಶೀಲಾ ಮಹಿಯ ಬಾಯಿಗೂ ಸ್ಪ್ರೇ ಮಾಡಿದರು. ಆ ನಿಯಮ ಪ್ರಮೋದಗೆ ಯಾಕೊ ಇಷ್ಟವಾಗಲಿಲ್ಲ. ಇದೆಲ್ಲ ಫ್ಯೂಡಲ್ ನಿಯಮಗಳೆಂದು

ಗೋಣಗಿದ. ಆತನ ಬಾಯಿಗೆ ಸ್ಪ್ರೇ ಮಾಡಿದ ಬಳಿಕ ಮಧು 'ಕೆಲವು ವಿಷಯಗಳ ಬಗ್ಗೆ ಮೌನವಾಗಿರುವುದು ಒಳ್ಳೆಯದು' ಎಂದು ಸೂಚಿಸಿದ. ಪುನಃ ಅವನೆ 'ಕಾರ್ಯವಾಸೆ ಗಾರ್ದಭ ಕಾಲು ಹಿಡಿದರೆ ತಪ್ಪೇನು!' ಎಂದು ಪಿಸುಗುಟ್ಟಿದ.

ಅದುವರೆಗೆ ಸುಶೀಲಾ ಬಂಗಲೆಯ ಮುಖ್ಯದ್ವಾರದ ಕಾಷ್ಠಶಿಲ್ಪದ ಸೌಂದರ್ಯವನ್ನು ಆಸ್ವಾದಿಸುತ್ತ ಮೈಮರೆತ್ತಿದ್ದಳು. ಅವು ಬೇಲೂರಿನ ಚೆನ್ನಕೇಶವ ದೇವಸ್ಥಾನ ಹೋಲುತ್ತಿವೆ ಎಂದು ಸಂದೇಹಿಸಿದಳು. ಆದರೆ ಅನಗತ್ಯ ಸಂದೇಹಗಳಿಗಲ್ಲಿ ಆಸ್ಪದವಿರಲಿಲ್ಲ.

ಪುನಃ ಯುಗಂಧರ್ ಪ್ರೋಟೋಕಾಲ್ ಸಂಹಿತೆಯನ್ನು ಪುನಃ ನೆನಪಿಸಿದ. "ಇದರಿಂದ ನಿಮಗೆ ಬೇಸರವಾಗುವುದು ಸಹಜ ನಿಜ, ಆದರೆ ಸಹಿಸುವುದು, ಸಹಕರಿಸುವುದು ಅನಿವಾರ್ಯ" ಎಂದು ಸೂಚ್ಯವಾಗಿ ಹೇಳಿದ. ಇಲ್ಲಿ ಇಷ್ಟೆಲ್ಲಾ ರಿಸ್ಟ್ರಿಕ್ಷನ್ಸ್ ಇವೆ ಎಂದು ಆರಂಭದಲ್ಲಿ ತಿಳಿದಿದ್ದಲ್ಲಿ ತಾನು ಖಂಡಿತ ಇಲ್ಲಿಗೆ ಬರುತ್ತಿರಲಿಲ್ಲ ಎಂದು ಮೇಡಂ ಪಿಸುಗುಟ್ಟಿದ್ದನ್ನು ಬಾಗಿಲ ತೋಳಲ್ಲಿದ್ದ ಕಾಷ್ಠಶಿಲ್ಪ ಕೇಳಿಸಿಕೊಂಡು ತನ್ನ ಭಂಗಿ ಬದಲಾಯಿಸಿತು.

ಅದಕ್ಕೆ ಮಹಿ ಸ್ವಲ್ಪ ಹೊತ್ತು ಸುಮ್ಮನಿದ್ದು ಸಹಕರಿಸುವಂತೆ ಆಕೆಗೆ ವಿನಂತಿಸಿದ. ಅದಕ್ಕೆ ಆಕೆ "ಇಲ್ಲಿರುವುದೆಲ್ಲವು ಫ್ಯೂಡಲ್‌ಶಾಹಿ ಲಕ್ಷಣಗಳು ಅಂತ ನಿಮಗೆ ಅರ್ಥವಾಗುತ್ತಿಲ್ಲವಲ್ಲ!' ಎಂದು ಪುನಃ ತನ್ನ ಅಸಮಾಧಾನವನ್ನು ಹೊರಹಾಕಿದಳು.

ಅಲ್ಲಿಯವರೆಗೆ ಬಂದವರು ಇಲ್ಲಿಯವರೆಗೆ ಬಾರದಿರಲಾಗುವುದೆ!

ಆಕೆ ಸಂಗಡಿಗರಂತೆ ತಾನು ಸಹ ಬಲಗಾಲನ್ನು ಸ್ವಲ್ಪ ಎತ್ತಿ ಬಾಗಿಲೊಳಗೆ ಇರಿಸಿದಳು.

* * *

ಮೊನ್ನೆಯಂತೆ ವಿಶ್ವಸುಂದರಿ ಐ ಮೀನ್ ಕುಮಾರಿ ಉತ್ಪಲಾ ಪಂಡಿತ್ 'ಅಜ್ಜಿ ಮೇಡಂ ಅನಗತ್ಯ ಗಂಭೀರತೆಯಿಂದ ಇರಲಿಲ್ಲ. ನಖಶಿಖಾಂತ ಮೇಕಪ್ ಮಾಡಿಕೊಂಡಿದ್ದರು ಸರಳವಾಗಿದ್ದರು. ವಿವಿಧ ದೂರದಲ್ಲಿ ಕುಳಿತಿದ್ದ ಅತಿಥಿಗಳ ಕಡೆ ಆಹ್ಲಾದಕರ ನೋಟ ಬೀರಿದರು, ಪ್ರತಿ ಮಾತನ್ನು ಮನಸ್ಸಿನಾಳದಿಂದ ಹೊರತೆಗೆದರು, ಪ್ರತಿ ಮಾತಿಗು ಮುಗುಳ್ನಗೆಯನ್ನು ಲೇಪಿಸಿದರು. ತನ್ನ ಪತ್ನಿ ಎಂದು ತಿಳಿದೊಡನೆ ಆಕೆಯನ್ನು ಹತ್ತಿರ ಕರೆದು ತಲೆ ನೇವರಿಸಿದರು. ತಾನು ಯುಕ್ತವಯಸ್ಸಿನಲ್ಲೆ ಮದುವೆಯಾಗಿದ್ದರೆ ಈ ವಯಸ್ಸಿನ ಮೊಮ್ಮಕ್ಕಳು ಇರುತ್ತಿದ್ದವೇನೊ ಎಂದು ಮನಸ್ಸಿನಲ್ಲಿ ಭಾವಿಸಿದ ನಿಮಿತ್ತ ಆಕೆ ಬಿಟ್ಟ ನಿಟ್ಟುಸಿರು ದೀರ್ಘವಾಗಿತ್ತು.

ಆಕೆಯ ಇದ್ದಕ್ಕಿದ್ದಂತೆ, "ಸಂಭ್ರಮದಲ್ಲಿ ಮರೆತ್ತಿದ್ದೆ, ನಾನು ಹೇಳಿದ್ದ ಚಿತ್ರ ಸಿದ್ಧವಿರುವುದೇನು!" ಎಂದು ಕೇಳಿದರು. ಆ ಚಿತ್ರ ಅನಾವರಣಗೊಳಿಸುವ ಸಂದರ್ಭದಲ್ಲಿ ಇಂತಿಂಥ ಗಣ್ಯರು ತಮ್ಮ ಆಸ್ಥಾನದಲ್ಲಿ ಹಾಜರಿರಬೇಕೆಂದು ಆಕೆ ನಿರೀಕ್ಷಿಸಿದ್ದರು. ಅವರಿಗೆ ಇಂಥ ಸಮಯಕ್ಕೆ ಬರುವಂತೆ ಫೋನ್ ಮೂಲಕ ಆಮಂತ್ರಣ ನೀಡಿದ್ದರು.

ಆದರೆ ಅದೇ ನಿರ್ಣಾಯಕ ಸಮಯಕ್ಕೆ ಸರಿಯಾಗಿ ಆಗಮಿಸಿದ್ದು ಇಬ್ಬರು ವ್ಯಕ್ತಿಗಳು ಮಾತ್ರ, ಆವರಿಬ್ಬರು ಸಾಗರದ ಅತ್ಯಂತ ಗಣ್ಯ ವ್ಯಕ್ತಿಗಳೇ ಆಗಿದ್ದರು. ಅವರಲ್ಲಿ ಒಬ್ಬರು ಮಾತ್ರ ತಮಗೆ ಚಿರಪರಿಚಿತರೇ ಆಗಿದ್ದರು. ಅವರಲ್ಲಿ ಒಬ್ಬರು ರಾವ್ ಬಹದ್ದೂರ್ ವೆಂಕಟರತ್ನಂ ಮತ್ತು ಇನ್ನೊಬ್ಬರು ಸಚ್ಚಿದಾನಂದನ್ ನಾಯರ್! ರತ್ನಂ ತಮಗೆ ತಿಳಿದಿತ್ತೇ ವಿನಃ ನಾಯರ್ ಪೂರ್ವಾಪರ ತಮಗೆ ತಿಳಿದಿರಲಿಲ್ಲ. ಆದರೆ ಅವರು ರಾಯಲ್ ಸ್ಟೈಲಲ್ಲಿದ್ದರು. ಅವರ ಎತ್ತರ ನಿಲುವು, ಗಾಂಭೀರ್ಯತೆ ಮುಖದ ಮೇಲೆ ಕರಿಬಿಳಿ ಮಿಶ್ರಿತ ಗಡ್ಡ ಮೀಸೆ, ನೀಳ ನಾಸಿಕ, ಧರಿಸಿದ್ದ ಕಡುನೀಲಿ ವರ್ಣದ ನಿಲುವಂಗಿ, ಮೈಗೆ ಸಿಂಪರಿಸಿಕೊಂಡಿದ್ದ ವಿದೇಶಿ ಪರಿಮಳ! ಈ ಎಲ್ಲಾ ಸಲ್ಲಕ್ಷಣದಿಂದ ಅವರು ಆಕರ್ಷಕವಾಗಿದ್ದರು. ಆದರೆ ಯುಗಂಧರನಂತೆ ಅವರಿಗೆ ಇಂಗ್ಲೀಷ್ ವಿನಃ ಸ್ಥಳೀಯ ಭಾಷೆ ತಿಳಿದಿರಲಿಲ್ಲ.

ಅಜ್ಜಿ ಮೇಡಂ ಕಣ್ಸನ್ನೆ ಪುರಸ್ಕರಿಸಿ ಯುಗಂಧರ್ ಹಿಂದಿದ್ದವನು ಮುಂದೆ, ಅಂದರೆ ಅಜ್ಜಿ ಮೇಡಂ ಪಕ್ಕ ಆಗಮಿಸಿದ. ಆತ ಕೈಯಲ್ಲಿದ್ದ ಟಿಪ್ಪಣಿ ಕಾಗದವನ್ನು ಒಂದೂವರೆ ನಿಮಿಷಗಳ ಕಾಲ ವಾಚಿಸಿ ಪುನಃ ಹಿಂದೆ ಸರಿದು ನಿಂತ. ಅದರ ಪ್ರಕಾರ ಅವರ ವಿವರ ಸೋ ಅಂಡ್ ಸೋ.

ಅಷ್ಟೆ ಅಲ್ಲ, ಸಚ್ಚಿದಾನಂದನ್ ನಾಯರ್ ಪ್ರಸಿದ್ಧ ವರ್ಣಕಲಾವಿದ ರಾಜಾರವಿವರ್ಮ ವಂಶಸ್ಥರು. ವರ್ಣಕಲಾಕೃತಿಗಳ ರಸಸ್ವಾದನೆ ವಿಮರ್ಶೆಗೆ ಸಂಬಂಧಿಸಿದಂತೆ ಕೊಲೆರಾಡೋ ವಿಶ್ವವಿದ್ಯಾಲಯದಲ್ಲಿ ಸ್ನಾತಕ ಪದವಿ ಗಳಿಸಿದ್ದರು. ಆನಂದ ಕುಮಾರಸ್ವಾಮಿ ಕೃತಿಗಳ ಮೇಲೆ ಪಿಹೆಚ್ಡಿ ಮಾಡಿ ಡಾಕ್ಟರೇಟ್ ಸಂಪಾದಿಸಿದ್ದರು. ಒಂದೆ ಮಾತಲ್ಲಿ ಹೇಳುವುದಾದರೆ ಯಾರ್‍ಯಾರು ಏನೇನು ನೋಡಿಲ್ಲವೊ ಅವೆಲ್ಲವನ್ನು ಅವರು ತೀರಾ ಹತ್ತಿರದಿಂದ ನೋಡಿದ್ದರು. ಹ್ಹಾಂ ಇನ್ನೊಂದು ಮಹತ್ವದ ಸಂಗತಿ ಅಂದರೆ ಅವರು ಈ ಗುಣಸಾಗರ ಸಂಸ್ಥಾನದ ಸಾಹಿತ್ಯ ಸಂಸ್ಕೃತಿ ಖಾತೆಯ ಸಚಿವರು ಮತ್ತು ಪ್ರಧಾನಾಮಾತ್ಯರು ಸಹ. ಆದರೆ ಆ ಹುದ್ದೆಗಳು ಕೇವಲ ಹೆಸರಿಗೆ ಮಾತ್ರ. ಸ್ವಾತಂತ್ರ್ಯಪೂರ್ವದಲ್ಲಿ ಆ ಹುದ್ದೆಗಳಿಗೆ ಜೀವ ಇತ್ತು, ಈಗ ಇಲ್ಲ. ಸುಮ್ಮನೆ ಗೌರವ ಅಂದರೆ ಗೌರವ.

ಇವರು ಮಾತ್ರ ಅಲ್ಲದೆ ಇನ್ನು ಯಾರ್‍ಯಾರೊ ಇರುವರು, ಆದರೆ ಅವರೆಲ್ಲರು ಎಲ್ಲೆಲ್ಲೋ ಏನೇನೋ ದುಡಿದು ಹೊಟ್ಟೆ ತುಂಬಿಸಿಕೊಳ್ಳುತ್ತಿರುವರು.

ಉದಾಹರಣೆಗೆ ಈಟಿ ಸೋಮಪ್ಪ ಆಗ ಸೇನಾಧಿಪತಿ ಆಗಿದ್ದ, ಆತನಿಗೆ ಹರಿಭಯಂಕರ ಎಂಬ ಬಿರುದು ಇತ್ತು. ಈಗ ಆತ ಮಾಕನಡುಕು ಹೆಸರಿನ ಪಟ್ಟಣದಲ್ಲಿ ಚಿಕ್ಕ ದುಖಾನು ಇಟ್ಟುಕೊಂಡು ಜೀವನ ಸಾಗಿಸುತ್ತಿರುವನು. ರಾಜಾ ಪ್ರತಾಪಸಿಂಗ್ ಆಡಳಿತವೆಂದರೆ ಆಡಳಿತ. ಅವರು ಸಹ ದುಂದುವೆಚ್ಚಕ್ಕೆ ಹೆಸರಾಗಿದ್ದರು, ಕುಳಿತು ತಿನ್ನುವವರಿಗೆ ಕುಡಿಕೆ ಹೊನ್ನು ಸಾಲದು ಅನ್ನುವುದು ಇದಕ್ಕೆ. ಅವರೆಲ್ಲರ ಪೈಕಿ ಈ ನಾಯರ್ ಮಾತ್ರ ಸುಖವಾಗಿರುವುದು.

ಅದೇನೆ ಇರಲಿ!

ಎಲ್ಲೆಲ್ಲೋ ಹೇಗ್ಹೇಗೋ ಇರುವ ನಾಯರ್ ಭಾರತಕ್ಕೆ ಬರುವುದು ಅಪರೂಪ. ಬಂದರೆ ತಪ್ಪದೆ ಅವರು ಗುಣಸಾಗರದ ರಾಜಹಂಸ ಪ್ರವೇಶಿಸುವುದು, ಪ್ರವೇಶಿಸಿ ರಾಣಿ ಉತ್ಪಲಾ ದೇವಿಯವರಿಗೆ ರಾಜಮರ್ಯಾದೆ ನೀಡುವುದು, ಅಯ್ಯೋ ಅರಮನೆಯೇ ಎಂದು ಮರುಗುವುದು ಸಂಪ್ರದಾಯ.

(ಹ್ಹಾಂ ಇನ್ನೊಂದು ಗೋಪ್ಯ ಸಂಗತಿ ಅಂದರೆ ಈ ಶ್ರೀಯುತರು ಯಾವುದೊ ವಿದೇಶದಲ್ಲಿ ಯಾವುದೋ ಸ್ಟಾರ್ ಹೋಟಲಲ್ಲಿ ಹೆಡ್‌ಛೆಫ್ ಆಗಿರುವರಂತೆ, ಇದು ನಮ್ಮ ನಿಮ್ಮಲ್ಲೆ ಇರಲಿ.)

ಆಸನ ಅವರು ಆಸೀನರಾದೊಡನೆ ಒಂದುಕ್ಷಣ ಹಿಂದಕ್ಕು ಮುಂದಕ್ಕು ಓಲಾಡಿತು. ಅದರಿಂದ ಧೂಳಿನ ಘಾಟು ವಾಸನೆ ಮೂಗನ್ನು ಪ್ರವೇಶಿಸಿತು, ಅದರ ಪರಿಣಾಮ ಸೀನು ಒತ್ತರಿಸಿ ಬಂತು, ಆದರೆ ಹಾಗೆ ಸೀತರೆ ರಾಣಿಗೆ ಅಗೌರವ ತೋರಿಸಿದಂತಾಗುವುದು ಎಂಬ ಎಚ್ಚರಿಕೆಯಿಂದ ಅದನ್ನು ಹಾಗೆ ಉಪಸಂಹರಿಸಿಕೊಂಡರು.

ಹ್ಹಾಂ ಅಂದಹಾಗೆ ಅವರು ಆ ಅಜ್ಜಿ ಮೇಡಂ ಅವರನ್ನು ಯುವರ್ ಹೈನೆಸ್ ಪ್ರಿನ್ಸೆಸ್ ಮಿಸ್ ಯುನಿವರ್ಸ್ ಹೀಗೆ ಎಂಥೆಂಥವೋ ಗೌರವ ಪ್ರದಾಯಕ ಪಾರಿಭಾಷಿಕ ಪದಗಳನ್ನು ಪ್ರತಿ ಮಾತಲ್ಲಿ ಪೋಣಿಸುತ್ತಿದ್ದುದು ವಿಚಿತ್ರವೆನ್ನಿಸಿತು ಉಳಿದವರಿಗೆ.

ಓಹ್ ತಮ್ಮ ಊಹೆ ನಿಜ, ಖಂಡಿತ ಈಕೆಯೇ ಆಕೆ, ಆಕೆಯೇ ಈಕೆ. ಆದರೆ ಈಕೆ ಆಕೆಯನ್ನು ಯಾಕೆ ಮರೆಮಾಚಿರುವಳು ಅನ್ನುವುದೆ ಆಶ್ಚರ್ಯ! ಈಕೆ ಆಕೆ ಎಂಬ ಸಂಗತಿ ಗುಣಸಾಗರದ ಯಾರಿಗು ಸಹ ತಿಳಿಯದು. ಸದ್ಯಕ್ಕೆ ಉಪಸ್ಥಿತರಿರುವ ವೆಂಕಟರತ್ನಂ ಅವರಿಗೆ ತಿಳಿದಿರುವುದೊ ಇಲ್ಲವೊ! ತಿಳಿದಿದ್ದರು ತಿಳಿದಿರಬಹುದು, ಅದಕ್ಕೆ ಅವು ಮುಗುಂ ಆಗಿ ಅಮಾಯಕನ ಥರ ನಟಿಸುತ್ತಿರುವರು. ಸಮಾಧಾನದ ಸಂಗತಿ ಅಂದರೆ ರತ್ನಂ ಯಜಮಾನರು ಮಹೇಂದ್ರ ಪರಿವಾರದ ಕಡೆ ಅಭಿಮಾನಪೂರ್ವಕವಾಗಿ ದೃಷ್ಟಿ ಸಾರಿಸುತ್ತಿದ್ದರು.

ಅದೇನೆ ಇರಲಿ ಇದೆಲ್ಲವು ಇಂಟರೆಸ್ಟಿಂಗ್ ಸಬ್ಜೆಕ್ಟ್! ಇದರ ಬಗ್ಗೆ ತಾನು ಒಳ್ಳೆಯ ಕಾದಂಬರಿ ಬರೆಯಬಹುದಲ್ಲವೆ! ಸುಶೀಲಾ ಒಳಗೊಳಗೆ ಲೆಕ್ಕ ಹಾಕುತ್ತಿದ್ದಳು. ಆಕೆಯ ಹಾಗೂ ಆತನ, ಅವರಿಬ್ಬರ ಮನಸ್ಸು ರಾಜಹಂಸದೊಳಗೆ ಮಾತ್ರವಲ್ಲದೆ ಅಲ್ಲಿದ್ದ ರಾಜಾಸೇವಾಸಕ್ತರ ಮನೋಭೂಮಿಕೆ ಮೇಲೆಲ್ಲಾ ವಿಹರಿಸುತ್ತಿತ್ತು.

ಆ ಎಲ್ಲಾ ನಡಾವಳಿಗಳನ್ನು ನಡೆನುಡಿಯನ್ನು ಉಳಿದವರೆಲ್ಲರು ಆಸಕ್ತಿಯಿಂದ ಆಲಿಸುತ್ತಿದ್ದರು, ಗಮನಿಸುತ್ತಿದ್ದರು. ತಮ್ಮ ಉಸಿರಾಟದ ಮೇಲೆ ಹತೋಟಿ ಸಾಧಿಸುತ್ತಿದ್ದರು. ಒಂದೇ ಮಾತಲ್ಲಿ ಹೇಳುವುದಾದರೆ ಅವರೆಲ್ಲರು ಪ್ರಾಣಾಯಾಮ ನಿರತರಿದ್ದರು ಅನ್ನುವುದೆ ಸಮಂಜಸ.

ಆ ಕ್ಷಣದವರೆಗೆ ಅಜ್ಜಿ ಮೇಡಂ ನಾಯರ್ ಮತ್ತು ಯುಗಂಧರ್ ಪರಸ್ಪರ ವಿಷಯ ವಿನಿಮಯ ನಡೆಸಿದ್ದರು, ಆದರೆ ಅವರ ಮಾತುಕತೆ ಸ್ಥಳೀಯ ಭಾಷೆಯಲ್ಲಿರಲಿಲ್ಲ, ಬೇರೆ ಇನ್ನಾವುದೊ ಭಾಷೆಯಲ್ಲಿತ್ತು. ಆ ಭಾಷೆ ಸ್ಪ್ಯಾನಿಷ್ ಭಾಷೆಯನ್ನು ಹೋಲುತ್ತಿತ್ತು.

ಓಹ್ ತಮ್ಮ ಅಜ್ಜಿ ಮೇಡಂ ರೆಸ್ಪೆಕ್ಟೆಡ್ ಯುನಿವರ್ಸಲ್ ಲೇಡಿ ಅಂತ ಅರ್ಥವಾಯಿತು. ಬಳಿಕ ರಾಜಾಸೇವಾಸಕ್ತ ಯುಗಂಧರ್ ನಿಧಾನವಾಗಿ ಸ್ಪ್ಯಾನಿಷ್‌ನಿಂದ ಇಂಗ್ಲೀಷ್ ಭಾಷೆಗೆ ಮರಳಿ,

ಅರ್ಧ ನಿಮಿಷಗಳ ಕಾಲ ಮಹೇಂದ್ರನ ಪ್ರತಿಭೆಯನ್ನು ಶ್ಲಾಘಿಸಿದ. ತನ್ನನ್ನು ಚಿಪ್ಪಿನೊಳಗಿನ ಮುತ್ತುಗೆ ಹೋಲಿಸಿದ. ಕಲ್ಪನಾ ಆಧಾರದಿಂದ ಮಹಾರಾಣಿಯವರ ಪೋರ್ಟ್ರೇಟ್ ರಚಿಸಿರುವ ಗ್ರೇಟ್ ಆರ್ಟಿಸ್ಟ್ ಎಂದು ಹೇಳಿದ. ಆಗ ಆಸ್ಥಾನದಲ್ಲಿ ಉಪಸ್ಥಿತರಿದ್ದ ಸಭಿಕರು (ಇನ್ಯಾರು ಆ ಮೂವ್ವರೆ) ಕರತಾಡನ ಮಾಡಿ ಅಭಿನಂದಿಸಿದರು.

* * *

ಅದೊಂದು ಅವಿಸ್ಮರಣೀಯ ಘಟನೆ. ತನ್ನಂಥ ಸಾಮಾನ್ಯ ಹವ್ಯಾಸಿ ಕಲಾವಿದನ ಸ್ಮೃತಿ ಸಂಪುಟದಲ್ಲಿ.

ಆ ದಿವಸ ಆ ಗಳಿಗೆಯಲ್ಲಿ ಮಹಾರಾಣಿಯವರು, ವಿಶ್ವಸುಂದರಿಯವರು, ಅಜ್ಜಿ ಮೇಡಂ ಅವರು ಎಷ್ಟು ಉಲ್ಲಾಸಭರಿತರಿದ್ದರೆಂದರೆ ಅಷ್ಟು ಉಲ್ಲಾಸಭರಿತರಿದ್ದರು. ತಿಳಿದೊಡನೆ "ಓಹ್ ಇವರು ನಿಮ್ಮ ಪತ್ನಿಯವರೇನು" ಎಂದು ಉದ್ಗರಿಸಿದರು. ಹತ್ತಿರ ಕರೆದು ಅಪ್ಪಿಕೊಂಡರು. 'ಮೈ ಚೈಲ್ಡ್' ಎಂದು ಸಂಬೋಧಿಸಿದರು. ನೆನಪಿಗೆ ಯಾವ ಕಾಣಿಕೆ ನೀಡುವುದು! ತಡಕಾಡಿದರು. ಒಂದು ಕ್ಷಣ ಅಸಹಾಯಕತೆಯಿಂದ ನಲುಗಿದರು. ನಿಡುಸುಯ್ದರು. 'ಓಹ್ ತಮ್ಮ

ಮಹಾರಾಣಿಯವರು ಬಿಡಲಿರುವ ನಿಟ್ಟುಸಿರನ್ನು ತಡೆಯುವ ಶಕ್ತಿ ತಮಗಿಲ್ಲವಲ್ಲ, ಆ ನಿಟ್ಟುಸಿರಿನಿಂದ ಸಾಗರ ಸಂಸ್ಥಾನಕ್ಕೆ ಒಳ್ಳೆಯದಾಗುವುದಿಲ್ಲವಲ್ಲ' ಎಂದು ರಾಜಾಸೇವಾಸಕ್ತರು ಮಮ್ಮುಲನೆ ಮರುಗಿದರು.

ಅಂತಿಮವಾಗಿ ಮಹಾರಾಣಿಯವರು ತಮ್ಮ ಎಡಗೈಯ ಒಂದು ಬೆರಳಲ್ಲಿದ್ದ ಉಂಗುರವನ್ನು ಬಿಚ್ಚಿ ಆಕೆಯ ಬೆರಳಿಗೆ ತೊಡಿಸಿದರು. ಮರಳಿಸದಿರಲೆಂದು ಆಕೆ ಪುನಃ "ಇದು ರಾಜಹಂಸದ ನೆನಪಿಗೆ ಮಗು, ಇದರಿಂದ ನಿನ್ನ ನೀಳ ಬೆರಳಿನ ಸೌಂದರ್ಯ ಹೆಚ್ಚಿತು" ಎಂದೂ ಹೇಳಿದರು.

ಆಕೆ ಆಕೆಯನ್ನು ಪಕ್ಕದಲ್ಲೆ ಕುಳ್ಳಿರಿಸಿಕೊಂಡರು, ಅಂತರ್‌ಜಾತಿ ವಿವಾಹದ ಬಗ್ಗೆ, ಆಯಾ ಕುಟುಂಬಗಳ ವಿರೋಧದ ಕುರಿತು, ಮಕ್ಕಳ ಬಗ್ಗೆ ಎಲ್ಲ ಮಾಹಿತಿ ಕೇಳಿ ತಿಳಿದುಕೊಂಡರು.

ಇನ್ನು ಮಹಿ ರಚಿಸಿದ್ದ ಚಿತ್ರ ಅನಾವರಣಗೊಳಿಸುವಾಗ ಎಲ್ಲರು ಚಪ್ಪಾಳೆ ತಟ್ಟಿ ಆನಂದಿಸಿದರು. ಎದುರು ತುಸು ಮೇಲಿದ್ದ ಕಿಟಿಕಿಯಿಂದ ನುಸುಳಿದ್ದ ಸೂರ್ಯನ ಕಿರಣಗಳು ನೇರವಾಗಿ ಆ ಚಿತ್ರದ ಮೇಲೆ ಬಿದ್ದ ಪರಿಣಾಮ ಆ ಚಿತ್ರ ಕೋರೈಯಿಸಿತು. ಅದರಲ್ಲಿನ ಬಣ್ಣಗಳು ವಿವಿಧ ರೂಪ ತಳೆದವು, ಆ ಚಿತ್ರದಲ್ಲಿದ್ದ ಯುವತಿಯ ಸೌಂದರ್ಯವನ್ನು ನೂರ್ಮಡಿಗೊಳಿಸಿದವು.

ಆ ಚಿತ್ರದಲ್ಲಿರುವ ಆಕೆಯ ಬೊಗಸೆ ಕಣ್ಣುಗಳು ಅಷ್ಟದಿಕ್ಕುಗಳ ತುಂಬೆಲ್ಲಾ ಹರಿದಾಡುತ್ತಿವೆ, ಆಕೆಯ ಕೆಂದುಟಿಗಳ ನಡುವೆ ಜಿನುಗುತ್ತಿರುವ ಮುಗುಳ್ನಗೆ ಗಸೆಗಸೆ ಪಾಯಸದ ಹೊಳೆಯಾಗಿ ರಾಜಹಂಸದ ತುಂಬೆಲ್ಲಾ ಪ್ರವಹಿಸಲಾರಂಭಿಸುತ್ತದೆ. ಆ ಯುವತಿಯ ನೀಳ ಬೆರಳುಗಳಲ್ಲಿನ ನಯನಾಜೂಕು ಉಗುರು ಮಿಂಚನ್ನು ಸ್ಖಲಿಸುತ್ತಿವೆ. ಆಕೆ ತನ್ನೊಂದು ಕೈಯನ್ನು ಈ ಭಂಗಿಯಲ್ಲಿ ಹಿಡಿದಿದ್ದಾಳೆ, ತನ್ನ ಇನ್ನೊಂದು ಕೈಯನ್ನು ಆ ಭಂಗಿಯಲ್ಲಿ ಹಿಡಿದಿದ್ದಾಳೆ. ಕಾಮನಬಿಲ್ಲಿನಾಕಾರದ ಹುಬ್ಬುಗಳು ಗರಿಕೆಯ ಗರಿಯನ್ನ ನೆನಪಿಸುತ್ತಿವೆ, ರೆಪರೆಪ ಕಂಪಿಸುತ್ತಿರುವ ಕಣ್ರೆಪ್ಪೆಗಳ ಕಂಪನ ರಾಜಹಂಸದ ಪ್ರತಿಗೋಡೆಗೆ ತಾಕುತ್ತಿದೆ. ಆ ಬೊಗಸೆ ಕಣ್ಣುಗಳೊ, ಆ ಕಣ್ಣುಗಳೊಳಗೆ ಮೆಲ್ಲಗೆ ಈಜುತ್ತಿರುವ ಕಣ್ಣುಗುಡ್ಡೆಗಳೋ, ಕಣ್ಣಗುಡ್ಡೆಗಳೊಳಗಿನ ಶುಕ್ಲಪಟಲವೊ, ಆ ಶುಕ್ಲಪಟಲದೊಳಗೆ ತಮ್ಮ ಸರದಿಗಾಗಿ ಕಾಯುತ್ತಿರುವ ಪ್ರತಿಬಿಂಬಗಳೊ!

ವೀಕ್ಷಿಸಿದಾಕ್ಷಣ ಅತಿಥಿ ಮಹೋದಯರು ಮೂಕವಿಸ್ಮಿತರಾದರು. ಅರಳಿಸಿದ್ದ ಕಣ್ಣುಗಳನ್ನು ಮುಚ್ಚುವುದನ್ನು ಮರೆತರು, ತೆರೆದ ಬಾಯಿಗಳನ್ನು ಮುಚ್ಚುವುದ ಮರೆತರು. ಒಂದುಕ್ಷಣ ವಾಸ್ತವದಿಂದ ದೂರ ಸರಿದರು. ಆನಂದೋದ್ಗಾರಗಳನ್ನು ಹೀಗೆ ಅಭಿವ್ಯಕ್ತಿಸಿದರೆ ಹೇಗೆ! ಹಾಗೆ ಅಭಿವ್ಯಕ್ತಿಸಿದರೆ ಹೇಗೆ! ಒಂದರಗಳಿಗೆ ರಾಜಹಂಸದ ನೀತಿ ಸಂಹಿತೆಯನ್ನು ಬದಿಗಿರಿಸಿದರು.

ಫೆಂಟಾಸ್ಟಿಕ್ ಅಮೇಜಿಂಗ್, ಎಕ್ಸ್ಟ್ರಾರ್ಡಿನರಿ, ಸೂಪರ್! ಇಂಥ ಉದ್ಗಾರಗಳು ಆ ಚಿತ್ರವನ್ನಲಂಕರಿಸಿದವು. ಅದರ ಸಹಜ ಸೌಂದರ್ಯವನ್ನು ಹೆಚ್ಚಿಸಿದವು. ಆದರೆ!

ಅದನ್ನು ನೋಡಿದೊಡನೆ ಮಹಾರಾಣಿಯವರು ಚಿಕ್ಕಮಗುವಿನಂತೆ ಅದರ ಸನಿಹಕ್ಕೆ ಹೋದರು, ಅದನ್ನು ವಿವಿಧ ಅಂತರಗಳಿಂದ ನೋಡಿದರು. ಅದನ್ನು ತಮ್ಮೆರಡೂ ಕೈಗಳಲ್ಲಿ ಹಿಡಿದು ಮುದ್ದಿಸಿದರು. ಕಣ್ಣಲ್ಲಿ ನೀರು ತುಂಬಿಕೊಂಡರು, ಒಂದು ಕ್ಷಣ ಭಾವೋದ್ವೇಗಕ್ಕೆ ಒಳಗಾದರು.

"ಓಹ್ ರಾಜಾ ಪ್ರತಾಪ್ ಸಿಂಗ್ ಎಲ್ಲಿರುವುದು ನಿನ್ನ ಅತೃಪ್ತ ಆತ್ಮ, ಬಾರೋ, ಉತ್ಪಲಾ ಉತ್ಪಲಾ ಎಂದು ಗೋಚರಿಸಿದ ಪುಷ್ಪಗಳ ಆಳದಲ್ಲಿ ಹುಡುಕುತ್ತಿದ್ದವನೆ!, ಮಿಠಾಯಿಗಳ ಸಿಹಿಯಲ್ಲಿ ಉತ್ಪಲಾ ಉತ್ಪಲಾ ಎಂದು ಹುಡುಕುತ್ತಿದ್ದೆಯಲ್ಲೋ! ಬಾರೋ ಪ್ರತಾಪ್ ಈ ಚಿತ್ರದಲ್ಲಿ ಜೀವಂತವಿರುವ ನಿನ್ನ ಉತ್ಪಲಾಳನ್ನು ನೋಡೊ, ಈಕೆಯನ್ನು ಸ್ವರ್ಗಕ್ಕೆ ಕರೆದೊಯ್ಯೋ" ಎಂದು ಅಂಗಲಾಚಿದರು.

ಹೀಗೆ ಹೇಳುತ್ತ ಅಂಗಲಾಚುತ್ತ ಆಕೆ ಇದ್ದಕ್ಕಿದ್ದಂತೆ ಬಿಕ್ಕಳಿಸಲಾರಂಭಿಸಿದಳು.

"ಅಯ್ಯೋ ಉತ್ಪಲಾ ಹೇಗಿದ್ದೆಯಲ್ಲೆ, ಸೌಂದರ್ಯದ ತವನಿಧಿ ಎಂದು ಹೊಗಳಿದ ಆರ್ಥರ್ ಮಿಲ್ಲರ್ ಎಲ್ಲಿರುವೆಯೋ! ಸಾಗಾ ಆಫ್ ಪ್ಯಾರಾಡೈಜ್ ಬರೆಯುವ ಮೊದಲು ಇದನ್ನು ನೀನು ನೋಡಬೇಕಿತ್ತಲ್ಲವೊ ಮೈ ಡಾರ್ಲಿಂಗ್ ಮಿಲ್ಲರ್! ನನ್ನ ಪ್ರಿಯಕರರೂ ಸಹ ಕಲಾವಿದರೂ ಆದ ಕಿರ್ಕ್ ಡಗ್ಲಾಸ್, ಚಾಪ್ಲಿನ್ ಮುಫತ್ ಫೀಲ್ಡ್ ಈ ಚಿತ್ರದಲ್ಲಿರುವ ಏಂಜಲಳನ್ನು ಗುರುತಿಸಿರಿ, ಪುನಃ ಈಕೆಯೊಂದಿಗೆ ಅಭಿನಯಿಸಿರಿ ಎಂದು ಚಿಕ್ಕ ಮಗುವಿನಂತೆ ಗೊಣಗಿದಳು.

ಆಗ ಆಕೆ ನೋಡಿದ್ದು ಹಜಾರದ ಗೋಡೆಯ ಈಶಾನ್ಯ ಮೂಲೆ ಕಡೆಗೆ, ಅಲ್ಲಿ ಒಂದು ನಿಲುವೆತ್ತರದ ಸ್ಥಿರಚಿತ್ರವಿತ್ತು. ಅದರಲ್ಲಿ ಇಬ್ಬರು ಅಷ್ಟೇ ಎತ್ತರದ ವ್ಯಕ್ತಿಗಳು ಇದ್ದರು, ಅವರು ಪರಸ್ಪರ ಹೆಗಲ ಮೇಲೆ ಕೈಗಳನ್ನು ಸ್ನೇಹದ ಕುರುಹುಗೆ ಹಾಕಿದ್ದರು. ಅವರಲ್ಲಿ ಒಬ್ಬರು ರಾಜಾಪ್ರತಾಪ್‌ಸಿಂಗ್, ಇನ್ನೊಬ್ಬ ವ್ಯಕ್ತಿ ಸರ್ ಆರ್ಥರ್ ಮಿಲ್ಲರ್ ಹೆಸರಿನ ಹೆಸರಾಂತ ಬಯೋಗ್ರಾಫಿಕ್ ಲೇಖಕ!

ರಾಜೇ ಆ ಪ್ರಮಾಣದಲ್ಲಿ ಭಾವೋದ್ವೇಗಕ್ಕೆ ಒಳಗಾದದ್ದು ಅದು ಐದನೆ ಸಲ. ಕುಟುಂಬ ವೈದ್ಯ ಡಾ. ಕಪಾಡಿಯಾ, "ಯುವರ್ ಹೈನೆಸ್, ನಿಮ್ಮ ಹೃದಯದ ಕಾರ್ಯಕ್ಷಮತೆ ಸೂಕ್ಷ್ಮ, ದಯವಿಟ್ಟು ಯಾವುದೆ ಕಾರಣಕ್ಕು ಎಮೋಷನಲ್ ಆಗಬೇಡಿರಿ, ಭಾವನೆಗಳನ್ನು ನಿಯಂತ್ರಿಸಿಕೊಳ್ಳಿರಿ" ಎಂದು ಸಲಹೆ ನೀಡಿದ್ದರು. ಅದು ತಿಳಿದಿರುವುದು ನಾಯರ್‌ಗೆ ಮಾತ್ರ.

ಆತ ಮತ್ತು ರತ್ನಂ ಕಲಾಕೃತಿಯನ್ನು ಆಕೆಯ ವಜ್ರಮುಷ್ಟಿಯಿಂದ ನಿಧಾನವಾಗಿ ಬಿಡಿಸಿದರು, ಚಿತ್ರದ ಮೇಲಿರುವ ಕಣ್ಣೀರ ಹನಿಗಳನ್ನು ನಿಧಾನವಾಗಿ ಒರೆಸುವಂತೆ ಮಹಿಗೆ ಸೂಚಿಸಿದರು. ಬಳಿಕ ಆಕೆಯನ್ನು ಮೂರ್‍ನಾಲ್ಕು ಹೆಜ್ಜೆ ಹಿಂದಕ್ಕೆ ನಡೆಸಿ ಮಯೂರ ಸಿಂಹಾಸನದ ಮೇಲೆ ಕುಳ್ಳಿರಿಸಿದರು.

"ಯುವರ್ ಹೈನೆಸ್ ರಿಲ್ಯಾಕ್ಸ್ ಪ್ಲೀಜ್" ಎಂದು ನಾಯರ್ ಎರಡು ಸಲ ಹೇಳಿದ. ಆಕೆ ಹಾಗೆ ಕಣ್ಣು ಮುಚ್ಚಿ ಧ್ಯಾನಸ್ಥರಾದರು.

ಬಳಿಕ ನಾಯರ್ ಮಹಿಯ ಹೆಗಲ ಮೇಲೆ ಕೈ ಹಾಕಿ,

"ಚಿತ್ರದ ಸತ್ಯಾಸತ್ಯತೆಯನ್ನು ಒರೆಗಚ್ಚಲೆಂದೇ ಮಹಾರಾಣಿಯವರು ನನ್ನನ್ನು ಕರೆಕಳಿಸಿಕೊಂಡರು. ಕಳೆದವಾರ ಫಿಲಿಫೈನ್ಸ್‌ನಿಂದ ಇಂಡಿಯಾಕ್ಕೆ ಬಂದಿದ್ದೆ, ಸಂದೇಶ ತಿಳಿದೊಡನೆ ಬಡೇಲಡಕಿಗೆ ಬಂದು ಅಲ್ಲೆ ಒಬೆರಾಯ್‌ನಲ್ಲಿ ವಾಸ್ತವ್ಯ ಹೂಡಿದ್ದೆ. ಇಂಥ ಚಿಕ್ಕ ಶಹರದಲ್ಲಿ ಅಂಥ ಕಲಾವಿದರಿರಲು ಸಾಧ್ಯವೆ ಎಂಬ ಉಡಾಫೆ ಇತ್ತು, ಆದರೆ ನಿಮ್ಮ ಕಲಾಕೃತಿಯನ್ನು ನೋಡಿದೊಡನೆ ಆ ಉಡಾಫೆ ಹೋಯಿತು. ನಿಮ್ಮ ಬಗ್ಗೆ ನನಗೆ ಅತೀವ ಅಭಿಮಾನ ಹೆಚ್ಚಾಗಿದೆ ಮಹೇಂದ್ರ. ಕೇವಲ ಕಲ್ಪನೆ ಊಹೆ ನೆರವಿನಿಂದ ನೈಜಪ್ರಪಂಚ ಸೃಷ್ಟಿಸುವ ಅಸಾಧಾರಣ ಪ್ರತಿಭೆ ಇರುವುದು ನಿಮ್ಮಲ್ಲಿ ಮಾತ್ರ. ಯು ಆರ್ ಸಿಂಪ್ಲಿ ಗ್ರೇಟ್" ಎಂದು ಆಲಂಗಿಸಿಕೊಂಡರು.

ಅವರೆ ಪುನಃ,

"ನೀವು ಇಚ್ಛಿಸಿದರೆ, ಅದಕ್ಕೆ ಮಹಾರಾಣಿಯವರು ಅನುಮತಿ ನೀಡಿದರೆ ನಾನು ಈ ಕಲಾಕೃತಿಯನ್ನು ಇಟಲಿಗೆ ಒಯ್ಯುವೆ, ಅಲ್ಲಿನ ಮೈಖೇಲ್ ಎಂಜಲೋ ಆರ್ಟ್ ಗ್ಯಾಲರಿ ಕ್ಯೂರೇಟರ್ ಸರ್ ವ್ಯಾನ್ ಡೀಗೋಗೆ ತೋರಿಸುವೆ. ಅವರು ಒಪ್ಪಿ ಖರೀದಿಸಿದರೆ ನಿಮ್ಮ ಅದೃಷ್ಟದ ಬಾಗಿಲು ತೆರೆಯುವುದು" ಎಂದು ಹೇಳಿದರು. ಅವರ ಸ್ಪ್ಯಾನಿಷ್ ಮತ್ತು ಮಲೆಯಾಳಿ ಭಾಷೆ ಮಿಶ್ರಿತ ಮಾತುಗಳಲ್ಲಿ ಮಹಿಗೆ ಅರ್ಥವಾದದ್ದು ಕೇವಲ ಕಾಲು ಭಾಗ ಮಾತ್ರ. ಆದರೆ ಆತ ಅದಕ್ಕೆ ಪ್ರತಿ ನುಡಿಯದೆ ಕೇವಲ ತಲೆ ಅಲ್ಲಾಡಿಸಿದ.

* * *

ಮುಂದೆ ಮಹಿಗೆ ಯಾವ ಅವಾರ್ಡ್ ಬಂತೋ, ಯಾವ ಅವಾರ್ಡ್ ಬರಲಿಲ್ಲವೊ! ಆದರೆ ರಾಜಹಂಸ ತನ್ನ ಪಾಲಿಗೆ ತೆರೆದದ್ದು ನಿಜ. ಯುಗಂಧರ್ ಬೇರೆ ಆಶಾ ಪರೇಖ್ ಅವರಿಂದ ತುರ್ತುಕರೆ ಬಂತೂಂತ ಮೊನ್ನೆ ದಿವಸ ಬಡೇಲಡಕು ವಿಮಾನ ನಿಲ್ದಾಣದಿಂದ ಮುಂಬಯಿಗೆ ಹೊರಟು ಹೋದ.

ಅಲ್ಲದೆ ಅರಮನೆ ಸದೃಶ ರಾಜಹಂಸದಲ್ಲಿ ಒಬ್ಬ ವೃದ್ಧ ಮಹಿಳೆ ಒಂಟಿಯಾಗಿ ವಾಸವಾಗಿರುವುದೆಂದರೆ! ಅಲ್ಲದೆ ಇನ್ನೊಂದು!

ಅಲ್ಲದೆ ಪುರಸಭೆಯ ಕರ್ಮಚಾರಿಗಳು ಸಂಬಳ ಸರಿಯಾಗಿ ವೇತನ ನೀಡುತ್ತಿಲ್ಲವೆಂದೋ, ಕಳೆದ ಹತ್ತು ವರ್ಷಗಳಿಂದ ತಮ್ಮ ವೇತನವನ್ನು ಹೆಚ್ಚಿಸಿಲ್ಲವೆಂದೋ ಪೊರಕೆಗಳನ್ನು ತ್ಯಜಿಸಿ ಹರತಾಳ ಆರಂಭಿಸಿದ್ದರು. ಸೊಳ್ಳೆ ಕಾಟ ಹೆಚ್ಚಲು ಇದೂ ಒಂದು ಕಾರಣ. ಅಲ್ಲದೆ ಈ ಎಲ್ಲಾ ಸಮಸ್ಯೆಗಳಿಗೆ ಕಳಸಪ್ರಾಯವಾಗಿ ಗುಣಸಾಗರದಲ್ಲಿ ಕಳ್ಳರ ಉಪಟಳ ಆರಂಭವಾಗಿತ್ತು. ಅವರ ಮನೆಯಲ್ಲಿ ಆ ದಿವಸ ಅದು ಕಳ್ಳತನವಾಯಿತು, ಇವರು ಮನೆಯಲ್ಲಿ ಈ ದಿವಸ ಇದು ಕಳ್ಳತನವಾಯಿತೆಂಬ ಸುದ್ದಿಗಳು ಹರಡಿದವು. ವಿಚಿತ್ರವೆಂದರೆ ಕಳ್ಳರು ಕನ್ನ ಕೊರೆದು ಮಹಿ ಮನೆಯನ್ನು ಪ್ರವೇಶಿಸಿ ಬರೀ ಪುಸ್ತಕಗಳಿರುವುದನ್ನು ನೋಡಿ ನಿರಾಸೆಯಿಂದ ವಾಪಸ್ಸಾದರಂತೆ, ಇನ್ನು ಅವರು ರಾಜಹಂಸವನ್ನು ಬಿಡುವುದುಂಟೆ!

ಕರ್ಮ ಅಂತ ಇದಕ್ಕೆ ಹೇಳುವುದು. ಅದೆಂದರೆ ರಾಜಹಂಸದ ಕಾವಲುಗಾರ ನೇಪಾಳಿ ಧೈರ್ಯವಂತ, ಮಹಾಪರಾಕ್ರಮಿ ಎಲ್ಲಾ ಸರಿ. ಆದರೆ ಅವನ ಪತ್ನಿ ನೇಪಾಳದ ಕಠಮಂಡುನಲ್ಲಿ, ಇವನು ಇಲ್ಲಿ. ಆದ್ದರಿಂದ ಅವನು ಸ್ಥಳೀಯ ವಿಧವೆಯನ್ನು ಪ್ರೀತಿಸುತ್ತಿದ್ದ, ಆಕೆಯನ್ನು ರಹಸ್ಯವಾಗಿ ಮದುವೆಯಾದ. ರಾತ್ರಿ ಒಂದು ಸಮಯದವರೆಗೆ ಹೋಷಿಯಾರ್ ಎಂದು ಕೂಗುವುದು, ಬಳಿಕ ಕಪ್ಪು ಕಂಬಳಿ ಹೊದ್ದು ಹೊಸಹೆಂಡತಿ ಇದ್ದಲ್ಲಿಗೆ ಹೋಗುವುದು, ಕೆಲವೊಮ್ಮೆ ಆಕೆಯೇ ರಾಜಹಂಸದ ಪ್ರಹರಿ ಗೋಡೆಯನ್ನು ಪ್ರವೇಶಿಸುವುದು. ಸೂರ್ಯೋದಯದ ಹೊತ್ತಿಗೆ ಎಲ್ಲವು ಗಪ್‌ಚುಪ್! ಆಕೆ ಅಲ್ಲಿ, ಇವನು ಇಲ್ಲಿ!

ಆತಂಕದ ಸಂಗತಿ ಅಂದರೆ ಬಿಲ್ ಪಾವತಿಸಿಲ್ಲವೆಂಬ ಕಾರಣಕ್ಕೆ ರಾಜಹಂಸದ ವಿದ್ಯುತ್ ಸಂಪರ್ಕ ಡಿಸ್‌ಕನೆಕ್ಟ್ ಮಾಡಿದ್ದರು. ಅಲ್ಲದೆ ಸಾಗರದಲ್ಲಿ ಕರೆಂಟ್ ಈಗ ಇದ್ದರೆ ಇನ್ನೊಂದು ಸ್ವಲ್ಪ ಹೊತ್ತು ಇರುತ್ತಿರಲಿಲ್ಲ. ಇದು ಕಳ್ಳರಿಗೆ ವರದಾನವಾಯಿತು. ವಿದ್ಯುತ್ ನೌಕರರು ಮತ್ತು ಕಳ್ಳರು ಪರಸ್ಪರ ರಹಸ್ಯ ಒಪ್ಪಂದ ಮಾಡಿಕೊಂಡಿರುವರು ಎಂಬ ವದಂತಿ ಸಾಗರದಲ್ಲಿ ಹರಡಿತು. ಆ ವದಂತಿ ಸ್ಥಳೀಯ ಶಾಸಕ ರುಕ್ಮಾಂಗದ ಚೌದರಿವರೆಗೆ ಹೋಯಿತು. ಅವರು ಕೇಳಿದ್ದಕ್ಕೆ ವಿದ್ಯುತ್ ಇಲಾಖೆ ಕಳೆದೆರಡು ವರ್ಷಗಳಿಂದ ಬಾಕಿ ಉಳಿಸಿಕೊಂಡಿರುವುದೆಂದು ಪುರಸಭೆ ಕಡೆ ಬೆರಳು ಚಾಚಿತು. ವಿಚಾರಿಸಿದ್ದಕ್ಕೆ ಸ್ಥಳೀಯ ಸರ್ಕಾರ ಮನೆತೆರಿಗೆ ಸಂದಾಯ ಮಾಡುತ್ತಿಲ್ಲವೆಂದು ಸಾಗರದ ನಿವಾಸಿಗಳ ಕಡೆ ಬೆರಳು ಚಾಚಿದರು. ಇದೆಲ್ಲ ವಿಚಾರಿಸಿದ ಪರಿಣಾಮ ತಲೆ ಕೆಟ್ಟಂತಾಗಿ ಶಾಸಕ ಸ್ವಕ್ಷೇತ್ರ ತ್ಯಜಿಸಿ ನಿಸರ್ಗ ಚಿಕಿತ್ಸೆ ಪಡೆಯಲೋಸುಗ ಲಾ ಪತಾ ಆದ.

ಹೀಗಾಗಿ ಕಳ್ಳರ ಪಾಲಿಗೆ ಗುಣಸಾಗರ ಸ್ವರ್ಗವೆನ್ನಿಸಿತು. ಅಲ್ಲಿ ಅದನ್ನು ಕದ್ದರು, ಇಲ್ಲಿ ಇದನ್ನು ಕದ್ದರು ಎಂಬ ವಾರ್ತೆಗಳು ದಿನಂಪ್ರತಿ ಬರಲಾರಂಭಿಸಿದವು. ಒಂದು ಮಾತಂತು ನಿಜ, ಅದೆಂದರೆ ಕಳ್ಳರು ಒಳ್ಳೆಯವರು, ಅವರು ಕೇವಲ ವಸ್ತುಗಳನ್ನು ಮಾಯ ಮಾಡುವರು.

ಕಾಂಜಿಪೀಂಜಿಯಂಥ ಮನೆಗಳನ್ನು ಬಿಡದವರು ಇನ್ನು ರಾಜಹಂಸದಂಥ ಅರಮನೆಯನ್ನು ಬಿಡುವುದುಂಟೆ! ಈ ಅನುಮಾನ ಬಂದದ್ದು ಸ್ಥಳೀಯ ಪೊಲೀಸ್ ವರಿಷ್ಠಾಧಿಕಾರಿ ಜನಾರ್ದನ್ ಆಲಿಯಾಸ್ ಕರಾಟೆಕಿಂಗ್ ಜನ್ನುರವರಿಗೆ. ಅವರು ಒಂದು ಹಗಲು ರಾಜಹಂಸ ಪ್ರವೇಶಿಸಲು ಪ್ರಯತ್ನಿಸಿ ವಿಫಲನಾದ. ಹಣ್ಣು ಹಣ್ಣು ಮುದುಕಿಯನ್ನು ನೋಡಿದ್ದರೆ, 'ಓಹ್ ಮೈ ಗಾಡ್' ಎಂದು ಉದ್ಗರಿಸುತ್ತಿದ್ದ, ಆದರೆ ಆತ ಪುನಃ ಪ್ರಯತ್ನಿಸಲಿಲ್ಲ. ಆ ಹವೇಲಿಯಲ್ಲಿ ದೆವ್ವ ಪೀಡೆ ಪಿಶಾಚಿಗಳಿವೆ ಎಂಬ ಕಾರಣಕ್ಕೆ.

"ಅಜ್ಜಿ ನಿಮಗೆ ಹಂಡ್ರಡ್ ಇರಬಹುದೇನು! ಅಥವಾ ಹಂಡ್ರಡ್ ಅಂಡ್ ಫೈವಾಗಿರಬಹುದೇನು!" ಎಂದು ಪ್ರಶ್ನೆ ಕೇಳುವುದಕ್ಕು ಅದೇ ಸಮಯಕ್ಕೆ ಸರಿಯಾಗಿ ಮಹಿ ಆಗಮಿಸುವುದಕ್ಕು ಸರಿ ಹೋಯಿತು. ಕಾರಣ ಆ ದಿವಸದಿಂದ ಮಹಿಗೆ ಆ ಮನೆಗೆ ಮುಕ್ತಪ್ರವೇಶ ಕಲ್ಪಿಸಲಾಗಿತ್ತು. ಯುಗಂಧರ್ ಇಲ್ಲದ ಕಾರಣಕ್ಕೆ ಮಹಿ ಮತ್ತು ಪ್ರಮೋದ್ ಆಲ್ಟರ್‌ನೇಟಿವ್ವಾಗಿ ಬರುವುದು ಹೋಗುವುದು ಮಾಡುತ್ತಿದ್ದರು. ಒಂದೆ ಮಾತಲ್ಲಿ ಹೇಳುವುದಾದರೆ ಅವರೆ ರಾಜಹಂಸದ ಭದ್ರತಾ ಸಿಬ್ಬಂದಿಯಾಗಿದ್ದರು. ಅವರೊಂದೆ ಅಲ್ಲದೆ ಸುಶೀಲಾ ಪ್ರತಿದಿವಸ ಇಲ್ಲದಿದ್ದರು ಎರಡು ದಿವಸಕ್ಕೊಮ್ಮೆ ಅಲ್ಲಿಗೆ ಬಂದು ಅಜ್ಜಿ ಮೇಡಂ ಸೇವೆ ಮಾಡಿ ಹೋಗುತ್ತಿದ್ದರು.

ಆದರೆ ಅವರೆಲ್ಲ ರಾತ್ರಿ ಅಲ್ಲಿರಲಿಕ್ಕಾಗುವುದೆ! ಮಹಿ ಕೇಳಿದ್ದಕ್ಕೆ ನೇಪಾಳಿ, "ಮೂರು ನಾಲ್ಕು ತಿಂಗಳಿಂದ ವೇತನ ನೀಡಿಲ್ಲ ಸಾರ್, ಪುನಃ ಮದುವೆಯಾಗಿರುವ ನಾನು ಜೀವಿಸುವುದು ಹೇಗೆ!" ಎಂದು ತನ್ನ ಅಸಹಾಯಕತೆಯನ್ನು ತೋಡಿಕೊಂಡ. 'ನೀವು ಅವನಿಗೆ ಪಗಾರ ಕೊಡಿ' ಎಂದು ಮಹಾರಾಣಿಯವರಿಗೆ ಹೇಳಲಾಗುವುದೆ! ಆಕೆ ಬಳಿ ಹಣ ಇರುವುದೊ ಇಲ್ಲವೊ ಎಂಬ ಸಂದೇಹ. ಚಿಕ್ಕ ಮೊತ್ತದ ಹಣ ಕೇಳಿ ಅವರ ಮನಸ್ಸು ನೋಯಿಸುವುದೇಕೆಂದು ಅವರೆ ಅವನಿಗೆ 'ಸದ್ಯಕ್ಕೆ ಇಟ್ಟುಕೊ' ಎಂದು ನೂರೋ ಇನ್ನೂರೋ ಕೊಡುತ್ತಿದ್ದ. ಅಷ್ಟರಲ್ಲಿ ಅವನು ಜೀವನ ಸಾಗಿಸಲು ತಾನೇನು ಸಿಂಗಲ್ಲೆ! ತನ್ನ ಪುಣ್ಯಕ್ಕೆ ತನ್ನ ಹೊಸ ಹೆಂಡತಿ ಅವರಿವರ ಮನೆಗಳಲ್ಲಿ ಕಸಮುಸುರಿ ಮಾಡಿ ಸಂಪಾದಿಸುತ್ತಿದ್ದಳು, ಅವನು ಪ್ರಹರಿ ಗೋಡೆಯೊಳಗಿನ ಚಿಕ್ಕಪುಟ್ಟ ವಸ್ತುಗಳನ್ನು ಕಳ್ಳತನದಿಂದ ಸಾಗಿಸಿ ತನ್ನ ಪಾಡಖರ್ಚು ನಿಭಾಯಿಸುತ್ತಿದ್ದ. ಇದು ಹೇಗೊ ತಿಳಿದು ಮಹಾರಾಣಿಯವರು

ಅವನನ್ನು ಓಡಿಸಬೇಕು ಎಂದು ಹೇಳಿದಕ್ಕೆ ಮಹಿ 'ಸದ್ಯಕ್ಕೆ ಬೇಡ ಅಮ್ಮಾಜಿ' ಎಂದು ಸಲಹೆ ನೀಡಿ ಸುಮ್ಮನಿರಿಸಿದ. ಕಾರಣ ಅವನು ಕಾವಲು ಕಾಯುವುದು ಬೇಡ. ಆದರೆ ಬಾಗಿಲ ಬಳಿ ಇದ್ದರೆ ಬೆದರುಬೊಂಬೆ ಇದ್ದಂತೆ, ಅದನ್ನು ನೋಡಿ ಕಳ್ಳರು ರಾಜಹಂಸದ ಬಳಿ ಸುಳಿಯಲಾರರು.

ಕಳ್ಳರಿಗೆ ಸಂಬಂಧಿಸಿದಂತೆ ಯಾವ್ಯಾವೋ ವದಂತಿಗಳು ಹರಡಿದವು, ಅವುಗಳಲ್ಲಿ ಮುಖ್ಯವಾದವುಗಳೆಂದರೆ,

ಕಳ್ಳರು ರಾಜಹಂಸವನ್ನು ಗುಟ್ಟಾಗಿ ಪ್ರವೇಶಿಸಿದರಂತೆ, ಒಳಗೆಲ್ಲ ತಿರುಗಾಡಿ ಅಲ್ಲಿ ಲಾಭದಾಯಕ ವಸ್ತುಗಳಿಲ್ಲ ಎಂದು ಖಚಿತಪಡಿಸಿಕೊಂಡರಂತೆ, ಮಹಾರಾಣಿಯವರ ವೃದ್ಧಾಪ್ಯಕ್ಕೆ ಸಾಷ್ಟಾಂಗ ಪ್ರಣಾಮ ಸಲ್ಲಿಸಿ ಆಶೀರ್ವಾದವಿರಲಿ ತಾಯಿ ಎಂದು ಬೇಡಿಕೊಂಡರಂತೆ! ಇತ್ಯಾದಿ ಇತ್ಯಾದಿ.

ಇಂಥ ವದಂತಿಗಳು ಸಹ ಹರಡಿದವು. ಇವುಗಳನ್ನು ಕೇಳಿಸಿಕೊಂಡ ವಿಶ್ವಸುಂದರಿ ಅಮ್ಮನವರು ಸುಮ್ಮನಿದ್ದಾರೆಯೆ, ಅಲ್ಲದೆ ಆಕೆ ದಿನಕ್ಕೆ ಅರ್ಧ ತಾಸು ಮಲಗಿದರೆ ಕಡಿಮೆ, ಒಂದು ತಾಸು ಮಲಗಿದರೆ ಹೆಚ್ಚು. ಆಕೆ ಮಧ್ಯರಾತ್ರಿ ವೇಳೆಯಲ್ಲಿ ಒಂದು ಕೈಯಲ್ಲಿ ಲಾಂದ್ರ ಇನ್ನೊಂದು ಕೈಯಲ್ಲಿ ರಾಜಬೆತ್ತ ಹಿಡಿದು ವಿಚಿತ್ರ ಸದ್ದು ಮಾಡುತ್ತ ರಾಜಹಂಸದಲ್ಲಿ ಗಸ್ತು ಸಂಚರಿಸುತ್ತಿದ್ದ ಪರಿಣಾಮ!

ಇಂಥ ಹಲವು ಕಾರಣಗಳಿಂದ ಮಹಿ ಪ್ರಮೋದ ರಾಜಹಂಸಕ್ಕೆ ಅನಿವಾರ್ಯವಾದರೊ, ರಾಜಹಂಸವೇ ಅವರಿಗೆ ಅನಿವಾರ್ಯವಾಯಿತೊ! ಅವರು ದಿನಕ್ಕೊಮ್ಮೆ ಅಲ್ಲಿಗೆ ಬರುತ್ತಿದ್ದರು, ಮಹಾರಾಣಿ ಉತ್ಪಲಾ ದೇವಿಯವರಿಗೆ ನೆರವಾಗುತ್ತಿದ್ದರು, ಆಕೆಯ ಸಂಗಡ ಅತ್ಯಂತ ಗೌರವಯುತವಾಗಿ ಮಾತುಕತೆ ನಡೆಸುತ್ತಿದ್ದರು, ಕೆಲವು ವಿಷಯಗಳನ್ನು ಆಕೆ ಬಳಿ ಚರ್ಚಿಸುತ್ತಿದ್ದರು, 'ಅಮ್ಮಾ ಅದನ್ನು ನೋಡಬಹುದೆ, ಅಮ್ಮಾ ಇದನ್ನು ನೋಡಬಹುದೆ' ಎಂದು ಕೇಳುತ್ತಿದ್ದರು. ಆಕೆ 'ಓಹ್ಹೋ ಅದನ್ನು ನೀವು ಧಾರಾಳವಾಗಿ ಅದನ್ನು ನೋಡಬಹುದು, ಓಹ್ಹೋ ನೀವು ಧಾರಾಳವಾಗಿ ಇದನ್ನೂ ನೋಡಬಹುದು' ಎಂದು ಆಕೆ ಅನುಮತಿ ದಯಪಾಲಿಸುತ್ತಿದ್ದಳು. ಅಂದ ಬಳಿಕ ಕೇಳುವುದೇನಿದೆ, ಹೇಳುವುದೇನಿದೆ! ಅವರು ಅದನ್ನು ನೋಡುತ್ತಿದ್ದರು, ಅವರು ಇದನ್ನೂ ನೋಡುತ್ತಿದ್ದರು.

* * *

ರಾಜಹಂಸದಲ್ಲಿ ಶತಮಾನದ ಅವಧಿಯ ಮಾಹಿತಿಯ ಉಗ್ರಾಣವಿತ್ತು. ಪ್ರತಿ ಕಪಾಟಲ್ಲಿ ಚಿತ್ರವಿಚಿತ್ರ ವಸ್ತುಗಳಿದ್ದವು, ಜೊತೆಗೆ ನೂರಾರು ಫೋಟೋ ಆಲ್ಬಂಗಳಿದ್ದವು. ಬಹುಮಾನ ಪುರಸ್ಕಾರಗಳಿಗೆ ಸಂಬಂಧಿಸಿದ ಪ್ರಮಾಣ

ಪತ್ರಗಳು ಸ್ಮರಣಿಕೆಗಳಿದ್ದವು, ಅವುಗಳಲ್ಲಿ ಬೆಳ್ಳಿ ಮತ್ತು ಚಿನ್ನದ ಸ್ಮರಣಿಕೆಗಳು ಸಹ ಇದ್ದವು. ಪ್ರಪಂಚದ ವಿವಿಧ ಭಾಷೆಗಳ ನಿಯತಕಾಲಿಕಗಳು ಮ್ಯಾಗಜಿನ್‌ಗಳು ಹೇರಳ ಇದ್ದವು. ಅವು ಯಾವು ಸಹ ಹೀಗೆ ನೋಡಿ ಹಾಗೆ ಇಡುವಂಥವು ಆಗಿರಲಿಲ್ಲ. ಅವುಗಳನ್ನು ಕೂಲಂಕಷ ನೋಡಲು ಅಧ್ಯಯನ ಮಾಡಲು ಮಾಹಿತಿ ಸಂಗ್ರಹಿಸಲು ಟಿಪ್ಪಣಿ ಮಾಡಿಕೊಳ್ಳಲು ಒಂದೆರಡು ವರ್ಷಗಳಾದರು ಕಡಿಮೆಯೆ ಅನ್ನಿಸುವಷ್ಟು ಇದ್ದವು. ರಾಶಿಗಳಲ್ಲಿದ್ದ ಒಂದೇ ಒಂದು ಫೋಟೋ ಸಾವಿರ ಪುಟಗಳಿಗಾಗುವಷ್ಟು ಮಾಹಿತಿ ಇರುವುದು ಅಂದ ಬಳಿಕ.

ಹ್ಞಾಂ ಅಂದಹಾಗೆ ಅಲ್ಲಿದ್ದ ವಸ್ತುಗಳನ್ನು ಹೊರಳಿಸುವುದು ಒತ್ತಟ್ಟಿಗಿರಲಿ, ಅಲ್ಲಿನ ಯಾವುದೆ ಕಪಾಟನ್ನು ಯಾರು ಸಹ ತೆರೆದಿರಲಿಲ್ಲ, ಹೀಗಾಗಿ ಪ್ರತಿ ಕಪಾಟು ಧೂಳುಮಯವಾಗಿತ್ತು. ಧೂಳು ಇಲ್ಲಾಣ ಜೇಡ ಅಲ್ಲಿನ ಪ್ರತಿ ವಸ್ತುಗಳ ಮೂಲಸ್ವರೂಪವನ್ನು ಬದಲಿಸಿದ್ದವು. ಕೆಲವು ವಸ್ತುಗಳನ್ನು ಗೆದ್ದಲು ತಿಂದು ವಿರೂಪಗೊಳಿಸಿದ್ದವು. ಅಲ್ಲಿದ್ದದ್ದು ಮೊದಲೆ ಶತಮಾನದ ಧೂಳು. ಅದು ಸುಮ್ಮನಿದ್ದೀತೆ! ಅದೂ ಬಿಟ್ಟುಬಿಡದೆ ದಿನಗಟ್ಟಲೆ ನೋಡಿದವರನ್ನು!

ಹೀಗಾಗಿ ಸೂಕ್ಷ್ಮಪ್ರಕೃತಿಯ ಮಹಿಯ ಗಂಟಲು ಆರಂಭದಲ್ಲಿ ಕೆಟ್ಟಿತು, ಎರಡನೆ ದಿವಸಕ್ಕೆ ನ್ಯೂಮೋನಿಯಾ ತಗುಲಿತು. ಸದ್ಯಕ್ಕೆ ಪ್ರಮೋದನ ಆರೋಗ್ಯಕ್ಕೆ ಯಾವ ತೊಂದರೆ ಇರಲಿಲ್ಲ. ಕೆಮ್ಮು ಶೀತ ಜ್ವರ ಅಂತ ತಿಳಿದೊಡನೆ ಮಹಾರಾಣಿಯವರು ಸ್ವತಃ ಆತನ ಶೈತ್ಯೋಪಚಾರ ಆರಂಭಿಸಿದರು. ವಿಷಯ ತಿಳಿದು ಸುಶೀಲಾ ಮೇಡಂ ಸಹ ಅವರನ್ನು ಸೇರಿಕೊಂಡಳು

ಅವರಿದ್ದದ್ದು ಹೇಳಿಕೇಳಿ ರಾಜಹಂಸ ಹೆಸರಿನ ಅರಮನೆ! ಅದರಲ್ಲಿ ಎಲ್ಲೋ ಮಲಗುವುದೆಂದರೆ! ಮಲಗಿ ನರಳುವುದೆಂದರೆ! ನರಳಿ ಇತರರ ನೆಮ್ಮದಿ ಹಾಳು ಮಾಡುವುದೆಂದರೆ! ನರಳಿ ರಾಜಹಂಸದ ಘನತೆಗೆ ಕುಂದು ತರುವುದೆಂದರೆ!

ಮಹಾರಾಣಿಯವರು ಬೇಡ ಬೇಡ ಅಂದರು ಕೇಳದೆ ಸುಶೀಲಾ, ಪ್ರಮೋದ ಮಹಿಯನ್ನು ಅವರ ಮನೆಗೆ ಕರೆದೊಯ್ದರು.

* * *

ಮಹೇಂದ್ರ ಚೇತರಿಸಿಕೊಳ್ಳಲು ಹಿಡಿದ ಸಮಯ ಕೇವಲ ಒಂದೆರಡು ದಿವಸಗಳು ಮಾತ್ರ. ಮಿತ್ರ ಡಾ. ವೆಂಕಟಕೃಷ್ಣ ಒಂದು ವಾರ ರೆಸ್ಟ್ ತಗೋ ಅಂತ ಸಲಹೆ ನೀಡಿದರು. ಆದರೆ ಅವರೆದುರು ಆಯ್ತು ಅಂದ ಮಹಿ ಅವರು ಮರಳಿದೊಡನೆ ಪ್ರಮೋದನನ್ನು ಹತ್ತಿರ ಕರೆದ. ರಾಜಹಂಸದಲ್ಲಿ ನೋಡಿದ ತರಾವರಿ ವಸ್ತುಗಳ ಕುರಿತು ಮಾತುಕತೆ ನಡೆಸಿದ, ಸರ್ ಆರ್ಥರ್ ಮಿಲ್ಲರ್‌ನ ದಿ ಸಾಗಾ ಆಫ್ ಪ್ಯಾರಾಡೈಜ್ ಕೃತಿಯಲ್ಲಿನ ಉತ್ಪಲಾ ಬಗೆಗಿನ ಮಾಹಿತಿಗು,

ರಾಜಹಂಸದಲ್ಲಿನ ಮಾಹಿತಿಗು ನಡುವೆ ಇರುವ ಸಾಮ್ಯ ಕುರಿತು ವಿಚಾರ ವಿನಿಮಯ ನಡೆಸಿದ. ಇವುಗಳ ಆಧಾರದ ಮೇಲೆ ಉತ್ಪಲಾ ಸಿಂಗ್, ಯಾನೆ ಉತ್ಪಲಾ ಪಂಡಿತ್‌ನ ಬಯೋಗ್ರಾಫ್ ಅನ್ನು ಪುನಃ ಹೇಗೆ ರೂಪಿಸುವುದು!

ಓಹ್ ಮೈ ಗಾಡ್! ರಾಜಹಂಸ ನಿವಾಸಿನಿ ಉತ್ಪಲಾ ತನ್ನ ಮೂಲ ಹೆಸರನ್ನು ಮರೆಮಾಚಿರುವುದು ಏಕೆ! ಗುಣಸಾಗರದಲ್ಲಿ ಆಕೆ ಚಾಲ್ತಿ ಹೆಸರು ನಾಗಚಂದ್ರಿಕಾ ಅಂತ ಏನೋ ಇರುವುದಲ್ಲವೆ! ಉತ್ಪಲಾ ಮತ್ತು ನಾಗಚಂದ್ರಿಕಾ! ಈ ಎರಡು ನಾಮವಾಚಕಗಳ ನಡುವೆ ಘರ್ಷಣೆ ಮಹಾರಾಣಿಯವರ ಮನಸ್ಸಿನಲ್ಲಿ ಸಂಭವಿಸಿಲ್ಲ ಏಕೆ! ಇದನ್ನು ತಾವು ಪತ್ತೆ ಹಚ್ಚಬೇಕಿತ್ತಲ್ಲವೆ!

ಇದರ ಬಗ್ಗೆ ತಿಳಿದಿರುವ ಏಕೈಕ ಸಂಪನ್ಮೂಲ ವ್ಯಕ್ತಿ ಅಂದರೆ ಯಗಂಧರ್! ಮುಂಬಯಿಯಲ್ಲೂ ಅವನು ಆಶಾ ಪರೇಖ್ ಅವರ ಜೊತೆ ಅದೇ ಸಮಸ್ಯೆಯನ್ನು ಎದುರಿಸುತ್ತಿರಬಹುದು. ಈ ವೃದ್ಧ ಸೆಲೆಬ್ರಿಟಿಗಳು ಅನುಭವಿಸುತ್ತಿರುವ ಡಿಲೈಮಾ, ತೊಳಲಾಟ ಕೀಳರಿಮೆ ಮೇಲರಿಮೆ ಅಸಹಾಯಕತೆ ನಿಷ್ಪ್ರಯೋಜಕತೆ ಇವೆಲ್ಲವು ಸೇಮ್! ಈ ಕಾಂಪ್ಲೆಕ್ಸಿಟಿನ ಅನುಭವಿಸಲು ಎದುರಿಸಲು ಸೋತ ಸೆಲೆಬ್ರಿಟೀಸ್ ಆತ್ಮಹತ್ಯೆಗೆ ಪ್ರಯತ್ನಿಸುವರಲ್ಲವೆ! ಸದ್ಯ ತಮ್ಮ ಉತ್ಪಲಾ ಅಜ್ಜಿ ಮೇಡಂ ಮಾನಸಿಕವಾಗಿ ದೈಹಿಕವಾಗಿ ಸದೃಢರಿದ್ದಾರೆ. ನೋಡಿ ಮೊನ್ನೆ ಏನಾಯಿತೆಂದರೆ!

ಹ್ಹಾಂ ಇನ್ನೊಂದು ಮುಖ್ಯ ಸಂಗತಿ ಅಂದರೆ, ಮಹಿ ಮತ್ತು ಪ್ರಮೋದರ ಪ್ಲಾನ್ ಅಂದರೆ ಉತ್ಪಲಾ ಪಂಡಿತ್ ಅವರ ಉತ್ತರಾರ್ಧ ಬಯೋಪಿಕ್ ರಚಿಸುವುದು, ಆರ್ಥರ್ ಮಿಲ್ಲರ್ ತನ್ನ ಕೃತಿಯಲ್ಲಿ ಯಾವ್ಯಾವ ಅಂಶಗಳನ್ನು ಪ್ರಸ್ತಾಪಿಸಿಲ್ಲವೊ, ಯಾವ್ಯಾವ ಅಂಶಗಳನ್ನು ಕೈಬಿಟ್ಟಿರುವನೊ! ಅವುಗಳನ್ನು ತಾವು ಪತ್ತೆ ಹಚ್ಚಿ ಗುರುತಿಸಿ ಸಂಶೋಧಿಸಿ ರಚಿಸುವುದು. ಅದಕ್ಕೆ ಮುಖ್ಯವಾಗಿ ರಾಜಹಂಸ ಹೆಸರಿನ ಅರಮನೆ ಇರುವ, ಅರಮನೆ ಹೆಸರಿನ ಬಂಗಲೆ ಇರುವ ಬಡಾವಣೆಯ ಸ್ಪಂದನೆ ಪ್ರತಿಸ್ಪಂದನೆಯನ್ನು ಕೂಲಂಕಷ ಅಧ್ಯಯನ ನಡೆಸುವುದು ಮುಖ್ಯವೆಂದು ಭಾವಿಸಿದರು.

ಅವರಲ್ಲಿ ಮುಖ್ಯವಾಗಿ ಪ್ರಮೋದ ಮತ್ತು ಮಧು ಇಬ್ಬರು ಇದಕ್ಕೆ ಸಂಬಂಧಿಸಿದಂತೆ ಆ ಬಡಾವಣೆಯ ಕೆಲ ನಿವಾಸಿಗಳ ಜೊತೆ ಮಾತುಕತೆ ನಡೆಸಿದರು. ಆ ಸುದೀರ್ಘ ಒಡನಾಟದ ಕೆಲವು ಮುಖ್ಯಾಂಶಗಳನ್ನು ಆಧರಿಸಿ ಟಿಪ್ಪಣಿ ಮಾಡಿಕೊಳ್ಳುವುದಾದರೆ!

ಹಗಲು ವೇಳೆಯಲ್ಲೆ ಭಯಹುಟ್ಟಿಸುವಂಥ ಆ ಬಂಗಲೆ ಇನ್ನು ರಾತ್ರಿ ವೇಳೆ ಎಂಥ ಭಯವನ್ನು ಉತ್ಪಾದಿಸಬಹುದು! ವಿದ್ಯುತ್ ಇದ್ದರೆ ಇತ್ತು, ಇಲ್ಲದಿದ್ದರೆ ಇಲ್ಲ. ಪುರಸಭೆ ಬಾಕಿ ಚುಕ್ತಾ ಮಾಡದ ಹೊರತು ರೆಗ್ಯುಲರಾಗಿ ವಿದ್ಯುತ್ ಸಪ್ಲೆ ಮಾಡುವುದಿಲ್ಲ ಅಂತ ಆ ಇಲಾಖೆ ಹಠ ಹಿಡಿದಿದೆ. ಅಲ್ಲದೆ ಬಂಗಲೆ

ಬಡಾವಣೆಯ ಹೃದಯಭಾಗದಲ್ಲಿಲ್ಲ. ಅದು ಇರುವುದು ಮೂರು ನಾಲ್ಕೆಕರೆ ಬಯಲ ನಡುವೆ. ಆ ಬಯಲು ಸಪಾಟಿಲ್ಲ, ಅದೂ ಪ್ರಿನ್ಸ್ ಎಡ್ವರ್ಡ್‌ಗೆಂದು, ಆತ ಎರಡು ದಿವಸ ವಸ್ತಿಮಾಡಲು, ಸಾಗರದ ಬಡವರು ರಾಜಕುಮಾರನ ಕಣ್ಣಿಗೆ ಬೀಳದಿರಲೆಂದು. ಅದು ಆ ಕಾಲದಲ್ಲಿ, ಆದರೆ ಈಗ!

ಅಲ್ಲೆಲ್ಲ ಮುಳ್ಳುಕಂಟೆ ಕ್ಯಾಕ್ಟಸ್ ಗಿಡ ಪೊದೆಗಳು. ಆ ಬಯಲು ಸಹ ರಾಜಹಂಸದ ಒಡೆತನದಲ್ಲಿದೆ ಅಂತೆ, ಆ ಬಯಲಲ್ಲೆ ಸೈನಿಕರು ಕವಾಯತು ಮಾಡುತ್ತಿದ್ದರಂತೆ, ಅದೇ ಬಯಲಲ್ಲಿ ಯಾವ್ಯಾವೋ ಆಟಗಳು ನಡೆಯುತ್ತಿದ್ದವಂತೆ! ಅದೆಲ್ಲ ರಾಜಾ ಪ್ರತಾಪ್ ಸಿಂಗ್ ಮಹಾರಾಜ್‌ಜೀ ಆಡಳಿತಾವಧಿಯಲ್ಲಿ. ಸ್ವಾತಂತ್ರ್ಯ ಪ್ರಾಪ್ತವಾದಂದಿನಿಂದ ಅದಕ್ಕೆ ಹೇಳುವವರು ಕೇಳುವವರು ಇಲ್ಲ. ಅಭಿವೃದ್ಧಿ ಕನಸು ಕಾಣುತ್ತಿರುವ ಆ ಬಡಾವಣೆಯ ನಿವಾಸಿಗಳು ಆ ಮೈದಾನವನ್ನು ಬಯಲು ಕಕ್ಕಸನ್ನಾಗಿ ಪರಿವರ್ತಿಸಿರುವರು. ಬೆಳಗ್ಗೆ ಮತ್ತು ಸಂಜೆ ವೇಳೆಯಲ್ಲಿ ಬಡಾವಣೆಯ ಮಹಿಳೆಯರು ಶೌಚಕ್ಕೆ ಕೂಡ್ರುವುದು ರಾಜಹಂಸದ ಸರಹದ್ದಲ್ಲೆ, ಅದೂ ಎಂದೋ ಬೆಳೆದು ಒಣಗಿರುವ ಮರಗಳ ಮರೆಯಲ್ಲಿ. ಒಟ್ಟಿನಲ್ಲಿ ರಾಜಹಂಸಕ್ಕೆ ಹಗಲು ಇರುಳುಗಳ ನಡುವೆ ವ್ಯತ್ಯಾಸವಿಲ್ಲ.

ಹ್ಹಾಂ ಇನ್ನೊಂದು ಉಲ್ಲೇಖಾರ್ಹ ಸಂಗತಿ ಅಂದರೆ ಆ ಬಡಾವಣೆಯಲ್ಲಿರುವ ಬಹುಪಾಲು ನಿವಾಸಿಗಳು ರಾಜಹಂಸದ ಕಡೆ ಕಣ್ಣೆತ್ತಿ ಸಹ ನೋಡುವುದಿಲ್ಲ. ಇನ್ನು ಅದರಲ್ಲಿ ಸದ್ದುಗದ್ದಲವಿಲ್ಲದೆ ವಾಸವಾಗಿರುವ ಆ ವೃದ್ಧೆಯ ಪೂರ್ವಾಪರ ಒತ್ತಟ್ಟಿಗಿರಲಿ, ಆಕೆಯ ಹೆಸರು ತಿಳಿದುಕೊಳ್ಳುವ ಸೌಜನ್ಯವಿಲ್ಲ. ಆ ವೃದ್ಧೆ ಸಹ ಬಡಾವಣೆಯ ಯಾರನ್ನು ಹತ್ತಿರ ಸೇರಿಸಿಕೊಳ್ಳುವುದಿಲ್ಲ. ಹೀಗಾಗಿ ಪರಸ್ಪರ ಸ್ಪಂದನೆ ಇಲ್ಲವೆ ಇಲ್ಲ.

ಹ್ಹಾಂ ಮತ್ತೊಂದು ಗಮನಾರ್ಹ ವಿಷಯವೆಂದರೆ ಆ ವೃದ್ಧೆ ರಾಜಹಂಸದಲ್ಲಿರುವುದೊ, ರಾಜಹಂಸವೇ ವೃದ್ಧೆಯಲ್ಲಿರುವುದೊ! ಇದು ನಿಗೂಢ ಸಂಗತಿ. ಆಕೆ ಅದರಲ್ಲಿರುವುದು ಇಲ್ಲದೆ ಇರುವುದು ಯಾರಿಗೂ ಸಹ ತಿಳಿಯುವುದಿಲ್ಲ.

ಹೀಗಾಗಿ ಅಲ್ಲಿ ಭಯ ಅಂದರೆ ಭಯ. ಒಂದೆ ಮಾತಲ್ಲಿ ಹೇಳುವುದಾದರೆ ಆ ರಾಜಹಂಸವನ್ನು ಭಯವನ್ನು ನಿರಂತರ ಉತ್ಪಾದಿಸುವ ಫ್ಯಾಕ್ಟರಿಗೆ ಹೋಲಿಸಬಹುದು. ಅಲ್ಲೆಲ್ಲ ಚಲಾವಣೆಯಲ್ಲಿರುವ ವದಂತಿ ಅಂದರೆ ಆ ಬಂಗಲೆಯಲ್ಲೂ ಅದರ ಆಸುಪಾಸಲ್ಲಿರುವ ಮೈದಾನದಲ್ಲು ದೆವ್ವ ಪಿಶಾಚಿಗಳಿವೆ ಎಂಬುದು. ಇಂಥ ಹಲವು ಕಾರಣಗಳಿಂದ ಯಾವ ನರಹುಳ ರಾಜಹಂಸದ ಕಡೆ ಸುಳಿಯುವುದಿಲ್ಲ. ಕಿಟಿಕಿ ಬಾಗಿಲು ಮುರಿದು ಅದೇ ಬಡಾವಣೆಯಲ್ಲಿನ

ಹಲವು ಮನೆಗಳಲ್ಲಿನ ಚರಾಸ್ತಿಯನ್ನು ದೋಚಿರುವ ಕಳ್ಳರು ಆ ಬಂಗಲೆಯ ಕಡೆ ಸುಳಿದಿಲ್ಲದಿರಬಹುದು, ಅಥವಾ ಸುಳಿದಿರಬಹುದು, ಹತ್ತಿರ ಹೋಗಿ ನಿಟ್ಟುಸಿರು ಚೆಲ್ಲಿ ಮರಳಿರಬಹುದು, ಮುಂದೆ ಯಾವತ್ತಾದರು ಸುಳಿಯಬಹುದು, ಯಾರಿಗೆ ಗೊತ್ತು ಕಳ್ಳರ ಮಹಿಮೆ.

ಪ್ರಹರಿಗೋಡೆಯ ಇನ್ನೊಂದು ಪಕ್ಕ ಇದ್ದ ಹೊಂಗೆ ಮರದ ನೆರಳಲ್ಲಿ ಅವರಿಬ್ಬರು ವಿಶ್ರಾಂತಿಗೆಂದು ಕುಳಿತರು. ಅಲ್ಲಿ ಸಿಗರೇಟ್ ಸೇದಲು ಯಾರ ಅಭ್ಯಂತರವಿರಲಿಲ್ಲ. ಅವರ ಬಳಿ ಇದ್ದ ಒಂದೇ ಒಂದು ಸಿಗರೇಟನ್ನು ಒನ್ ಬೈ ಟು ಮಾಡಿಕೊಳ್ಳುವುದೆಂದು ನಿರ್ಧರಿಸಿದರು. ಅದುವರೆಗೆ ಆಕಾಶದ ನಡುವೆ ಇದ್ದ ಸೂರ್ಯ ಪಶ್ಚಿಮಕ್ಕೆ ವಾಲಿದ್ದ. ಆದ್ದರಿಂದ ರಾಜಹಂಸದ ನೆರಳು ತಮ್ಮನ್ನು ಆವರಿಸಿತ್ತು.

ಮಧು ಎರಡು ಧಂ ಎಳೆದ ಬಳಿಕ ಪ್ರಮೋದನಿಗೆ ಅದನ್ನು ಹಸ್ತಾಂತರಿಸಿ ರಾಜಹಂಸದ ಕಡೆ ದೃಷ್ಟಿ ಸಾರಿದ. ಮುಳ್ಳುಕಂಟೆಗಳ ನಡುವೆ ಶೋಚನೀಯ ಸ್ಥಿತಿಯಲ್ಲಿದ್ದ ಅದು ಆ ಫೋಟೋಗ್ರಾಫರ್ ಕಣ್ಣಿಗೆ ಬೇರೊಂದು ರೀತಿ ಗೋಚರಿಸಿತು. ಅದೇ ತಾನೆ ಹಾರಿದ ಗಿಡದ ಮೇಲಿದ್ದ ಕಾಗೆಯ ನೆರಳು ರಾಜಹಂಸವನ್ನು ನುಂಗುತ್ತಿರುವಂತೆ ಭಾಸವಾಯಿತು. ಅವನು ತಕ್ಷಣ ಆ ದೃಶ್ಯವನ್ನು ಸೆರೆಹಿಡಿದ 'ಓಹ್ ಫೆಂಟಾಸ್ಟಿಕ್' ಎಂದು ಉದ್ಗರಿಸಿದ.

ಅವರು ಕುಳಿತಿದ್ದ ಸ್ಥಳ ಸ್ವಲ್ಪ ಎತ್ತರವಿತ್ತು, ಅಂದರೆ ಅಲ್ಲೊಂದು ಮಂಟಪವಿತ್ತು, ಅದು ಕಾಲಕ್ರಮೇಣ ಮಣ್ಣಿನಿಂದ ಮುಚ್ಚಿ ದಿಬ್ಬವಾಗಿ ಮಾರ್ಪಾಡಾಗಿತ್ತು, ಅವರು ದೂರದ ಸಾರ್ವಜನಿಕರ ಕಣ್ಣಿಗೆ ಬೀಳುತ್ತಿರಲಿಲ್ಲ. ಅವನ ಜೊತೆ ಇದ್ದ ಪ್ರಮೋದನ ದೃಷ್ಟಿಗೆ ಬಡಾವಣೆ ಮಾತ್ರವಲ್ಲದೆ ಸಾಗರದ ನೈರುತ್ಯ ಭಾಗ ಗೋಚರಿಸುತ್ತಿತ್ತು. ಗುಣಸಾಗರಕ್ಕೆ ತನ್ನದೇ ಆದ ಇತಿಹಾಸವಿರುವುದೆ! ಇದ್ದರೆ ಅದು ಅದು ಎಷ್ಟು ಶತಮಾನಗಳಷ್ಟು ಪೂರ್ವದ್ದು, ಅದಕ್ಕೆ ಸಂಬಂಧಿಸಿ ಕೋಟೆ ಕೊತ್ತಳ ಬುರುಜುಗಳು ಇರುವವೆ, ಇಲ್ಲವೆ! ಇದ್ದರೂ ನಾಶವಾಗಿವೆಯೆ! ಇನ್ನು ವೀರಗಲ್ಲು ಮಾಸ್ತಿಕಲ್ಲುಗಳು!

ಮುಖ್ಯವಾಗಿ ರಾಜಾಪ್ರತಾಪ್‌ಸಿಂಗ್ ಸ್ಥಳೀಯ ರಾಜರೆ, ಅಥವಾ ಬಲಿಷ್ಠ ರಾಜನ ಸಾಮಂತರೆ! ಸಿಂಗ್ ಮತ್ತು ಉತ್ಪಲಾ ಪಂಡಿತ್‌ರ ನಡುವಿನ ಸಂಬಂಧವೇನು! ಅವರಿಬ್ಬರು ಅವಿವಾಹಿತರೆ! ಪರಸ್ಪರ ಒಪ್ಪಂದದ ಮೇಲೆ ಜೊತೆಯಾಗಿದ್ದರೆ! ಇದ್ದರೆ ರಾಜರಿಗೆ ಈ ವಿಶ್ವಸುಂದರಿ ಎಷ್ಟನೆ ಪತ್ನಿ! ಹಾಗಿದ್ದರೆ ಉಳಿದ ಪತ್ನಿಯರು ಇದ್ದರೆ ಎಲ್ಲಿರುವರು! ಅವರಿಗಿರಬಹುದಾದ ಮಕ್ಕಳು, ಅಂದರೆ ಈ ಸಂಸ್ಥಾನದ ಉತ್ತರಾಧಿಕಾರಿಗಳು! ಈಕೆಯ ವಿವಾಹೋತ್ತರ ಜೀವನದಲ್ಲಿ ಚಿತ್ರವಿಚಿತ್ರ ತಿರುವುಗಳಿರುವವು ಎಂದೆನ್ನಿಸಿತು. ಅವುಗಳ

ಮೂಲವನ್ನು ಸಂಶೋಧಿಸಿದರೆ ಮಾತ್ರ ಆಕೆಯ ವಾರ್ಧ್ಯಕ್ಯೋತ್ತರ ಜೀವನ ಚರಿತ್ರೆ ರಚಿಸಲು ಸಾಧ್ಯ!

ಪ್ರಮೋದ ಬಂಗಲೆ ಕಡೆ ತೀಕ್ಷ್ಣ ನೋಟ ಬೀರಿ ನಿಟ್ಟುಸಿರುಬಿಟ್ಟ.

* * *

ಡಾ. ಧ್ರುವಕುಮಾರ್ ಆ ದಿವಸ ಅವರೊಂದಿಗೆ ಇದ್ದದ್ದು ತೀರಾ ಆಕಸ್ಮಿಕ. ಅದೇ ಏರಿಯಾದಲ್ಲಿ ಯಾವುದೋ ಮಧ್ಯವಯಸ್ಕ ಮಹಿಳೆಯ ಮೈಯೊಳಗೆ ದೆವ್ವ ಸೇರಿಕೊಂಡಿತ್ತಂತೆ, ಅದನ್ನು ಆಕೆಯ ದೇಹದಿಂದ ಓಡಿಸಲು ಆತ ಆ ಮನೆಗೆ ಹೋಗಿದ್ದ. ಅಲ್ಲಿಂದ ಮರಳುವಾಗ ಅವರನ್ನು ಅಚಾನಕ್ಕಾಗಿ ಭೇಟಿಯಾಗಿ 'ಓಹ್ ಇದೇನು ನಿಮ್ಮ ಮನೆ' ಎಂದು ಉದ್ಗರಿಸುತ್ತ ಆ ಮನೆಯನ್ನು ಪ್ರವೇಶಿಸಿದ್ದ.

ಲೇಖಕರ ಸಾಹಿತಿಗಳ ಕಲಾವಿದರ ಕಾಮನ್ ಸೈಕಾಲಾಜಿ ತನಗೆ ಗೊತ್ತು. ಅದರ ಕುರಿತು ತನಗೆ ಹೆಚ್ಚು ಆಸಕ್ತಿ ಇತ್ತು. ಆದ್ದರಿಂದ ಪ್ರವೇಶಿಸಿದೊಡನೆ ಮನೆ ಒಳಗೆಲ್ಲ ತಿರುಗಾಡಿದ. ಬುಕ್‌ಸೆಲ್ಫ್‌ಗಳನ್ನು ನೋಡಿ 'ಓಹ್ ಎಷ್ಟೊಂದು ಪುಸ್ತಕಗಳು!' ಎಂದು ಉದ್ಗರಿಸಿದ. ಅಲ್ಲದೆ ಅಲ್ಲಲ್ಲಿ ಚದುರಿದ ಸ್ಥಿತಿಯಲ್ಲಿದ್ದ ಅಪೂರ್ಣ ಚಿತ್ರಗಳನ್ನು, ಪೂರ್ಣಗೊಂಡಿದ್ದ ಚಿತ್ರಗಳನ್ನು ನೋಡಿ 'ಓಹ್ ನೀವು ಸಾಹಿತಿ ಮಾತ್ರವಲ್ಲ ಚಿತ್ರಕಲಾವಿದರು ಸಹ! ಆದ್ದರಿಂದ ನೀವು ಸೈಕಾಲಾಜಿಕಲ್ಲಿ ಡಿಸ್ಟರ್ಬ್ ಆಗಿರ್ತೀರಿ, ಇದು ಕಾಮನ್' ಎಂದು ಉದ್ಗರಿಸಿದ. ಅಲ್ಲದೆ ಪುನಃ ತಾನೆ,

"ನಿಮ್ಮ ಬಗ್ಗೆ ನನಗಿದ್ದ ಭಾವನೆಗಳೆ ಬೇರೆ, ಆದರೆ ನೀವು ಇರೋದೆ ಬೇರೆ, ಅದಕ್ಕೆ ರೆಸ್ಟ್‌ಲೆಸ್ ಆಗಿರ್ತೀರಿ ಸದಾ. ನಾನು ಸೈಕೊಲಾಜಿಸ್ಟ್ ಮತ್ತು ಸೈಕಿಯಾಟ್ರಿಸ್ಟ್ ಆಗಿ ನಿಮಗೆ ಸಲಹೆ ನೀಡುವುದೆಂದರೆ ಸ್ಟ್ರೆಸ್ ನಿವಾರಿಸಿಕೊಳ್ಳುವುದರ ಕಡೆ ಗಮನ ಹರಿಸಿ, ಪ್ರತಿದಿನ ಅರ್ಧ ಗಂಟೆ ಧ್ಯಾನ ಪ್ರಾಣಯಾಮ ಮಾಡಿದರೆ ಒಳ್ಳೆಯದು' ಎಂದು ತನ್ನ ಅನುಚಿತ ಮಾತುಗಳನ್ನು ಹೇಳಿದ.

ಆಗ ಅದೇ ತಾನೆ ಕಾಫಿ ಬಟ್ಟಲುಗಳಿದ್ದ ಟ್ರೇ ಹಿಡಿದು ಬಂದ ಸುಶೀಲಾ,

"ಡಾಕ್ಟರೆ ಹೇಳಿ ಕಳಿಸಿದಂತೆ ನೀವು ಬಂದಿರುವಿರಿ, ಅಲ್ಲೆಲ್ಲೊ ಸತ್ತಿರುವ ವ್ಯಕ್ತಿ ದೆವ್ವವಾಗಿ ಜೀವಂತವಿರೋ ವ್ಯಕ್ತಿ ಮೈಯೊಳಗೆ ಸೇರಿರುವುದು ಮುಖ್ಯವಲ್ಲ, ಆದರೆ ಇವರ ಮೈಯೊಳಗೆ ಜೀವಂತ ವ್ಯಕ್ತಿಯೇ ಸೇರಿದ್ದಾರೆ, ಸತ್ತಿರುವ ವ್ಯಕ್ತಿಗಿಂತ ಬದುಕಿರುವ ವ್ಯಕ್ತಿ ಡೇಂಜರ್ ತಾನೆ!" ಎಂದು ಹೇಳುತ್ತ ಕಪ್ಪುಗಳನ್ನು ವಿತರಿಸಿದಳು.

ಆಕೆಯ ಮಾತಿನಿಂದ ಮಹಿಗೆ ಇರುಸು ಮುರುಸಾಯಿತು. ಅದನ್ನು ಅರ್ಥ ಮಾಡಿಕೊಂಡ ಪ್ರಮೋದ, "ಡಾಕ್ಟರೆ, ಆ ವೃದ್ಧೆ ಪ್ರಥಮ ನೋಟಕ್ಕೇನೆ ನೋಡಿದವರ ಅಂತರಂಗವನ್ನು ಕಬ್ಜಾ ಮಾಡುವುದು. ಆರಂಭದಲ್ಲಿ ನಾನು ಭಾವಿಸಿದ್ದು ಹಾಗೇನೆ. ಆ ಹಿರಿಯ ಗೌರವಾನ್ವಿತೆ ವಿಸ್ಮಯಗಳ ಮೂಟೆ, ಸಿಸ್ಟರ್ ಹೇಳಿದ್ದರಲ್ಲಿ ತಪ್ಪಿಲ್ಲ. ಆಕೆ ಕೇವಲ ಮಹಿಯ ಮನಸ್ಸಲ್ಲಿ ಮಾತ್ರವಲ್ಲ, ಆಕೆ ನಮ್ಮೆಲ್ಲರಲ್ಲಿ ಈ ಕ್ಷಣದವರೆಗೆ ದಿಗ್ಭ್ರಮೆ ಹುಟ್ಟಿಸುತ್ತಲೇ ಇದ್ದಾಳೆ. ನೀವು ಆಕೆನ ಒಮ್ಮೆ ನೋಡಿರಿ, ಆಕೆ ಸಂಗಡ ಮಾತಾಡಿರಿ, ಆಗ ತಿಳಿತದೆ ಆಕೆ ಏನೂಂತ!" ಎಂದು ಸಾವಧಾನದಿಂದ ವಿವರಿಸಿದ.

ಅದನ್ನು ಉಳಿದ ಇಬ್ಬರು ಅನುಮೋದಿಸಿದರು. ಕಾರಣ ರಾಜಹಂಸ ಪ್ರವೇಶ ತಮ್ಮೆಲ್ಲರಿಗೆ ಸಲೀಸಾಗಿತ್ತು. ಅಲ್ಲಿ ತಮ್ಮನ್ನು ತಡೆಯುತ್ತಿದ್ದ ನೇಪಾಳಿ ಈಗ ತಮ್ಮ ಗುಂಪಿನ ಸದಸ್ಯ, ಹ್ಞಾಂ ಅಂದಹಾಗೆ ಮಾಹಿತಿ ನೀಡಿದ್ದಂತೆ ಯುಗಂಧರ್ ಬಡೇಲಡಕು ಏರ್‌ಪೋರ್ಟ್‌ನಲ್ಲಿ ಬೆಳಗ್ಗೇನೆ ಲ್ಯಾಂಡಾಗಿರಬಹುದು, ಅಲ್ಲಿಂದ ಆತ ಫಿಯೆಟಲ್ಲಿ ಆಗ ಹೊರಟಿದ್ದ ಪಕ್ಷದಲ್ಲಿ ಈಗ ಇನ್ನೊಂದು ಸ್ವಲ್ಪ ಹೊತ್ತಿಗೆ ಸಾಗರನ ರೀಚ್ ಆಗಬಹುದು. ಕಾರಣ ಆತಗೆ ರಾಜಹಂಸದ ಹಾಗೂ ಮಹಾರಾಣಿಯ ಹಲವು ರಹಸ್ಯ ಸಂಗತಿಗಳ ಮಾಹಿತಿ ಇದ್ದಿರಬಹುದು.

ಮಧುನ ಮಾತುಗಳನ್ನು ಸೂಕ್ಷ್ಮವಾಗಿ ಆಲಿಸುತ್ತಿದ್ದ ಡಾ. ಧ್ರುವ್, "ಈ ಹೆಸರು ಇತ್ತೀಚೆಗೆ ಇಲ್ಲೆಲ್ಲ ಪಾಪ್ಯುಲರ್. ಯಾರು ಆ ಯಗಂಧರ್!" ಎಂದು ಕೇಳಿದರು.

ಉಳಿದಿಬ್ಬರಿಗಿಂತ ಆತ ತನಗೆ ಹೆಚ್ಚು ಪರಿಚಿತನಿದ್ದುದರಿಂದ ಮಧು ನಾಲ್ಕಾರು ಮಾತುಗಳಲ್ಲಿ ಆತನ ವ್ಯಕ್ತಿತ್ವವನ್ನು ಡಾಕ್ಟರ್ ಮನಸ್ಸಿನಲ್ಲಿ ಪ್ರತಿಷ್ಠಾಪಿಸಿದ. ಅದರಿಂದ ಪ್ರಭಾವಿತನಾಗಿ ಧ್ರುವ್ 'ಓಹ್ ಐಸೀ' ಎಂದು ಸಾಂಪ್ರತು ಉದ್ಗರಿಸಿದ. ರೆಪ್ಪೆ ಹುಬ್ಬುಗಳೂ ಸೌಂದರ್ಯ ಪ್ರಸಾಧನಗಳಲ್ಲಿ ಒಂದು ಪ್ರಮುಖ ಭಾಗವೆಂದು ತನಗೆ ಆ ಕ್ಷಣದವರೆಗೆ ತಿಳಿದಿರಲಿಲ್ಲವಂತೆ! ಸ್ಮಶಾನಕ್ಕೆ ತೀರಾ ಹತ್ತಿರದಲ್ಲಿರುವವರಲ್ಲೂ ಸೌಂದರ್ಯ ಪ್ರಜ್ಞೆ ಇರುವುದೆಂದರೆ! ದಿನಂಪ್ರತಿ ಅವರು ಮೇಕಪ್ ಕಳಚುವುದಿಲ್ಲ ಅಂದರೆ!

ಓಹ್ ಮೈ ಗಾಡ್ ಸೌಂದರ್ಯಪ್ರಜ್ಞೆಯೇ ಅವರನ್ನು ಸಾವಿನಿಂದ ರಕ್ಷಿಸುತ್ತಿರುವುದು!

'ಓಹ್ ಅಂದಹಾಗೆ ಅವರು ಮಾಜಿ ವಿಶ್ವಸುಂದರಿಯವರೇನು!' ಎಂದು ಆತ ತನಗರಿವಿಲ್ಲದಂತೆ ಉದ್ಗರಿಸಿದ. ಆ ಉದ್ಗಾರದಿಂದ ಸುಶೀಲಾ ಒಳಗೊಂಡಂತೆ ಉಳಿದೆಲ್ಲರು ಆಶ್ಚರ್ಯಚಕಿತರಾದರು. ಓಹ್ ಎಷ್ಟು ಕರೆಕ್ಟಾಗಿ ಡಾಕ್ಟರ್ ಅಸೆಸ್ ಮಾಡಿದರು! ನೋಡದೇನೆ ಇಷ್ಟು, ಇನ್ನು ನೋಡಿದ ಬಳಿಕ ಇನ್ನೆಷ್ಟೋ! ಅವರಿಗೆ

ತಮ್ಮ 'ಮಹಾರಾಣಿ ಅಭಿಮಾನಿ ಬಳಗ'ದ ಗೌರವ ಸದಸ್ಯತ್ವನ್ನು ನೀಡಿದರೆ ಹೇಗೆ! ಆ ಪಂಥಾಹ್ವಾನವನ್ನು ಅವರು ಸ್ವೀಕರಿಸದಿದ್ದರೆ! ಸಮಾಧಾನದ ಸಂಗತಿ ಅಂದರೆ ಕೇಳಿದೊಡನೆ ಅವರು ತಕರಾರು ಎತ್ತದೆ 'ಎಸ್' ಎಂದು ಸಮ್ಮತಿ ಸೂಚಿಸಿದರು. ಅವರಿಂದ ತಮ್ಮ ಬಳಗದ ವಿಶ್ವಾಸ ಹೆಚ್ಚಿತು.

ಅಟ್ ಎ ಟೈಂ ಆ ಕಡೆಯಿಂದ ಯುಗಂಧರನಿಂದಲೂ, ಈ ಕಡೆಯಿಂದ ಮಾನಸ ಚಿಕಿತ್ಸಾಲಯದಿಂದಲೂ ಫೋನ್ ಬಂದವು. 'ಅರೆ ಯುಗಂಧರ್ ಇಲ್ಲೆಲ್ಲೋ ಹತ್ತಿರದಲ್ಲಿರುವವನು, ಅವನು ಇನ್ನೊಂದೈದು ನಿಮಿಷದಲ್ಲಿ ಬರುವವನು' ಎಂದು ಮಧು ಹೇಳುವುದಕ್ಕು, 'ಆಸ್ಪತ್ರೆಯಲ್ಲಿ ಒಬ್ಬ ಸ್ಕೀಜೋಫೆನಿಕ್ ಪೇಷಂಟ್ ಕಾಯ್ತಿದ್ದಾರೆ, ಅವರನ್ನು ನೋಡಿ ಪುನಃ ಬರುವೆ' ಎಂದು ಡಾ. ಧ್ರುವ್ ಹೇಳುವುದಕ್ಕು ಸರಿ ಹೋಯಿತು. ಅದಕ್ಕೆ ಪ್ರಮೋದ್, 'ಸಾರ್ ನೀವು ಜೊತೇಲಿದ್ದರೆ ಚೆನ್ನಾಗಿತ್ತು!' ಎಂದನು, ಅದಕ್ಕೆ ಡಾಕ್ಟರ್,

"ಕಾಯ್ತಿರುವುದು ವೆರ್ರಿ ಇಂಪಾರ್ಟೆಂಟ್ ಪರ್ಸನ್, ಗಾಂಧೀಜಿ ಒಡನಾಡಿಯಾಗಿದ್ದ ವೃದ್ಧರು, ಅಲ್ಲದೆ ಗುಣಸಾಗರ ಕ್ಷೇತ್ರದ ಪ್ರಥಮ ಶಾಸಕರು, ಶಾಮಸುಂದರರಾಯರೂಂತ. ಅವರೂ ವಿಶ್ವಸುಂದರೀಜಿಯವರ ಸಮಕಾಲೀನರಿರಬಹುದು, ಸ್ವಲ್ಪ ಕಾಂಪ್ಲಿಕೇಟೆಡ್ ಪರ್ಸನ್, ಹದಿನೈದು ನಿಮಿಷ ತಪ್ಪಿದರೆ ಅರ್ಧ ಗಂಟೇಲಿ ಬಂದು ನಿಮ್ಮನ್ನು ಜಾಯಿನ್ ಆಗ್ತೀನಿ" ಎಂದು ಹೇಳಿದರು. ಅವರ ಧ್ವನಿಯಲ್ಲಿ ಮರುಕವಿತ್ತು.

ತನಗೆ ತಿಳಿದಿರುವ ಇನ್ನೊಬ್ಬ ಸ್ಕ್ರೀಜೋಪೆನಿಕ್ ಪೇಷೆಂಟ್ ಅಂದರೆ ಸಂಜೀವಯ್ಯನವರು. ಸಂಜೀವಯ್ಯನವರಿದ್ದಿರಬಹುದೆ! ನೆನಪಿಸಿಕೊಂಡರೆಲ್ಲಿ ಸಂಜೀವಯ್ಯ ವಿಶ್ವಸುಂದರಿಯವರ ಸ್ಥಾನವನ್ನು ಆಕ್ರಮಿಸುವರೊ ಎಂಬ ಆತಂಕ! ಆದ್ದರಿಂದ ಮಹಿ ನೇರವಾಗಿ ಕೇಳಲಿಲ್ಲ. ಆತ ಡಾಕ್ಟರ್‌ಗೆ ಹೀಗೆ ಹೇಳಿದ, "ತೀರಾ ಅನಿವಾರ್ಯತೆ ಇದ್ದರೆ ದಯವಿಟ್ಟು ಹೋಗಿರಿ, ಈ ಉತ್ಪಲಾ ಮೇಡಂ ಸಹ ನಿಮಗೆ ಒಳ್ಳೆಯ ಸಬ್ಜಕ್ಟ್, ನೀವು ಮಾಡ್ತಿರೋ ಪಿಹೆಚ್ಡಿಗೆ ವಿಶ್ವಸುಂದರಿ ಹೆಲ್ಪಾಗ್ತಾರೆ" ಎಂದು ಅತ್ಯಂತ ವಿನಯದಿಂದ ಹೇಳಿದ.

ತನ್ನ ಗಂಡ ತುಂಬಾ ಪೊಲೈಟಾಗಿದ್ದಾನೆ! ಸುಶೀಲಾಳಿಗೆ ಇಷ್ಟವೆನಿಸಿತು.

ಇದ್ದಕ್ಕಿದ್ದಂತೆ ಮಧು ಏನನ್ನೋ ನೆನಪಿಸಿಕೊಂಡು, "ಸಾರ್ ಯುಗಂಧರ್ ಒಳ್ಳೆ ಇಂಟರೆಸ್ಟಿಂಗ್ ಪರ್ಸನ್, ಕನ್ನಡ ಹಿಂದಿ ಹೊರತುಪಡಿಸಿ ಉಳಿದೆಲ್ಲ ವಿದೇಶಿ ಭಾಷೆಗಳು ಆತಗೆ ಗೊತ್ತು, ಪ್ರಪಂಚದ ಸೆಲಿಬ್ರಿಟೀಸ್ ನಿಕಟವರ್ತಿ. ಹಾಲಿಹುಡ್‌ನ ಏಂಜಲೇನಾ ಜ್ಯೂಲಿ ಬಳಿ ಏಳೆಂಟು ವರ್ಷ ಇದ್ದ ವ್ಯಕ್ತಿ, ನೀವು ಆತನನ್ನು ಮೀಟ್ ಮಾಡಿದ್ದರೆ ಚೆನ್ನಾಗಿತ್ತು" ಎಂದು ಆತುರದಿಂದ ಹೇಳಿದ.

ಅದಕ್ಕೆ ಡಾ. ಧ್ರುವ್, "ಖಂಡಿತ ಬರ್ತೀನಿ" ಎಂದು ಹೇಳುತ್ತ ಕಾರ್ ಸ್ಟಾರ್ಟ್ ಮಾಡಿದ. ಕೇವಲ ನೂರು ಅಡಿ ದೂರದಲ್ಲಿ ಈ ಕಾರು ಆ ಕಡೆಗೂ, ಯುಗಂಧರನಿದ್ದ ಟ್ಯಾಕ್ಸಿ ಈ ಕಡೆಗೂ!

* * *

ಆ ನಾಲ್ಕಾರು ಮಂದಿ ಇದ್ದ ಎರಡು ಕಾರುಗಳು ರಾಜಹಂಸದ ಕಡೆ ಹೊರಟವು, ಅದೇ ವೇಳೆಗೆ ಸರಿಯಾಗಿ ನಗರದಲ್ಲಿ ಕೋಲಾಹಲ ಜರುಗಿತು, ಯಾರನ್ನೋ ಕೇಳಿದ್ದಕ್ಕೆ,

'ಅಲ್ಲೆಲ್ಲೋ ಕಳ್ಳರನ್ನು ಪೊಲೀಸರು ಬಂಧಿಸಿದ್ದಾರೆ' ಎಂದು ಹೇಳಿದರು. ಸಾಗರದಲ್ಲಿ ಕಳ್ಳರ ದಾಂಧಲೆ ಹೆಚ್ಚಿತ್ತು, ಆದರೆ ಅವರು ಇಂಥವರೆ ಎಂದು ಪತ್ತೆ ಹಚ್ಚಲು ಪ್ರಯತ್ನಿಸಿ ಪೊಲೀಸರು ಸೋತಿದ್ದರು. ಕೇಳಿದ್ದಕ್ಕೆ ನಗರದ ಡಿವೈಎಸ್ಪಿ ಶಂಕರಾನಂದ್,

"ಬುದ್ಧಿವಂತರಾದ ನೀವೆ ಇಂಥ ಪ್ರಶ್ನೆ ಕೇಳುವುದೆ! ಕಳ್ಳರು ಕಳ್ಳರಂತೆ ಇದ್ದರಲ್ಲವೆ ಇಂಥವರೆ ಕಳ್ಳರು ಎಂದು ಗುರುತಿಸುವುದು, ಬಂಧಿಸುವುದು! ಆದರೆ ಕಳ್ಳರು ಸಜ್ಜನರ ವೇಷದಲ್ಲಿದ್ದರೆ ಹೇಗೆ ಗುರುತಿಸಲು ಸಾಧ್ಯ! ಆದ್ದರಿಂದ ಲೇಖಕರು ಬುದ್ಧಿಜೀವಿಗಳಾದ ನೀವು ಕಳ್ಳರೆ ನೀವು ಕಳ್ಳರಂತೆ ಗೋಚರಿಸಿ ಪೊಲೀಸರಿಗೆ ಸಹಕರಿಸಿರಿ ಎಂದು ಮನವಿ ಮಾಡಿಕೊಳ್ಳಿರಿ, ಆಗೇನಾದರು ಮನಃಪರಿವರ್ತನೆ ಜರುಗಬಹುದು, ಅವರನ್ನು ಬಂಧಿಸಲು ಸುಲಭವಾಗಬಹುದು" ಎಂದು ತಮಾಷೆ ಶೈಲಿಯಲ್ಲಿ ಹೇಳಿದ್ದರು.

ಅದನ್ನು ಕೇಳಿದವರು ನಕ್ಕಿದ್ದರು. ಒಬ್ಬರ ಪತ್ರಕರ್ತ ಅವರಿಗೆ, "ನಿಮಗೆ ಒಳ್ಳೆಯ ಹ್ಯೂಮರ್ ಸೆನ್ಸಿದೆ ಸಾರ್ ಅದನ್ನು ಡೆವಲಪ್ ಮಾಡಿಕೊಂಡರೆ ಒಳ್ಳೆಯ ಕಾಮಿಡಿ ಆರ್ಟಿಸ್ಟ್ ಆಗುವಿರಿ" ಎಂದು ಪ್ರಶಂಸಿದ್ದ. ಅದಕ್ಕು ಖುಷಿಪಟ್ಟಿದ್ದ ಆ ಪೊಲೀಸ್ ಅಧಿಕಾರಿ.

ಅದೆಲ್ಲ ನೆನಪಾಯಿತು ಫಿಯೆಟಲ್ಲಿದ್ದ ಮಧುಗೆ, ಅಂಬಾಸಿಡರಲ್ಲಿದ್ದ ಮಹಿಗೆ. ಅಲ್ಲಿ ಯಾವುದೊ ಸರ್ಕಲ್ಲಲ್ಲಿ ಕಾರುಗಳನ್ನು ನಿಲ್ಲಿಸಿದರು. ಅಲ್ಲಿ ಜನರು ಗುಂಪುಗೂಡಿ ಕಳ್ಳರ ಬಂಧನದ ಸಂಗತಿ ಕುರಿತು ಮಾತಿನ ವಿನಿಮಯ ನಡೆಸಿದ್ದರು. ತಮ್ಮ ಪುಣ್ಯಕ್ಕೆ ಅಗೋ ಅಲ್ಲಿ ಅದೇ ಪೊಲೀಸ್ ಅಧಿಕಾರಿ ಶಂಕರಾನಂದ್ ಒಳ್ಳೆಯ ಲಹರಿಯಲ್ಲಿ ನಿಂತಿದ್ದರು. ಲಾ ಅಂಡ್ ಆರ್ಡರ್ ಸಲುವಾಗಿ, ಅದು ಹತ್ತಾರು ಕನಿಷ್ಠಬಿಲ್ಲೆಗಳ ನಡುವೆ. ಹತ್ತಿರ ಹೋದೊಡನೆ ಗುರುತಿಸಿ ಕೈ ಎತ್ತಿದರು. 'ಓಹ್ ಬನ್ನಿ ಬನ್ನಿ ಕೊನೆಗು ಆ ಭಗವಂತ ನಿಮ್ಮ ಆಸೇನ ನೆರವೇರಿಸಿದ ನೋಡಿ ಮಹೇಂದ್ರ' ಎಂದು ಅವರೆ ಸಾಂಪ್ರತು ಹೇಳಿದರು.

ಮಹಿಗೆ ಸಂದೇಹ ಕಾಡಿತು. ಕಳ್ಳರು ಪೊಲೀಸರಿಗೆ ಸರಂಡರಾದರೆ! ಅಥವಾ ಪೊಲೀಸರೆ ಕಳ್ಳರಿಗೆ ಸರಂಡರಾದರೆ! ಯಾಕೆಂದರೆ ಗುಣಸಾಗರದ ಲಾ ಅಂಡ್ ಆರ್ಡರ್ ಇತಿಹಾಸದಲ್ಲಿ ಪೋಲಿಸರು ಎಂದು ಕಳ್ಳರನ್ನು ಬಂಧಿಸಿದ ಉದಾಹರಣೆ ಇಲ್ಲ. ಅವರೆ ರೋಸಿ ಬಂಧನಕ್ಕೊಳಗಾಗಬೇಕು. ಆದರೆ ಈ ಘಟನೆ!

ಮಹಿ, "ಕಂಗ್ರಾಚ್ಯುಲೇಷನ್ಸ್ ಸಾರ್ ಕೊನೆಗು ಕಳ್ಳರನ್ನು ಬಂಧಿಸಿ ಸಾಗರದ ಪ್ರಜೆಗಳ ವಿಶ್ವಾಸಕ್ಕೆ ಪಾತ್ರರಾದಿರಿ" ಎಂದು ಅಭಿನಂದನೆಗೆ ಸಂಬಂಧಿಸಿದ ಮಾತುಗಳನ್ನು ಹೇಳಿದ, ಜೊತೆಗೆ ಹಸ್ತಲಾಘವ ಮಾಡಲೆಂದು ಮುಂದಕ್ಕೆ ಬಲಗೈ ಚಾಚಿದ. ಆದರೆ ಶಂಕರಾನಂದ್ ತಮ್ಮ ಬಲಗೈಯನ್ನು ಬೆನ್ನ ಹಿಂದೆ ಅಡಗಿಸಿಟ್ಟುಕೊಂಡರು. "ಪ್ರಾಮಾಣಿಕವಾಗಿ ಹೇಳಬೇಕೆಂದರೆ ಇದರಲ್ಲಿ ನಗರದ ಪೊಲೀಸರ ಪಾತ್ರ ಎಳ್ಳಷ್ಟು ಇಲ್ಲ, ನೀವು ಥ್ಯಾಂಕ್ಸ್ ಕೊಡುವುದಿದ್ದರೆ ರಾಜಹಂಸದಲ್ಲಿರುವ ಅಜ್ಜಿಗೆ ಕೊಡಿರಿ, ಕಳ್ಳರನ್ನು ಹಿಡಿದುಕೊಟ್ಟಿದ್ದು ಆಕೆ" ಎಂದು ಪ್ರಶಂಸಾರ್ಹ ಮಾತುಗಳನ್ನು ಹೇಳಿದರು.

ಅದನ್ನು ಕೇಳಿದೊಡನೆ ಮಹಿ ಹಾಗೂ ಮತ್ತವರ ಸಂಗಡಿಗರು ದಿಗ್ಭ್ರಾಂತರಾದರು. ಅವರು ತಮಾಷೆ ಮಾಡುತ್ತಿಲ್ಲವಷ್ಟೆ, ಓ ಮೈ ಗಾಡ್! ಒಬ್ಬ ಯಕಃಶ್ಚಿತ್ ವೃದ್ಧೆ ಹತ್ತಾರು ಮಂದಿ ಕಳ್ಳರನ್ನು ಪೊಲೀಸರಿಗೆ ಒಪ್ಪಿಸುವುದೆಂದರೇನು! ಮೊದಲಿಗೆ ಅವರ್‍ಯಾರಿಗು ನಂಬಿಕೆ ಬರಲಿಲ್ಲ, ಅಂತಿಮವಾಗಿ ನಂಬುವುದು ಅನಿವಾರ್ಯವಾಯಿತು.

ವಿಶ್ವಸುಂದರಿ ಅಮ್ಮನವರ ಬಗ್ಗೆ ಹೆಮ್ಮೆಪಡುವ ಈ ಸಂತೋಷದ ಕ್ಷಣವನ್ನು ಸೆಲೆಬಿರೇಟ್ ಮಾಡದಿದ್ದರೆ ಹೇಗೆ! ಯುಗಂಧರ್ ಮತ್ತದೆ ಸ್ಪ್ಯಾನಿಷ್ ಅಕ್ಸೆಂಟಲ್ಲಿ,

"ಉತ್ಪಲಾ ಅಜ್ಜಿ ಮೇಡಂ ಅವರು ತಮ್ಮ ವಾರಿಗೆಯ ಮುದುಕಿಯರಿಗಿಂತ ತುಂಬಾನೆ ಡಿಫರೆಂಟ್ ಗೆಳೆಯರೆ. ನಿಮಗೆ ತಿಳಿದಿರುವುದೊ ಇಲ್ಲವೊ, ಅವರು ಒಂದು ಕಾಲದಲ್ಲಿ ಬ್ರೂಸ್‌ಲಿ ಫ್ರೆಂಡಾಗಿದ್ದರು, ಅಲ್ಲದೆ ಅವರಿಂದ ಇವರು ಕರಾಟೆ ಕಲ್ತರು. ಅವರು ಆ ವಯಸ್ಸಿನಲ್ಲಿ ಜಾಕಿಛಾನ್‌ನನ್ನು ಎತ್ತಿ ಆಡಿಸಿದವರು. ಈ ವಯಸ್ಸಲ್ಲೂ ಅಜ್ಜಿ ಮೇಡಂ ಮಾರ್ಷಲ್ ಆರ್ಟನ ಪ್ರಾಕ್ಟೀಸ್ ಮಾಡ್ತಿರ್ತಾರೆ ಗೆಳೆಯರೆ. ಇದಕ್ಕೆ ಕಪಾಟುಗಳಲ್ಲಿ ಪುರಾವೆಗಳಿವೆ, ಬೇಕಿದ್ದರೆ ಹುಡುಕಿ ನೋಡಬಹುದು" ಎಂದು ಹೇಳಿದ ಅತ್ಯಂತ ಹೆಮ್ಮೆಯಿಂದ. ಉಳಿದವರೆಲ್ಲರೂ ಆ ವಿಶಿಷ್ಟ ವ್ಯಕ್ತಿ ಕಡೆ ಅಭಿಮಾನಪೂರ್ವಕವಾಗಿ ನೋಡಿದರು.

ಯುಗಂಧರ್ ಅವರೆಲ್ಲರನ್ನು ಹತ್ತಿರದ ಕೆಫೆಗೆ ಕರೆದೊಯ್ದು. ತಾನೆ ಆರ್ಡರ್ ಮಾಡಿ ಒಳ್ಳೆಯ ಕಾಫಿ ತರಿಸಿದ, ಜೊತೆಗೆ ಅವರವರ ಬ್ರಾಂಡ್ ಸಿಗರೇಟ್‌ಗಳನ್ನು ಸಹ.

ಮಧು ಇದ್ದಕ್ಕಿದ್ದಂತೆ "ಈ ಸುಸಂದರ್ಭದಲ್ಲಿ ಡಾಕ್ಟರ್ ಧ್ರುವಕುಮಾರ್ ಇದ್ದರೆ ಚೆನ್ನಾಗಿತ್ತು" ಎಂದು ಹೇಳಿದ, ಅದಕ್ಕೆ ಪ್ರಮೋದ ಬಾಗಿಲ ಕಡೆ ಕೈ ಚಾಚಿ "ನೆನೆದವರ ಮನದಲ್ಲಿ. ಅಗೋ ಅಲ್ಲಿ ಡಾಕ್ಟರ್ ಕೆಫೆ ಕಡೆ ಬರ್ತಿದ್ದಾರೆ ನೋಡಿ" ಎಂದು ಹೇಳಿದ.

ಆತ ಹೇಳಿದ್ದು ನಿಜ, ಅವರು ಬಂದದ್ದು ಸಹ ನಿಜ.

ಡಾಕ್ಟರ್ ಕುಳಿತ ಬಳಿಕ, "ಎಲ್ಲರ ಬಾಯಲ್ಲು ಇದೆ ಮಾತು. ನಿಮ್ಮ ಅಜ್ಜಿ ಮೇಡಂ ಈಗ ನಿಜವಾದ ಹೀರೋಯಿನ್ ಅಂದರೆ ವಿಶ್ವಸುಂದರಿ ಅಮ್ಮನವರು" ಎಂದು ಹೆಮ್ಮೆಯಿಂದ ಹೇಳಿದರು.

ಅದನ್ನು ಕೇಳಿ ಅವರೆಲ್ಲರಿಗೆ ಖುಷಿ ಆತು.

ಪ್ರಮೋದನ ಕಾಲುಗಳು ಯಾಕೊ ಜಡ್ಡುಗಟ್ಟಿದ್ದರಿಂದ ಆ ಕ್ಷಣ ಮೇಲೆ ಏಳಲಾಗಲಿಲ್ಲ. ಅದನ್ನು ಗಮನಿಸಿ ಡಾಕ್ಟರ್, "ಕೆಲವೊಮ್ಮೆ ಕಾಲುಗಳು ತಾತ್ಕಾಲಿಕವಾಗಿ ನಿಷ್ಕ್ರಿಯಗೊಳ್ಳುವುದು ಸಹಜ, ಬಹಳ ಹೊತ್ತು ಕುಳಿತರೆ ಹೀಗೆಯೇ ಆಗುವುದು. ಪರವಾಗಿಲ್ಲ, ಇನ್ನೊಂದು ಐದತ್ತು ನಿಮಿಷ ಇಲ್ಲೆ ಕೂತಿರೋಣ" ಎಂದು ಸೂಚಿಸಿದ.

ಅಂದ ಬಳಿಕ ಉಳಿದವರಿಗೆ ಇನ್ನೇನು ಕೆಲಸ! ಈ ಕ್ಲುಪ್ತ ಸಮಯದಲ್ಲಿ ಒಂದು ಸಿಗರೇಟ್ ಸೇದಿದರೆ ಹೇಗೆ! ಮಹಿ, "ನೀವಿಬ್ಬರು ಇಲ್ಲೆ ಕುಳಿತಿರಿ, ನಾವು ಹೊರಗಡೆ ಹೋಗಿ ರಿಲ್ಯಾಕ್ಸಾಗಿ ಬರ್ತೀವಿ" ಎಂದ, ಅವನ ಜೊತೆ ಉಳಿದಿಬ್ಬರು ಹೊರಟರು,

ಕೆಫೆಯ ಪಾರ್ಶ್ವಗೋಡೆಗೆ ಅಂಟಿಕೊಂಡಂತೆ ಪಾನ್‌ಶಾಪ್ ಇತ್ತು. ಆ ಹುಡುಗ ಕಿಟ್ಟಿ ಕುಂದಾಪುರ ಕಡೆಯವನು, ಅವನು ವಿವಾಹಕ್ಕೆ ಮೊದಲು ತಮ್ಮ ಸ್ಟುಡಿಯೋಕ್ಕೆ ಬಂದು ಫೋಟೋ ತೆಗೆಸಿಕೊಂಡು ಹೋದವನೆ. ಅವನ್ನು ಕನ್ಯಾನ್ವೇಷಣೆಗೆ ಬಳಸಿಕೊಂಡವನೆ. ಆ ತನ್ನ ಫೋಟೋ ನೋಡಿ ಮರುಳಾದ ಬ್ರಹ್ಮಾವರದ ಯುವತಿಯನ್ನು ಮದುವೆಯಾಗಿ ಸುಖವಾಗಿರುವವನೆ!

ನೋಡಿದೊಡನೆ ಮಧುನ ಗುರುತಿಸಿದ. "ನೀವು ಫೋಟೋ ತೆಗೀದಿದ್ದರೆ ನನಗೆ ಹುಡುಗಿ ಸಿಗ್ತಿರಲಿಲ್ಲ ಸಾರ್" ಎಂದು ಸ್ವಲ್ಪ ದೂರದಿಂದ ಗುರುತಿಸಿ ಬರಮಾಡಿಕೊಂಡ. 'ಪಾನ್ ಹಾಕಿರಿ ಸಿಗರೇಟ್ ಸೇದಿರಿ' ಎಂದು ಪರಾಂಬರಿಸಿದ. ಬಲವಂತವಾಗಿ ಅವೆರಡನ್ನು ಮುಫತ್ತಾಗಿ ಎಲ್ಲರಿಗೂ ನೀಡಿದ.

ಕಲೆಯಿಂದಾಗುವ ಉಪಯೋಗ ಅಂದರೆ ಇದೆ! ಪಾನ್ ದವಡೆಯಲ್ಲಿರಿಸಿ ಸಿಗರೇಟ್‌ನ ಎರಡು ಧಂ ಎಳೆದಿರಲಿಲ್ಲ, ಅಷ್ಟರಲ್ಲಿ ಒಳಗಡೆಯಿಂದ ಪ್ರಮೋದ ಕೂಗಿದ್ದು ಕೇಳಿಸಿತು, ಕೂಗಿದ್ದು ಮಾತ್ರವಲ್ಲದೆ ತಾನೆ ಅಲ್ಲಿಂದ ಹೊರಗಡೆ

ಬಂದ, 'ಬನ್ನಿ ಬನ್ನಿ' ಎಂದೆನ್ನುತ್ತ ತಮ್ಮನ್ನು ಒಳಗಡೆ ಕರೆದೊಯ್ದ. 'ಟೀವಿ ಕಡೆ ನೋಡಿರಿ' ಎಂದೂ ಸೂಚಿಸಿದ.

ನೋಡಿದರು, ರೆಪ್ಪೆಗೆ ರೆಪ್ಪೆ ಅಂಟಿಸುವುದನ್ನು ಮರೆತರು. ಮೂಗಿನ ಮೇಲೆ ಬೆರಳಿರಿಸಿಕೊಂಡರು. 'ಹ್ಹಾ ಹ್ಹಾ' ಎಂದು ಉದ್ಗರಿಸಿದರು.

ಡಾ. ಧ್ರುವ್ ಸಂಗಡಿಗರನ್ನು ಉದ್ದೇಶಿಸಿ, "ಮಿರಾಕಲ್! ಜೀವನೋತ್ಸಾಹ ಅಂತ ಇದಕ್ಕೆ ಹೇಳುವುದು. ಈ ದೇಶಕ್ಕೆ ಅಗತ್ಯವಿರುವುದು ಇದೆ. ಅಜ್ಜಿ ಮೇಡಂ ದೇಶದ ಯುವಕರಿಗೆ ಅತ್ಯುಚ್ಚ ಮಾದರಿ" ಎಂದು ಶ್ಲಾಘಿಸಿದ.

ಇನ್ನು ವಿಳಂಬ ಯಾಕೆ! ಇಲ್ಲಿಯೇ ಇಷ್ಟು ಇನ್ನು ಅಲ್ಲಿ ಇನ್ನೆಷ್ಟೊ!

ಅವರೆಲ್ಲರು ಕೆಫೆಯಿಂದ ಲಗುಬಗೆಯಿಂದ ಹೊರಟರು.

* * *

ಮಹಾರಾಣಿಯವರಿಗಿಂತ ಆಶಾ ಪರೇಖ್ ಅವರೆ ಯುಗಂಧರನ ತಲೆಯನ್ನು ಆಕ್ರಮಿಸಿಕೊಂಡಿರಬಹುದು, ಇಲ್ಲದಿದ್ದರೆ ಯಾಕೆ ಆತನ ಪ್ರತಿ ಮಾತಿಗೂ ಆ ಅಭಿನೇತ್ರಿ ಹೆಸರನ್ನು ಪ್ರಸ್ತಾಪಿಸುತ್ತಿದ್ದ. ಅದಕ್ಕೆ ತಮ್ಮಿಂದ ಸಕಾರಾತ್ಮಕ ಪ್ರತಿಕ್ರಿಯೆಯನ್ನು ನಿರೀಕ್ಷಿಸಿಯೇ ಮಾತಾಡುತ್ತಿದ್ದ. ಅದನ್ನು ಸೂಕ್ಷ್ಮವಾಗಿ ಅರ್ಥ ಮಾಡಿಕೊಂಡ ಡಾ. ಧ್ರುವ್ "ಏನು ಸಮಸ್ಯೆ ಆಕೆಯದ್ದು!" ಎಂದು ಕೇಳಿದರು.

ಅದಕ್ಕೆ ಅವನು 'ಆ ಮಹಾನಟಿಯ ಕೆಳದುಟಿ ಮೇಲೆ ಬಿರುಕುಗಳು ಹೆಚ್ಚಿವೆಯಂತೆ, ಅವು ನಾಲ್ಕಾರು ಅಡಿ ದೂರದಲ್ಲಿರುವವರಿಗೆ ಗೋಚರಿಸುವವಂತೆ. ಅದರಿಂದ ತನ್ನ ಎವರ್ ಗ್ರೀನ್ ಇಮೇಜ್‌ಗೆ ದಕ್ಕೆ ಅಂತ ಆಕೆ ಚಿಂತಿಸುತ್ತಿರುವಳು' ಎಂದು ಓಪನ್ನಾಗಿ ಹೇಳಿದ.

ಇದು ಪ್ರತಿ ಸೆಲೆಬ್ರಿಟೀಸ್‌ಗೆ ಅವರ ವೃದ್ಧಾಪ್ಯದಲ್ಲಿ ಕಾಡುವ ಸಾಮಾನ್ಯ ಸಮಸ್ಯೆ ಎಂದು ಧ್ರುವ್ ಅರ್ಥ ಮಾಡಿಕೊಂಡರು. ಇದಕ್ಕೆ ಪರಿಹಾರವೆಂದರೆ ಧ್ಯಾನ ಪ್ರಾಣಾಯಾಮ ಮಾಡುವುದರ ಮೂಲಕ ಸ್ಟ್ರೆಸ್ ಕಡಿಮೆ ಮಾಡಿಕೊಳ್ಳುವುದು, ಸಾಮಾಜಿಕ ಚಟವಟಿಕೆಗಳಲ್ಲಿ ತೊಡಗಿಸಿಕೊಳ್ಳುವುದು, ವೃದ್ಧಾಪ್ಯಕ್ಕು ಸೌಂದರ್ಯವಿದೆ ಎಂದು ಮನದಟ್ಟು ಮಾಡಿಕೊಳ್ಳುವುದು!

ಅದಕ್ಕೆ ಯುಗಂಧರ್, "ಇಂಥ ಸಮಸ್ಯೆಗಳಿಂದ ನರಳುತ್ತಿರುವುದು ಅವರು ಮಾತ್ರವಲ್ಲ, ಶರ್ಮಿಳಾ ಟಾಗೋರ್‌ರಂಥ ಹಿರಿಯ ಕಲಾವಿದೆ, ಕಾರ್ಘೋಲ್‌ರಂಥ ಇತ್ತೀಚಿನ ಕಲಾವಿದೆ ಸಹ ಈ ಲಿಸ್ಟಲ್ಲಿದ್ದಾರೆ. ಅವರು ಕೇಳಿದ್ದೆಲ್ಲ ಎಲ್ಲಿಂದ ತರಲಿ ಹೇಳಿ! ನಿಜ ಹೇಳುವುದಾದರೆ ಅವ್ಯಾವುವು ಇಲ್ಲ, ನಾನೇ ಸುಳ್ಳು ಹೇಳಿ ಅವರನ್ನು ಯಾಮಾರಿಸುತ್ತಿರುವೆ, ಇದರಲ್ಲಿ ನನ್ನ ಸ್ವಾರ್ಥ ಸಹ ಇರುವುದಲ್ಲವೆ! ಈ ಸುಳ್ಳು

ಬ್ಯುಸಿನೆಸ್‌ನಿಂದ ನನಗೆ ಆಗಿರುವ ಲಾಭ ಅಂದರೆ ಆ ಹೆಸರಾಂತ ಸೆಲೆಬ್ರಿಟೀಸ್‌ನ ತೀರಾ ಹತ್ತಿರದಿಂದ ಒಡನಾಡಿದ್ದೀನಿ. ದೇಶ ವಿದೇಶಗಳಲ್ಲೆಲ್ಲ ಸುತ್ತಾಡಿದ್ದೀನಿ, ನಿಮಗೆ ನನ್ನ ಒಂದು ಅಸೈನ್ಮೆಂಟ್ ತಿಳಿದಿರಲಿ, ಹಾಲಿವುಡ್‌ನ ಹೆಸರಾಂತ ಅಭಿನೇತ್ರಿ ಏಂಜೆಲೇನಾ ಜ್ಯೂಲಿ ಸಹ ನನ್ನ ಕಸ್ಟಮರ್! ಎಲೆಜಬೆತ್ ಟೇಲರ್ ಥರ ಬಹುಪತಿಗಳ ವಲ್ಲಭೆಯಾದರೆ ಸೌಂದರ್ಯಕ್ಕೆ ಚ್ಯುತಿ ಬರುವುದಿಲ್ಲವೆ!" ಎಂದು ಸುದೀರ್ಘವಾಗಿ ಹೇಳಿದ.

ಆತನ ವಾಂಗ್ಮೂಲದಲ್ಲಿ ಸುಳ್ಳು ಉತ್ಪ್ರೇಕ್ಷೆ ಇದ್ದಂತೆ ನಿಜ ಸಹ ಇಲ್ಲದಿಲ್ಲ. ಆತನೆ ಪುನಃ,

"ಇದರಲ್ಲಿ ಸುಳ್ಳೆಷ್ಟು ನಿಜಾಂಶ ಎಷ್ಟು ಅಂತ ನೀವು ಮನಸ್ಸಲ್ಲಿ ಯೋಚಿಸುತ್ತಿರಬಹುದಲ್ಲವೆ! ಸೂಟ್‌ಕೇಸಲ್ಲಿ ಫೋಟೋ ಆಲ್ಬಂ ಇದೆ, ಮುಂದೆ ತೋರಿಸುವೆ. ಅದಿರಲಿ, ಈ ನಮ್ಮ ಮಹಾರಾಣಿ ಉತ್ಪಲಾ ಮೇಡಂ ಅವರೆಲ್ಲರಿಗಿಂತ ತುಂಬಾನೆ ಜನರಸ್ ನೋಬಲ್ ಲೇಡಿ, ಮುಖ್ಯ ಸಂಗತಿ ಅಂದರೆ ಅವರು ತಮ್ಮ ಇರುವಿಕೆಯ ರಹಸ್ಯವನ್ನು ಕಾಪಾಡಿಕೊಂಡು ಬಂದಿದ್ದರು, ಆದರೆ ಈ ಘಟನೆಯಿಂದ ಅವರ ಇನ್ನೊಂದು ಮುಖ ಜಗಜ್ಜಾಹಿರಾಯಿತು, ನಾವು ಇದೇ ನಿರೀಕ್ಷೆಯಲ್ಲಿದ್ದೆವು, ಈ ವಯಸ್ಸಿನಲ್ಲಿ ಇಷ್ಟು ದೊಡ್ಡ ಹವೇಲಿಯಲ್ಲಿ ಒಂಟಿಯಾಗಿರುವುದೆಂದರೇನು! ಹ್ಹಾಂ ಇನ್ನೊಂದು ವಿಷಯ, ಅದೆಂದರೆ ನಿಮ್ಮಲ್ಲಿ ಕೈಮುಗಿದು ಕೇಳಿಕೊಳ್ಳುವೆ, ರಾಜಹಂಸದಲ್ಲಿ ಆಕೆ ಸೇವೆ ಮಾಡಲು ಆಳುಗಳನ್ನು ಹುಡುಕಿಕೊಡಿರಿ, ಆಕೆ ನಿಮ್ಮ ಮಾತು ಕೇಳ್ತಾಳೆ ಅನ್ನುವ ಭರವಸೆ ನನಗಿದೆ" ಎಂದು ಆತ ಹೇಳಿದ, ಜೊತೇಲಿ ಕಣ್ಣುಗಳನ್ನು ಒದ್ದೆ ಮಾಡಿಕೊಂಡ. ಅದರಿಂದ ಅವರೆಲ್ಲರ ಮನಸ್ಸು ಕರಗಿದವು.

ಹೌದು ಅವನು ಹೇಳಿದ್ದು ನಿಜ, ರಾಜಹಂಸಕ್ಕೆ ಒಳ್ಳೆಯ ನಂಬಿಗಸ್ಥ ಕೆಲಸದಾಳುಗಳ ಅಗತ್ಯ ಹಿಂದೆಂದಿಗಿಂತ ಇಂದು ಹೆಚ್ಚು ಇರುವುದು.

ಅಷ್ಟೊತ್ತಿಗೆ ಅವರಿದ್ದ ವಾಹನಗಳು ರಾಜಹಂಸದ ಮುಖ್ಯದ್ವಾರವನ್ನು ನಿಧಾನವಾಗಿ ಸದ್ದು ಮಾಡದಂತೆ ಪ್ರವೇಶಿಸಬೇಕು ಅನ್ನುವಷ್ಟರಲ್ಲಿ ಪೋಲೀಸರ್ ಅವರನ್ನು ತಡೆದರು.

* * *

ಪೋಲೀಸರು ತಡೆಯದೆ ಇನ್ನೇನು ಮಾಡಲಾದೀತು! ಅಷ್ಟೊಂದು ಜನ ಪ್ರಹರಿ ಗೋಡೆಯೊಳಗೆ, ರಾಜಹಂಸ ಹೆಸರಿನ ಅರಮನೆ ಸಮಕ್ಷಮ. ಅವರಲ್ಲಿ ಹೆಚ್ಚಿನವರು ಮಾಧ್ಯಮದವರಿದ್ದರು. ಅವರೆಲ್ಲರು ಅಜ್ಜಿ ಮೇಡಂ ಅವರನ್ನು

ಸಂದರ್ಶಿಸಲು ತುದಿಗಾಲಲ್ಲಿ ಕಾಯುತ್ತಿದ್ದರು. ಇನ್ನು ಹೊರಗಡೆ ಸಾಮಾನ್ಯ ಜನರು

'ಅಜ್ಜಿ ಮಹಾರಾಜ್ಕು ಜೈ'

'ಲೇಡಿ ಬ್ರೂಸ್‌ಲೀಕು ಜೈ'!

ತಮಗೆ ಇಷ್ಟಬಂದಂತೆ ಜಯಘೋಷ ಕೂಗುತ್ತಿದ್ದರು. ನೋಡು ನೋಡುವಷ್ಟರಲ್ಲಿ ರಾಜಹಂಸ ಮುಂದಿದ್ದ ಮುಖ್ಯರಸ್ತೆ ಜನರ ಗುಂಪು ಹೆಚ್ಚಿದ್ದರಿಂದ ಬ್ಲಾಕಾಯಿತು, ಆ ರಸ್ತೆಗೆ ವಾಹನಗಳ ಪ್ರವೇಶವನ್ನು ನಿರ್ಬಂಧಿಸಲಾಯಿತು. ಪ್ರೆಸ್‌ನವರು ಕೈಯಲ್ಲಿದ್ದ ಪೆನ್ನಿನಿಂದ ತಮ್ಮ ಮುಖದ ಕುರುಚಲು ಗಡ್ಡವನ್ನು ತುರಿಸಿಕೊಳ್ಳುತ್ತಿದ್ದರೆ ಟೀವಿ ಮಾಧ್ಯಮದವರು ಪ್ರಹರಿಗೋಡೆಯೊಳಗಿನ ಪ್ರತಿ ವಸ್ತುವನ್ನು ಪ್ರತಿ ಗಿಡಮರವನ್ನು ಚಿತ್ರೀಕರಿಸಿ ನೇರ ಪ್ರಸಾರ ಮಾಡುತ್ತಿದ್ದರು. ಅವರೆಲ್ಲರನ್ನು ನಿಯಂತ್ರಿಸಲು ಹರಸಾಹಸಪಡುತ್ತಿದ್ದ ಪೊಲೀಸರ ಸ್ಥಿತಿ ಚಿಂತಾಜನಕವಾಗಿತ್ತು.

ಯುಗಂಧರ್ ಸಲಹೆಯಂತೆ ಎರಡೂ ಕಾರಿನಿಂದ ಅವರೆಲ್ಲರೂ ಇಳಿದರು. ಕಾರುಗಳನ್ನು ಎಲ್ಲಾದರು ಪಾರ್ಕು ಮಾಡುವಂತೆ ಆಯಾ ಚಾಲಕರಿಗೆ ಸೂಚಿಸಿದರು. ಅವರು ಅವುಗಳನ್ನು ತಗೊಂಡು ಎಲ್ಲೋ ಹೋದರು. ಮಹಿ ಮತ್ತು ಪ್ರಮೋದ್‌ಗೆ ಅಲ್ಲಿನ ವಾತಾವರಣ ವೆರ್ರಿ ಇಂಟರೆಸ್ಟಿಂಗ್ ಅನ್ನಿಸಿತು. ತಾವು ಕಂಬೈನ್ಡಾಗಿ ರಚಿಸಲಿರುವ ಬಯೋಗ್ರಫಿ ನಾವೆಲ್ಲಿಗೆ ಈ ಘಟನೆ ಪೂರಕ ಅನ್ನಿಸಿತು.

ಆತ್ಮಲಿಂಗದಂತೆ ಕೆಮೆರಾವನ್ನು ತನ್ನ ಹೆಗಲಿಗಿಳಿಬಿಟ್ಟುಕೊಂಡಿದ್ದ ಮಧು ಸುಮ್ಮನಿದ್ದಾನೆಯೆ! ಪ್ರತಿ ದೃಶ್ಯವನ್ನು ಕ್ಲಿಕ್ಕಿಸಲಾರಂಭಿಸಿದ. ಡಾ. ಧ್ರುವ್ ಅಲ್ಲಿನ ಪ್ರತಿ ವಿದ್ಯಮಾನವನ್ನು ಮಾಸ್ ಸೈಕಾಲಜಿ ಹಿನ್ನೆಲೆಯಲ್ಲಿ ಗ್ರಹಿಸುವುದು ಅಧ್ಯಯನ ಮಾಡುವುದು ಸೋ ಅಂಡ್ ಸೋ.

ಇನ್ನು ನಿರುದ್ಯೋಗಿ ಜನರು ತಮಗೆ ತೋಚಿದಂತೆ ಸೃಜನಶೀಲವಾಗಿ ಆಡುತ್ತಿದ್ದ ಮಾತುಗಳನ್ನು ಕೇಳಿಸಿಕೊಳ್ಳುವುದೆ ಆಸಕ್ತಿಕರ ಸಂಗತಿಯಾಗಿತ್ತು. ಆಕೆ ಕುರಿತು ನೂರಾರು ವದಂತಿಗಳು ಕಪೋಲಕಲ್ಪಿತ ಕಥೆಗಳು ಹುಟ್ಟುತ್ತಿದ್ದವು, ಕಿವಿಯಿಂದ ಕಿವಿಗೆ ಹರಡುತ್ತಿದ್ದವು, ಆಕೆ ಚಾಮುಂಡಿ ಸ್ವರೂಪಳು ಎಂದು ಕೆಲವರು, ಇನ್ನು ಕೆಲವರು ಆಕೆ ಮಾಯಾವಿ ಎಂದು ಮತ್ತೆ ಕೆಲವರು, ಆಕೆ ಕದನಕಲಿ ಎಂದು ಇನ್ನು ಹಲವರು, ಆಕೆ ಈ ಭೂತ ಬಂಗಲೆಯಲ್ಲಿ ನೂರಾರು ಪ್ರೇತಪಿಶಾಚಿಗಳನ್ನು ಪೋಷಿಸುತ್ತಿರುವಳು ಎಂದೂ, ಅವು ಆಕೆಯ ಆಜ್ಞೆಯನ್ನು ಶಿರಸಾವಹಿಸಿ ಪಾಲಿಸುವವೆಂದೂ, ಅವೇ ಆ ಕಳ್ಳರನ್ನು ಸೋಲಿಸಿ ಪೋಲಿಸರಿಗೆ ಒಪ್ಪಿಸಿವೆ ಎಂದೂ! ಆದರೆ ವಿಚಿತ್ರವೆಂದರೆ ಅವರ್‍ಯಾರು ಸಹ ಆಕೆಯನ್ನು ಸ್ಪಷ್ಟವಾಗಿ ನೋಡಿರಲಿಲ್ಲ.

ಎಷ್ಟೊತ್ತೂಂತ ಆಕೆಯ ದರ್ಶನ ಸಲುವಾಗಿ ಕಾಯುವುದು! ಹೊರಗೆ ಬಂದು ಕಾಣಿಸಿಕೊಳ್ಳಬಾರದೇನು ಆಕೆ! ಆಕೆಯ ನಿಜನಾಮಾಂಕಿತ ಅವರ್‍ಯಾರಿಗೂ ತಿಳಿದಿರಲಿಲ್ಲ. ಹೀಗಾಗಿ ಒಬ್ಬರು ಆ ಹೆಸರು ಅಂದರೆ ಇನ್ನೊಬ್ಬರು ಇನ್ನೊಂದು ಹೆಸರು ಅನ್ನುತ್ತಿದ್ದರು, ಹೀಗಾಗಿ ಆಕೆಗೆ ಅಲ್ಲಿ ಏಕಕಾಲಕ್ಕೆ ಹಲವು ನಾಮವಾಚಕಗಳು ಪ್ರಾಪ್ತವಾಗಿದ್ದವು. ಇನ್ನು ದ್ವಾರಪಾಲಕ ನೇಪಾಳಿ ತಾನೆ ಒಂದು ಸೈನ್ಯದೋಪಾದಿಯಲ್ಲಿ ಆ ಗಲಾಟೆಯನ್ನು ನಿಯಂತ್ರಿಸಲು ಶಕ್ತಿಮೀರಿ ಶ್ರಮಿಸುತ್ತಿದ್ದ, ಅದರಲ್ಲಿ ಅವನು ತಕ್ಕಮಟ್ಟಿಗೆ ಯಶಸ್ವಿಯಾಗಿದ್ದ.

ವೃದ್ಧರ ಮಹಾಪೋಷಕ ವೆಂಕಟರತ್ನಂ ಸಾಗರದಲ್ಲಿದ್ದರೆ ಖಂಡಿತ ಇಲ್ಲಿ ಹಾಜರಿರುತ್ತಿದ್ದರು, ಅವರು ಕಳೆದ ವಾರ ಟೋಕಿಯೋಕ್ಕೆ ಹೋಗಿದ್ದರು, ಅದೂ ಜಪಾನ್‌ನ ಪ್ರಧಾನಿ ಆಮಂತ್ರಣ ಪುರಸ್ಕರಿಸಿ, ಅಲ್ಲಿ ಶತಾಯುಷಿಗಳ ಮಹಾಸಮಾವೇಶವನ್ನು ಉದ್ಘಾಟಿಸಲು ಆ ದೇಶ ಅವರನ್ನು ಆಮಂತ್ರಿಸಿತ್ತು. ಅಲ್ಲಿಂದ ಅವರು ಇಲ್ಲಿನ ವಿದ್ಯಮಾನಗಳನ್ನು ಸೂಕ್ಷ್ಮವಾಗಿ ಅವಲೋಕಿಸುತ್ತಿದ್ದರು. ತಮ್ಮ ವೃದ್ಧರ ಸಂಘದ ಗೌರವಾನ್ವಿತ ಸದಸ್ಯೆಯೂ ಮಹಾರಾಣಿಯೂ ಮಾಜಿ ವಿಶ್ವಸುಂದರಿ ಅಮ್ಮನವರು ಹತ್ತಾರು ಮಂದಿ ಕುಖ್ಯಾತ ಕಳ್ಳರನ್ನು ಹಿಡಿದಿರುವುದು ಅಸಾಮಾನ್ಯ ಸಂಗತಿ ಎಂದು ಶ್ರೀಯುತರು ಭಾವಿಸಿದರು. ಅಲ್ಲಿಂದಲೇ ಸಾಗರದಲ್ಲಿನ ವೃದ್ಧಾಶ್ರಮಗಳಿಗೆ ತಂತಿ ಸಂದೇಶ ಕಳಿಸಿದರು, ಪುರುಷೋತ್ತಮ್‌ಜೀ ಜೊತೆ ತುಂಬಾ ಹೊತ್ತು ಮಾತಾಡಿದರು. ಈ ವಿಷಯನ ಜಪಾನ್ ಮಾಧ್ಯಮಗಳೆದುರು ಪ್ರಸ್ತಾಪಿಸುವೆ ಎಂದೂ ತಿಳಿಸಿದರು. ಅವರ ಮಾತಿನ ಮುಖ್ಯಾಂಶವೆಂದರೆ ವೃದ್ಧರೆಲ್ಲರು ಕೂಡಲೆ ರಾಜಹಂಸಕ್ಕೆ ಹೋಗಿ ಅಜ್ಜಿ ಮೇಡಂ ಅವರಿಗೆ ಸೂಕ್ತ ರಕ್ಷಣೆ ಕೊಡುವುದು, ಅವರನ್ನು ಗೌರವಿಸುವುದು ಇತ್ಯಾದಿ ಇತ್ಯಾದಿ. ಆ ಅಲ್ಲಲ್ಲಿನ ವೃದ್ಧರೆಲ್ಲರು ಬಂದರೆ ಇಲ್ಲಿನವರ ಕಥೆ ಮುಗಿದಂತೆಯೇ ಸರಿ! ಅಲ್ಲಲ್ಲಿಂದ ವೃದ್ಧರು ಹೊರಟಿರುವರೊ ಇಲ್ಲವೊ ಅದು ಬೇರೆ ಮಾತು!

ಅದೇನೆ ಇರಲಿ

ಜನರ ಆಗಮನ ಕ್ಷಣದಿಂದ ಕ್ಷಣಕ್ಕೆ ಹೆಚ್ಚುತ್ತಿತ್ತೆ ಹೊರತು ಕಡಿಮೆಯಾಗುವ ಸೂಚನೆ ಇರಲಿಲ್ಲ. ಮೇಲಿಂದ ಗೃಹ ಖಾತೆ ಕಾರ್ಯದರ್ಶಿ ವಿಷಯ ತಿಳಿದಾಕ್ಷಣ ಎಚ್ಚೆತ್ತಿದ್ದರು. ತಮ್ಮ ಕಚೇರಿಯಲ್ಲೆ ಅಲ್ಲಿನ ಪ್ರತಿ ದೃಶ್ಯಾವಳಿಯನ್ನು ಸೂಕ್ಷ್ಮವಾಗಿ ಅವಲೋಕಿಸುತ್ತಿದ್ದರು. ಅವರು ಸ್ವಭಾವತಃ ಹೆಣ್ಣು ದೇವತೆಗಳ ಆರಾಧಕರು ಬೇರೆ. ತಮ್ಮ ಕಚೇರಿಯ ತುಂಬೆಲ್ಲ ಸಿಗಂಧೂರು ಚೌಡೇಶ್ವರಿ ಕಟೀಲು ದುರ್ಗಾಪರಮೇಶ್ವರಿ, ಮಾರೆಮ್ಮಗಳೇ ಮೊದಲಾದ ದೇವತೆಗಳ ಫೋಟೋಗಳಿಂದ ಅಲಂಕರಿಸಿದ್ದರು. ಅಲ್ಲದೆ ಅವರು ಮೂಲತಃ ಕಲ್ಕತ್ತ

ನಿವಾಸಿಗಳು, ಅಲ್ಲಿನ ಕಾಳಿಘಾಟ್‌ನ ಕಾಳಿ ಅವರ ಕುಲದೇವತೆ. ಅದಕ್ಕೆ ಅವರ ಹೆಸರು ಕಾಳಿಚರಣ್ ಚಕ್ರವರ್ತಿ ಅಂತ ಇರುವುದು. ಅದೇನೆ ಇರಲಿ ಅವರು ಆಕೆಯನ್ನು ಅವರು ಮಹಾಕಾಳಿ ಸ್ವರೂಪಳು ಎಂದೇ ಭಾವಿಸಿದರು. ಅಂದ ಬಳಿಕ ಕೇಳುವುದೇನಿದೆ! ಆಕೆ ದೇಶದ ದೈವಿಕ ಸಂಪತ್ತು ಎಂದು ಸ್ವಯಂ ಘೋಷಿಸಿದರು. ಆಕೆಯ ಭಾವಚಿತ್ರವನ್ನು ಹೇಗಾದರು ದೊರಕಿಸಿಕೊಂಡು ರಾಜ್ಯದ ಪ್ರತಿ ಠಾಣೆಯಲ್ಲಿ ನೇತು ಹಾಕುವ ಯೋಜನೆಯನ್ನು ಆರಂಭಿಸಬೇಕೆಂದು ಅವರು ನಿಶ್ಚಯಿಸಿದರು. ಆ ಕಾರಣಕ್ಕೆ ಅವರು ಅಧೀನ ಅಧಿಕಾರಿಗಳಿಗೆ ಸ್ಟ್ರಿಕ್ಟಾಗಿ ಹೇಳಿದರು.

ಆ ಅಪಾರ ಮಹಿಮಳಾದ ವೃದ್ಧೆಯ ಭಾವಚಿತ್ರವನ್ನು ಹೇಗಾದರು ಸಂಪಾದಿಸುವುದು, ಅದರ ಫೋಟೋಗಳ ಪ್ರತಿಗಳನ್ನು ಪ್ರತಿ ಪೋಲಿಸ್ ಕಚೇರಿಗಳಲ್ಲಿ, ಠಾಣೆಗಳಲ್ಲಿ ವಿದ್ಯುಕ್ತವಾಗಿ ಅಲಂಕರಿಸುವುದು, ಪ್ರತಿ ಮಂಗಳವಾರ ಶುಕ್ರವಾರ ಅದಕ್ಕೆ ಪೂಜೆ ಪುನಸ್ಕಾರ ಮಾಡಿ ಆಕೆಯ ಕೃಪೆಗೆ ಪಾತ್ರವಾಗುವುದು! ಹೀಗೆ ಆ ಕ್ಷಣವೆ ಎಲ್ಲಾ ಕಡೆ ಸುತ್ತೋಲೆ ಹೊರಡಿಸಿದರು. ಇದೆಲ್ಲ ಘಟಿಸಿದ್ದು ಕೇವಲ ನಲವತ್ತೆರಡು ನಿಮಿಷಗಳ ಅವಧಿಯಲ್ಲಿ.

ಗೃಹಖಾತೆಯ ಪ್ರಧಾನ ಕಾರ್ಯದರ್ಶಿ ಚಕ್ರವರ್ತಿಯವರೆ ಆಕೆ ಕುರಿತು ಅಪಾರ ಆಸಕ್ತಿ ತಳೆದಿರುವರು ಅಂದ ಬಳಿಕ ಪೊಲೀಸ್ ಅಧಿಕಾರಿಗಳು ಕನಿಷ್ಠಬಿಲ್ಲೆಗಳು ಎಚ್ಚೆತ್ತುಕೊಳ್ಳದೆ ಇರಲು ಸಾಧ್ಯವೆ! ಎಲ್ಲದಕ್ಕಿಂತ ಮುಖ್ಯವಾಗಿ ಆಕೆಯ ಭಾವಚಿತ್ರ ದೊರಕಿಸಿಕೊಳ್ಳುವುದು ಮುಖ್ಯ, ದೊರಕಿಸಿಕೊಂಡು ತಮ್ಮ ಮೇಲಧಿಕಾರಿಗಳ ಕೃಪೆಗೆ ಪಾತ್ರರಾಗುವುದು ಮುಖ್ಯವೆಂದು ಭಾವಿಸಿದ ಅಧಿಕಾರಿಗಳು! ಮೇಲಿನ ಅಧಿಕಾರಿಗಳಿಂದ ಒತ್ತಡದ ಮೇಲೆ ಒತ್ತಡ ಬೇರೆ.

ಸಾಗರದಲ್ಲಿ ಪೊಲೀಸ್ ಅಧಿಕಾರಿಗಳು ಮಾತ್ರವಲ್ಲದೆ ಮಾಕನಡಕು ಜಿಲ್ಲಾ ಕೇಂದ್ರದಿಂದ ಎಸ್ಪಿ ಕ್ಯಾಡರಿನ ಅಧಿಕಾರಿಗಳು ಧಾವಿಸಿ ಬಂದರು. ಆರಂಭದಲ್ಲಿ ಅವರು ಅರಮನೆಯನ್ನು ನೋಡಿ ಮೂಕವಿಸ್ಮಿತರಾದರು. ಬಳಿಕ ತಾವೆ ಕೈಯಲ್ಲಿ ಧ್ವನಿವರ್ಧಕ ಹಿಡಿದು, ಅಯ್ಯೋ ತಾವೀ ರಾಜ್ಯದಲ್ಲಿದ್ದರೂ ಈ ಅಪರೂಪದ ಬಂಗಲೆಯನ್ನು ನೋಡಿರಲಿಲ್ಲವಲ್ಲ ಎಂದು ಮನಸ್ಸಿನಲ್ಲಿ ಅಂದುಕೊಂಡರು.

"ಗೌರವಾನ್ವಿತ ಪೂಜ್ಯ ಅಜ್ಜಿಯವರೆ ದಯವಿಟ್ಟು ಒಳಗಡೆಯಿಂದ ಹೊರಗಡೆ ಬನ್ನಿರಿ, ನಿಮ್ಮ ದರ್ಶನಾಕಾಂಕ್ಷಿಗಳಾಗಿ ನಾವೆಲ್ಲರು ಚಾತಕಪಕ್ಷಿಗಳಂತೆ ಕಾಯುತ್ತಿರುವೆವು. ನಮ್ಮ ಪೊಲೀಸ್ ಇಲಾಖೆಯ ಗೌರವ ಸ್ವೀಕರಿಸಿರಿ, ಮಾಧ್ಯಮಗಳ ಮೂಲಕ ಜಗತ್ತಿಗೆ ಸಂದೇಶ ಕೊಡಿ" ಎಂದು ಕೂಗಿ ಹೇಳಲಾರಂಭಿಸಿದರು.

ಅದಕ್ಕೆ ಒಳಗಡೆಯಿಂದ ಯಾವ ಸಂದೇಶ ಪ್ರಾಪ್ತವಾಗಲಿಲ್ಲ. ಕಾರಣ ಅದು ನಿಶ್ಶಬ್ದವಾಗಿತ್ತು. ಶಬ್ದಕ್ಕಿಂತ ನಿಶ್ಶಬ್ದ ಭಯಂಕರ.

ಇನ್ನೊಬ್ಬ ಡಿಐಜಿ ಕ್ಯಾಡರಿನ ಅಧಿಕಾರಿ ಕೈಯಲ್ಲಿ ಧ್ವನಿವರ್ಧಕ ಹಿಡಿದು,

"ಪೂಜ್ಯ ಅಮ್ಮನವರೆ, ನೀವು ದರ್ಶನ ನೀಡಿದರೆ ನಮ್ಮ ಇಲಾಖೆ ಈ ದೇಶದಲ್ಲಿನ ವೃದ್ಧರ ಬಗ್ಗೆ ಸಕಾರಾತ್ಮಕ ನಿಲುವು ತಳೆಯುವುದು, ಸರ್ಕಾರ ಅರ್ಹ ವೃದ್ಧರನ್ನು ಪೊಲೀಸ್ ಇಲಾಖೆಗೆ ನೇಮಕ ಮಾಡಿಕೊಳ್ಳಲು ಯೋಚಿಸುತ್ತಿರುವುದು, ವೃದ್ಧರು ಇರಬೇಕಾದದ್ದು ಆಶ್ರಮಗಳಲ್ಲಿ ಅಲ್ಲ, ಅವರು ತಮ್ಮ ಶೇಷಾಯುಷ್ಯವನ್ನು ಕಳೆಯಬೇಕಿರುವುದು ನಮ್ಮ ಪವಿತ್ರ ಪೊಲೀಸ್ ಇಲಾಖೆಯಲ್ಲಿ, ಅದಕ್ಕೆ ನೀವೇ ಕಾರಣ ಪೂಜ್ಯ ಅಜ್ಜಿ ಮೇಡಂ ಅವರೆ" ಎಂದು ಸಾರಿ ಸಾರಿ ಹೇಳಿದರು.

ಅದೇ ಸಮಯಕ್ಕೆ ಸರಿಯಾಗಿ ಎಲ್ಲೆಲ್ಲಿಂದ ವೃದ್ಧರು ಅಪಾರ ಸಂಖ್ಯೆಯಲ್ಲಿ ಆಗಮಿಸಿ ಅಲ್ಲಲ್ಲಿ ಜಮಾವಣೆಯಾಗಿದ್ದರಲ್ಲವೆ! ಪೊಲೀಸ್ ಅಧಿಕಾರಿಯ ಆ ಮಾತುಗಳನ್ನು ಕೇಳಿದೊಡನೆ ಅವರೆಲ್ಲರು ಚಪ್ಪಾಳೆ ತಟ್ಟಿ ಒಕ್ಕೊರಲಿನಿಂದ ಸ್ವಾಗತಿಸಿದರು.

'ಓಹ್ ವೃದ್ಧರಾದ ತಾವು ಪೊಲೀಸ್ ಅಧಿಕಾರಿಗಳಾಗುವ ದಿನ ದೂರವಿಲ್ಲ'

* * *

ಆ ಜನಜಂಗುಳಿಯಲ್ಲಿ ಯಾರು ಯಾರನ್ನು ಗುರುತಿಸುವುದು ಸಾಧ್ಯವಿರಲಿಲ್ಲ. ರಾಜಹಂಸದ ಮುಖ್ಯದ್ವಾರ ಮುಚ್ಚಿರದಿದ್ದಲ್ಲಿ ಅವರೆಲ್ಲರು ಸಾಮೂಹಿಕವಾಗಿ ಒಳಗೆ ಪ್ರವೇಶಿಸುತ್ತಿದ್ದರು. ಅಲ್ಲೆಲ್ಲೊ ಮೂಲೆ ಮುರುಕಟ್ಟಲ್ಲಿ ಅಡಗಿಕೊಂಡಿರಬಹುದಾದ ಅಜ್ಜಿ ಮೇಡಂ ಅವರನ್ನು ಪತ್ತೆ ಹಚ್ಚಿ ಹಿಡಿದು ಹೊರಗೆ ಕರೆದುಕೊಂಡು ಬರುತ್ತಿದ್ದರು. ಆದರೆ ದ್ವಾರಪಾಲಕ ನೇಪಾಳಿ ಅದಕ್ಕೆ ಸಹಕರಿಸುವುದು ಮುಖ್ಯ ತಾನೆ! ಡು ಆರ್ ಡೈ ಅನ್ನುವ ಲೆಕ್ಕಾಚಾರದಲ್ಲಿ ಅವನು ಹೆಬ್ಬಾಗಿಲಿಗೆ ಅಡ್ಡ ನಿಂತಿದ್ದ. ಕರಾಟೆ ಕುಂಗ್‌ಫು ಮತ್ತಿತರ ಮಾರ್ಷಲ್ ಕಲಾನಿಪುಣನಿದ್ದ ಅವನು ಪ್ರಯತ್ನಿಸಿದ ಒಂದಿಬ್ಬರನ್ನು ಏಕಕಾಲಕ್ಕೆ ಚಿತ್ ಮಾಡಿ ಹಿಮ್ಮೆಟ್ಟಿಸಿದ್ದ.

ಸ್ಥಳೀಯ ರಾಜಕಾರಣಿ "ಆ ಬಿಲ್ಡಿಂಗ್‌ನ ಉಡಾಯಿಸೋದು ಬಿಟ್ಟು ಏನು ಮಾಡುತ್ತಿರುವಿರಿ! ಪೊಲೀಸರಾದ ನೀವು ಕತ್ತೆ ಕಾಯುತ್ತಿರುವಿರೇನು" ಎಂಬರ್ಥದ ಮಾತು ಕೇಳಿದ್ದಕ್ಕೆ ಅಧಿಕಾರಿ,

"ರ್ರೀ ಮಿಸ್ಟರ್, ಕುಖ್ಯಾತ ಭಯೋತ್ಪಾದಕರಿದ್ದಲ್ಲಿ ಇಷ್ಟೊತ್ತಿಗೆ ರಾಜಹಂಸವನ್ನು ಬಾಂಬು ಡೈನಮೆಟ್ಟುಗಳಿಂದ ಉಡಾಯಿಸುತ್ತಿದ್ದೆವು. ಒಳಗಡೆ ಇರುವುದು

ಗೌರವಾನ್ವಿತ ಮಹಾರಾಣಿಯವರು, ಅವರು ದೇಶದ ಆಸ್ತಿ ಅಂತ ಕೇಂದ್ರ ಸರ್ಕಾರ ತುಸುಹೊತ್ತಿನ ಹಿಂದೆ ಘೋಷಿಸಿದೆ, ಅಲ್ಲದೆ ಅವರಿಗೆ ಮುಂಬರುವ ಗಣರಾಜ್ಯ ದಿವಸ ಅವರಿಗೆ ಪರಮವೀರಚಕ್ರ ನೀಡಿ ಗೌರವಿಸಬೇಕೆಂದು ನಿರ್ಧರಿಸಿದೆ. ಪರಿಸ್ಥಿತಿ ಹೀಗಿರುವಾಗ ನೀವು ಎಂಥ ಮಾತಾಡ್ತಿರುವಿರಿ!" ಎಂದು ಕೋಪಮಿಶ್ರಿತ ಧ್ವನಿಯಲ್ಲಿ ಹೇಳಿದ.

ಅದೆಲ್ಲವನ್ನು ನೋಡುತ್ತ ಮಹಾಮಳ್ಳಿಗರಂತೆ ಅಮಾಯಕರಂತೆ ಮಹಿ ಮತ್ತವರ ಗೆಳೆಯರು ಅಲ್ಲಿ ತಿರುಗಾಡುತ್ತಿದ್ದರಲ್ಲವೆ! ಅಕಸ್ಮಾತ್ತಾಗಿ ನೇಪಾಳಿ ಯುಗಂಧರ್ ಕಡೆ ನೋಡಿದನು. ತಡಮಾಡದೆ 'ಯುಗಂಧರ್ ಸಾಬ್' ಎಂದು ಕೂಗಿದನು. ಆ ಒಂದು ಕ್ಷಣ ಮೌನವಾರಿಸಿದ್ದ ಕಾರಣದಿಂದ ಅವನ ಮಾತು ಎಲ್ಲರಿಗು ಸ್ಪಷ್ಟವಾಗಿ ಕೇಳಿಸಿತು.

'ಯಾರು ಯುಗಂಧರ್! ಇವನಿರಬಹುದೆ, ಅವನಿರಬಹುದೆ!'

ಅವನನ್ನಿವನು ನೋಡುವುದು, ಇವನನ್ನವನು ನೋಡುವುದು, ಅವನಲ್ಲ ಎಂದು ಇವನೂ, ಇವನಲ್ಲ ಎಂದು ಅವನು!

ಪ್ರಮೋದ್ ಡಾ. ಧ್ರುವ್ ಕಡೆಗೂ, ಧ್ರುವ್ ತನ್ನ ಕಡೆಗು ನೋಡಿದ್ದಕ್ಕೆ ಮಹಿ,

"ಯುಗಂಧರ್ ಇನ್ನು ತಡಮಾಡುವುದು ಬೇಡ. ಈಗಾಗಲೆ ಸಾಕಷ್ಟು ಹೊತ್ತಾಗಿದೆ, ಜನರ ತಾಳ್ಮೆ ಪರೀಕ್ಷಿಸುವುದು ಸರಿ ಅಲ್ಲ. ಜನರ ಕೋಪದೆದುರು ಯಾವ ಅರಮನೇನು ತಡಕೊಳ್ಳುವುದಿಲ್ಲ, ಅದಕ್ಕೆ ನೀನು ರಾಜಹಂಸವನ್ನು ಪ್ರವೇಶಿಸುವ, ಪ್ರವೇಶಿಸುವ ಮೊದಲು ಮಾಧ್ಯಮದವರನ್ನು ಪೊಲೀಸರನ್ನು ಉದ್ದೇಶಿಸಿ ನಾಲ್ಕಾರು ಮಾತುಗಳನ್ನು ಹೇಳು. ನಿನ್ನ ಮಾತಲ್ಲಿ ಆಕೆ ಅಸಾಮಾನ್ಯ ಮಹಿಳೆ, ಅಲ್ಲದೆ ಈ ಪ್ರಾಂತವನ್ನು ಪರಿಪಾಲಿಸಿದ ರಾಜವಂಶದ ಕೊನೆ ಮಹಾರಾಣಿ ಅಂತ ವಿವರಿಸು" ಎಂದು ಸಲಹೆ ನೀಡಿದ.

ಏಳೆಂಟು ಹೆಜ್ಜೆ ಮುಂದೆ ಹೋಗಿದ್ದ ಯುಗಂಧರ್ ಪುನಃ ಹಿಂದಕ್ಕೆ ಮರಳಿದ, ಆತನ ಮುಖದಲ್ಲಿ ಬೇಸರವಿತ್ತು, ಕಾರಣಕ್ಕೆ ಕೇಳಿದ್ದಕ್ಕೆ ಆತ ಹೇಳಿದ,

"ಕ್ಷಮಿಸಿರಿ ಗೆಳೆಯರೆ, ನನಗೆ ಸ್ಥಳೀಯ ಭಾಷೆ ತಿಳಿಯದು, ಅಲ್ಲದೆ ನನ್ನ ಇಂಗ್ಲೀಷ್ ಸಹ ಪೂರ್, ಸ್ಪ್ಯಾನಿಷ್ ಮಿಶ್ರಣದ ಯಾವ ಭಾಷೇನು ಯಾರಿಗೂ ಅರ್ಥವಾಗುವುದಿಲ್ಲ, ಅಲ್ಲದೆ ನನಗೆ ಸ್ಟೇಜ್‌ಫಿಯರ್, ಜನಸ್ತೋಮವನ್ನು ಉದ್ದೇಶಿಸಿ ನಾನ್ಯಾವತ್ತೂ ಮಾತಾಡಿಲ್ಲ. ಆದ್ದರಿಂದ ನನ್ನ ಮಾತುಗಳು ಅಪಾರ್ಥಕ್ಕೆಡೆ ಮಾಡಿಕೊಡಬಹುದು, ಆದ್ದರಿಂದ ನೀವೆಲ್ಲರು ನನ್ನ ಸಂಗಡ ಬನ್ನಿರಿ" ಎಂದು ಹೇಳಿದ,

ಎಸ್! ಆತನ ಮಾತಲ್ಲಿ ನಿಜಾಂಶವಿತ್ತು. ಆತನ ಮಾತುಗಳು ತಮಗೆ ಅರ್ಥವಾಗುತ್ತಿದ್ದುದು ಅಪರೂಪ. ಒಬ್ಬನನ್ನೇ ಕಳಿಸಿ ಆತನನ್ನು

ಬಲಿಪಶು ಮಾಡುವುದಕ್ಕಿಂತ ತಾವೆಲ್ಲರೂ ಒಟ್ಟಿಗೆ ಹೋಗುವುದು ಚಲೋ ಅನ್ನಿಸಿತು.

ಬಳಿಕ ಅವರು ಒಬ್ಬೊಬ್ಬರಾಗಿ ಪೋರ್ಟಿಕೋ ನೆರಳು ಸೇರಿಕೊಂಡರು. ಜನರಲ್ಲಿ ಕೆಲವರು ಅವರಲ್ಲಿ ಕೆಲವರನ್ನು ಗುರುತಿಸಿದರು, ಓಹ್ ಮಹೇಂದ್ರಶರ್ಮ, ಓಹ್ ಮಧುಸೂದನ್ ಅಂತ ಉದ್ಗರಿಸಿದರು. ಆದರೆ ಅವರು ಅವರಿಬ್ಬರನ್ನು ಮಾತ್ರ ಗುರುತಿಸಲಿಲ್ಲ.

ಪೊಲೀಸ್ ಅಧಿಕಾರಿ ಶಂಕರ್ ನಾಯರ್ ವಾಯುವೇಗದಿಂದ ಅಲ್ಲಿಗೆ ಆಗಮಿಸಿದ, 'ಅದೂ ಯಾರು ನೀವು!' ಎಂಬ ಸಂದೇಹಾಸ್ಪದ ಪ್ರಶ್ನೆಯೊಡನೆ, ತಾವು ಇಂಥವರು ಎಂದು ತಿಳಿದ ಬಳಿಕ ಆತ, "ತಪ್ಪು ತಿಳೀಬೇಡಿ, ಬಂಧಿತ ಕಳ್ಳರ ಕಡೆಯ ಮುಖ್ಯಸ್ಥರ್‍ಯಾರೊ ವೃದ್ಧೆಯನ್ನು ಹತ್ಯೆ ನಡೆಸಲು ಸಂಚು ನಡೆಸಿರುವರು ಎಂಬ ಸುದ್ದಿ ನಮ್ಮ ಗುಪ್ತಚರ ಇಲಾಖೆ ವರದಿ ಮಾಡಿದೆ, ಅಲ್ಲದೇ ನೀವು ಮೇಲ್ನೋಟಕ್ಕೆ ಅವರ ಕಡೆಯವರ ಥರ ಕಾಣ್ತಿಸ್ತಿದ್ದೀರಿ, ಹೀಗೆ ಹೇಳಿದೇಂತ ತಪ್ಪು ತಿಳಿಬೇಡಿ, ಅನುಮಾನ ನಮ್ಮ ಡಿಪಾರ್ಟ್‌ಮೆಂಟಿನ ಬ್ಯಾಕ್‌ಬೋನ್" ಎಂದು ನಿರರ್ಗಳವಾಗಿ ಹೇಳಿದ.

ಪುನಃ ತಾನೆ ಅವರ ಹೆಸರು ವಿಳಾಸ ಕೇಳಿ ತಿಳಿದು ಬರೆದುಕೊಂಡ. 'ಓಹ್ ಅವರೆಂದರೆ ನೀವೆ ಏನು! ನೀವೆ ಅಂದರೆ ಅವರೆ ಏನು!' ಎಂದು ತಾನೆ ಉದ್ಗರಿಸಿದ. 'ಲಿಟರೇಚರ್ ಫೋಟೋಗ್ರಫಿ ಅಂದರೆ ತನಗೆ ತುಂಬಾನೆ ಇಷ್ಟ' ಎಂದು ಹೇಳುತ್ತ ಅವರ ಕೈಗಳನ್ನು ಕುಲುಕಿದ.

ತನ್ನಂಥವರೂ ಈ ಭೂಮಿ ಮೇಲಿರುವರು ಎಂಬುದನ್ನು ಸಾಬೀತುಪಡಿಸಿದ.

ಅಷ್ಟೊತ್ತಿಗೆ ನೂರಾರು ಸಂಖ್ಯೆಯಲ್ಲಿ ವೃದ್ಧರು ಮುಖ್ಯ ದ್ವಾರದ ಹೊರಗೆ ಮತ್ತು ಒಳಗೆ ಜಮಾವಣೆಗೊಂಡಿದ್ದರು. ಪ್ರತಿಯೊಬ್ಬರ ಬಾಯಿಗಳು ಹಲ್ಲುಗಳಿಲ್ಲದೆ ಬಿಕೋ ಅನ್ನುತ್ತಿದ್ದವು. ರಾಜ್ಯ ಸರ್ಕಾರದ ಸಚಿವರೋರ್ವರು ತಮ್ಮ ಜನ್ಮದಿನದ ನೆನಪಿಗೆ ಅವರೆಲ್ಲರಿಗೆ ಉಚಿತ ದಂತಪಂಕ್ತಿಗಳನ್ನು ಕೊಡುಗೆ ರೂಪದಲ್ಲಿ ನೀಡುವೆ ಎಂದು ವಾಗ್ದಾನ ಮಾಡಿದ್ದರು. ಅದೂ ಅವತ್ತು ನಡೆದ ಫಂಕ್ಷನ್‌ನಲ್ಲಿ. ವಿಚಿತ್ರವೆಂದರೆ ವಾಗ್ದಾನ ಮಾಡಿದ್ದ ಗಣ್ಯ ಸಚಿವರೆ ಪೈಯೋರಿಯಾ ಎಂಬ ಬಾಯಿಗೆ ಸಂಬಂಧಿಸಿದ ಭೀಕರ ಖಾಯಿಲೆಗೆ ತುತ್ತಾಗಿ ದವಾಖಾನೆ ಪಾಲಾಗಿದ್ದರು, ಅವರಿಗೆ ಹೋಲಿಸಿದರೆ ಝೆಡ್‌ಪಿ ಮೆಂಬರ್ ರಾಜಾ ಲಖುಮಣಗೌಡ ಸಾವಿರ ಪಾಲು ಮೇಲು, ಕಾರಣ ಅವರು ವಾಗ್ದಾನ ಮಾಡಿದ್ದಂತೆ ವೃದ್ಧರಿಗೆಲ್ಲ ಉಚಿತ ಕನ್ನಡಕಗಳನ್ನು ವಿತರಿಸಿದ್ದರು.

ಆ ಕನ್ನಡಕಗಳು ಸರಿಯಾಗಿ ಕೆಲಸ ಮಾಡುತ್ತಿದ್ದುದರಿಂದ ವೃದ್ಧರಿಗೆ ದೂರದ ವಸ್ತುಗಳನ್ನು ನೋಡುವುದು ಗುರುತಿಸುವುದು ಸಾಧ್ಯವಾಯಿತು. ಅರೆ

ಅಲ್ಲಿರುವುದು ನಮ್ಮ ಮಹೇಂದ್ರಶರ್ಮ ಅಲ್ಲವೆ! ಎಂದು ಯಾರೋ ಹೇಳಿದರು, ಇನ್ಯಾರೊ ಅದನ್ನು ಹೌದೌಂದು ಅನುಮೋದಿಸಿದರು. ಆ ಉತ್ಸಾಹದಿಂದ ಇನ್ನೋರ್ವ ವೃದ್ಧ,

"ಶ್ರೀ ಶರ್ಮ ತೊಂದರೆಗೊಳಗಾಗ್ತಿರೋದು ನಮ್ಮ ಆಶ್ರಮದ ಗಣ್ಯ ಸದಸ್ಯೆ. ಆಕೆಯ ಯೋಗಕ್ಷೇಮ ವೃದ್ಧರಾದ ನಮ್ಮ ಹೊಣೆ, ಆದ್ದರಿಂದ ನಮ್ಮನ್ನು ಒಳಗೆ ಬಿಡಿಸಿರಿ" ಎಂದು ಕೂಗಿ ಹೇಳಿದ್ದು ಸಷ್ಟವಾಗಿ ಕೇಳಿಸಿತು. ಆ ವೃದ್ಧರ ಪ್ರೋತ್ಸಾಹಕ ಮಾತುಗಳಿಂದ ಇವರೆಲ್ಲರೂ ಉತ್ತೇಜಿತರಾದರು.

ಅವರ ಕಡೆ ಕೈಗಳನ್ನು ಎತ್ತಿ ಚಾಚಿ ಅಲುಗಾಡಿಸಿ, 'ಧೈರ್ಯದಿಂದಿರಿ ವೃದ್ಧರೆ, ಮಹಾರಾಣಿಯವರ ರಕ್ಷಣೆ ನಮ್ಮ ಹೊಣೆ' ಎಂದು ಭರವಸೆ ನೀಡಿದರು.

* * *

ಇವರು ನಿಧಾನವಾಗಿ ಒಳ ಪ್ರವೇಶಿಸಿದರು. ಆಗ ಮಹಾರಾಣಿಯವರು ಆಸ್ಥಾನದಲ್ಲಿ ವಿರಾಜಮಾನರಾಗಿರಲಿಲ್ಲ. ಒಂದನೆ ಮಹಡಿಯಲ್ಲಿದ್ದ ಕಿಟಿಕಿಗೆ ಅಭಿಮುಖರಾಗಿ ನಿಂತಿದ್ದರು. ರಾಜಹಂಸದ ಮುಂದೆ ಮತ್ತು ಅದರಾಚೆ ನೆರೆದಿದ್ದ ಅಪಾರ ಜನಸ್ತೋಮ ನೋಡಿ ಮೂಗಿನ ಮೇಲೆ ಬೆರಳಿರಿಸಿಕೊಂಡಿದ್ದರು. ಅವರನ್ನು ಸಮೀಪಿಸುವ ಕುರಿತು ವ್ಯಾಕುಲಗೊಂಡಿದ್ದರು.

ಅದೇ ಸಮಯಕ್ಕೆ ಇವರು ಹೋಗಿದ್ದು, ಅರಮನೆಯೊಳಗೆ ಹತ್ತುವ ಇಳಿಯುವ ಸ್ವಾತಂತ್ರ್ಯ ಹೊಂದಿದ್ದ ಯುಗಂಧರ್ ಅವರನ್ನು ಸಮೀಪಿಸಿದ. ಅದು ಚಿಕ್ಕ ಸ್ವರದಲ್ಲಿ ಕೆಮ್ಮಿ ಅವರ ಗಮನವನ್ನು ತನ್ನ ಕಡೆ ಸೆಳೆದ. ಆಕೆ ಮೆಲ್ಲಗೆ ಕತ್ತೊರಳಿಸಿ ನೋಡಿದಳು. 'ಇಷ್ಟು ಹೊತ್ತು ಯಾವ ಸ್ಮಶಾನದಲ್ಲಿದ್ದೆ ನೀನು!' ಎಂಬರ್ಥದಲ್ಲಿ ನೋಡಿದಳು.

ಅದಕ್ಕೆ ಅವನು ಆ ಜನಸ್ತೋಮವನ್ನು ಆ ಅಲ್ಲಿ ಅಪಾರ ಸಂಖ್ಯೆಯಲ್ಲಿ ನಿಯಂತ್ರಿಸುತ್ತಿರುವ ಪೊಲೀಸರು ಒಡ್ಡಿದ ಅಡೆತಡೆಗಳನ್ನು, ಚಾತಕ ಪಕ್ಷಿಗಳಂತೆ ಕಾಯುತ್ತಿರುವ, ಗೋಚರಿಸಿದ್ದನ್ನು ಚಿತ್ರೀಕರಿಸಿ ಹಲವು ದೇಶಗಳಿಗೆ ನೇರಪ್ರಸಾರ ಮಾಡುತ್ತಿರುವ ಅಸಂಖ್ಯ ಮಾಧ್ಯಮಿಗರನ್ನು ಕುರಿತು ಅತ್ಯಂತ ಮಾರ್ಮಿಕ ಮತ್ತು ಮೌಲಿಕ ಮಾತುಗಳಲ್ಲಿ ಕ್ಷಚಿತ್ತಾಗಿ ವಿವರಿಸಿದ.

ತನ್ನಂಥ ಒಂಟಿ ವೃದ್ಧ ಮಹಿಳೆ ಇಂಥ ಅಪೂರ್ವ ಸಾಧನೆ ಸಾಹಸ ಪ್ರದರ್ಶಿಸಬಹುದೆಂದು ಸ್ವತಃ ತನಗೇನೆ ತಿಳಿದಿರಲಿಲ್ಲ. ಓಹ್ ತನ್ನಲ್ಲಿ ಈ ವಯಸ್ಸಲ್ಲು ಪ್ರಚಂಡ ಶಕ್ತಿ ಸಾಮರ್ಥ್ಯಗಳಿವೆ! ತನಗೆ ತಾನೆ ಹೆಮ್ಮೆ ಪಟ್ಟುಕೊಂಡಳು. ಹೇಳಿದ್ದಕ್ಕೆ ಓಹ್ ಅವರು ಬಂದಿರುವರೇನು! ಉದ್ಗರಿಸಿದಳು ಮೆಲ್ಲಗೆ. ಅವರು ಸಹ ಮೇಲೆ ಬರಲಿ! ತಿಳಿಸಿದಳು.

ಈತ ಅತ್ಯಂತ ಸವಿನಯಪೂರ್ವಕವಾಗಿ ಹಿಮ್ಮುಖವಾಗಿ ನಡೆದು ಸ್ಟೇರ್‌ಕೇಸ್ ತಲುಪಿದ. ಪ್ರತಿಹೆಜ್ಜೆಯನ್ನು ಮಾರ್ಜಾಲ ಸದೃಶ ರೀತಿಯಲ್ಲಿ ಇಡುತ್ತ ಆಸ್ಥಾನ ತಲುಪಿದ. ಅಲ್ಲಿ ಅವರು ಯಾವ್ಯಾವೋ ದಾಖಲೆಗಳನ್ನು ಶೋಧಿಸುತ್ತಿದ್ದರು. ಅದರಲ್ಲಿ ಮುಚ್ಚುಮರೆ ಇರಲಿಲ್ಲ. ಅವರಿಗೆ ಆ ಸ್ವಾತಂತ್ರ್ಯವಿತ್ತು.

ಅವರಿಗೆ ಒಂದು ವಿಷಯ ಸ್ಪಷ್ಟವಾಗಬೇಕಿತ್ತು. ಈಕೆ ಅಂದರೆ ಉತ್ಪಲಾ ಪಂಡಿತ್ ಮತ್ತು ರಾಜಾ ಪ್ರತಾಪ್ ಸಿಂಗ್‌ರ ನಡುವೆ ಇದ್ದಿರಬಹುದಾದ ಸಂಬಂಧವೇನು! ಈಕೆ ಅವರ ಅಧಿಕೃತ ಪತ್ನಿಯೇ ಪ್ರೇಯಸಿಯೆ! ಅಧಿಕೃತ ಪತ್ನಿ ಅಲ್ಲದಿದ್ದರೆ ರಾಜಾ ಸಿಂಗ್‌ರವರ ಮೊದಲಿನ ಪತ್ನಿಯರು ಯಾರು! ಅವರು ಎಷ್ಟು ಸಂಖ್ಯೆಯಲ್ಲಿರುವರು! ಅವರ ಹೆಸರುಗಳೇನು! ಅವರು ಈಗ ಸ್ವದೇಶದಲ್ಲಿರುವರೊ! ಅಥವಾ ವಿದೇಶಗಳಲ್ಲಿ ನೆಲಸಿರುವರೊ! ಅವರ ಸಂತಾನ! ಅವರ್‍ಯಾರು ಇಲ್ಲಿಗೆ ಬರುತ್ತಿರುವರೊ ಇಲ್ಲವೊ! ಹ್ಞಾಂ ಅಂದಹಾಗೆ ರಾಜಾ ಪ್ರತಾಪ್ ಸಿಂಗ್ ಅವರ ಸ್ಥಿರಾಸ್ತಿ ಚರಾಸ್ತಿಗಳ ಮೌಲ್ಯ ಎಷ್ಟು! ಅದಕ್ಕೆ ನೈಜ ವಾರಸುದಾರರು ಯಾರು! ದುರದೃಷ್ಟವಶಾತ್ ಉತ್ಪಲಾರವರು ವಿಧಿವಶರಾದ ಬಳಿಕ ರಾಜಹಂಸ ನೋಡಿಕೊಳ್ಳುವವರು ಯಾರು! ಧರ್ಮರತ್ನಾಕರ ಬಿರುದಾಂಕಿತ ವೆಂಕಟರತ್ನ ನಾಯ್ಡು ಈ ಆಸ್ತಿಯನ್ನು ತಮ್ಮ ವೃದ್ಧಾಶ್ರಮಗಳಿಗೆ ಸೇರಿಸಿಕೊಳ್ಳಲು ಏನಾದರು ಸುವ್ಯವಸ್ಥಿತ ಯೋಜನೆಗಳನ್ನು ರೂಪಿಸಿರಬಹುದೆ!

ಈ ಸಂದೇಹಗಳಿಗೆ ಅರ್ಹ ಸಮಾಧಾನದ ಅಗತ್ಯವಿತ್ತು ಅವರಿಗೆ.

ಆಸ್ತಿಗೆ ಮತ್ತು ಕುಟುಂಬಕ್ಕೆ ಸಂಬಂಧಿಸಿದ ಮುಖ್ಯ ದಾಖಲೆ ದಸ್ತಾವೇಜು ಮೇಲಿನ ಮಹಡಿಯ ತಿಜೋರಿಯಲ್ಲಿ ಭದ್ರವಿರಬಹುದು ಎಂದು ಯುಗಂಧರ್ ಅನುಮಾನ ವ್ಯಕ್ತಪಡಿಸಿದ. ಆದರೆ ಈ ಎಲ್ಲಾ ಪ್ರಶ್ನೆಗಳಿಗೆ ಉತ್ತರ ಕಂಡುಕೊಳ್ಳಲು ಸಮಯವಿದೆ, ಆದರೆ ಅದು ಈಗ ಇಲ್ಲ, ಆದ್ದರಿಂದ!

ಅವರಿಗೆ ಒಂದೂವರೆ ವಾಕ್ಯದಲ್ಲಿ ವಿವರಿಸಿದ.

ಇವರೆಲ್ಲರು ಮುಖ್ಯವಾಗಿ ವಿವಿಧ ವಯೋಮಾನದ ವಿವಿಧ ಅಂತಸ್ತಿನ ರೋಗಿಗಳೊಂದಿಗೆ ನಿರಂತರ ಒಡನಾಡುವ ಡಾ. ಧ್ರುವ್ ತಮ್ಮ ಬಾಯಿಗೆ ದುರ್ವಾಸನೆ ನಿರೋಧಕ ದ್ರವ ಸಿಂಪಡಿಸಿಕೊಳ್ಳುವ ಅಗತ್ಯವಿತ್ತು. ಹಾಗೆ ತಮ್ಮ ದೇಹಕ್ಕು ಸಹ. ಇಷ್ಟವಿಲ್ಲದಿದ್ದರು ಅದು ಅನಿವಾರ್ಯ.

ಯುಗಂಧರನ ಹಿಂದೆ ಅವರು, ಅವರ ಹಿಂದೆ ಇವರು ಹೀಗೆ! ಸ್ಟೇರ್‌ಕೇಸನ್ನು ನಿಧಾನವಾಗಿ ಕ್ರಮಿಸಲಾರಂಭಿಸಿದರು. ಅದರ ನೆರವಿನಿಂದ ಮೇಲೇರುವುದು, ಮೇಲೇರಿದವರು ಕೆಳಕ್ಕಿಳಿಯುವುದು ಸುಲಭ ಸಂಗತಿ ಆಗಿರಲಿಲ್ಲ. ಮುಂಗಾಲಲ್ಲಿ ಕಸುವಿದ್ದವರು ಮಾತ್ರ ಸಲೀಸಾಗಿ ಏರಿಳಿಯುತ್ತಿದ್ದರು. ಎಲ್ಲರಿಗಿಂತ ಮುಂದೆ ಇದ್ದ ಯುಗಂಧರ್ ಮಹಾರಾಣಿಯವರ ಮನಃಸ್ಥಿತಿ ಕುರಿತು, ತಾನು ಗ್ರಹಿಸಿದ

ಅವರ ಭಾವನೆಗಳನ್ನು ಕುರಿತು ತನ್ನ ಹಿಂಬಾಲಕರಿಗೆ ಸೂಕ್ಷ್ಮವಾಗಿ ಸೂಚ್ಯವಾಗಿ ವಿವರಿಸುತ್ತಿದ್ದ. ಅದು ತನ್ನ ಕರ್ತವ್ಯವೆಂದು ಭಾವಿಸಿ. ಅದು ಅರಮನೆಯ ನೀತಿ ಸಂಹಿತೆ ಸಹ.

ಇವರು ನಿಶ್ಚಿತ ಮಹಡಿ ಪ್ರವೇಶಿಸಿ ತಲುಪಿದರು. ಆದರೆ ಮಾಜಿ ವಿಶ್ವಸುಂದರಿ ಮೇಡಂ ಕಿಟಿಕಿಗೆ ಅಭಿಮುಖರಾಗಿ ಇರಲಿಲ್ಲ. ಅಲ್ಲೊ ಒಂದು ಹಜಾರ ಇತ್ತಲ್ಲವೆ! ಅಲ್ಲು ಸಿಂಹಾಸನ ಸದೃಶ ಆಸನ ಇತ್ತಲ್ಲವೆ! ಅದರ ಮುಂದೆ ವಿವಿಧ ದೂರದಲ್ಲಿ ಹತ್ತಾರು ಕುರ್ಚಿಗಳಿದ್ದವಲ್ಲವೆ! ಅವೆಲ್ಲ ಬಾದರಾಯಣ ಕಾಲಕ್ಕೆ ಹೋಲುತ್ತಿದ್ದವಲ್ಲವೆ! ಅವುಗಳ ಮೇಲೆ ತುಂಬ ಎಚ್ಚರಿಕೆಯಿಂದ ಕೂಡ್ರಬೇಕಿತ್ತು, ತುಂಬಾ ಎಚ್ಚರಿಕೆಯಿಂದ ಮೇಲೇಳಬೇಕಿತ್ತು, ಆದರೆ ಯಾವ ಕಾರಣಕ್ಕು ಅವುಗಳ ಮೇಲೆ ಕೈಗಳನ್ನೂರುವಂತಿರಲಿಲ್ಲ, ಕಾರಣ ಅವಕ್ಕೆ ತ್ರಾಣವಿರಲಿಲ್ಲ. ಅಲ್ಲದೆ ಅತಿಥಿಗಳು ಬೀಳಬಾರದು ಎಂಬ ಕಾರಣದಿಂದ. ಅಕಸ್ಮಾತ್ ಬಿದ್ದರೆ ಅರಮನೆಗೆ ಅವಮಾನವೆಂಬ ಇನ್ನೊಂದು ಕಾರಣದಿಂದ.

ಆತ ಹೇಳಿದ ಬಳಿಕ ಇವೆಲ್ಲ ಅವರಿಗೆ ತಿಳಿದದ್ದು.

ಅವರು ಮುಖ್ಯ ಆಸನದ ಮೇಲೆ ವಿರಾಜಮಾನರಾಗಿದ್ದರು. ಕಾಲುಗಳನ್ನು ಉದ್ದಕ್ಕೆ ಚಾಚಿದ್ದರು. ಎಡಗಾಲನ್ನು ವೆಲ್ವೆಟ್ ಆಸನದ ಮೇಲೆ ಇರಿಸಿದ್ದರು. ಸೀರೆ ಅಲ್ಲಿವರೆಗೆ ಇಳಿಬಿದ್ದಿದ್ದರಿಂದ ಅವರ ಪಾದವನ್ನು ಪಾದಕ್ಕಿದ್ದ ಬೆರಳುಗಳನ್ನು ನೋಡುವುದು ಸುಲಭವಿರಲಿಲ್ಲ.

ಅವರು ಇವರು ಮುಗುಳ್ನಗೆಯೊಡನೆ ಬರಮಾಡಿಕೊಂಡರು, ಕೂಡ್ರುವಂತೆ ಸೂಚಿಸಿದರು, ಅವರು 'ಸುಶೀಲಾ ಹೆಸರಿನ ಮಗು ಎಲ್ಲಿ' ಎಂದು ವಿಚಾರಿಸಿದ್ದು ಅವರ ದೊಡ್ಡಗುಣ. ಪರಿಚಯಿಸಿದಾಕ್ಷಣ ಅವರೆ,

"ಓಹ್ ಡಾ. ಧ್ರುವಕುಮಾರ್ ಅಂದರೆ ಇವರೆ ಏನು! ಈ ಚಿಕ್ಕವಯಸ್ಸಿಗೆ ಒಳ್ಳೆಯ ಡಾಕ್ಟರ್ ಎಂದು ಹೆಸರು ಮಾಡಿರುವುದು ಶುಭಸೂಚನೆ, ಮತ್ತೆಲ್ಲಾ ಕ್ಷೇಮ ತಾನೆ!" ಎಂದು ಹೇಳಿದರು. ಆ ವಯಸ್ಸಿನಲ್ಲಿ ಆ ಪ್ರಮಾಣದ ಜೀವನೋತ್ಸಾಹವಿರುವುದೆಂದರೇನು! ಧ್ರುವ್‌ಗೆ ಅಚ್ಚರಿಯಾಯಿತು. ಆಕೆಗೆ ಕೇಳಲು ಹತ್ತಾರು ಪ್ರಶ್ನೆಗಳಿದ್ದ ಪತ್ರಿಕೆಯನ್ನು ಸಿದ್ಧಪಡಿಸಿಕೊಂಡು ಬಂದಿದ್ದರು. ಅವುಗಳಲ್ಲಿ ಮುಖ್ಯವಾದುದು ಕಳ್ಳರನ್ನು ಬಂಧಿಸಿದ ಘಟನೆ! ಅದು ಹೇಗೆ ಸಾಧ್ಯ!

ಮಹಿ ಸಾಂಪ್ರತು ಕೇಳಿದ್ದು ಅದೇ ಪ್ರಶ್ನೆ. ಹೊರಗಡೆ ನೂರಾರು ಜನ ಅವರ ದರ್ಶನಕಾಂಕ್ಷಿಗಳ ರೂಪದಲ್ಲಿ, ಇನ್ನು ಮಾಧ್ಯಮದವರು, ಸ್ಥಳೀಯ ರಾಜಕಾರಣಿಗಳು, ಹಾಗೆಯೇ ಆಶ್ರಮವಾಸಿ ನೂರಾರು ಜನ ವೃದ್ಧರು. ಅವರೆಲ್ಲರಿಗೆ ಐದೇ ಐದು ನಿಮಿಷ ಮುಖಾಮುಖಿಯಾಗಬಹುದಲ್ಲವೆ!

"ಓಹ್ ಕಿಟಿಕಿಯಿಂದ ನೋಡಿದೆ ಮಗು, ನಾಲ್ಕಾರು ಜನರಿದ್ದರೆ ಅವರನ್ನು ನಾನೇ ಒಳಗೆ ಕರೆಸಿಕೊಳ್ಳುತ್ತಿದ್ದೆ, ಆದರೆ ಹೊರಗಡೆ ನೆರೆದಿರುವುದು ಸಹಸ್ರಾರು ಜನ. ಅವರಿಗೆ ಹತ್ತಿರ ಹೋಗುವುದೆ ನನ್ನ ಪ್ರಧಾನ ಸಮಸ್ಯೆ ಕಣಪ್ಪಾ, ನನಗೆ ಜನರೆಂದರೆ ಆಗದು. ಇನ್ನು ಮಾಧ್ಯಮದವರೋ ಅವರು ಕೇಳುವ ಪ್ರಶ್ನೆಗಳೊ, ಛೆಛೇ ಎಲ್ಲವು ಕಿರಿಕಿರಿ ಸಂಗತಿ ಮಗೂ" ಎಂದು ಸೌಮ್ಯತೆಯಿಂದ ನುಡಿದರು.

ಹಾಗಿದ್ದರೆ!

ಹಾಗಿದ್ದರೆ ಯಾಕಿಲ್ಲ!

ಸತ್ಯ ಸಂಗತಿ ಅಂದರೆ ಉತ್ಪಲಾ ಪಂಡಿತ್ ನೂರಕ್ಕಿಂತ ಹೆಚ್ಚು ಜನರನ್ನು ಆರು ಅಡಿ ಹತ್ತಿರದಿಂದ ನೋಡಿದ್ದು/ನೋಡಿಸಿಕೊಂಡಿದ್ದು ತೀರಾ ಅಪರೂಪ. ಅದು ಹಿಂದೆ ಒಮ್ಮೆ ಮಾತ್ರ ನಡೆದದ್ದು, ಎಲ್ಲಿ ಅಂದರೆ ಗ್ವಾಟೆಮಾಲಾದಲ್ಲಿ, ಯಾವಾಗ ಅಂದರೆ ಈಗ್ಗೆ ಸರಿಸುಮಾರು ಎಂಬತ್ತಾರು ವರ್ಷಗಳ ಹಿಂದೆ, ಅದಕ್ಕೆ ಇದ್ದ ಸಂದರ್ಭವೆಂದರೆ ಆಗ ಅಲ್ಲಿ ವಿಶ್ವಸುಂದರಿ ಸ್ಪರ್ಧೆ ನಡೆಯಿತು. ಸುಮಾರು ಎಪ್ಪತ್ತೆರಡು ದೇಶಗಳ ಸುಂದರಿಯರು ಅದರಲ್ಲಿ ಭಾಗವಹಿಸಿದ್ದರು. ಆಗ ಅಂತಿಮ ಸುತ್ತಲ್ಲಿ ಆರು ಜನ ಸುಂದರಿಯರನ್ನು ಹಿಂದೆ ಸರಿಸಿ ವಿಶ್ವಸುಂದರಿ ಕಿರೀಟವನ್ನು ಧರಿಸಿದ್ದು ಈ ಉತ್ಪಲಾ ಪಂಡಿತ್. ಆಗ ಸುಮಾರು ಮುನ್ನೂರು ಪತ್ರಕರ್ತರು ಆಕೆಯನ್ನು ಸಂದರ್ಶಿಸಲು ತುದಿಗಾಲ ಮೇಲೆ ನಿಂತು ಕಾಯುತ್ತಿದ್ದರು, ಆದರೆ ಉತ್ಪಲಾ ಅದಕ್ಕೆ ಅವಕಾಶ ನೀಡಿದ್ದು ಕೇವಲ ಇಪ್ಪತ್ಮೂರು ಪತ್ರಕರ್ತರಿಗೆ ಮಾತ್ರ. ಅದೂ ಕೆಲವು ಕಠಿಣ ಷರತ್ತುಗಳ ಮೇಲೆ. ಅದನ್ನು ಹೊರತುಪಡಿಸಿ ಆಕೆ ಯಾವತ್ತು ಇಷ್ಟು ಜನರನ್ನು ಫೇಸ್ ಮಾಡಿಲ್ಲ.

ಆದರೆ ಇದೆಲ್ಲ ಎಷ್ಟು ಜನರಿಗೆ ಗೊತ್ತು! ತಿಳಿದಿರುವುದು ಈ ಯುಗಂಧರ್ ಮತ್ತು ಆ ನಾಯರ್‌ರಂಥವರಿಗೆ ಮಾತ್ರ. ಈ ಇವನಿಗೆ ಸ್ಥಳೀಯ ಭಾಷೆ ತಿಳಿಯದು, ಸ್ಪ್ಯಾನಿಷ್ ಮಿಶ್ರ ಮಾಡಿದ ಇಂಗ್ಲೀಷ್ ಯಾರಿಗೆ ತಾನೆ ಅರ್ಥವಾಗುವುದು! ಹಿಂದಿಯಂತು ದೇವರಿಗೇ ಪ್ರೀತಿ.

ಅಮ್ಮಾ ಹೀಗೆ ಮಾಡಿದರೆ ಹೇಗೆ!

* * *

ಅವರು ಅದಕ್ಕೆ ಒಪ್ಪಬಹುದೆಂಬ ನಿರೀಕ್ಷೆ ಇರಲಿಲ್ಲ. ಅವರು ಹೇಳಿದರು ಅಂದಾಕ್ಷಣ ಮಹಿ ಮತ್ತು ಪ್ರಮೋದ್ ಜನಸ್ತೋಮದ ಎದುರು ಹೋಗಲು ನಿರ್ಧರಿಸಿದ್ದಕ್ಕೆ ಅವರಲ್ಲಿದ್ದ ಧೈರ್ಯವೇ ಕಾರಣ. ತಾನು ಫೋಟೋಗ್ರಾಫಿಕ್ ಪರಿಭಾಷೆಯಲ್ಲಿ ಮಾತಾಡಿ ಅವರನ್ನು ಕನ್‌ಫ್ಯೂಸ್ ಮಾಡಿದರೇನು ಗತಿ ಎಂಬ ಕಾರಣದಿಂದ ಮಧು ಹಿಂಜರಿದ. ಇನ್ನು ಡಾ. ಧ್ರುವ್‌ದು ಅದೇ ಸಮಸ್ಯೆ.

ತಾನ್ಯಾವತ್ತು ಹೆಚ್ಚು ಜನರನ್ನುದ್ದೇಶಿಸಿ ಮಾತಾಡಿದವನಲ್ಲ. ಹೀಗಾಗಿ ಅವರಿಬ್ಬರು ಏನು ಎಷ್ಟು ಹೇಗೆ ಅಜ್ಜಿ ಮೇಡಂ ಅವರ ಅಭಿಪ್ರಾಯವನ್ನು ಅಭಿವ್ಯಕ್ತಿಸುವುದು ಎಂದು ಮನಸ್ಸಿನಲ್ಲೆ ತಾಲೀಮು ನಡೆಸುತ್ತ ಸ್ಟೇರ್‌ಕೇಸ್‌ನಿಂದ ಹುಷಾರಿಂದ ಇಳಿದರು.

ಹಜಾರ ಪ್ರವೇಶಿಸಿದರು, ಅಲ್ಲೆ ಸುಮಾರು ಆಳೆತ್ತರದ ಕನ್ನಡಿಗಳು ಪ್ರತಿಗೋಡೆಗು ಇದ್ದವು. ಅವುಗಳಲ್ಲಿ ತಮ್ಮ ಪ್ರತಿಬಿಂಬಗಳನ್ನು ನೋಡಿಕೊಂಡರು. ತಲೆಗೂದಲ ಓರೆಕೋರೆ ತಿದ್ದಿಕೊಂಡರು. ಪರಸ್ಪರ ಜೇಬುಗಳಲ್ಲಿ ಚಿಕ್ಕ ಬಾಚಣಿಕೆ ಸಲುವಾಗಿ ತಡಕಾಡಿದರು. ಪ್ರಮೋದ್ ಹಲವು ವರ್ಷಗಳಿಂದ ಬಾಚಣಿಕೆ ಬಳಕೆಯನ್ನು ತ್ಯಜಿಸಿದ್ದ. ಇನ್ನು ಮಹಿ ತನ್ನ ಪ್ರತಿ ಪ್ಯಾಂಟುಗಳ ಜೇಬುಗಳಲ್ಲಿ ವಿವಿಧ ಬಣ್ಣದ ಬಾಚಣಿಕೆಗಳನ್ನು ಇರಿಸಿಕೊಂಡಿದ್ದ. ಆದರೆ ಅಲ್ಲಿಂದ ಹೊರಡುವಾಗ ಅದಿರುವುದೊ ಇಲ್ಲವೊ ಎಂದು ಚೆಕ್ ಮಾಡುವುದನ್ನು ಮರೆತ್ತಿದ್ದ.

ಒಂದು ಸಮಾಧಾನದ ಸಂಗತಿ ಅಂದರೆ ಆ ಜನಸ್ತೋಮದಲ್ಲಿ ಯಾರು ಸಹ ತಮ್ಮ ತಲೆಗೂದಲ ಅಸ್ತವ್ಯಸ್ತತೆ ಕುರಿತು ಯೋಚಿಸುವುದಿಲ್ಲ, ಹಾಗೆಯೇ ಅವರೆಲ್ಲರ ಗಮನವಿರುವುದು ಅಜ್ಜಿ ಮೇಡಂ ಕಡೆ. ಹೀಗೆ ಮಹಿ ತನ್ನನ್ನು ತಾನು ಸಮರ್ಥಿಸಿಕೊಂಡ. ಆತನ ತಲೆಯನ್ನು ಈತ, ಈತನ ತಲೆಯನ್ನು ಆತ ಪರಸ್ಪರ ನೋಡಿಕೊಂಡರು. ಹಾಗೆಯೇ ಅಂಗಿಯ ಹಾಗೂ ಪ್ಯಾಂಟಿನ ಬಟನ್ ಜಿಪ್‌ಗಳನ್ನು ಚೆಕ್ ಮಾಡಿಕೊಂಡರು. ಎಲ್ಲ ಓಕೆ ಅಂದ ಬಳಿಕ ಅವರು ನಿಧಾನವಾಗಿ ಮುಖ್ಯ ದ್ವಾರವನ್ನು ಸಮೀಪಿಸಿದರು. ಪೊಲೀಸ್ ಬಂದೋಬಸ್ತ್ ಇರದಿದ್ದಲ್ಲಿ ಆ ಜನಸ್ತೋಮ ರಾಜಹಂಸಕ್ಕೆ ಲಗ್ಗೆ ಹಾಕದೆ ಇರುತ್ತಿರಲಿಲ್ಲ.

ಮುಖ್ಯದ್ವಾರದಲ್ಲಿ ಕಾಣಿಸಿಕೊಂಡ ತಮ್ಮಿಬ್ಬರನ್ನು ಪೊಲೀಸ್ ಅಧಿಕಾರಿ ಬರಮಾಡಿಕೊಂಡರು. ಎಲ್ಲಿ ಹಲ್ಲೆ ನಡೆಸುವರೊ ಎಂಬ ಆತಂಕದಿಂದ ಅವರು ಜನರನ್ನು ಹಿಂದಕ್ಕೆ ಚದುರಿಸಿದರು. ಮಂಡೆ ಬಿಸಿಮಾಡಿಕೊಂಡಿದ್ದ ಮಾಧ್ಯಮದವರು ಅವರನ್ನು ನೋಡಿ ಎಷ್ಟೋ ಗೆಲುವಾದರು.

ಒಳಗಡೆ ಅಜ್ಜಿ ಮೇಡಂ ಆರೋಗ್ಯದಿಂದ ಇರುವರು ತಾನೆ! ಅವರಿಗೇನು ಪೆಟ್ಟು ತಗುಲಿಲ್ಲ ತಾನೆ! ಅವರು ಡಾಕ್ಟರ್‌ರಿಂದ ಚಿಕಿತ್ಸೆ ಪಡೆದರೇನು! ಇಂಥ ಆತಂಕ ಸಂಬಂಧೀ ಪ್ರಶ್ನೆಗಳ ಸುರಿಮಳೆ ಕರೆದರು. ಅದನ್ನು ಕೇಳಿ ಇವರಿಗೆ ಇರುಸು ಮುರುಸಾಯಿತು. ಅದಕ್ಕೆ ಏನು ಹೇಳುವುದು!

ಜನರು ಕೂಡ ಹೇಳಿರಿ ಹೇಳಿರಿ ಎಂದು ಒತ್ತಾಯಿಸಿದರು. 'ಅಜ್ಜಿ ಮೇಡಂ ಅವರನ್ನು ಹೊರಗೆ ಯಾಕೆ ಕರೆದುಕೊಂಡು ಬರಲಿಲ್ಲ, ಅದನ್ನು ಮೊದಲು ಹೇಳಿರಿ!' ಎಂದು ಅಲ್ಲಲ್ಲಿ ಕೂಗಿದ್ದು ಕೇಳಿಸಿತು. ಅಲ್ಲೆ ವಾರ್ತಾ ಇಲಾಖಾಧಿಕಾರಿ

ಇದ್ದರಲ್ಲವೆ! ಇಂಥ ಜಟಿಲ ಸಮಸ್ಯೆಗಳು ತಮ್ಮ ಸೇವಾವಧಿಯಲ್ಲಿ ಪರಿಹರಿಸಿದ್ದರಲ್ಲವೆ! ಅವರು ಕೈಯಲ್ಲಿ ಮೈಕ್ ಹಿಡಿದು,

"ಅಜ್ಜಿ ಮೇಡಂ ಅಭಿಮಾನಿಗಳೆ ದಯವಿಟ್ಟು ಶಾಂತರಾಗಿರಿ, ಯಾರು ಆತಂಕಕ್ಕೊಳಗಾಗಬೇಡಿರಿ, ಇವರ ಮುಖಗಳನ್ನು ನೋಡಿ ಅವರು ಒಳಗಡೆ ಆರೋಗ್ಯದಿಂದ ಇರುವರೆಂದು ಅರ್ಥ ಮಾಡಿಕೊಳ್ಳಿರಿ, ಈಗ ಇವರು ಹೇಳುವುದನ್ನು ಕೇಳಿರಿ" ಎಂದು ಕೂಗಿ ಹೇಳಿ ತಮ್ಮ ಕೈಯಲ್ಲಿದ್ದ ಧ್ವನಿವರ್ಧಕವನ್ನು ಮಹಿ ಕೈಗೆ ನೀಡಿದರು.

ಮಹಿಗೆ ಆ ಒಂದುಕ್ಷಣ ಏನು ಹೇಳುವುದು ಎಂದು ತಿಳಿಯಲಿಲ್ಲ. ಜನಸ್ತೋಮದ ಕಡೆ ಮಿಕಿ ಮಿಕಿ ನೋಡಿದ. ಜನರಲ್ಲಿದ್ದ ಒಬ್ಬ, 'ಹೇಳಿರಿ, ಯಾಕ ಹೇಳಲೊಲ್ಲಿರಿ!' ಎಂದು ಕೂಗಿ ಹೇಳಿದ.

ಅದಕ್ಕೆ ಮಹಿ ಚೇತರಿಸಿಕೊಂಡಾದ ಬಳಿಕ, ಒಂದೈದು ನಿಮಿಷಗಳ ಕಾಲ ಮಹಾರಾಣಿಯವರ ಹಾಗೂ ರಾಜಹಂಸ ಅರಮನೆಯ ನೀತಿಸಂಹಿತೆ ಕುರಿತು ವಿವರಿಸಿದ, ಸತ್ಯಾಂಶಕ್ಕೆ ಸ್ವಲ್ಪ ಹಿತಮಿತವಾಗಿ ಕಲ್ಪನೆಯನ್ನು ಬೆರೆಸಿ ಹೇಳಿದ. ತನ್ನ ಮಾತುಗಳನ್ನು ಮಹಡಿಯ ಕಿಟಿಕಿಯ ಹಿಂದೆ, ಅಂದರೆ ಜರಿ ಅಂಚಿನ ಪರದೆಯ ಮರೆಯಲ್ಲಿ ನಿಂತಿದ್ದ ವೃದ್ಧ ಮಾತೆ ಕೇಳಿಸಿಕೊಳ್ಳುತ್ತಿರುವಳು ಎಂಬ ಅರಿವು ತನಗಿತ್ತು.

"ಪೂಜ್ಯರೂ ಮಹಾಪರಾಕ್ರಮಿಗಳೂ ಆದಮಹಾರಾಣಿಯವರ ಮಾನ್ಯ ಅಭಿಮಾನಿ ಬಂಧುಗಳೆ" ಎಂದೇ ತನ್ನ ಮಾತನ್ನು ಆರಂಭಿಸಿದ. ಕೈಯಲ್ಲಿದ್ದ ಹಿಡಿದಿದ್ದ ಮೈಕ್ ಸಹಕರಿಸಿತು, ಅದು ಎಲ್ಲೂ ಕೈಕೊಡಲಿಲ್ಲ. ಅವನು ಹೇಳಿದ್ದರಲ್ಲಿ ಇದ್ದ ಮುಖ್ಯಾಂಶಗಳೆಂದರೆ,

"ಮಹಾರಾಣಿ ಮೇಡಂ ಅಸಾಧಾರಣ ವ್ಯಕ್ತಿ, ಅವರು ಬ್ರೂಸ್‌ಲೀಯವರ ನೇರಶಿಷ್ಯೆ ಮತ್ತು ಅವರ ಗೆಳೆತಿಯಾಗಿದ್ದವರು, ಅವರಿಂದ ಇವರು ಕರಾಟೆಯನ್ನು ಕಲಿತರು, ಕೊಲೆರ್ಯಾಡೋದಲ್ಲಿ ನಡೆದ ಕರಾಟೆ ಸ್ಪರ್ಧೆಯಲ್ಲಿ ಟೋಕಿಯೋದ ವೋನಾಕೆ ವಿರುದ್ಧ ಜಯಿಸಿ ಬ್ಲಾಕ್‌ಬೆಲ್ಟ್ ಅನ್ನು ಮುಡಿಗೇರಿಸಿಕೊಂಡವರು. ಅಲ್ಲದೆ ಇಷ್ಟನೆ ಇಸ್ವಿಯಲ್ಲಿ ಚೀನಾದ ಶಾವೊಲಿನ್‌ನಲ್ಲಿ ಎರಡು ವರ್ಷ ಇದ್ದು ಕುಂಗ್‌ಫು ಪ್ರಾಕ್ಟೀಸ್ ಮಾಡಿದವರು. ಅಲ್ಲದೆ ವಶೀಕರಣ ಸಮ್ಮೋಹನ ವಿದ್ಯೆಯನ್ನು ಆಳವಾಗಿ ಅಭ್ಯಾಸ ಮಾಡಿದ್ದಾರೆ. ಹೀಗಾಗಿ ಆ ಮಾತೋಶ್ರೀಯವರು ತಮ್ಮ ತೊಂಬತ್ತೈದನೆ ವಯಸ್ಸಿನಲ್ಲಿ ಸದೃಢವಾಗಿರುವರು. ಎಂಟು ಹತ್ತು ಜನರನ್ನು ಲೀಲಾಜಾಲವಾಗಿ ಚಿತ್ ಮಾಡಬಲ್ಲವರಾಗಿದ್ದಾರೆ.

ಇನ್ನೊಂದು ಮಹತ್ವದ ಸಂಗತಿ ಅಂದರೆ ಮಾತೋಶ್ರೀಯವರು ಭೂತಪ್ರೇತ ಬೇತಾಳ ಪಿಶಾಚಿಗಳನ್ನು ತಮ್ಮ ಹತೋಟಿಯಲ್ಲಿರಿಸಿಕೊಂಡವರಾಗಿದ್ದಾರೆ.

ನೋಡಿ ರಾಜಹಂಸ ಹೆಸರಿನ ಅರಮನೆಗೆ ನಾಲ್ಕು ಶತಮಾನಗಳ ಚರಿತ್ರೆ ಇದೆ. ರಾಜವಂಶದ ಪೂರ್ವಿಕರು ಸತ್ತ ನಂತರವೂ ಇಲ್ಲೆ ವಾಸಿಸುತ್ತಿರುವರು, ಅವರ ಆತ್ಮಗಳನ್ನು ತಮ್ಮ ಅಂಕೆಯಲ್ಲಿರಿಸಿಕೊಂಡಿರುವುದು ಮಾತೋಶ್ರೀಯವರ ಹೆಗ್ಗಳಿಕೆ. ಈ ಎಲ್ಲಾ ಲೌಕಿಕ ಅಲೌಕಿಕ ಶಕ್ತಿ ಸಾಮರ್ಥ್ಯಗಳನ್ನು ಆವಹಿಸಿಕೊಂಡಿರುವವರು ಚಿಕ್ಕಪುಟ್ಟ ಕಾರಣಗಳಿಗೆ ಸಾರ್ವಜನಿಕರಿಗೆ ಕಾಣಿಕೊಳ್ಳಬಾರದು, ಅವರ ಉಸಿರು ನಿಮಗೆ, ನಿಮ್ಮ ಉಸಿರುವ ಅವರಿಗೆ ತಾಕಿದರೆ ಒಳ್ಳೆಯದಲ್ಲ. ಅಲ್ಲದೆ ಅವರು ಉಷಃಕಾಲದಿಂದ ಪೂಜಾ ಉಪಾಸನೆಯಲ್ಲಿ ನಿರತರಾಗಿದ್ದರು, ಈಗ ತಾನೆ ಅವರು ವಾಸ್ತವಕ್ಕೆ ಮರಳಿರುವುದು ನಿಮ್ಮ ಪುಣ್ಯ. ಆದ್ದರಿಂದ ಮಾತೋಶ್ರೀಯವರು ಅಗೋ ಅಲ್ಲಿ ಕಾಣುವ ಕಿಟಕಿಯಲ್ಲಿ ನಿಮಗೆ ದರ್ಶನ ನೀಡುವರು, ಅದಕ್ಕೆ ನಲವತ್ತು ನಿಮಿಷವಾದರು ಕಾಲಾವಕಾಶ ಬೇಕು. ಧ್ವನಿವರ್ಧಕದ ನೆರವಿನಿಂದ ಅವರು ಅಲ್ಲಿಂದ ನಿಮ್ಮ ಪ್ರಶ್ನೆಗಳಿಗೆ ನಿಮ್ಮ ಸಮಸ್ಯೆಗಳಿಗೆ ಸಮಾಧಾನ ನೀಡುವರು, ಅವರು ನಿಮ್ಮೆಲ್ಲರಿಗೆ ಅಲ್ಲಿಂದಲೇ ಆಶೀರ್ವಾದ ಮಾಡುವರು"

ಅದಕ್ಕೆ ಜನಸ್ತೋಮ ಕರತಾಡನ ಮಾಡಿತು. ಆದರೆ ಮಾಧ್ಯಮದವರಿಗೆ ಮಹಿಯ ಮಾತುಗಳು ತೃಪ್ತಿಕರ ಅನ್ನಿಸಲಿಲ್ಲ. ಅವರಲ್ಲಿ ಅಥವಾ ಇವರಲ್ಲಿ ಏನೋ ಕೊರತೆ ಇರುವುದು ಎಂದೇ ಅವರು ಭಾವಿಸಿದರು. ಅವರಲ್ಲಿ ಒಬ್ಬ ಯುವ ಪತ್ರಕರ್ತ,

"ಈ ಆಧುನಿಕ ಕಾಲದಲ್ಲು ಇವೆಲ್ಲ ನಡೆಯುವುದುಂಟೇನು! ನಿಮ್ಮ ಮಾತುಗಳನ್ನು ನಿಮ್ಮ ಆತ್ಮಸಾಕ್ಷಿ ಒಪ್ಪುವುದೇನು! ಅವರು ಹೊರಗೆ ಬರಲಿ, ನಮ್ಮ ಪ್ರಶ್ನೆ ಸಂದೇಹಗಳಿಗೆ ಸಮಾಧಾನ ನೀಡಲಿ" ಎಂದು ಕೇಳಿದ.

ಮಹಿಗಿಂತ ಮೊದಲು ಪ್ರಮೋದ್, 'ರೀ ಪತ್ರಕರ್ತರೆ ನಿಮ್ಮದಿನ್ನು ಹುಡುಗ ಬುದ್ಧಿ ಇದೆಲ್ಲ ನಿಮ್ಮ ಬುರುಡೆಗೆ ಏರುವುದು ಕಷ್ಟ, ಇಂಥ ಹುತ್ತದಲ್ಲಿ ಇಂಥದ್ದೇ ಹಾವು ಇರುವುದೆಂದು ಹೇಳುವಿರೇನು! ಹಾಗೇನೆ ಇದು, ಅವರು ನಮ್ಮ ನಿಮ್ಮಂತೆ ಸಾಮಾನ್ಯ ಮಹಿಳೆ ಅಲ್ಲ, ಅಸಮಾನ್ಯ ಮಹಿಳೆ, ಅಲ್ಲದೆ ಈ ಸಂಸ್ಥಾನದ ಮಹಾರಾಣಿ, ಇನ್ನು ನಿಮಗೆ ತಿಳಿಯದಿರುವ ಸಂಗತಿ ಅಂದರೆ ಆಕೆ ವಿಶ್ವಸುಂದರಿ ಕಿರೀಟವನ್ನು ಮುಡಿದಾಗ ಈ ದೇಶದ ಪ್ರಧಾನಿ ರಾಷ್ಟ್ರಪತಿಗಳು ಸಹ ಜನಿಸಿರಲಿಲ್ಲ. ಅಂಥ ಶ್ರೇಷ್ಠ ಮಹಿಳೆ, ದೇಶ ವಿದೇಶಗಳಲ್ಲಿ ಸಂಚರಿಸಿದ ಮಹಿಳೆ, ಅಂಥ ಆಕೆ ನೀವು ಕೇಳುವ ಜುಜುಬಿ ಪ್ರಶ್ನೆಗಳಿಗೆ ಉತ್ತರ ಕೊಡಲು ಸಾಧ್ಯವೆ! ಕೊಡ್ತಾರೆ ಆದರೆ ಅಗೋ ಅಲ್ಲಿರುವ ಕಿಟಕಿಯಲ್ಲಿಂದ" ಎಂದು ಒರಟಾಗಿ ಹೇಳಿದ.

ಅವನ ಮಾತುಗಳನ್ನು ಕೇಳಿ ಅಲ್ಲಿದ್ದವರೆಲ್ಲರು ಸ್ಟನ್ ಆದರು. 'ಓಹ್ ಆಕೆ ವಿಶ್ವಸುಂದರಿ! ಓಹ್ ಆಕೆ ಮಹಾರಾಣಿ! ಓಹ್ ಆಕೆ ಬ್ರೂಸ್‌ಲೀ ಫ್ರೆಂಡ್! ಓಹ್

ಆಕೆ ಭೂತಪ್ರೇತ ಪಿಶಾಚಿ ಬೇತಾಳಗಳನ್ನು ಇಚ್ಛೆ ಬಂದಂತೆ ಆಡಿಸುತ್ತಿರುವ ಮಾಯಾವಿ, ಹ್ಹಾಹ್ಹಾ' ಎಂದು ಅವರಷ್ಟಕ್ಕೆ ಅವರೆ ಉದ್ಗರಿಸಿದರು.

ಜನಸ್ತೋಮ ಒಕ್ಕೊರಲಿನಿಂದ 'ಜೈ ಅಂಬಾ ಭವಾನಿ' ಎಂದು ಜಯಘೋಷ ಹಾಕಿತು.

* * *

"ನೀನಾಡಿದ ಮಾತುಗಳನ್ನು ನಾನು ಸ್ಪಷ್ಟವಾಗಿ ಕೇಳಿಸಿಕೊಂಡೆ ಮಗೂ, ಅವನ್ನು ಸಾರಾಸಗಟ ತಳ್ಳಿ ಹಾಕಲಾರೆ, ನಿರಾಕರಿಸಲಾರೆ. ಆದರೆ ನಿನ್ನ ಮಾತುಗಳಲ್ಲಿ ಉತ್ಪ್ರೇಕ್ಷೆ ಇತ್ತು, ಜನರನ್ನು ನಂಬಿಸುವ ಹಠ ಇತ್ತು. ಒಂದೆರಡು ವರ್ಷ ಮಾತ್ರ ಜೀವಿಸಬೇಕೆಂದಿರುವ ನನಗೆ ಇದೆಲ್ಲ ಅಗತ್ಯವಿಲ್ಲ ಮಗೂ, ಮುಖ್ಯ ವಿಷಯವನ್ನು ನಿಮಗೆ ತಿಳಿಸುವೆ, ಇದರಲ್ಲಿ ಗೌಪ್ಯತೆ ಏನೂ ಇಲ್ಲ. ಕೇಳಿರಿ,

ಹ್ಹಾಂ ಅಂದಹಾಗೆ ನಿನ್ನೆ ರಾತ್ರಿ, ಆಗ ಅಷ್ಟೇನು ಹೊತ್ತಾಗಿರಲಿಲ್ಲ. ದೂರದಲ್ಲೆಲ್ಲೋ ನಾಯಿಗಳು ಬೊಗಳುತ್ತಿದ್ದವು, ವಾಹನಗಳ ಓಡಾಟದ ಸದ್ದು ಇವೆಲ್ಲವು ಮಂದ್ರಸ್ಥಾಯಿಯಲ್ಲಿ ಕೇಳಿಸುತ್ತಿತ್ತು. ಇದ್ದಕ್ಕಿದ್ದಂತೆ ತೆರೆದಿದ್ದ ಬಾಗಿಲ ಮೂಲಕ ಏಳೆಂಟು ಜನ ಪ್ರವೇಶಿಸಿದರು, ಅವರು ನೀವೆ ಎಂದು ಅನ್ಯಥಾ ಭಾವಿಸಿದೆ, ಬನ್ನಿರಿ ಬನ್ನಿರಿ ಎಂದು ಸ್ವಾಗತಿಸಿದೆ. ಮುಖಗಳು ಬೆಳಕಿಗೆ ಸಮೀಪ ಬಂದಾಗ ಅವರು ನೀವಲ್ಲವೆಂದು ಅರ್ಥವಾಯಿತು. 'ಯಾರು ನೀವೆಲ್ಲರು!' ಎಂದು ಕೇಳಿದೆ, ಅದಕ್ಕೆ ಅವರಲ್ಲೊಬ್ಬ ಹಿರಿಯನಿದ್ದವನೊಬ್ಬ,

ಅಮ್ಮಾ ನಾವು ಮಹಾರಾಷ್ಟ್ರ ಪ್ರಾಂತದ ಕೊಲ್ಲಾಪುರದ ಕಡೆಯವರು, ಕಳ್ಳತನ ಮಾಡುವುದು ನಮ್ಮ ಕುಲಕಸುಬು, ಗುಣಸಾಗರಕ್ಕೆ ನಾವು ಬಂದು ಒಂದೂವರೆ ತಿಂಗಳಾಯಿತು, ನಿರೀಕ್ಷಿಸಿದ ಪ್ರಮಾಣದಲ್ಲಿ ನಮಗೆ ಲಾಭವಾಗಲಿಲ್ಲ, ತುಳುಜಾ ಭವಾನಿ ಕೃಪೆಯಿಂದ ಪೊಲೀಸರು ನಮ್ಮನ್ನು ಹಿಡಿಯುವ ಸಾಹಸ ಮಾಡಲಿಲ್ಲ. ಪರಸ್ಥಳದಲ್ಲಿ ಎಷ್ಟು ದಿವಸಾಂತ ಇರುವುದು, ನಾಳೆ ನಾಡಿದ್ದು ಹೊರಡುವೆವು, ಈ ನಿಮ್ಮ ಬಂಗಲೆಯನ್ನು ಕೊಳ್ಳೆ ಹೊಡೆಯಬೇಕೆಂದು ಕೆಲವು ದಿವಸಗಳಿಂದ ನಮ್ಮ ಹುಡುಗರು ಪ್ರಯತ್ನಿಸುತ್ತಿದ್ದರು. ಎರಡು ಮೂರು ಸಲ ಬಾಗಿಲವರೆಗೆ ಬಂದು ವಾಪಸ್ಸು ಬಂದರು, ಯಾಕ್ರೋ 'ಬರಿಗೈಲಿ ಬಂದಿರಿ' ಎಂದು ಕೇಳಿದೆ, ಅದಕ್ಕೆ ಅವರು ಆ ಬಂಗಲೆಯ ಬಾಗಿಲು ತಮ್ಮನ್ನು ಒಳಗೆ ಬಿಟ್ಟುಕೊಳ್ಳಲಿಲ್ಲವೆಂದು ಹೇಳಿದರು. ಅವರ ಮಾತು ಕೇಳಿ ನನಗೆ ನಗು ಬಂತು,

ನಮಗೆ ಈ ಬಂಗಲೆಗೆ ಬರುವ ಉದ್ದೇಶವಿರಲಿಲ್ಲ, ಆದರೆ ರಾತ್ರಿ ಭವಾನಿ ಕನಸಲ್ಲಿ ಬಂದು 'ಮಕ್ಕಳಾ ಆ ಬಂಗಲೆಯಲ್ಲಿ ಕಳ್ಳತನ ಮಾಡಿದರೆ

ನನಗೆ ಸಂತೋಷವಾಗುವುದು, ಅಲ್ಲಿರುವ ಸಂಪತ್ತಿನಲ್ಲಿ ಅತಿ ಬೆಲೆ ಬಾಳುವ ವಸ್ತುವೆಂದರೆ ಮಹಾರಾಣಿ ಬಾಯೊಳಗಿರುವ ಚಿನ್ನದ ದಂತಪಂಕ್ತಿಗಳು, ನನಗೂ ವಯಸ್ಸಾಗಿದೆ, ನನ್ನ ಬಾಯಿಯಲ್ಲಿ ಹಲ್ಲುಗಳು ಉದುರಬಹುದು, ಅವು ಉದುರುವ ಮುಂಚೆ ಆ ಚಿನ್ನದ ಹಲ್ಲು ಸೆಟ್‌ಗಳ ಅಗತ್ಯವಿದೆ. ದಯವಿಟ್ಟು ಕೊಡು ತಾಯೆ ಎಂದು ಆ ವೃದ್ಧೆಯನ್ನು ಪ್ರಾರ್ಥಿಸಿರಿ, ಕೊಡದಿದ್ದರೆ ಬಲವಂತವಾಗಿ ಕೈಹಾಕಿ ಆಕೆಯ ಬಾಯಿಯನ್ನು ಬರಿದು ಮಾಡಿರಿ, ಹಾಗೆಯೇ ಕೇಳಿ ಕೆಲವು ಚಿನ್ನದ ಸರಗಳನ್ನು ಇಸಿದುಕೊಂಡು ಬನ್ನಿರಿ, ಆ ವೃದ್ಧಳು ನನ್ನ ಪರಮಭಕ್ತಳಿದ್ದಾಳೆ, ಆಕೆ ನಿಮ್ಮನ್ನು ಬರಿಗೈಲಿ ಕಳಿಸುವುದಿಲ್ಲ ಎಂದು ಅಪ್ಪಣೆ ಕೊಟ್ಟಳು. ಆದ್ದರಿಂದ ನಾನೇ ನಮ್ಮ ಹುಡುಗರ ಸಂಗಡ ಬಂದಿರುವೆ, ನನ್ನ ಮಾತಲ್ಲಿ ಸತ್ಯವಿರುವುದು, ಸತ್ಯ ಹೊರತು ಬೇರೆ ಇಲ್ಲ. 'ನೀವು ಮರ್ಯಾದಸ್ಥ ವೃದ್ಧೆ ಇರುವಿರಿ, ಅತ್ಯಂತ ಹಿರಿಯರಿರುವ ನಿಮಗೆ ಹಿಂಸೆ ಕೊಟ್ಟರೆ ಭವಾನಿ ಕೋಪಿಸಿಕೊಳ್ಳುವಳು, ಅದಕ್ಕೆ ನಾವು ಬಲವಂತವಾಗಿ ಕಳ್ಳತನ ಮಾಡುವುದಿಲ್ಲ, ನೀವೇ ಹಲ್ಲು ಸೆಟ್ಟು ಚಿನ್ನ ಬೆಳ್ಳಿ ಕೊಟ್ಟು ಆಶೀರ್ವಾದ ಮಾಡಿರಿ, ತುಳಜಾ ಭವಾನಿ ಕೃಪೆಗೆ ಪಾತ್ರರಾಗಿರಿ ಎಂದು ಸವಿನಯಪೂರ್ವಕವಾಗಿ ಕೇಳಿದ.

ಅದನ್ನು ಕೇಳಿ ನನಗೆ ನಗು ಬಂತು. ಕಳ್ಳರು ಮನೆ ಪ್ರವೇಶಿಸುವುದೆಂದರೆ, ಪ್ರವೇಶಿಸಿ ಅವರೆ ಬೆಲೆಬಾಳುವ ವಸ್ತುಗಳನ್ನು ಆಪೇಕ್ಷಿಸುವುದೆಂದರೆ! ಹೋಗಿ ಹೋಗಿ ಅವರು ನನ್ನ ಬಾಯಿಯೊಳಗಿನ ಹಲ್ಲು ಸೆಟ್ಟುಗಳನ್ನು ಅಪೇಕ್ಷಿಸುವುದೆಂದರೇನು!

ಅವರ ಕಡೆ ವಾತ್ಸಲ್ಯಪೂರಿತ ನೋಟ ಬೀರಿದೆ. ಹಾಗೆಯೇ ಸ್ವಲ್ಪ ಹೊತ್ತು ಯೋಚಿಸಿ ಒಂದು ನಿರ್ಧಾರಕ್ಕೆ ಬಂದೆ. ಬಳಿಕ ನಾನೇ,

ನೋಡಿರಿ ಮಕ್ಕಳಾ, ನಾನು ದೇವಿಯ ಉಪಾಸಕಳಿರುವೆನು, ಆಕೆ ಬಯಸಿರುವಳೆಂದ ಬಳಿಕ ಕೊಡುವುದು ನನ್ನ ಧರ್ಮ. ಖಂಡಿತ ಕೊಡುವೆ, ನಾನು ಕೊಡುವ ಹಲ್ಲು ಸೆಟ್ಟನ್ನು ಒಡವೆಯನ್ನು ನೀವು ತುಳಜಾ ಭವಾನಿಗೆ ಅರ್ಪಿಸುವಿರಿ ಎಂದು ನನಗೆ ಗೊತ್ತು, ನಾನು ಸಹ ಆ ಮಹಾತಾಯಿಯ ಪರಮ ಭಕ್ತರಾದ ನಿಮ್ಮನ್ನು ಕಳ್ಳರು ಅಂತ ತಿಳಿದು ನಾನ್ಯಾವ ನರಕಕ್ಕೆ ಹೋಗಲಿ ಮಕ್ಕಳೆ. ಆದ್ದರಿಂದ ನಾನು ನಿಮ್ಮನ್ನು ಗಣ್ಯ ಅತಿಥಿಗಳೆಂದು ಭಾವಿಸುತ್ತೇನೆ, ಅತಿಥಿಗಳಿಗೆ ಸೂಕ್ತ ಆತಿಥ್ಯ ನೀಡದಿದ್ದರೆ ಭವಾನಿ ಖಂಡಿತ ಕೋಪಿಸಿಕೊಳ್ಳುವಳು. ಹಸಿದಿರುವಿರಿ ಎಂದು ನೋಡಿದರೇನೆ ತಿಳಿಯುವುದು. ಆದ್ದರಿಂದ ನೀವೆಲ್ಲರೂ ಹೊಟ್ಟೆ ತುಂಬಾ ಊಟ ಮಾಡಿರಿ, ಬಳಿಕ ದೇವಿ ಬಯಸಿರುವುದನ್ನು ನೀಡುವೆ. ಜೊತೆಗೆ ನಿಮ್ಮೆಲ್ಲರಿಗೆ ಒಂದಿಷ್ಟು ಚಿನ್ನದ ಒಡವೆಗಳನ್ನು ಕೊಡುವೆ' ಎಂದು ನಿರ್ಭಾವುಕವಾಗಿ ಹೇಳಿದೆ.

ಅವರು ನನ್ನ ಮಾತನ್ನು ನಂಬಿದರು.

ಹೇಳಿದ್ದಕ್ಕೆ ಅವರು ಹಜಾರದಲ್ಲೆ ವಿಶ್ರಮಿಸಿದರು, ನಾನು ಪಾಕಶಾಲೆಗೆ ವಿವಿಧ ಭಕ್ಷ್ಯಾನ್ನ ತಯಾರಿಸಿದೆ. ಅವರು ನಿಸ್ಸಂಕೊಚವಾಗಿ ಊಟ ಮಾಡಿದರು. ಹಾಗೆಯೇ ಅಲ್ಲಿಯೇ ಗಾಢ ನಿದ್ದೆ ಹೋದರು. ಎಚ್ಚರವಿಲ್ಲದೆ ಮಲಗಿದ್ದ ಅವರ ಕೈಕಾಲುಗಳನ್ನು ಹಗ್ಗದಿಂದ ಕಟ್ಟಿದೆ, ಬಳಿಕ ಠಾಣೆಗೆ ಫೋನ್ ಮಾಡಿ ಪೊಲೀಸರನ್ನು ಕರೆಸಿಕೊಂಡೆ. ಅವರು ಅವರನ್ನು ಬಂಧಿಸಿ ಎಳೆದೊಯ್ದರು, ನಡೆದದ್ದು ಇಷ್ಟು" ಎಂದು ಆಕರ್ಷಕವಾಗಿ ನಿರೂಪಿಸಿದರು, ಮಾತುಗಳನ್ನು ಕೇಳಿ ನಮಗೆ ಆಕೆ ಅದ್ಭುತ ವಾಗ್ಮಿ ಅನ್ನಿಸಿತು.

"ಸದ್ಯಕ್ಕೆ ಈ ನಿಜ ಸಂಗತಿಯನ್ನು ಸಾರ್ವಜನಿಕರಿಗೆ ಹೇಳುವುದು ಬೇಡ. ಅಮ್ಮಾಜಿ, ಅವರ ಮನಸ್ಸಿನಲ್ಲಿರುವುದನ್ನೆ ನೀವು ಪ್ರತಿಧ್ವನಿಸಿರಿ, ರಾಜಹಂಸದ ಘನತೆ ಹೆಚ್ಚಿಸಿರಿ" ಎಂದು ಮಹಿ ನಾಟಕೀಯವಾಗಿ ಹೇಳಿದ.

ಆಕೆ ಆತನ ಕಡೆ ಆಪ್ಯಾಯತೆಯಿಂದ ನೋಡಿದಳು. ಬಳಿಕ ನಿಡಿದಾದ ಉಸಿರು ಬಿಟ್ಟಳು. ಅದಕ್ಕು ಮೊದಲೆ ನಖಶಿಖಾಂತ ಮೇಕಪ್ ಮಾಡಿಕೊಂಡಿದ್ದಳು, ಪುನಃ ಟಚ್‌ಅಪ್ ಮಾಡಿಕೊಳ್ಳಲು ಆಕೆ ತೆಗೆದುಕೊಂಡ ಸಮಯ ಕೇವಲ ಹದಿನೆಂಟು ನಿಮಿಷಗಳು ಮಾತ್ರ. ಆದರೆ ಅತೃಪ್ತಿ ಆಕೆ ಮುಖದ ಮೇಲಿನ ನಿರಿಗೆಗಳಲ್ಲಿ ಪ್ರತಿಫಲಿಸಿತು. ಅದಕ್ಕೆ ಕಾರಣವಿಲ್ಲದಿರಲಿಲ್ಲ, ಅದೆಂದರೆ ಚಿನ್ನದ ದಂತಪಂಕ್ತಿ, (ಮೇಲ್ದವಡೆಗೆ ಸಂಬಂಧಿಸಿದ್ದು ಮಾತ್ರ) ಸ್ವಲ್ಪ ಸಡಿಲವಾಗಿತ್ತು, ಆ ಸಡಿಲತೆ ಆಕೆ ಮಾತುಗಳನ್ನು ಮಧ್ಯೆ ಮಧ್ಯೆ ತುಂಡರಿಸಿ ಆಭಾಸ ಸೃಷ್ಟಿಸುತ್ತಿತ್ತು. ನೋಡಿದ್ದಕ್ಕೆ ಯುಗಂಧರ್ ಆಕೆಗೆ ಮಾತ್ರ ಕೇಳಿಸುವಂತೆ,

"ತಾಯಿ ಸಾಹೇಬಾ ಎರಡು ದಿವಸ ಹೇಗಾದರು ಸಹಿಸಿಕೊಳ್ಳಿರಿ, ಡೆಂಟಿಸ್ಟ್ ಡಾ. ಮಲ್ಹೋತ್ರ ಡೆಹ್ರಾಡೂಣ್‌ನಿಂದ ನಾಡಿದ್ದು ಫ್ಲೈಟ್‌ಗೆ ಮಾಕನಡುಕು ಏರ್‌ಪೋರ್ಟ್‌ನಲ್ಲಿ ಲ್ಯಾಂಡಾಗ್ತಾರೆ, ಅಲ್ಲಿಂದ ಟ್ಯಾಕ್ಸೀಲಿ ಬರಲಿಕ್ಕೆ ಹೇಳಿರುವೆ, ಈಗ ಸದ್ಯಕ್ಕೆ ಈ ಅಥೇನ್ಸಾ ಲೇಪಿಸಿಕೊಳ್ಳಿರಿ" ಎಂದು ವಿನಯಪೂರ್ವಕವಾಗಿ ಹೇಳಿದ.

ಅದಕ್ಕೆ ಪ್ರತಿಯಾಗಿ ಆತನಿಗೆ ಏನು ಹೇಳುವುದೆಂದು ತನಗೆ ತೋಚಲಿಲ್ಲ, ಬಿಟ್ಟ ನಿಟ್ಟುಸಿರಲ್ಲಿ ಅಸಹಾಯಕತೆ ಇತ್ತು.

ಹೊರಗಡೆ ಜನಸ್ತೋಮ ಕನಲುವ ಹಂತ ತಲುಪಿತ್ತು. ಪರಿಸ್ಥಿತಿ ತಿಳಿಯಲು ಹೊರಗೆ ಮತ್ತು ಒಳಗೆ ನಡುವೆ ಕಮ್ಯುನಿಕೇಷನ್ ಪ್ರಾಬ್ಲಂ ಇತ್ತು. ಅವರ ಮೇಲೆ ಪೊಲೀಸರೆಲ್ಲಿ ಲಾಠಿ ಚಾರ್ಜ್ ಮಾಡುವರೊ! ಎಲ್ಲಿ ರಕ್ತಪಾತವಾಗುವುದೊ ಎಂದು ಆತಂಕಪಟ್ಟರು.

ಆಗಾಗ್ಗೆ ಮಹಿ ಕಿಟಕಿಯಲ್ಲಿ ತನ್ನ ಮುಖ ತೂರಿಸಿ,

"ಇನ್ನೆರಡೇ ನಿಮಿಷಗಳಲ್ಲಿ ಮಾತೋಶ್ರೀಯವರು ಐ ಮೀನ್ ಮಾಜಿ ವಿಶ್ವಸುಂದರಿ ಅಮ್ಮನವರು ದರ್ಶನ ನೀಡುವರು, ಶಾಂತಚಿತ್ತರಾಗಿದ್ದು ಸಹಕರಿಸಿರಿ, ಕೇವಲ ನೋಡುವುದು ಮಾತ್ರ, ಮಾತುಕತೆಗೆ ಆಸ್ಪದವಿಲ್ಲ. ಇನ್ನು ಮಾಧ್ಯಮ ಮಿತ್ರರು ನಿಮ್ಮ ಪ್ರಶ್ನೆಗಳಿಗೆ ನೀವೇ ಉತ್ತರ ಕಂಡುಕೊಂಡು ಸಹಕರಿಸಿ, ಅಮ್ಮಾಜಿ ವೃದ್ಧಾತಿವೃದ್ಧರು ಅನ್ನುವುದು ನೆನಪಿರಲಿ ಮಿತ್ರರೆ" ಎಂದು ಉತ್ಸಾಹದಭರದಲ್ಲಿ ಹೇಳಿದ,

ಅದನ್ನು ಅದುವರೆಗೆ ಸಮಾಧಾನದಿಂದ ಕೇಳಿಸಿಕೊಂಡ ಅಜ್ಜಿ ಮೇಡಂ 'ಮಗನೆ ವೃದ್ಧಾತಿ ವೃದ್ಧರು ಅನ್ನುವ ಪದದ ಅಗತ್ಯವಿರಲಿಲ್ಲ, ವೃದ್ಧಾಪ್ಯದ ಗರಿಷ್ಠಮಟ್ಟ ತಲುಪಿದವರು ಎಂಬುದು ಅದರ ಅರ್ಥ, ನನಗಿನ್ನು ವಯಸ್ಸಾಗುವುದು ಬಾಕಿ ಇದೆ' ಎಂದು ತಿದ್ದುಪಡಿ ಸೂಚಿಸಿದರು.

ಡಾ. ಧ್ರುವ್ ಆಕೆಯ ಅಭಿಪ್ರಾಯವನ್ನು ಅನುಮೋದಿಸಿದರು. 'ಅದು ಇರಿಟೇಟಿಂಗ್ ವರ್ಡ್' ಎಂದು ಗೊಣಗಿದರು, ಅದು ಎಂಥವರಿಗೂ ಎಂದು ಸೇರಿಸುವುದನ್ನು ಮರೆಯದೆ ಹೇಳಿದರು. ಅದಕ್ಕೆ ಪ್ರಾಯಶ್ಚಿತ್ತವಾಗಿ ಮಹೀ ನಾಲಗೆಯ ತುದಿಯನ್ನು ಕಚ್ಚಿಕೊಂಡ.

* * *

ಹ್ಹಾಂ ಅಂದಹಾಗೆ ಅದು ಕಿಟಿಕಿ ಅಂದರೆ ಕಿಟಿಕಿ, ಅದು ಇಷ್ಟು ಅಡಿ ಉದ್ದ ಇಷ್ಟು ಅಡಿ ಅಗಲವಿತ್ತು. ಅದನ್ನು ವಿಕ್ಟೋರಿಯನ್ ಯುಗದ ಕುಶಲ ಕೆಲಸಗಾರರು ಜರ್ಮನ್‌ನಲ್ಲಿ ತಯಾರಿಸಿದ್ದರು, ಅದೊಂದೆ ಅಲ್ಲದೆ ರಾಜಹಂಸದ ಪ್ರತಿ ಕಿಟಿಕಿ ಬಾಗಿಲುಗಳನ್ನು. ಅದೂ ಬೀಡು ಮತ್ತು ಸೀಸ ಮಿಶ್ರಿತ ಲೋಹದಿಂದ, ಅದೂ ವಿವಿಧ ವಿನ್ಯಾಸದಲ್ಲಿ ಎರಕ ಹೊಯ್ದು. ಹೀಗಾಗಿ ಅವುಗಳನ್ನು ಸಾಮಾನ್ಯ ಕಳ್ಳರು ಮುರಿಯುವುದು ಸಾಧ್ಯವಿರಲಿಲ್ಲ. ಇನ್ನು ಅದರ ಹಿಂದೆ ಮೂರ್‍ನಾಲ್ಕು ಜನರು ಆರಾಮಾಗಿ ಕುಳಿತುಕೊಳ್ಳಬಹುದಿತ್ತು. ಅದಕ್ಕೆ ಅಡ್ಡಲಾಗಿ ಆ ಕಾಲದ ಮಸಲೈಜ್ ಪರದೆ ಇತ್ತು. ಅದರ ಮೂಲಕ ಒಳಗಿನವರು ಹೊರಗಿನ ವಿದ್ಯಮಾನಗಳನ್ನು ನೋಡಬಹುದಿತ್ತೆ ವಿನಃ ಹೊರಗಿನವರು ರಾಜಹಂಸದ ಒಳಗಿನ ವಿದ್ಯಮಾನಗಳನ್ನು ವೀಕ್ಷಿಸುವುದು ಸಾಧ್ಯವಿರಲಿಲ್ಲ. ಮಹಾರಾಣಿಯವರು ಬಿಡುವು ದೊರಕಿದಾಗ, ಬೇಸರವಾದಾಗ, ಹೊರಗಿನ ಸಾಮಾನ್ಯ ಜನರ ಚಟವಟಿಕೆಗಳನ್ನು ನೋಡಲು ಅಪೇಕ್ಷೆ ಉಂಟಾದಾಗ ಅಲ್ಲಿ ಕನಿಷ್ಠ ಅರ್ಧ ತಾಸು ಕುಳಿತಿರುತ್ತಿದ್ದರು.

ಮಹಿ ಆ ಅಂಥ ಐತಿಹಾಸಿಕ ಕಿಟಿಕಿ ಕಡೆ ಜನಸ್ತೋಮದ ಗಮನ ಸೆಳೆದಿದ್ದ. ಮಾಧ್ಯಮದವರು ತಮ್ಮ ತಮ್ಮ ಕೆಮೆರಾಗಳನ್ನು ಇತ್ತ ಕಡೆ ತಿರುಗಿಸುವಂತೆ ಮಾಡಿದ್ದ. ಇನ್ನು ಪೊಲೀಸ್ ಅಧಿಕಾರಿ,

"ಎಲ್ಲರು ಆ ಕಿಟಿಕಿ ಕಡೆ ದೃಷ್ಟಿನ ಕೇಂದ್ರೀಕರಿಸಿರಿ, ಮಹಾರಾಣಿಯವರ ದರ್ಶನ ಪಡೆಯದಿದ್ದರೆ ಅದು ನಿಮ್ಮ ಪರಪಾಟು, ಅದಕ್ಕೆ ನಮ್ಮನ್ನು ತಪ್ಪಿತಸ್ಥರನ್ನಾಗಿಸಬೇಡಿರಿ, ಹ್ಞಾಂ ಅಂದಹಾಗೆ ಮಹಾರಾಣಿ ಮೇಡಂ ಈ ಕ್ಷಣ ಕಾಣಿಸಿಕೊಳ್ಳಬಹುದು, ಮರುಕ್ಷಣ ಕಾಣಿಸಿಕೊಳ್ಳದೆ ಇರಬಹುದು, ಅವರು ಹೀಗೆ ಕಾಣಿಸಿಕೊಂಡು ಹಾಗೆ ಮರೆಯಾಗಬಹುದು, ಅದು ಅವರ ಇಚ್ಛೆ, ಆ ಇಚ್ಛೆ ಕಾನೂನಿನ ವ್ಯಾಪ್ತಿಗೆ ಬರುವುದಿಲ್ಲ" ಎಂದು ಸಾಂದರ್ಭಿಕವಾಗಿ ಹೇಳಿ ಎಲ್ಲರ ಮೈಚಳಿ ಬಿಡಿಸಿದ.

ಮಹಿ ಮತ್ತು ಪ್ರಮೋದ ಹೊರಗಿನವರೆಲ್ಲರು ತಮ್ಮ ತಮ್ಮ ಮುಖಗಳನ್ನು ಕಿಟಿಕಿ ಕಡೆ ತಿರುಗಿಸಿದರು. ಅವರ ಮುಖಗಳಲ್ಲಿ ಕುತೂಹಲ ಆಸಕ್ತಿ ಹೆಪ್ಪುಗಟ್ಟಿರುವುದು, ಅವರು ತಮ್ಮ ಬಾಯಿಗಳನ್ನು ಸ್ವಲ್ಪೇ ಸ್ವಲ್ಪ ತೆರೆದಿರುವರು! ಇದೆಲ್ಲವನ್ನು ಖಚಿತಪಡಿಸಿಕೊಂಡರು. ಆ ನಂತರವೇ ಮಹಾರಾಣಿಯವರ ಚಲನೆಗೆ ಹಸಿರು ನಿಶಾನೆ ತೋರಿಸಿದರು.

ಉತ್ಪಲಾ ಮೇಡಂ ನಡೆಯುತ್ತ ಅಥವಾ ವೀಲ್‌ಚೇರ್ ಮೂಲಕವೊ ಅಥವಾ ಯುಗಂಧರನ ಆಸರೆಯಲ್ಲೊ, ಅಥವಾ ಸ್ವಸಾಮರ್ಥ್ಯದಿಂದಲೋ ಅವರು ಕಿಟಿಕಿಯನ್ನು ತಲುಪಿದರು. ಅದು ಇನ್ನು ಸ್ಪಷ್ಟವಾಗಿ ತಿಳಿಯದು. ತಮಗೆ ಅರಿವು ಉಂಟಾದಾಗ ಅವರು ಆಗಲೆ ಕಿಟಿಕಿಯಲ್ಲಿ ಉಪಸ್ಥಿತರಿದ್ದರು. ಯುಗಂಧರ್ 'ಹೋಷಿಯಾರ್' ಎಂದು ಕೂಗಿ, ಅಲ್ಲೆ ಇದ್ದ ಗಂಟೆಯನ್ನು ಜೋರಾಗಿ ಭಾರಿಸಿ, ಅಷ್ಟೇ ನಾಜೂಕಾಗಿ ಕಿಟಿಕಿಗೆ ಅಡ್ಡವಿದ್ದ ಪರದೆಯನ್ನು ನಿಧಾನವಾಗಿ ಸರಿಸಿ!

ಓಹ್ ಮಸ್ಕಿರಿ ಮಾಡುವುದರಲ್ಲಿ ತನ್ನನ್ನು ಮೀರಿಸಿದವರು ಇನ್ನೊಬ್ಬರಿಲ್ಲ ಎನ್ನುವುದನ್ನು ಪುನಃ ಪುನಃ ಸಾಬೀತು ಪಡಿಸುತ್ತಿದ್ದ. ಇದು ಸರಿಯೇ ಎಂದು ಕೇಳುವುದಕ್ಕು ಮೊದಲೆ ತಾನೆ, "ಏನು ಮಾಡುವುದು ಗೆಳೆಯರೆ ಮಸ್ಕಿರಿ ನನ್ನ ಜೀವನ ಪ್ರಮುಖ ಭಾಗವಾಗಿ ಮುಂದುವರಿದಿದೆ. ಒಂದೆ ಮಾತಲ್ಲಿ ಹೆಳುವುದಾದರೆ ನನ್ನ ಬದುಕಿನ ಅಸ್ತಿಭಾರವೇ ಮಸ್ಕಿರಿ" ಎಂದು ಪ್ರಾಂಜಲ ಮನಸ್ಸಿನಿಂದ ಹೇಳಿಕೊಂಡಿದ್ದ.

ಮಸ್ಕಿರಿ ಮಾಡುವುದು ಸಹ ಒಂದು ಕಲೆ! ಅದೇನೊ ಸರಿ...

ಅದುವರೆಗೆ ಅಂದರೆ ಹದಿನೇಳು ನಿಮಿಷಗಳ ಕಾಲ ಜನಸ್ತೋಮದ ಸದಸ್ಯರಲ್ಲಿ ಯಾರು ಸಹ ರೆಪ್ಪೆಗೆ ರೆಪ್ಪೆ ಅಂಟಿಸಿರಲಿಲ್ಲ. ನೋಡಲಿರುವ

ಚಂದ್ರನಿಗೆ ಕಾರ್ಮೋಡ ಅಡ್ಡಬಂದರೆ ಎಂಬ ಆತಂಕ ಅದಕ್ಕೆ ಕಾರಣ. ಗಡುವು ಸಮೀಪಿಸಿದಂತೆ ಉಸಿರು ಸಹ ಬಿಗಿಹಿಡಿದರು. ಕಣ್ಣರಳಿಸುತ್ತಿದ್ದಂತೆ ನಿಧಾನವಾಗಿ ನಿಶ್ಶಬ್ದವಾಗಿ ತೆರೆ ಸರಿಯುತ್ತದೆ, ಆದರಲ್ಲಿ ವೃದ್ಧ ಮೂರ್ತಿಯ ಮುಖಾರವಿಂದ ನಿಧಾನವಾಗಿ ಜುಳು ಜುಳು ನಿನಾದ ಮಾಡುತ್ತ ಜನಸ್ತೋಮದ ಕಡೆ ಹರಿಯುತ್ತದೆ. ಎಲ್ಲರೂ 'ಹ್ಹಾಹ್ಹಾ ಜಗದಂಬೆ ಚಾಮುಂಡೇಶ್ವರಿ ಚೌಡೇಶ್ವರಿ' ಎಂದು ನಾಮಸ್ಮರಣೆ ಮಾಡುತ್ತಾರೆ.

ವಿಶ್ವಸುಂದರಿ ಇನ್ನು ಒಂದು ಹೆಜ್ಜೆ ಮುಂದೆ ಹೋಗಿ ತನ್ನ ಬಲಗೈಯನ್ನು ಕಿಟಿಕಿಯಿಂದ ಹೊರಚಾಚಿ ಅಲುಗಾಡಿಸುತ್ತಾಳೆ. ಆ ಅಂಗೈ! ಮೆಹಂದಿಯ ಕಲಾತ್ಮಕ ರೇಖೆಗಳಿಂದ ಆ ಅಂಗೈ ಚಿತ್ರಕಲಾ ಪರಿಷತ್‌ನಂತೆ ಭಾಸವಾಗುತ್ತದೆ. ಅದಕ್ಕಿದ್ದ ನೀಳ ಬೆರಳುಗಳೋ, ಆ ಬೆರಳುಗಳ ತುದಿಯಲ್ಲಿ ಉದ್ದೋಕೆ ಚಾಚಿದ್ದ ಉಗುರುಗಳೊ, ಆ ಉಗುರುಗಳಿಗೆ ಲೇಪಿಸಿದ್ದ ಬಣ್ಣವೋ, ಆ ಬಣ್ಣದ ಪಾರದರ್ಶಕದಲ್ಲಿ ಪ್ರತಿಫಲಿಸಲಾರಂಭಿಸಿದ ಮಿಂಚು ಹುಳುಗಳೊ! ಹ್ಹಾಹ್ಹಾ ಸೌಂದರ್ಯ ರಾಶಿಗೇನೆ ವೃದ್ಧಾಪ್ಯ ಆವರಿಸಿರುವುದಲ್ಲವೆ!

ಹ್ಹಾಹ್ಹಾ ವೃದ್ಧೆ ಜಗನ್ಮಾತೆಯೇ ನಿನ್ನ ಮೇಲ್ದುಟಿ ಮೇಲೆ ಚಾಚಿರುವ ನೀಳ ನಾಸಿಕವೆ, ಅದಕ್ಕೆ ಅಲಂಕರಿಸಿರುವ ವಜ್ರದ ಮೂಗುತಿಯೇ. ಆ ಫಳಫಳ ಮಿಂಚುವ ರೆಪ್ಪೆಗಳೊ, ಆ ಹುಬ್ಬುಗಳೊ, ಆ ಕಣ್ಣುಗಳೊ ಆ ಕಣ್ಣುಗಳೊಳಗಿರುವ ದ್ರಾಕ್ಷಿ ಹಣ್ಣುಗಳೋ! ಆ ಮುಖದಲ್ಲಿನ ಸುಕ್ಕು ಗೆರೆಗಳೊ!

ಆಕೆಯ ಮುಖ ಜನಸ್ತೋಮದ ಅನೇಕರನ್ನು ಆಶುಕವಿಗಳನ್ನಾಗಿಸಿತು. ಅಷ್ಟೇ ಅಲ್ಲದೆ ಇನ್ನೊಂದು ವಿಶೇಷವೆಂದರೆ ಮಹಾರಾಣಿ ಉತ್ಪಲಾ ಮೇಡಂ ಅವರು ತಮ್ಮ ಕೈಗೆ ನಿಸ್ತಂತು ಧ್ವನಿವರ್ಧಕ ಬಂದೊಡನೆ ಸರ್ವರನ್ನು ಉದ್ದೇಶಿಸಿ ಉಪನ್ಯಾಸವನ್ನು ಆ ಕ್ಷಣ ಆರಂಭಿಸಿ ಈ ಕ್ಷಣ ಮುಗಿಸಿದರು.

ತಮ್ಮ ಉಪನ್ಯಾಸದಲ್ಲಿ ಮಹಿ ಆಡಿದ ಮಾತುಗಳನ್ನೆ ಪುನರುಚ್ಚರಿಸಿದರು. ಸಮಾಜದಲ್ಲಿ ಸೌಂದರ್ಯ ಪ್ರಜ್ಞೆ ನಶಿಸುತ್ತಿರುವ ಬಗ್ಗೆ, ಸಾಮಾನ್ಯ ಜನರು ಮನರಂಜನೆಯಿಂದ ವಂಚಿತರಾಗಿರುವುದರ ಬಗ್ಗೆ. ಸಮಾಜದಲ್ಲಿ ನಿರ್ಲಕ್ಷ್ಯಕ್ಕೆ ಒಳಗಾಗಿರುವ ವೃದ್ಧರ ಬಗ್ಗೆ ನಿರರ್ಗಳವಾಗಿ ಅತ್ಯಂತ ಕಳಕಳಿಯಿಂದ ಮಾತಾಡಿದರು.

ಹಾಗೆಯೇ ತಮ್ಮ ಬದುಕಿನ ಹಲವು ಪುಟಗಳನ್ನು ತೆರೆದರು. ಎಲ್ಲೋ ಮಲೆನಾಡಿನ ಚಿಕ್ಕ ಹಳ್ಳಿಯಲ್ಲಿ ಸಾಮಾನ್ಯ ವೈದಿಕ ಕುಟುಂಬದಲ್ಲಿ ಜನಿಸಿದ ತಾನು ಗ್ವಾಟೆಮಾಲದಲ್ಲಿ ನಡೆದ ಸೌಂದರ್ಯ ಸ್ಪರ್ಧೆಯಲ್ಲಿ ವಿಶ್ವಸುಂದರಿ ಕಿರೀಟ ಧರಿಸಿದ ಘಟನೆಯನ್ನು ಮನೋಜ್ಞವಾಗಿ ವಿವರಿಸಿದರು. ಹಾಗೆಯೇ ಮೂವ್ವತ್ತು ನಲವತ್ತರದ ದಶಕದ ಹಾಲಿವುಡ್‌ನ ಇಂಗ್ಲೀಷ್ ಚಿತ್ರಗಳಲ್ಲಿ ಅಭಿನಯಿಸಿದ್ದರ

ಕುರಿತೂ ವಿವರಿಸಿದರು. ಬ್ರೂಸ್‌ಲೀ ತನ್ನ ಖಾಸಗಿ ಗೆಳೆಯ ಎಂದು ಹೇಳಿದಾಗ ಜನಸ್ತೋಮ ಹುರ್ರೇ ಎಂದು ಸಂತೋಷಧ್ವನಿ ಮಾಡಿತು. ತಾವು ಚೀನಾದಲ್ಲಿದ್ದಾಗ ಜಾಕಿಚಾನ್‌ನನ್ನು ಎತ್ತಿ ಆಡಿಸಿದ್ದೆ ಎಂದು ಹೇಳಿದಾಗಂತು ಹರ್ಷೋದ್ಗಾರ ಮಾಡಿತು. ತಾನು ಗುಣಸಾಗರ ಸಂಸ್ಥಾನದ ಮಹಾರಾಜ ರಾಜಾ ಪ್ರತಾಪ್ ಸಿಂಗ್‌ರ ಪಟ್ಟಮಹಿಷಿ ಎಂದೂ, ತನಗೆ ಮರುಜನ್ಮ ನೀಡಿ ರಾಜಹಂಸದಲ್ಲೆ ಕೊನೆಯುಸಿರು ಬಿಡುವುದು ತಮ್ಮ ಆಸೆ ಎಂದು ಘೋಷಿಸಿದಾಗ!

* * *

ಮಾರನೆ ದಿವಸ ರಾಜ್ಯದ ರಾಷ್ಟ್ರದ ಅಷ್ಟೇ ಏಕೆ ಅಂತಾರ್‍ರಾಷ್ಟ್ರೀಯ ಮಟ್ಟದ ಪ್ರಸಿದ್ಧ ನಿಯತಕಾಲಿಕಗಳಲ್ಲಿ ಉತ್ಪಲಾ ಮೇಡಂ ರಾರಾಜಿಸಿದರು. ರಾಜಹಂಸದ ಲ್ಯಾಂಡ್‌ಲೈನ್ ಫೋನ್ ನಂಬರನ್ನು ಯಾರು ಯಾರಿಗೆ ನೀಡಿದ್ದರೆಂಬುದು ತಿಳಿಯದು. ಕರೆಗಳ ಸುರಿಮಳೆ ಆರಂಭವಾಯಿತು. ದೇಶವಿದೇಶಗಳಲ್ಲೆಡೆ ಶರಪಂಜರದಲ್ಲಿ ನಿವಾಸಿಸುತ್ತಿರುವ ಮಾಜಿ ವಿಶ್ವಸುಂದರಿಯರು, ಮಾಜಿ ಭುವನೈಕ್ಯ ಸುಂದರಿಯರು ಕರೆ ಮಾಡಿ 'ಹೌ ಆರ್ ಯು ಉತ್ಪಲಾಜೀ' ಎಂದು ಕ್ಷೇಮಲಾಭ ವಿಚಾರಿಸಲಾರಂಭಿಸಿದರು. ಇನ್ನು ಹಾಲಿವುಡ್‌ನ ಖ್ಯಾತ ವೃದ್ಧ (ಉದಾಹರಣೆಗೆ ಅಂಥೋಣಿ ಕ್ವಿನ್‌ರಂಥ ಹಿರಿಯ ಕಲಾವಿದರು) ಕಲಾವಿದರಲ್ಲಿ ಕೆಲವರು 'ಮೈ ಡಾರ್ಲಿಂಗ್ ಮೈ ಸ್ವೀಟ್ ಹಾರ್ಟ್ ಉತ್ಪಿ ಹೌ ಆರ್ ಯು!' ಎಂದು ಹಳೆಯ ನೆನಪುಗಳನ್ನು ಹೆಕ್ಕಿ ನೆನಪಿಸಲಾರಂಭಿಸಿದರು. ಖ್ಯಾತ ಉದ್ಯಮಿಗಳು, ರಾಜಕಾರಣಿಗಳು ಕೇಳಿದ್ದೇ ಕೇಳಿದ್ದು.

ಆ ಕರೆಗಳಿಗೆಲ್ಲ ಅಜ್ಜಿ ಮೇಡಂ ಉತ್ತರಿಸಿದ್ದು ತೀರಾ ವಿರಳ. ಅವಕ್ಕೆಲ್ಲ ಉತ್ತರಿಸಿದ್ದು ಮಹಿ ಯುಗ್ ಪ್ರಮೋದರು. ಒಂದು ರೀತಿ ಹೇಳುವುದಾದರೆ ಆ ಮೂವ್ವರು ಉತ್ಪಲಾ ಮೇಡಂ ಅವರ ಕಾರ್ಯದರ್ಶಿಗಳು ಅನ್ನುವುದಕ್ಕಿಂತ ಅವರ ಮಕ್ಕಳು ಮೊಮ್ಮಕ್ಕಳು ಅವೆಲ್ಲಕ್ಕಿಂತ ಮೇಲಾಗಿ ಹಿತೈಷಿಗಳಾಗಿ ಪರಿವರ್ತನೆಗೊಂಡಿದ್ದರು.

ಯುಗಂಧರ್ ಸರೆ ಸರಿ, ಉಳಿದವರು ತಲಾ ಒಂದೊಂದು ಜವಾಬ್ದಾರಿಯನ್ನು ಹಂಚಿಕೊಂಡಿದ್ದರು, ಉದಾಹರಣೆಗೆ ಮಧುಸೂದನ್ ಪತ್ರಿಕಾ ಕಾರ್ಯದರ್ಶಿ, ಪ್ರಮೋದ್ ವಿದೇಶಾಂಗ ವ್ಯವಹಾರ, ಮಹೇಂದ್ರ ಸಾರ್ವಜನಿಕ ಸಂಪರ್ಕ ಮತ್ತು ಸುಶೀಲಾ ಗೃಹಖಾತೆ ಹೀಗಿತ್ತು ಅಲ್ಲಿನ ಸಂಪುಟ.

ರಾಜಹಂಸ ದೇಶ ವಿದೇಶಗಳಲ್ಲಿ ಹೆಸರು ಮಾಡಿತು. ಅಲ್ಲಲ್ಲಿಂದ ಫೋನ್, ಇಲ್ಲಲ್ಲಿಂದ ಫೋನ್ ಕರೆಗಳು. ಹ್ಞಾ ಅಂದಹಾಗೆ ಸರ್ಕಾರವೇ

ರಾಜಹಂಸಕ್ಕೆ ಇದ್ದ ಕೆಲವು ಅಡೆತಡೆಗಳನ್ನು ನಿವಾರಿಸಿತು. ಮುಖ್ಯವಾಗಿ ವಿದ್ಯುತ್ ಸ್ಯಾನಿಟರಿ ಮತ್ತು ದೂರ ಸಂಪರ್ಕ ಇತ್ಯಾದಿ. ಹೀಗಾಗಿ ಯಾವ ಕೊರತೆಗಳು ಸದ್ಯಕ್ಕೆ ಇರಲಿಲ್ಲ. ಇನ್ನೊಂದು ಉಲ್ಲೇಖಾರ್ಹ ಸಂಗತಿ ಅಂದರೆ ಕೆಲವು ದಿವಸಗಳ ಹಿಂದೆ ಮಹೇಂದ್ರ ಅದ್ಯಾವುದೊ ಹ್ಹಾ ಚಂದ್ರಶೇಖರಪುರ. ಅಲ್ಲಿ ಆತ ಅಲ್ಲಿನ ಸ್ವಸಹಾಯ ಗುಂಪುಗಳ ಪ್ರಾಂತೀಯ ಸಮಾವೇಶ ಉದ್ಘಾಟನೆಗೆ ಹೋಗಿದ್ದ. ಆಗ ಅಲ್ಲಿ ಪರಿಚಯವಾದದ್ದು ಸುಧಾಕರ. ಅವನು ತನ್ನ ಹಳೆಯ ವಿದ್ಯಾರ್ಥಿ. ಅವರು ತನಗೆ ಇಷ್ಟವಾದದ್ದು ಅವರಿಗೆ ಅವರ ವೃದ್ಧ ತಂದೆ ತಾಯಿಗಳ ಮೇಲಿನ ಪ್ರೀತಿಯಿಂದ. ಅವರ ಸೇವೆಗಾಗಿ ಅವನು ಸರ್ಕಾರಿ ನೌಕರಿಗೆ ರಾಜಿನಾಮೆ ನೀಡಿದ. ಹೆತ್ತವರ ಒತ್ತಾಸೆಯಿಂದ ಮದುವೆಯಾದ, ನಿನ್ನ ಹೊಟ್ಟೆಯಲ್ಲಿ ಹುಟ್ಟುವ ಮಕ್ಕಳುಗಳನ್ನು ನೋಡಿಯೆ ತಾವು ಕಣ್ಣು ಮುಚ್ಚುವುದು ಎಂದು ಅವರು ಹಠ ಹಿಡಿದರು ಅನ್ನುವ ಕಾರಣಕ್ಕೆ ಮೂರು ಮಕ್ಕಳಿಗೆ ತಂದೆಯಾದ. ಅವರಿಗೆ ಸೂಕ್ತ ವೈದ್ಯಕೀಯ ಸೇವೆ ಕೊಡಿಸಲು ಪ್ರಯತ್ನಿಸಿ ಚೂರು ಪಾರು ಇದ್ದ ಆಪದ್ಧನವನ್ನು ಖರ್ಚು ಮಾಡಿ ಬರಿಗೈ ಆದ. ತನ್ನ ದುರಾದೃಷ್ಟವೆಂದರೆ ಅವರು ಉಳಿಯಲಿಲ್ಲ, ತನ್ನಲ್ಲಿದ್ದ ಹಣ ಸಹ ಉಳಿಯಲಿಲ್ಲ.

ಅವನ ಕಥೆ ಕೇಳಿ ಮಹೇಂದ್ರ ದುಃಖಿತನಾದ. ಅಯ್ಯೋ ಎಂದು ಉದ್ಗರಿಸಿದ. ದೇವರಿರುವನು ಹೆದರ ಬೇಡ ಎಂದು ಭರವಸೆ ನೀಡಿದ. ಈ ದಂಪತಿಗಳನ್ನು ರಾಜಹಂಸದಲ್ಲಿರಿಸಿದರೆ ಹೇಗೆ! ಇವರನ್ನು ಉತ್ಪಲಾ ಮೇಡಂ ಅವರ ಸೇವೆಗೆ ನೇಮಕ ಮಾಡಿದರೆ ಹೇಗೆ!

ಆರಂಭದಲ್ಲಿ ಹಳೆ ವಿದ್ಯಾರ್ಥಿಯ ಸಮಸ್ಯೆಯನ್ನು ತನ್ನ ಗೆಳೆಯರ ಬಳಿ ಪ್ರಸ್ತಾಪಿಸಿದ. ಅವರೆಲ್ಲರು ವಿನಯಪೂರ್ವಕ ಕೇಳಿಕೊಂಡಿದ್ದಕ್ಕೆ ಮಹಾರಾಣಿಯವರು ಅವರನ್ನು ತಾವು ಸಂದರ್ಶಿಸಬೇಕು, ಅವರನ್ನು ಮುಂದಿನ ದಿವಸಗಳಲ್ಲಿ ಕರೆಸಿರಿ ಎಂದು ಒಪ್ಪಿಗೆ ಇತ್ತರು.

ಅದಕ್ಕೆ ಯುಗಂಧರ್, "ನೋಡಿ ಮಹೇಂದ್ರ, ಇಲ್ಲದ ರಿಸ್ಕ್ ತಗೋಬೇಡಿರಿ, ಇಲ್ಲಿರುವುದು ಒಂದೆ ಖಡ್ಗದ ಮೊನೆ ಮೇಲೆ ನಡೆದಾಡುವುದು ಒಂದೆ. ಇವರ ಸೇವೆ ಮಾಡುವುದು ಒಂದೆ, ನಿಮ್ಮ ವಿದ್ಯಾರ್ಥಿಗಳೆಂದರೆ ಅವರು ಸಹ ನಿಮ್ಮ ಹಾಗೆ ಅಮಾಯಕರು ಮುಗ್ಧರು ಅನ್ನಿಸುತ್ತೆ, ಆದ್ದರಿಂದ ಅವರನ್ನು ಇಲ್ಲಿ ಸೇರಿಸುವ ಮುನ್ನ ಸಾವಿರ ಸಲ ಯೋಚಿಸಿ, ಇದು ನನ್ನ ಅನುಭವದ ಮಾತು" ಎಂದು ಮೆಲ್ಲಗೆ ಸಲಹೆ ನೀಡಿದ.

ಆತನ ಮಾತು ಸರಿ ಅನ್ನಿಸಿತು, ಮಹಿ ಸುಧಾಕರನಿಗೆ ಈ ವಿಷಯ ತಿಳಿಸಿದ, ಅದಕ್ಕೆ ಅವನು "ಬಡತನಕ್ಕಿಂತ ದೊಡ್ಡ ರಿಸ್ಕ್ ಇನ್ನೊಂದಿಲ್ಲ ಸಾರ್,

ಅವರು ಹೇಗೆ ಹೇಳ್ತಾರೊ ಹಾಗಿರ್ತೀವಿ, ಒಟ್ಟಿನಲ್ಲಿ ನಮ್ಮೆಲ್ಲರಿಗು ಎರಡು ಹೊತ್ತು ಊಟ ಇರಲಿಕ್ಕೆ ಒಂಚೂರು ನೆರಳು ದೊರಕಿದರೆ ಸಾಕು, ಅವರಿಗೆ ಹೇಳಿ ಸಾರ್, ಪುಣ್ಯ ಬರುತ್ತೆ" ಎಂದು ಕೈಮುಗಿದು ಕೇಳಿಕೊಂಡ.

ಆತನ ಮಾತನ್ನು ಮಹಿ ಗಂಭೀರವಾಗಿ ಪರಿಗಣಿಸಿದ, ಇದರಲ್ಲಿ ಇನ್ನೊಬ್ಬರನ್ನು ಮೋಸ ಮಾಡುವುದೆಲ್ಲಿಂದ ಬಂತು! ಆ ದಿವಸ ರಾಜಹಂಸವನ್ನು ಪ್ರವೇಶಿಸಿದ. ಉತ್ಪಲಾ ಮೇಡಂ ಒಂಟಿ ಇದ್ದರು. ಒಳ್ಳೆಯ ಮೂಡಲ್ಲಿದ್ದರು. ಮಹಿ ಅವರಿಗೆ ಸುಧಾಕರನ ಹಿನ್ನೆಲೆ ಕುರಿತು ಕ್ಲುಪ್ತವಾಗಿ ವಿವರಿಸಿದ. ಆಕೆಗೆ ಆತನ ಮಾತುಗಳು ಇಷ್ಟವಾದವು. ಒಮ್ಮೆ ಭೇಟಿ ಮಾಡಿಸು ಅಂತ ಆಕೇನೆ ಹೇಳಿದಳು. ಮಹಾರಾಣಿ ಒಪ್ಪಿಗೆ ನೀಡಿದ್ದರಿಂದ ತನಗೆ ಖುಷಿ ಆಯಿತು. ತಿಳಿಸಿದೊಡನೆ ಸುಧಾಕರ ಪತ್ನಿ ಸಹಿತ ರಾಜಹಂಸ ಪ್ರವೇಶಿಸಿದ, ಅದೂ ಮಹೇಂದ್ರನ ಮಾರ್ಗದರ್ಶನದಲ್ಲಿ.

ಅಜ್ಜಿ ಮೇಡಂ ಅವನ ಜೊತೆ ಹದಿನಾರು ನಿಮಿಷ ಮಾತಾಡಿದಳು. ಆ ಯುವಕನ ವಿನಯ, ಸ್ವಾಮಿನಿಷ್ಠೆಯನ್ನು ಆಕೆ ಇಷ್ಟಪಟ್ಟಳು. ಆತನ ಪತ್ನಿಯನ್ನು ತೀರ ಸನಿಹಕ್ಕೆ "ಕರೆದು ಹೆಸರು ಏನಮ್ಮಾ!" ಅದಕ್ಕೆ ಆಕೆ 'ಜಾಹ್ನವಿ' ಎಂದಳು, ಅದಕ್ಕೆ ಆಕೆ 'ಓಹ್ ಅದು ಗಂಗೆಯ ಇನ್ನೊಂದು ಹೆಸರು' ಎಂದು ಉದ್ಗರಿಸಿದಳು. ಆಕೆ ಆಕೆಗೆ ಅಡುಗೆಗೆ ಸಂಬಂಧಿಸಿದ ಹಲವು ಪ್ರಶ್ನೆಗಳನ್ನು ಕೇಳಿದಳು. ಆಕೆ ಅವಕ್ಕೆಲ್ಲ ಸಮಂಜಸ ಉತ್ತರ ನೀಡಿದಳು. 'ಚಹಾ ಮಾಡಿಕೊಡುವೆಯಾ!' ಎಂದು ಪರೀಕ್ಷಾರ್ಥ ಕೇಳಿದಳು.

ಜಾಹ್ನವಿಗೆ ಆಕೆ ಹೇಳಿದ್ದು ಚಾಲೆಂಜ್ ಅನ್ನಿಸಿತು, ತಾನ್ಯಾವತ್ತು ಅರಮನೆ ಥರದ ಅರಮನೆಯನ್ನು ನೋಡಿರಲಿಲ್ಲ, ಆಕೆ ಥರದ ಆಕೆಯನ್ನು ನೋಡಿರಲಿಲ್ಲ. ಇನ್ನು ಅರಮನೆಯೇ ಇಷ್ಟು ದೊಡ್ಡದಿರಬೇಕಾದರೆ ಇಲ್ಲಿನ ಅಡುಗೆ ಮನೆ ಇನ್ನು ಎಷ್ಟು ದೊಡ್ಡದಿರಬಹುದು! ಅನ್ನಿಸಿತು, ಆಕೆಗೆ ಒಂದು ಕ್ಷಣ ಭಯವಾಯಿತು. ಆಗ ಆಕೆಗೆ ನೆರವು ಬಂದದ್ದು ಯುಗಂಧರ್, ಅದೂ ಮಹಾರಾಣಿಯವರ ಸಲಹೆಯಂತೆ.

ಅಡುಗೆ ಮನೆ ಕೆಳಗಿನ ಅಂತಸ್ತಲ್ಲಿತ್ತು. ಅದು ನೂರಾರು ಅಡಿ ವಿಸ್ತೀರ್ಣವಿತ್ತು, ಅಲ್ಲಿ ತರಾವರಿ ಅಡುಗೆ ಮಾಡುವ ಪಾತ್ರೆಗಳಿದ್ದವು, ಬಹಳ ದಿವಸಗಳಿಂದ ಬಳಸಿರದ ಕಾರಣಕ್ಕೆ ಅವು ನಿಷ್ಪ್ರಯೋಜಕ ಸ್ಥಿತಿಯಲ್ಲಿದ್ದವು. ಅವುಗಳಲ್ಲಿ ಬೇರೆ ಬೇರೆ ಲೋಹದ ಪಾತ್ರೆಗಳು ಇದ್ದವಷ್ಟೆ, ಅವು ತಿಕ್ಕದೆ ತೊಳೆಯದೆ ಇದ್ದ ಕಾರಣದಿಂದ ಕಳಾಹೀನವಾಗಿದ್ದವು. ಅವುಗಳನ್ನು ತೊಳೆಯುವುದು ಸಾಹಸದ ಕೆಲಸ ಅನ್ನಿಸಿತು ಆಕೆಗೆ. ಮುಂದೆ ಅದೆಲ್ಲ. ಸದ್ಯಕ್ಕೆ ತಾನು ಮಾಡಬೇಕಿರುವುದು ಚಹಾ!

ಯುಗಂಧರ್ ಆ ಯುವತಿಯ ಮುಖದ ಮೇಲಿನ ಆತಂಕವನ್ನು ಅರ್ಥ ಮಾಡಿಕೊಂಡ. "ಮಗಳೆ ಹೆದರಬೇಡಮ್ಮಾ, ಧೈರ್ಯದಿಂದಿರು, ನಿನ್ನ ಕೈರುಚಿ ನೋಡುವ ಕಾರಣಕ್ಕೆ ಮೇಡಂ ನಿನಗೆ ಚಹಾ ಮಾಡಲು ತಿಳಿಸಿರುವುದು. ಹ್ಞಾ ಅಂದಹಾಗೆ ಚಹಾ ಸ್ಟ್ರಾಂಗ್ ಇರಬಾರದು, ಹಾಲಿನ ವಾಸನೆ ಅಂದರೆ ಮಹಾರಾಣಿಯವರಿಗೆ ಆಗದು, ಒಳ್ಳೆಯ ಚಹಾ ಮಾಡುವವರ ಕೈಗುಣವನ್ನು ಅವಲಂಬಿಸಿರುತ್ತದೆ ತಾಯಿ, ಆದ್ದರಿಂದ ಆತ್ಮವಿಶ್ವಾಸದಿಂದ ಮಾಡು" ಎಂದು ಕೆಲವು ಸೂಕ್ಷ್ಮಗಳನ್ನು ತಿಳಿಸಿದ.

ಕಪಾಟನ್ನು ತೆರೆದು ಚಹಾ ಕಾಫಿಗೆ ಸಂಬಂಧಿಸಿದ ಪರಿಕರನ್ನು ತೋರಿಸಿ ಅಲ್ಲಿಂದ ನಿರ್ಗಮಿಸಿದ.

* * *

ಕಂಡಾಕ್ಷಣ ಮಹಿ ಕೇಳಿದ್ದು ಒಂದೆ ಪ್ರಶ್ನೆ, ಅದೆಂದರೆ "ಏನು ನಿರ್ಧಾರ ತಗೆದುಕೊಂಡಿ!"

ಅದನ್ನು ಕೇಳಿ ಸುಧಾಕರ ಕಸಿವಿಸಿ ಅನುಭವಿಸಿದ. ಏನು ಹೇಳುವುದು ಎಂದು ತೋಚದೆ ಒಂದು ಕ್ಷಣ ಕಸಿವಿಸಿ ಅನುಭವಿಸಿದ. ಮಹಿ ಅವನ ಹೆಗಲ ಮೇಲೆ ಕೈಯಿರಿಸಿ ಆತಂಕ ನಿವಾರಿಸಿದ. ಅದಕ್ಕೆ ಅವನು ಏನೇನೊ ಹೇಳಿದ, ಅದೆಲ್ಲವನ್ನು ಈತ ಸಾವಧಾನವಾಗಿ ಕೇಳಿಸಿಕೊಂಡ. ಅರಮನೆಯನ್ನು ನೋಡಿಯೇ ಅವನು ಹೆದರಿರಬೇಕೆಂದು ಭಾವಿಸಿದ. ಅಲ್ಲದೆ ಹಿಂದೆ ಅದೇ ಮನೆಯಲ್ಲಿ ಕೆಲಸ ಮಾಡಿದ ಹೆಂಗಸು ಆತನಿಗೆ ಅಕಸ್ಮಾತ್ತಾಗಿ ಸಿಕ್ಕಿದ್ದಳಂತೆ. ಆಕೆ ಆತಗೆ ದೂರದ ಬಂಧುವಂತೆ, ಆಕೆ ಈತನಿಗೆ ಏನೇನೊ ಹೇಳಿದಳಂತೆ! ಅದೆಲ್ಲ ಹೇಳಲಿಕ್ಕಾಗದು, ಅದೆಲ್ಲ ಕೇಳಲಿಕ್ಕಾಗದು.

ಅವನು ಹೇಳಿದ್ದರಲ್ಲಿ ನಿಜಾಂಶವಿತ್ತು. ಅರಮನೆ ಸದೃಶ ಮನೆಯಲ್ಲಿ ಒಂದಿಬ್ಬರು ಕೆಲಸ ಮಾಡುವುದು ಸಣ್ಣ ಸಂಗತಿ ಅಲ್ಲ. ಅಲ್ಲದೆ ಸುಧಾಕರನ ಹಿನ್ನೆಲೆ ತನಗೆ ಗೊತ್ತು, ಅವನದ್ದು ಸ್ಥಿತಿವಂತ ಕುಟುಂಬ, ಸಾಕಷ್ಟು ಆಸ್ತಿಪಾಸ್ತಿ ಇತ್ತು. ಆದರೆ ಅವರ ತಂದೆಯ ಅಜಾಗರೂಕತೆಯಿಂದ ಮಕ್ಕಳು ಬೀದಿಪಾಲಾದರು. ಅದು ಬೇರೆ ಕಥೆ. ಅದು ತನಗೆ ಮಾತ್ರ ತಿಳಿದಿರುವ ಕಥೆ.

ಕಥೆ ಕೇಳಿದ ಬಳಿಕ ಮಹಿ ನಿಡುಸುಯ್ದು, "ಮುಂದೆ ಏನು ಮಾಡಬೇಕೆಂದಿರುವಿ!" ಎಂದು ಕೇಳಿದ. ಅದಕ್ಕೆ ಅವನು "ಸಾರ್ ನೀವೇನು ತಿಳಿದುಕೊಳ್ಳದಿದ್ದರೆ ನನ್ನದೊಂದು ಚಿಕ್ಕ ಮನವಿ, ತಳ್ಳೋ ಗಾಡಿಯಲ್ಲಿ ಚಿಕ್ಕ ಹೋಟಲ್ ಮಾಡ್ಕೊಂಡು ಬದುಕ ಬೇಕೆಂದುಕೊಂಡಿರುವೆ ಸಾರ್, ಅದಕ್ಕೆ ನಿಮ್ಮ ಸಹಾಯ ಬೇಕು" ಎಂದು ವಿನಮ್ರವಾಗಿ ಕೇಳಿದ.

ಅದಕ್ಕೆ ನಾನು, "ನನ್ನ ಸಹಾಯ ಇದ್ದೇ ಇರ್ತದೆ, ನೀನು ಸುಖವಾಗಿದ್ದರೆ ಸಾಕಪ್ಪಾ, ಅದಿರಲಿ, ನಿನ್ನ ಹೋಟಲ್ ಬ್ಯುಸಿನೆಸ್‌ಗೆ ಸ್ಥಳ ಯಾವುದನ್ನು ಆಯ್ಕೆ ಮಾಡಿಕೊಂಡಿರುವಿ!" ಎಂದು ಕೇಳಿದ,

ಅದಕ್ಕೆ ಸುಧಾಕರ, "ಈ ಗುಣಸಾಗರದಲ್ಲಿ ಅಂಥ ಬ್ಯುಸಿನೆಸ್ ಪ್ಲೇಸ್ ಇಲ್ಲ ಸಾರ್, ಇರುವುದು ಒಂದೆ, ಅದೆಂದರೆ ರಾಜಹಂಸ. ಈಗ ಅಲ್ಲಿಗೆ ಜನರು ಹೋಗುವುದು ಬರುವುದು ಮಾಡ್ತಿದ್ದಾರೆ, ಅದೊಂದು ಪ್ರೇಕ್ಷಣೀಯ ಸ್ಥಳವಾಗಿದೆ. ಅಲ್ಲಿ ಇಟ್ಟರೆ ನನಗೆ ಅನುಕೂಲ. ನಾನೆ ಇಟ್ಟರೆ ಪೋಲೀಸರು ತೊಂದರೆ ಕೊಡ್ತಾರೆ, ಅದಕ್ಕೆ ನೀವು ನಮ್ಮ ಬೆನ್ನ ಹಿಂದೆ ನಿಲ್ಲಬೇಕು ಸಾರ್" ಎಂದು ಓಪನ್ನಾಗಿ ಕೇಳಿದ.

ಅವನ ಪ್ಲಾನ್ ನನಗೆ ಸರಿ ಅನ್ನಿಸಿತು. ಇದರಲ್ಲಿ ತಪ್ಪೇನಿದೆ, ಅವನ ದುಡಿಮೆ, ಅವನ ಮಾತು, ಲಾಭ ಆದರೆ ಅವನದ್ದೆ, ಲುಕ್ಸಾನ ಆದರು ಅವನದ್ದೆ! ಇದಕ್ಕೆ ಬೇರೆಯವರು ತೊಂದರೆ ಕೊಡುವುದು ಯಾಕೆ! ಯೋಚಿಸಿದ,

"ಹಿಂದೆ ಮುಂದೆ ಯೋಚಿಸದೆ ನೀನು ಮೊದಲು ಆ ಕೆಲಸ ಆರಂಭಿಸು, ನಿನ್ನ ಉದ್ದೇಶಿತ ಹೋಟಲ್‌ಗೆ ಯಾರು ತೊಂದರೆ ಕೊಡುವುದಿಲ್ಲ. ಅರಮನೇನು ನಿನಗೆ ಅಡ್ಡಗಾಲು ಹಾಕುವುದಿಲ್ಲ, ಹ್ಞಾಂ ಅಂದಹಾಗೆ ಇದಕ್ಕೆ ನನ್ನಿಂದ ಏನಾದರು ಹಣಕಾಸಿನ ಸಹಾಯ ಬೇಕೇನು!" ಎಂದು ಕೇಳಿದ.

ಅದಕ್ಕೆ ಅವನು, "ಈಗಾಗಲೆ ಒಂದಿಷ್ಟು ಹಣನ ಕೂಡಿಟ್ಟಿರುವೆ, ಈ ಚಿಕ್ಕ ಬ್ಯುಸಿನೆಸ್‌ಗೆ ಇಷ್ಟು ಸಾಕು. ಅಗತ್ಯವಿದ್ದರೆ ನಾನೇ ನಿಮ್ಮನ್ನು ಕೇಳುವೆ. ಮುಂದೆ ತೊಂದರೆಯಾಗದಂತೆ ನೀವು ನೋಡಿಕೊಂಡರೆ ಸಾಕು ಸಾರ್" ಎಂದು ಕೇಳಿದ ಬಳಿಕ ಕರಜೋಡಿಸಿದ.

ಅವನ ವರ್ತನೆಯಿಂದ ನಾನು ಮುಜುಗರ ಅನುಭವಿಸಿದೆ. ಅರಮನೆಯಲ್ಲಿರುವ ಮುದುಕಿಗಿಂತ ತಿಪ್ಪೆ ಮೇಲಿರುವ ಇವನೆ ಗ್ರೇಟ್ ಅನ್ನಿಸಿತು. ಒಂದು ಕ್ಷಣ ಭಾವುಕನಾದೆ.

"ಕೆಲಸ ಶುರು ಮಾಡು, ನಿನ್ನ ಹಿಂದೆ ನಾನಿದ್ದೀನಿ" ಎಂದು ಅವನಲ್ಲಿ ವಿಶ್ವಾಸ ತುಂಬಿದೆ. ಅದರಿಂದ ಅವನಿಗೆ ಖುಷಿ ಆತು. ಅದಕ್ಕೆ ಅವನು,

"ಸಾರ್, ಮನೆ ಇಲ್ಲೆ ಹತ್ತಿರದಲ್ಲಿದೆ, ನೀವು ಅಲ್ಲಿಗೆ ಬಂದರೆ ಜಾಹ್ನವಿಗೆ ಸಂತೋಷ ಆಗ್ತದೆ" ಎಂದು ಆಹ್ವಾನಿಸಿದ, ಅದಕ್ಕೆ ಮಹಿಗೆ ಅವನ ಆಮಂತ್ರಣ ನಿರಾಕರಿಸುವ ಮನಸ್ಸು ಆಗಲಿಲ್ಲ.

ಅವರಿಬ್ಬರು ಜೊತೆಯಲ್ಲಿ ಹೊರಟರು. ಅವನು ಬಾಡಿಗೆ ಹಿಡಿದಿದ್ದ ಮನೆ ಜೇಪಿ ಬಡಾವಣೇಲಿತ್ತು. ಆ ಏರಿಯಾದಲ್ಲಿದ್ದ ಮನೆಗಳು ಕಡ್ಡಿಪೊಟ್ಟಣವನ್ನು ಹೋಲುತ್ತಿದ್ದವು. ಆ ಏರಿಯಾ ತನಗೆ ಚಿರಪರಿಚಿತವೆ. ಪ್ರವೇಶಿಸಿದೊಡನೆ

ಅಕ್ರಂ ಕಂಡ. ಅಸ್ಸಲಾಂ ಅಲೈಕುಂ ಅಂದ. ಅವನು ಆ ಏರಿಯಾದಲ್ಲಿ ಡಾನ್ ಎಂದೇ ಹೆಸರಾಗಿದ್ದ. ವಿಚಿತ್ರವೆಂದರೆ ಅವನು ಸಹ ತನ್ನ ಪ್ರತಿಭಾವಂತ ಸ್ಟುಡೆಂಟೆ! ಅವನು ತನ್ನ ಕೈಕೆಳಗೆ ಚಿತ್ರ ರಚಿಸುವುದನ್ನು ಕಲಿತಿದ್ದ. ಬರೆದ ಚಿತ್ರಗಳ ನೆರವಿನಿಂದ ಅದೇ ಏರಿಯಾದಲ್ಲಿದ್ದ ಡಾನ್‌ನ ಏಕಮಾತ್ರ ಪುತ್ರಿಯನ್ನು ಮೋಹಿಸಿ ಮದುವೆಯಾಗಿದ್ದ. ಆ ಡಾನು ಸಾಯುವ ಪೂರ್ವದಲ್ಲಿ,

"ನೀನು ನನ್ನ ಹಾಗೆ ಈ ಏರಿಯಾಕ್ಕೆ ಡಾನ್ ಆಗಬೇಕು, ಬಡಾವಣೆ ನಿವಾಸಿಗಳ ಭಯವನ್ನು ಬಂಡವಾಳವನ್ನಾಗಿರಿಸಿಕೊಂಡು ಸ್ಥಿತಿವಂತನಾಗಬೇಕು, ನೀನು ಯಾರಿಗೂ ಹೆದರಬಾರದು, ಎಲ್ಲರು ನಿನಗೆ ಹೆದರಬೇಕು" ಎಂದು ಉಪದೇಶ ಮಾಡಿ ಸತ್ತಿದ್ದ.

ಡಾನು ಗೀನು ಅಂತ ಇದ್ದ ಬಳಿಕ ಇವೆಲ್ಲ ಮಾಮೂಲೆ! ಉಪನ್ಯಾಸಕ ಮಹಿ ಅವನ ಬದುಕನ್ನು ಸೀರಿಯಸ್ಸಾಗಿ ತೆಗೆದುಕೊಳ್ಳಲಿಲ್ಲ. 'ಅರೆ ಮೇರಾ ಬಹಾದ್ದೂರ್ ಬೇಟಾ' ಎಂದು ಅವನನ್ನು ಆಲಂಗಿಸಿಕೊಂಡ. ಅವನು ಕರೆದ ಕಡೆ ಹೋದ. ಅವನು ಕೊಡಿಸಿದ ಚಹಾ ಸೇವಿಸಿದ. 'ಅಕ್ರಂ ಬೇಟಾ ಅಚ್ಛಾ ರಹೋ' ಎಂದು ಹಾರೈಸಿದ.

"ಇವನು ನಿನ್ನ ಹಾಗೆಯೇ ನನ್ನ ಪ್ರೀತಿಯ ವಿದ್ಯಾರ್ಥಿ, ದುರ್ದೈವದಿಂದ ಇದ್ದುದ್ದೆಲ್ಲವನ್ನು ಕಳೆದುಕೊಂಡು ಬರಿಗೈ ಆಗಿದ್ದಾನೆ, ಈಗ ಅಲ್ಲೆಲ್ಲೊ ಒಂದು ಚಿಕ್ಕ ಹೋಟಲ್ ಆರಂಭಿಸಲು ನಿರ್ಧರಿಸಿದ್ದಾನೆ, ಇದಕ್ಕೆ ನಿನ್ನ ಸಹಾಯದ ಅಗತ್ಯವಿದೆ ಅಕ್ರಂ ಬೇಟಾ" ಎಂದು ಹೃದಯಕ್ಕೆ ಮುಟ್ಟುವಂತೆ ಹೇಳಿದ.

ಅವರಿಬ್ಬರನ್ನು ಪರಸ್ಪರ ಪರಿಚಯಿಸಿದ. ಅವರಿಬ್ಬರು ಪರಸ್ಪರ ನೋಡಿಕೊಂಡರು, ಅವರ ನೋಟಗಳಲ್ಲಿ ನೀನಗಿದ್ದರೆ ನಾನಿನಗೆ ಎಂಬ ಸಹಕಾರ ತತ್ವವಿತ್ತು. ಪರಸ್ಪರ ಇಷ್ಟವಾದರು.

"ಹೌದೇನು ಸಾರ್, ಇವರ ಮನೆ ಇಲ್ಲೆ ಇದೆ ಏನು! ಎಲ್ಲಿ, ಅಲ್ಲಾ! ಇದು ನನ್ನ ಏರಿಯಾ, ಹೆದರಬೇಡಿ, ಈ ನಮ್ಮ ಮೇಸ್ಟ್ರು ಹೇಳಿದರೆಂದರೆ ಮುಗೀತು. ಚಹಾ ದುಖಾನು ತಾನೆ, ಇಟ್ಕೊಳ್ಳಿರಿ, ಎಲ್ಲಿಡತೀರಿ!" ಎಂದು ಅಕ್ರಂ ಉತ್ಸಾಹದಿಂದ ಕೇಳಿದ. ಅವನೇನು ತಿಳಿದಿದ್ದನೆಂದರೆ ಇಲ್ಲೆಲ್ಲೊ ಅಂತ, ಆದರೆ ಅವನು ಇಡಲು ಉದ್ದೇಶಿಸಿರುವುದು ಇನ್ನೆಲ್ಲೊ!

"ಓಹ್ ಅಲ್ಲಾ, ಆ ಏರಿಯಾದ ಕೌನ್ಸಿಲರ್ ಪರಂಧಾಮಯ್ಯ ನನ್ನ ಫ್ರೆಂಡ್, ಅವನು ನನ್ನ ಮಾತನ್ನು ತೆಗೆದು ಹಾಕೋನಲ್ಲ. ನಾನು ಹೇಳ್ತೀನಿ, ಅಗತ್ಯವಿದ್ದರೆ ಕಡಿಮೆ ಬಡ್ಡೀಲಿ ಲೋನ್ ಕೂಡ ಕೊಡಿಸ್ತೀನಿ, ಇದು ದುಡಿಯುವವರ ಕಾಲ, ದುಡಿಯದ ಸೋಂಬೇರಿಗಳಿಗಲ್ಲ" ಎಂದು ಅವನು ಇವನ ಹೆಗಲ ಮೇಲೆ ಕೈಯಿರಿಸಿ ಆತ್ಮವಿಶ್ವಾಸ ತುಂಬಿದ.

ಅಕ್ರಂನ ಮಾತಿನಿಂದ ಸುಧಾಕರ ಗೆಲುವಾದ.

"ಅಣ್ಣಾ ನೀವು ಬನ್ನಿ ಇಲ್ಲೆ ನಮ್ಮನೆ, ನೀವು ಜೋತೇಲಿ ಬಂದು ಚಹಾ ಕುಡಿದರೆ ನಮಗೆ ಸಂತೋಷ" ಎಂದು ಆಮಂತ್ರಿಸಿದ.

ಮೂವ್ವರು ಹೋದಾಗ ಅದೇ ಬೀದಿಯಲ್ಲಿದ್ದ ನಲ್ಲಿಯಿಂದ ತರುತ್ತಿದ್ದ ಜಾಹ್ನವಿ ಅಪರಿಚಿತ ವ್ಯಕ್ತಿಯನ್ನು ನೋಡಿ ಮುಜುಗರಪಟ್ಟಳು. ಸೆರಗು ಸರಿಪಡಿಸಿಕೊಳ್ಳುತ್ತ ಮನೆ ತಲುಪಿದಳು. ಹೇಳಿದ್ದಕ್ಕೆ ಆಕೆ ಹೌದಾ ಎಂದು ಆಶ್ಚರ್ಯ ವ್ಯಕ್ತಪಡಿಸಿದಳು. ವಿಷಯ ತಿಳಿದು ಆಕೆ 'ಅಷ್ಟು ಮಾಡಿರಿ ಅಣ್ಣಾ, ಪುಣ್ಯ ಬರ್ತದೆ' ಅಂತ ಕೈಮುಗಿದಳು.

ಅಪರಿಚಿತ ಮಹಿಳೆ ತನಗೆ ಅಣ್ಣಾ ಎಂದು ಸಂಬೋಧಿಸಿದರೆ ಅದಕ್ಕಿಂತ ಸಂತೋಷ ಇನ್ನೆಲ್ಲಿದೆ!

ಅಕ್ರಂ "ತಂಗಿ ಇದು ನನ್ನ ಏರಿಯಾ, ಇಲ್ಲೇನು ಸಮಸ್ಯೆ ಇದ್ದರೆ ನನಗೆ ತಿಳಿಸಿರಿ, ಅಗೋ ಆ ಕ್ರಾಸಲ್ಲೆ ನಮ್ಮ ಮನೆ ಇರೋದು, ರಂಜಾನ್ ಹಬ್ಬಕ್ಕೆ ನಮ್ಮನೇಗೆ ಊಟಕ್ಕೆ ಬನ್ನಿರಿ" ಎಂದು ಒಂದು ತಿಂಗಳ ಮೊದಲೆ ಸುಧಾಕರ ದಂಪತಿಗಳಿಗೆ ಆಮಂತ್ರಣ ನೀಡಿದ.

* * *

ವಿಷಯ ತಿಳಿದು ಪ್ರಮೋದ್ ಗುಡ್ ಎಂದ, ಆದರೆ ಮಧು,

'ಸಾರ್ ನಿಮ್ಮ ವಿದ್ಯಾರ್ಥಿಗಳಲ್ಲಿ ಅಂಥವರು ಇದ್ದಾರೆ, ಇಂಥವರೂ ಇದ್ದಾರಲ್ಲರೀ! ಅಕ್ರಂನ ನೇಚರ್ರೇ ಬೇರೆ, ಸುಧಾಕರನ ನೇಚರ್ರೇ ಬೇರೆ, ಅವೆರಡೂ ತದ್ವಿರುದ್ಧ ಧ್ರುವಗಳು, ಅವನು ಅಪ್ ಕಮಿಂಗ್ ಡಾನ್, ಈ ವಯಸ್ಸಿಗೆ ಹತ್ತಾರು ಕೇಸುಗಳು ಅವನ ಮೇಲಿವೆ. ಆದ್ದರಿಂದ ನೀವು ರಿಸ್ಕ್ ತಗೋಬಾರದಿತ್ತು" ಎಂದು ಗುನುಗಿದ.

ಅದಕ್ಕೆ ಪ್ರಮೋದ್,

"ಇದರಲ್ಲಿ ತಪ್ಪೇನಿದೆ ಮಧು, ಸಾರ್ತ್ರೆ ಅಂತ ಹೆಸರು ಕೇಳಿದ್ದೀಯಾ, ಅವನು ನೋಬಲ್ ಲಾರಿಯೇಟ್ ಗ್ರೇಟ್ ರೈಟರ್. ಅವನ ಗುರು ಯಾರೆಂದರೆ ಜೀನ್ ಹೆಸರಿನ ಸ್ಟ್ರೀಟ್ ರೌಡಿ ಗೂಂಡಾ. ಲೇಖಕರಾದವರಿಗೆ ಅಂಥವರು ಬೇಕು, ಇಂಥವರೂ ಬೇಕು. ಅವನು ಇವನಿಗೆ ಹೆಲ್ಪ್ ಮಾಡ್ತೀನಿ ಅಂತ ಒಪ್ಪಿಕೊಂಡಿರುವನಲ್ಲ ಅಷ್ಟು ಸಾಕು" ಎಂದು ತನ್ನ ಗೆಳೆಯನ ಕೃತ್ಯವನ್ನು ಸಮರ್ಥಿಸಿಕೊಂಡ.

ಆ ಮಾತಿಗೆ ಮಧು ಹಿಂದಲೆ ಕೆರೆದುಕೊಂಡ, "ಏನು ಇಲ್ಲ, ಇದರಿಂದ ಮಹಾರಾಣಿಯವರ ಮನಸ್ಸಿಗೆ ನೋವಾಗುವುದೇನೂಂತ! ಯಾಕೆಂದರೆ ನಮಗೆ ಅವರು ಇಂಪಾರ್ಟೆಂಟ್ ಅಲ್ಲವೆ!" ಎಂದ.

ಅದನ್ನು ಕೇಳಿ ಅವರಿಬ್ಬರು ನಕ್ಕರು. ಮಹೀನೆ,

"ಇಲ್ಲಿ ಎಲ್ಲರು ಎಲ್ಲರಿಗೂ ಇಂಪಾರ್ಟೆಂಟು ಕಣಯ್ಯಾ, ಅವರು ಹೆಚ್ಚು ಇವರು ಕಡಿಮೆ ಅನ್ನೋ ಡಿಫರೆನ್ಸೇ ಇಲ್ಲ. ನನಗಾಗಲಿ, ಪ್ರಮೋದಗಾಗಲಿ ವಿಶ್ವಸುಂದರಿಯವರಿಗಿಂತ ಈ ಅಕ್ರಂ ಸುಧಾಕರ್‌ರಂಥವರೆ ಇಂಪಾರ್ಟೆಂಟ್, ನಾಲ್ಕಾರು ಮಂದಿಗೆ ಹೆಲ್ಪಾಗದ ಸೋಕಾಲ್ಡ್ ಮಹಾರಾಣಿಗಿಂತ ಒಬ್ಬರಿಗಾದರು ಹೆಲ್ಪ್ ಮಾಡುವ ಅಕ್ರಂ ನಮಗೆ ಮುಖ್ಯ" ಎಂದು ಹಿತನುಡಿಗಳನ್ನಾಡಿದ.

ಅದನ್ನು ಕೇಳಿ ಪ್ರಮೋದ್, "ಈ ಕಾರಣಕ್ಕೆ ನಾನು ಮಹೀನ ಇಷ್ಟಪಡೋದು, ಗುಡ್" ಎಂದು ಅಭಿನಂದಿಸಿದ.

* * *

ರಾಜಹಂಸದ ಜನಪ್ರಿಯತೆ ದಿನದಿಂದ ದಿನಕ್ಕೆ ಹೆಚ್ಚುತ್ತಲೇ ಇತ್ತು. ಇನ್ನಿತರೆ ಗ್ರಾಮಗಳಿಂದ ಜನರು ಆ ಊರಿಗೆ ಬರುತ್ತಿದ್ದುದು ವೃದ್ಧರನ್ನು ಕಣ್ತುಂಬ ನೋಡಲೆಂದು, ಅಂಥವರು ಹಾಗೆ ಒಂದು ಹೆಜ್ಜೆ ಮುಂದೆ ಬಂದು ರಾಜಹಂಸವನ್ನು ನೋಡಲಾರಂಭಿಸಿದರು. ಹ್ಞಾಂ ಅಂದಹಾಗೆ ಇನ್ನೊಂದು ಗಮನಾರ್ಹ ಸಂಗತಿ ಅಂದರೆ ಸುಧಾಕರ್ ಕೆಲವು ದಿವಸಗಳ ಹಿಂದೆ ಅದೇ ಬಡಾವಣೆಯಲ್ಲಿ, ಅಂದರೆ ರಾಜಹಂಸಕ್ಕೆ ತೀರಾ ಹತ್ತಿರದ ರಸ್ತೆ ಪಕ್ಕ ಚಹಾ ದುಖಾನ್ ತೆರೆದಿದ್ದ. ಆ ಜಂಗಮ ಸ್ವರೂಪಿ ಹೋಟಲಲ್ಲಿ ಚಹಾ ಕಾಫಿ ಕುರುಕಲು ತಿಂಡಿ ಬಿಸ್ಕತ್ ಸಿಗರೇಟ್ ವಗೈರೆ ಎಲ್ಲವು ದೊರಕುತ್ತಿದ್ದವು.

ಅದನ್ನು ಉದಯೋನ್ಮುಖ ಡಾನ್ ಅಕ್ರಂ ಮತ್ತು ಕೌನ್ಸಿಲರ್ ಪರಂಧಾಮಯ್ಯ ಏಕಕಾಲಕ್ಕೆ ಉದ್ಘಾಟಿಸಿದ್ದರು. ಆ ತಮ್ಮ ಚಾಯ್ ದುಖಾನಿಗೆ 'ವಿಶ್ವಸುಂದರಿ ಚಾಯ್ ಕಾಫಿ ಹೋಟಲ್' ಅಂತ ಹೆಸರಿಟ್ಟಿದ್ದನು. ಆ ಆಕರ್ಷಣೆ ಸರೆ ಸರಿ, ಆದರೆ ಅವರಿಬ್ಬರು ಬೆನ್ನಿಗೆ ನಿಂತಿರುವರು ಅಂದ ಬಳಿಕ ಕೇಳುವುದೇನಿದೆ! ಅಲ್ಲದೆ ಜಾಹ್ನವಿ ಅಲ್ಲಂ ಚಾಯ್ ಮತ್ತು ಫಿಲ್ಟರ್ ಕಾಫಿಯನ್ನು ಸ್ವಾದಿಷ್ಟವಾಗಿ ತಯಾರಿಸುವವಳು ಅಂದ ಬಳಿಕ ಕೇಳುವುದೇನಿದೆ! ತನ್ನ ಇಬ್ಬರು ಮಕ್ಕಳಾದ ಪಾರ್ಥೂ ಪದ್ದೂ ಚಿಕ್ಕಪುಟ್ಟ ಕೆಲಸಗಳನ್ನು ಮಾಡುತ್ತ ಸಹಕರಿಸುವರು ಅಂದ ಬಳಿಕ ಕೇಳುವುದೇನಿದೆ! ಸುಧಾಕರ ಗ್ರಾಹಕರನ್ನು ಸಂಬಂಧ ವಾಚಕಗಳಿಂದ ಅತ್ಯಂತ ವಿನಯದಿಂದ ಪರಾಂಬರಿಸುತ್ತಿರುವನು ಅಂದ ಬಳಿಕ ಕೇಳುವುದೇನಿದೆ!

ಜಾಣ್ತನ ಅಂತ ಹೇಳುವುದು ಇದಕ್ಕೇನೆ! ಆ ಕಳ್ಳರ ಇನ್ಸಿಡೆಂಟ್ ಬಳಿಕ ರಾಜಹಂಸದ ಜನಪ್ರಿಯತೆ ಹೆಚ್ಚಿತ್ತು. ಆರಂಭದಲ್ಲಿ ಸ್ಥಳೀಯರು ಅಲ್ಲಿಗೆ ಬರುವುದು ಹೋಗುವುದು ಮಾಡುತ್ತಿದ್ದರು. ಇನ್ನೊಂದು ಮುಖ್ಯ ಸಂಗತಿ ಅಂದರೆ ಗುಣಸಾಗರದ ವಿವಿಧ ಆಶ್ರಮಗಳಲ್ಲಿದ್ದ ವೃದ್ಧರು ಭೌತಿಕವಾಗಿ ಪ್ರೇಕ್ಷಣೀಯವಾಗಿದ್ದರು. ಅವರು ಅವರಿವರಿಂದ ಧಾರಾಳವಾಗಿ ನೋಡಿಸಿಕೊಳ್ಳುತ್ತಿದ್ದರು. ವಿವಿಧ ಭಾವನೆಗಳನ್ನು ಭಂಗಿಗಳನ್ನು ಅಭಿವ್ಯಕ್ತಿಸಿ ಪ್ರೇಕ್ಷಕರ ಮನಸ್ಸನ್ನು ಆಹ್ಲಾದಗೊಳಿಸುತ್ತಿದ್ದರು. ಏನಾದರು ಕೊಟ್ಟರೆ ಪಡೆದು ಕೊಟ್ಟವರಿಗೆ ಥ್ಯಾಂಕ್ಸ್ ಹೇಳುತ್ತಿದ್ದ ಸೌಜನ್ಯ ಅವರಲ್ಲಿತ್ತು.

ಆ ವೃದ್ಧರು ಪ್ರೇಕ್ಷಕರನ್ನು ಉದ್ದೇಶಿಸಿ, "ರಾಜಹಂಸ ನಿವಾಸಿನಿ ವಿಶ್ವಸುಂದರಿ ಅಮ್ಮನವರ ದರ್ಶನ ಪಡೆದಿರುವಿರೇನು! ಬೆಟ್ಟದ ಕಳ್ಳರನ್ನು ಹಿಡಿದು ಪೋಲೀಸರಿಗೆ ಒಪ್ಪಿಸಿದ ಚಂಡಿ ಚಾಮುಂಡಿಯ ದರ್ಶನ ಪಡೆಯುವ ಆಸೆ ನಿಮಗಿಲ್ಲವೇನು!" ಎಂದು ವಿಶಿಷ್ಟ ವಿಶೇಷಣಗಳನ್ನು ಬೆರೆಸಿ ಮಾಹಿತಿ ನೀಡುತ್ತಿದ್ದರು. ಆಕೆ ವೃದ್ಧರ ಪಕ್ಷಪಾತಿ ಎಂಬ ಕಾರಣಕ್ಕೆ, ತಾವು ಆಕೆಯ ಪರಾಕ್ರಮವನ್ನು ಜಗಜ್ಜಾಹಿರು ಮಾಡಬೇಕೆಂಬ ಕಾರಣಕ್ಕೆ.

ಪರಸ್ಥಳದವರು ಪ್ರೇಕ್ಷಕರು ಹುಡುಕುವ ಪ್ರಯತ್ನದ ತೊಂದರೆ ಅನುಭವಿಸಬಾರದೆಂದು ಪುರಸಭೆಯವರು ಸಾಗರದಲ್ಲಿ ಅಲ್ಲಲ್ಲಿ ಸೂಚನಾ ಫಲಕಗಳನ್ನು ಹಾಕಿದ್ದರು. ಇನ್ನು ಆಟೋದವರು 'ಯಾರ್ರಿ ರಾಜಹಂಸ! ಯಾರ್ರಿ ವಿಶ್ವಸುಂದರಿ, ಮಹಾರಾಣಿ!' ಎಂದು ಕೂಗಿ ಸವಾರಿಗಳನ್ನು ತಮ್ಮತ್ತ ಸೆಳೆಯುತ್ತಿದ್ದರು. ಕೇವಲ ಹತ್ತೇ ರೂಪಾಯಿಗೆ ಕರೆದೊಯ್ದು ಎಲ್ಲಿ ಬಿಡುತ್ತಿದ್ದರು ಅಂದರೆ ಅಲ್ಲೇ ಬಿಡುತ್ತಿದ್ದರು. ಎಲ್ಲಿ ಅಂದರೆ ವಿಶ್ವಸುಂದರಿ ಚಾಯ್ ಕಾಫಿ ಹೋಟಲ್ ಸಮಕ್ಷಮ.

ಸುಧಾಕರ್ ತಮ್ಮ ಶಿಷ್ಯ ಅಂದ ಬಳಿಕ ಕೇಳುವುದೇನಿದೆ! ಅವನು ಮಾತನ್ನೆ ಮುಖ್ಯ ಬಂಡವಾಳವಾಗಿರಿಸಿಕೊಂಡಿದ್ದ. ಅತ್ಯಾಕರ್ಷಕ ನುಡಿಗಟ್ಟುಗಳಿಂದ ಗ್ರಾಹಕರನ್ನು ತನ್ನ ಕಡೆ ಸೆಳೆಯುತ್ತಿದ್ದ, 'ಚಾಯ್ ಕಾಫಿ ಕುಡಿದು ಗೆಲುವಾಗಿರಿ' ಎಂದು ಅವರನ್ನು ಪುಸಲಾಯಿಸುತ್ತಿದ್ದ. ಅದೇ ಸಮಯದಲ್ಲಿ ಜಾಹ್ನವಿ 'ವಿಶ್ವಸುಂದರಿ ಸ್ಪೆಷಲ್ ಚಾಯ್ ಬೇಕೋ, ಮಹಾರಾಣಿ ಸ್ಪೆಷಲ್ ಕಾಫಿ ಬೇಕೊ' ಎಂದು ಕೇಳುತ್ತಿದ್ದಳು. ಆ ಎರಡು ಪದಗಳನ್ನು ಆಲಿಸಿ ಅವರು ಮಂತ್ರಮುಗ್ಧರಾಗುತ್ತಿದ್ದರು.

ಅವನು ಗಿರಾಕಿಗಳಿಗೆ ಬರೀ ಅವನ್ನು ಮಾತ್ರ ಕೊಡುತ್ತಿರಲಿಲ್ಲ, ಕೊಡುವುದರ ಜೊತೆ ರಾಜಹಂಸಕ್ಕೆ ಮತ್ತು ಉತ್ಪಲಾ ಮೇಡಂ ಸಂಬಂಧೀ ಕಪೋಲಕಲ್ಪಿತ ಕಥೆಗಳನ್ನು, ವದಂತಿಗಳನ್ನು ವಿವರಿಸಿ ಅವರಲ್ಲಿ ಆಸಕ್ತಿ ಕುದುರಿಸುತ್ತಿದ್ದ. ಅವರು

ಅವನು ಹೇಳುತ್ತಿದ್ದುದನ್ನು ಬಾಯಿ ತೆರೆದು ಕೇಳುತ್ತಿದ್ದರು, ಹ್ಹಾ ಹೌದೇನು ಎಂದು ಉದ್ಗರಿಸುತ್ತಿದ್ದರು. ಖುಷಿಯಿಂದ ಚಿಲ್ಲರೆ ಪಲ್ಲರೆಯನ್ನು 'ನೀನೇ ಇಟ್ಟುಕೊ' ಎಂದುಬಿಡುತ್ತಿದ್ದರು.

ಬಳಿಕ ಅವರು ವಿವಿಧ ಅಂತರಗಳಲ್ಲಿ ನಿಂತು ನೋಡುತ್ತ 'ಹ್ಹಾಹ್ಹಾ ರಾಜಹಂಸವೇ! ಹ್ಹಾಹ್ಹಾ ಮಹಾರಾಣಿ ವಿಶ್ವಸುಂದರಿ ಅಮ್ಮಣ್ಣಿಯವರೆ' ಎಂದು ಸಖೇದಾಶ್ಚರ್ಯ ವ್ಯಕ್ತಪಡಿಸುತ್ತಿದ್ದರು. ಅವರಲ್ಲಿ ಕೆಲವರು ಒಳಪ್ರವೇಶಿಸಲು ವಿಫಲ ಪ್ರಯತ್ನ ನಡೆಸಿ ನೇಪಾಳಿಯ ಲಾಠಿ ರುಚಿ ಸವಿದು ಕುಯ್ಯೋ ಮರ್ರೋ ಎಂದು ನರಳುತ್ತ ಮರಳುತ್ತಿದ್ದರು.

* * *

ಕ್ಲುಪ್ತ ಅವಧಿಯಲ್ಲಿ ಕೆಲವು ಮಹತ್ವ ಘಟನೆಗಳು ಸಂಭವಿಸಿದವು, ಅವೆಂದರೆ, ಈ ಹಿಂದೆ ವೃದ್ಧೆಯ ಆ ಕಾಲ್ಪನಿಕ ಪೇಂಟಿಂಗ್‌ನ ಪ್ರಮೋದ್ ಅಮೇರಿಕಾದ ನ್ಯೂಜೆರ್ಸಿಗೆ ಕಳಿಸಿದ್ದನಲ್ಲವೆ! ಆ ಪೇಂಟಿಂಗಿಗೆ ವಿಶ್ವಸುಂದರಿ (ಮಿಸ್ ಯುನಿವರ್ಸ್) ಅಂತ ಶೀರ್ಷಿಕೆ ಕೊಟ್ಟಿದ್ದನಲ್ಲವೆ! ಅಲ್ಲಿ ನ್ಯೂಟೇಸ್ಟ್ ಅಸೋಸಿಯೇಷನ್ ಇದೆ ಅಂತ ಹೇಳಿದ್ದನಲ್ಲವೆ! ಅದಕ್ಕೆ ಫ್ರಂ ಅಡ್ರೆಸ್‌ನ ಮಹಿಗೆ ಕೊಟ್ಟಿದ್ದನಲ್ಲವೆ! ಆ ಪೇಂಟಿಂಗು ಪ್ರಥಮ ಬಹುಮಾನಕ್ಕೆ ಆಯ್ಕೆಯಾಗಿತ್ತು. ಐವತ್ತು ಸಾವಿರ ಡಾಲರ್ ಹಾರ್ಡ್ ಕ್ಯಾಷ್ ಪ್ರೈಜ್ ಮತ್ತು ಅಮೇರಿಕಾ ಟ್ಯೂರ್!

ಆ ವಿಷಯ ತಿಳಿದು ಹೆಚ್ಚು ಸಂತೋಷಪಟ್ಟ ವ್ಯಕ್ತಿ ಅಂದರೆ ಕಲಾವಿದನ ಸಹಧರ್ಮಿಣಿ ಸುಶೀಲಾ. ಆಕೆ ಅಮೇರಿಕಾ ಪ್ರವಾಸದ ಕನಸು ಕಾಣುತ್ತಿದ್ದಳಂತೆ, ವಾಷಿಂಗ್‌ಟನ್, ಶಿಕಾಗೋ ಕೋಲಂಬಿಯಾಗಳಲ್ಲಿರುವ ಐತಿಹಾಸಿಕ ಗ್ರಂಥಾಲಯಗಳಲ್ಲಿ ಸುತ್ತಾಡುವ ಮಹದಾಸೆ ತನಗಿತ್ತೆಂದು ಹೇಳಿದ್ದಳು. ಅಲ್ಲಿ ಯಾವುದೊ ಲೈಬ್ರರಿಯಲ್ಲಿ ಲಕ್ಷಾಂತರ ಪುಸ್ತಕಗಳನ್ನು ಸದುಪಯೋಗಪಡಿಸಿಕೊಂಡ ಎರಡನೆ ಜಾಗತಿಕ ವ್ಯಕ್ತಿ ಡಾ. ಅಂಬೇಡ್ಕರ್ ಎಂದೂ ಅವರು ಆ ಕುರ್ಚಿಯನ್ನು ಅಲ್ಲಿನ ಆಡಳಿತ ಮಂಡಳಿ ರಾಷ್ಟ್ರೀಯ ಸಂಪತ್ತು ಎಂದು ಘೋಷಿಸಿರುವುದು ಎಂದೂ, ಅದನ್ನು ಸ್ಪರ್ಶಿಸಿ ನಮಸ್ಕರಿಸುವ ಇರಾದೆ ತನ್ನದಾಗಿತ್ತೆಂದು ಆಕೆ ಅತ್ಯಂತ ಖುಷಿಯಿಂದ ಹೇಳಿದಳು.

ಆದರೆ ಮಹಿ ಆಕೆಯ ಭಾವನೆಗಳಿಗೆ ಸ್ಪಂದಿಸಲು ಮೀನ ಮೇಷ ಎಣಿಸಿದ. ಆ ಸಂಗತಿ ಯುಗಂಧರನ ಮೂಲಕ ರಾಜಹಂಸ ನಿವಾಸಿನಿ ಮಾತೋಶ್ರೀ ಮಹಾರಾಣಿ ವಿಶ್ವಸುಂದರಿ ಅಮ್ಮಣ್ಣಿ ಅವರಿಗೂ ತಿಳಿಯಿತು. ಅದರಿಂದ ಅವರು ಸಹ ಗರಿಷ್ಠಮಟ್ಟದಲ್ಲಿ ಸಂತೋಷ ಅನುಭವಿಸಿದರು. ಅವರನ್ನು ರಾಜಹಂಸಕ್ಕೆ

ತುರ್ತಾಗಿ ಬರಮಾಡಿಕೊಂಡರು. ಕಲಾವಿದನ ಕೊರಳಿಗೆ ಹಾರ ಹಾಕಿ ಶಾಲು ಹೊದ್ದಿಸಿ ಅಭಿನಂದಿಸಿದರು. ಅಲ್ಲದೆ ಸುಶೀಲಾ ಅವರಿಗೆ ಕಿಮ್ಮತ್ತಿನ ರೇಶ್ಮೆ ಸೀರೆ ನೀಡಿ ಗೌರವಿಸಿದರು.

ನ್ಯೂಜೆರ್ಸಿಯಲ್ಲಿ ಇಂಥವರ ನಿವಾಸದಲ್ಲಿ ಆತಿಥ್ಯ ಪಡೆಯಿರಿ ಎಂದೂ, ಆ ನಿವಾಸದ ಒಡೆಯ ರ್‍ಯಾಂಡೋ ಹಲವು ಕಾರಣಗಳಿಗಾಗಿ ತನ್ನ ಋಣದಲ್ಲಿರುವ ಪ್ರತಿಷ್ಠಿತ ವ್ಯಕ್ತಿ ಎಂದೂ ತಿಳಿಸಿದರು. ಆದರೆ ಕಲಾವಿದನ ಮುಖದಲ್ಲಿ ನಿರುತ್ಸಾಹವಿದ್ದುದನ್ನು ಗಮನಿಸಿ ಆತನನ್ನು ತೀರಾ ಸನಿಹಕ್ಕೆ ಬರಮಾಡಿಕೊಂಡು ಹೆಗಲ ಮೇಲೆ ಕೈಯಿರಿಸಿದರು,

"ಯಾಕೆ ಸಪ್ಪಗಿರುವಿ ಮಗೂ, ಈ ವಾರ್ತೆಯಿಂದ ನಿನಗೆ ಸಂತೋಷವಾಗಿಲ್ಲವೇನಪ್ಪಾ! ಇದು ಶ್ರೇಷ್ಠ ಪುರಸ್ಕಾರ. ನಾಳೆ ದಿವಸ ಈ ದೇಶದ ಸರ್ಕಾರ ಸಹ ನಿನ್ನನ್ನು ಗೌರವಿಸಬಹುದು, ನಿನಗೆ ಹಲವು ಪ್ರಶಸ್ತಿಗಳನ್ನು ಅದು ಘೋಷಿಸಿದರು ಅಚ್ಚರಿ ಇಲ್ಲ. ಓಹ್ ಇವಕ್ಕೆಲ್ಲ ಸಂತೋಷಪಡುವುದಿಲ್ಲವೆಂದರೆ ನೀನು ಕಮ್ಯುನಿಷ್ಟನೇನು! ಇಲ್ಲ ತಾನೆ, ಹಾಗಿದ್ದರೆ ಸಂತೋಷದ ಭಾವನೆಗಳನ್ನು ಮುಖದಲ್ಲಿ ಅಭಿವ್ಯಕ್ತಿಸು" ಎಂದು ಹಿತನುಡಿಗಳನ್ನಾಡಿದರು.

ಅಲ್ಲೆ ಉಪಸ್ಥಿತನಿದ್ದ ಪ್ರಮೋದನಿಗೂ ಮಹಿಯ ಸೈಕಾಲಾಜಿ ಅರ್ಥವಾಗಲಿಲ್ಲ. ಅಲ್ಲೆ ಇದ್ದ ಯುಗಂಧರ್,

"ಮಹಿಯವರೆ, ಪೂಜ್ಯ ಮಹಾರಾಣಿಯವರ ಆಶೀರ್ವಾದ ರೂಪದ ಸಲಹೆ ಬಗ್ಗೆ ದಯವಿಟ್ಟು ಸಕಾರಾತ್ಮವಾಗಿ ಯೋಚಿಸಿರಿ, ಅಮೇರಿಕಾದಲ್ಲಿರುವುದು ಕೇವಲ ಬಂಡವಾಳಶಾಹಿಗಳು ಮಾತ್ರ ಅಂತ ನೀವು ತಿಳಿದಿದ್ದರೆ ಅದು ತಪ್ಪು, ಅಲ್ಲೂ ಬುದ್ಧಿಜೀವಿಗಳು ಕಲಾವಿದರು ಹೋರಾಟಗಾರರು ಇರುವರು ಎಂದು ತಿಳಿಯಿರಿ, ಶಿಕಾಗೋ ವಾಷಿಂಗ್‌ಟನ್ ಮತ್ತಿತರ ಕಡೆ ಇರುವ ಆರ್ಟ್ ಗ್ಯಾಲರಿಗಳನ್ನು ನಿಮ್ಮಂಥ ಹವ್ಯಾಸಿ ಕಲಾವಿದರು ಸಂದರ್ಶಿಸಲೇಬೇಕು. ಈ ಅವಕಾಶನ ದಯವಿಟ್ಟು ಕಳೆದುಕೊಳ್ಳಬೇಡಿರಿ" ಎಂದು ಅತ್ಯಂತ ಕಳಕಳಿಯಿಂದ ಹೇಳಿದನು.

* * *

ಇನ್ನೊಂದು ಮುಖ್ಯ ಘಟನೆ ಸಂಭವಿಸಿತು, ಅದು ಗುಣಸಾಗರ ಮಾತ್ರವಲ್ಲ, ರಾಜ್ಯ ಮಾತ್ರವಲ್ಲ, ದೇಶಕ್ಕೆ ದೇಶವೇ ಹೆಮ್ಮೆಪಡುವಂಥ ಘಟನೆ. ಇದಕ್ಕೆ ಆ ನಂತರ ಬಂದು ಬಳಿಕ ಅದಕ್ಕೆ ಹೋಗೋಣ. ಕಳ್ಳರ ಘಟನೆ ಈ ಎಲ್ಲಾ ಘಟನೆಗಳಿಗೆ ನಾಂದಿ ಹಾಡಿತು. ಆ ಘಟನೆ ಸಂಭವಿಸದಿದ್ದಲ್ಲಿ ರಾಜಹಂಸ ಅದೇ ಭೂತ ಬಂಗಲೆ ಎಂದೇ ಕುಖ್ಯಾತವಾಗಿರುತ್ತಿತ್ತು, ಅದೇ

ಅಲ್ಲಿನ ಮಹಾರಾಣಿ ಅದೇ ಮುದುಕಿ ಎಂದು ಪರಿಸಮಾಪ್ತಿಯಾಗಿರುತ್ತಿತ್ತು. ಆ ಘಟನೆಯಿಂದ ಅವೆಲ್ಲ ಇವೆಲ್ಲ ದೇಶದ ಎಲ್ಲೆ ದಾಟಿ ಪ್ರಪಂಚದಾದ್ಯಂತ ವ್ಯಾಪಿಸಿತು. ರಾಜಾ ಪ್ರತಾಪ್ ಸಿಂಗ್ ದಾಯಾದಿಗಳು, ಪರಿತ್ಯಕ್ತ ಪತ್ನಿಯರು, ಮತ್ತವರ ಮಕ್ಕಳು ಮೊಮ್ಮಕ್ಕಳು ಎಲ್ಲೆಲ್ಲಿದ್ದರೊ ಅಲ್ಲೆಲ್ಲ ಎದ್ದು ಕುಳಿತರು. ತಾವು ಅದನ್ನು ಅಲ್ಲೆಲ್ಲೋ ಇರುವ ಪಾಳುಬಂಗಲೆ ಎಂದು ಭಾವಿಸಿದ್ದವಲ್ಲವೆ! ಅದರ ಕಡೆ ಈಗ ಪ್ರಪಂಚ ತನ್ನ ದೃಷ್ಟಿಯನ್ನು ಕೇಂದ್ರೀಕರಿಸಿರುವುದಲ್ಲವೆ! ಈ ದೇಶದಲ್ಲಿರುವ ತಾವು, ಅಂದರೆ ಅದಕ್ಕಿರುವ ವಾರಸುದಾರರು (ಅವರ ಅಧಿಕೃತ ಸಂಖ್ಯೆ ಸುಮಾರು ಏಳುನೂರಾ ಎಪ್ಪತ್ತೆರಡು ಮಂದಿ) ಅದನ್ನು ತಮ್ಮ ವಶಕ್ಕೆ ತೆಗೆದುಕೊಂಡರೆ ಹೇಗೆ! ಇವರೆಲ್ಲರು ಇಲ್ಲಿಂದ ಆ ದೇಶಕ್ಕೆ ಹೋಗುವ ಖರ್ಚು, ತಮ್ಮ ದೈನಂದಿನ ಪಾಡಾಖರ್ಚು! ಇವೆಲ್ಲವನ್ನು ಲೆಕ್ಕ ಹಾಕಿದರೆ ಕೋಟಿಗೆ ಹತ್ತಿರವಾಗುವುದು, ಅದರ ಮಾರುಕಟ್ಟೆ ಮೌಲ್ಯ ಅಷ್ಟಿರುವುದೊ, ಅದಕ್ಕಿಂತ ಕಡಿಮೆ ಇರುವುದೊ! ಕಡಿಮೆ ಇದ್ದರೆ ತಾವ್ಯಾಕೆ ಅಲ್ಲಿಗೆ ಹೋಗುವುದು, ತಮ್ಮ ಗತಿಸಿದ ತಂದೆಯ ತಾತನ ಮುತ್ತಾತನ ಎಷ್ಟನೆ ಪತ್ನಿಯನ್ನು ತಾವ್ಯಾಕೆ ಆ ಭೂತ ಬಂಗಲೆಯಿಂದ ಹೊರಗೆ ಹಾಕಿ ಅಷ್ಟೇ ಗಾತ್ರದ ಪಾಪವನ್ನು ಆವಹಿಸಿಕೊಳ್ಳುವುದು! ಹೀಗೆ ತರ್ಜನೆ ಭರ್ಜನೆ ಮಾಡಿ ಅವರೆಲ್ಲರು ಒಂದು ಅಂತಿಮ ನಿರ್ಧಾರಕ್ಕೆ ಬಂದರು, ಅದೆಂದರೆ ಅದಲ್ಲೇ ಇರಲಿ, ತಾವೆಲ್ಲರು ಇಲ್ಲಲ್ಲೆ ಇರೋಣವೆಂದು.

ಇನ್ನು ಮಹಾರಾಣಿಯವರ ಬಾಯಿ ಒಳಗಿನ ಚಿನ್ನದ ದಂತಪಂಕ್ತಿಗಳು ದೇಶ ವಿದೇಶಗಳಲ್ಲಿ ಸದ್ದು ಮಾಡಿದವು. ಮುಖ್ಯವಾಗಿ ಅಮೇರಿಕಾ ಜರ್ಮನ್ ಮತ್ತಿತರ ದೇಶಗಳಲ್ಲಿ ದಂತವಿಜ್ಞಾನ, ದಂತ ಆವಿಷ್ಕಾರ ಸಂಸ್ಥೆಗಳಲ್ಲಿನ ವಿಶ್ವವಿಖ್ಯಾತ ದಂತ ವೈದ್ಯರು ಆಕೆಯ ಅವುಗಳ ಕುರಿತು ತಲೆ ಕೆಡಿಸಿಕೊಂಡರು. ಅವರಿಗೆ ಆಕೆಯ ಬಾಯಿಯೊಳಗಿನ ದಂತಪಂಕ್ತಿಗಳ ಸುಳಿವು ಎಲ್ಲಿ ದೊರಕಿತು ಅನ್ನುವುದೆ ಸೋಜಿಗದ ಸಂಗತಿ. ಆ ಯಶಸ್ಸು ಆಕೆಯ ಅದ್ಯಾವುದೊ ಫೋಟೋಕ್ಕೆ ಸಲ್ಲಬೇಕು, ಆಕೆಯ ವೃದ್ಧಾಪ್ಯದ ಅದ್ಯಾವುದೋ ತೈಲವರ್ಣ ಚಿತ್ರಕ್ಕೆ ಸಲ್ಲಬೇಕು. ಅದ್ಯಾವುದೊ ಫೋಟೋದಲ್ಲಿ ಮಹಾರಾಣಿಯವರು ಉರುಫ್ ವಿಶ್ವಸುಂದರಿಯವರು, ಉರುಫ್ ಉತ್ಪಲಾ ಪಂಡಿತ್ ಅವರು ಕೇವಲ ಮುಗುಳ್ನಕ್ಕಿರುವರು, ಆದರೆ ಅವರು ಚೆಂದುಟಿಗಳನ್ನು ಪೂರ್ಣಪ್ರಮಾಣದಲ್ಲಿ ಹಿಗ್ಗಲಿಸಿ ನಕ್ಕಿಲ್ಲ. ಆದರು ಹಲ್ಲು ಚಿನ್ನ ಮತ್ತು ವಜ್ರದ ಸರಿಗೆಗಳಿಂದ ಮಾಡಲ್ಪಟ್ಟವಾದ್ದರಿಂದ ಪಾರದರ್ಶಕ ಗಲ್ಲ ಕೆನ್ನೆಗಳಲ್ಲಿ ಅವುಗಳ ಲಘು ಪ್ರತಿಫಲನವಿರುವುದು. ಎಂಥವರು ನಿಸ್ಸಂದೇಹವಾಗಿ ಇವು ಕೃತಕ ಹಲ್ಲುಗಳೆ ಎಂದು ಸಂದೇಹಿಸಬಹುದು.

ಆದರೆ ಈ ತೈಲವರ್ಣ ಚಿತ್ರ! ಆ ಕಲಾಕೃತಿಯ ಪ್ರಧಾನ ಶೀರ್ಷಿಕೆಯೇ 'ವಿಶ್ವಸುಂದರಿ'! ಅದನ್ನು ರಚಿಸಿರುವುದು ಫೆಮಿಲಿಯರ್ ಆರ್ಟಿಸ್ಟಲ್ಲ, ಅನ್‌ನೋನ್ ಅಮ್ಯಾಚ್ಯೂರ್ ಆರ್ಟಿಸ್ಟ್! ಹೇಗೆ ರಚಿಸಿದಿ ಏನು ಕಥೆ ಎಂಬಿವೇ ಮೊದಲಾದ ಪ್ರಶ್ನೆಗಳನ್ನು ಆ ಕಲಾವಿದನಿಗೆ ಕೇಳಿ ತಿಳಿದುಕೊಳ್ಳಬೇಕಿರುವುದು! ಆದರೆ ಅವನಿರುವುದು ಯಾವ ದೇಶದಲ್ಲಿ! ಅವನನ್ನು ಸಂಪರ್ಕಿಸುವುದು ಹೇಗೆ! ಓಹ್ ಹೇಗೋ ನ್ಯೂಜೆರ್ಸಿ ಇರುವುದಲ್ಲವೆ!

ದಂತಗಳ ಪ್ರಖಾಂಡ ಪಂಡಿತರು ಅಲ್ಲಿಗೆ ಸಂಪರ್ಕಿಸಿ ಆತನ ವಿಳಾಸ ಪಡೆದರು, ಸದರಿ ದೇಶದಲ್ಲಿನ ರಾಯಭಾರಿ ಕಚೇರಿಗಳ ನೆರವು ಪಡೆದು ಆತನ ಲ್ಯಾಂಡ್‌ಫೋನ್ ನಂಬರ್ ದೊರಕಿಸಿಕೊಂಡರು. ಮುಖ್ಯವಾಗಿ ಕ್ಯಾಲಿಫೋರ್ನಿಯಾದಿಂದ ಕೃತಕ ದಂತ ವಿಶಾರದರ‍್ಯಾರೋ ಈ ದೇಶದಲ್ಲಿದ್ದ ಈತನಿಗೆ ಹಲೋ ಅಂದರು.

ಅವರಿಬ್ಬರ ನಡುವೆ ಸುಮಾರು ಹೊತ್ತು ಮಾತುಕತೆ ನಡೆಯಿತು. ಅವರ ಪ್ರಶ್ನೆಗಳು ಮಹಿಗೆ ಅರ್ಥವಾಗಲಿಲ್ಲ, ಮಹಿಯ ಆನ್ಸರುಗಳು ಅವರಿಗೆ ಅರ್ಥವಾಗಲಿಲ್ಲ. ಗೌರವಾನ್ವಿತ ವೃದ್ಧೆಯವರ ವಿಳಾಸ ಫೋನ್ ನಂಬರ್ ಕೊಡುವವನೆ! ಯಾಕೋ ಕೊಡಲು ತನಗೆ ಮನಸ್ಸೊಪ್ಪಲಿಲ್ಲ. ಈ ವಯಸ್ಸಿನಲ್ಲಿ ಇಲ್ಲದ ನ್ಯೂಸೆನ್ಸ್ ಯಾಕೆ ಅಂತ.

ದಂತ ಶಾಸ್ತ್ರಜ್ಞರ ಕಾಟ ತಾತ್ಕಾಲಿಕವಾಗಿ ನೇಪಥ್ಯಕ್ಕೆ ಸರಿಯಿತು. ಅದರ ಬೆನ್ನಲ್ಲೆ ಸುಶೀಲಾಳ ಪ್ರಶ್ನೋತ್ತರ ಕಾರ್ಯಕ್ರಮ ಆರಂಭವಾಯಿತು. ಅವರಿಗೆ ಹೇಳಿದಷ್ಟು ಸುಲಭವಿರಲಿಲ್ಲ ಈಕೆಗೆ ಹೇಳುವುದು!

"ಇಷ್ಟು ಪರಿಣಾಮಕಾರಿಯಾಗಿ ಅದೂ ವಿಶ್ವದ ಗಮನ ಸೆಳೆಯುವಷ್ಟು ದಂತಪಂಕ್ತಿಯನ್ನು ರಚಿಸಿರುವಿರಿ ಅಂದರೆ ಆ ದಿವಸ ಆಕೆ ತನ್ನ ಬಾಯಿಯನ್ನು ನಿಮ್ಮ ಕಣ್ಣಿಗೆ ಎಷ್ಟು ಹತ್ತಿರ ತಂದಿದ್ದಳು!"

ಈ ಕ್ಲಿಷ್ಟಕರ ಪ್ರಶ್ನೆಗೆ ಸಮಾಧಾನನ ಎಲ್ಲಿಂದ ತರುವುದು! ಇದು ಯಕ್ಷಪ್ರಶ್ನೆ.

ಇನ್ನೊಂದು ಘಟನೆ ಅಂದರೆ,

ಇನ್ನೊಂದು ಉಲ್ಲೇಖಾರ್ಹ ಸಂಗತಿ ಅಂದರೆ, ಆದರು ಅಷ್ಟು ಸಮಾಧಾನ ತರುವ ಸಂಗತಿ ಅಲ್ಲವೇ ಅಲ್ಲ. ಉತ್ಪಲಾ ಪಂಡಿತ್ ತಮ್ಮ ಬಾಯಿಯೊಳಗೆ ಚಿನ್ನದ ಹಲ್ಲುಗಳ ಸೆಟ್‌ಗಳಿವೆ ಎಂದೂ, ಅವುಗಳ ಸುತ್ತ ವಜ್ರದ ಲೇಪವಿರುವುದು ಎಂದೂ, ಆ ಹಲ್ಲುಗಳಿಗೆ ಸ್ವಯಂ ಪ್ರಭೆ ಇರುವುದು ಎಂದೂ, ಆ ಹಲ್ಲುಗಳ ಬೆಳಕಲ್ಲಿ ತಾನು ಕತ್ತಲಲ್ಲಿರುವ ವಸ್ತುಗಳನ್ನು ಗುರುತಿಸಬಲ್ಲೆನೆಂದೂ ಹೇಳಿದರಂತೆ! ಈ ಮಾತುಗಳನ್ನು ಎಲ್ಲಿ ಯಾರಿಗೆ ಯಾವ ಸಂದರ್ಭದಲ್ಲಿ ಹೇಳಿದರೊ ಏನೊ!

ಅದು ಪ್ರಪಂಚದಲ್ಲಿ ಸುದ್ದಿಯಾಯಿತು. ಶತಮಾನದ ಹೊಸ್ತಿಲಲ್ಲಿರುವ ವೃದ್ಧೆಯ ಬಾಯಿಯಲ್ಲಿ ಇಂಥ ಅಮೂಲ್ಯ ವಸ್ತುಗಳಿರುವುದೆಂದರೆ! ಹಾಗಿದ್ದರೆ ಆಕೆ ತನ್ನ ಎಷ್ಟನೆ ವಯಸ್ಸಿನಲ್ಲಿ ತನ್ನ ಸ್ವಾಭಾವಿಕ ಹಲ್ಲುಗಳನ್ನು ಕಳೆದುಕೊಂಡಳು! ಆಕೆಯ ಬಾಯಿಯಿಂದ ಅವೇ ಸಹಜವಾಗಿ ಉದುರಿದವೊ, ಅಥವಾ ತಾನೆ ಸರ್ಜರಿ ನೆರವಿನಿಂದ ಹಲ್ಲುಗಳನ್ನು ನಿಖಾಲೆ ಮಾಡಿಸಿಕೊಂಡಳೊ! ವಿಶ್ವಸುಂದರಿ ಕಿರೀಟ ಧರಿಸಿದ ಗಣ್ಯ ಮಹಿಳೆಗೆ ತನ್ನ ಹಲ್ಲುಗಳ ಬಗ್ಗೆ ಪ್ರಾಥಮಿಕ ಜ್ಞಾನವಿರುವುದಿಲ್ಲವೆ! ಅದಕ್ಕೆ ಅನುವಂಶೀಯ ಖಾಯಿಲೆಗಳ ಸಂಬಂಧವಿರಬಹುದೆ!

ಚರ್ಚೆ ಆರಂಭವಾಯಿತು. ಸಾರ್ವಜನಿಕ ವಲಯದಲ್ಲಿ ಈ ಚರ್ಚೆ ಇದ್ದರೆ, ದಂತ ವೈದ್ಯಕೀಯ ಲೆವೆಲ್ಲಿನಲ್ಲಿ ವೈದ್ಯಕೀಯ ಪರಿಭಾಷೆಯಲ್ಲಿ ಚರ್ಚೆ ಆರಂಭವಾಗಿತ್ತು. ಆಕೆಯ ಕೃತಕ ದಂತಪಂಕ್ತಿ ಕುರಿತು ದಂತ ವಿಜ್ಞಾನಿಗಳು ಕುತೂಹಲವಂದಿಗರಾಗಲು ಕಾರಣಗಳು ಹಲವು ಇದ್ದವು. ಅವುಗಳಲ್ಲಿ ಮುಖ್ಯವಾದುದು 'ಡೆಂಚರ್ ರಚನೆ ಮತ್ತು ಕೃತಕ ಹಲ್ಲುಗಳ ಜೋಡಣೆ'!

ಈ ಇವೆರಡೂ ಆಧುನಿಕ ದಂತ ವೈದ್ಯಕೀಯ ಇತಿಹಾಸದ ಸಂದರ್ಭದಲ್ಲಿ ಹೊಚ್ಚಹೊಸ ಆವಿಷ್ಕಾರಗಳೆ. ಹೆಚ್ಚುಕಡಿಮೆ ಮುಕ್ಕಾಲು ಶತಮಾನದ ಹಿಂದೆ ದಂತ ಶಾಸ್ತ್ರಜ್ಞರು ಡೆಂಚರನ್ನು ಸಂಶೋಧಿಸಿದ್ದರೆಂಬುದು ಅಚ್ಚರಿಯ ಮತ್ತು ಅಭಿನಂದನೀಯ ಸಂಗತಿ. ಅವರು ಭೌತಿಕವಾಗಿ ಇಲ್ಲ, ಆದರೆ ಅವರು ಇರುವುದು ಆ ವೃದ್ಧೆಯ ಐ ಮೀನ್ ಉತ್ಪಲಾ ಪಂಡಿತ್ ಹೆಸರಿನ ವಿಶ್ವಸುಂದರಿಯ ಬಾಯಿಯ ಮೂಲಕ.

ಹ್ಞಾಂ ಇನ್ನೊಂದು ಮಹತ್ವದ ಸಂಗತಿ ಅಂದರೆ ಲಂಡನ್‌ನ ವೆಸ್ಟ್‌ಮಿನಿಷ್ಟರ್ ಏರಿಯಾದಲ್ಲಿ ಡಾ. ವಿಲಿಯಂ ಡೇರಾ ಹಲ್ಲುಗಳಿಗೆ ಸಂಬಂಧಿಸಿದ ಮ್ಯೂಜಿಯಂ ಮತ್ತು ಅಧ್ಯಯನ ಸಂಸ್ಥೆ ಸ್ಥಾಪಿಸಿದ್ದರು. ದಯವಿಟ್ಟು ನಿಮ್ಮ ಬಾಯಿಯೊಳಗಿನ ಕೃತಕ ಹಲ್ಲುಗಳ ಸೆಟ್‌ಗಳನ್ನು ನೀಡಿರಿ ಎಂದು ಅಂತಾರಾಷ್ಟ್ರೀಯ ಲೆವೆಲ್ಲಿನಲ್ಲಿ ಮನವಿ ಸಲ್ಲಿಸಿದ್ದರು, ಅದಕ್ಕೆ ವಿದೇಶದ ಹಲವು ಪ್ರಸಿದ್ಧ ವ್ಯಕ್ತಿಗಳು ತಮ್ಮ ಬಾಯಿಯಲ್ಲಿನ ಡೆಂಚರುಗಳನ್ನು ದೇಣಿಗೆ ರೂಪದಲ್ಲಿ ನೀಡಿದ್ದರು. ಹೀಗಾಗಿ ಅದು ಬಿದಿಗೆ ಚಂದ್ರನಂತೆ ಪ್ರವರ್ಧಮಾನ ಸ್ಥಿತಿಯಲ್ಲಿತ್ತು. ಆದರೆ ಡಾ. ವಿಲಿಯಂ ವಿಷಯ ತಿಳಿದ ಬಳಿಕ ಉತ್ಪಲಾ ಪಂಡಿತ್ ಹೆಸರಿನ ಗೌರವಾನ್ವಿತ ವೃದ್ಧೆಯ ಹಲ್ಲುಗಳ ಮೇಲೆ ತಮ್ಮ ದೃಷ್ಟಿಯನ್ನು ಕೇಂದ್ರೀಕರಿಸಿದ್ದರು. ಅವುಗಳನ್ನು ಹೇಗಾದರು ದೊರಕಿಸಿಕೊಳ್ಳಬೇಕೆಂದು ದೃಢನಿರ್ಧಾರ ಮಾಡಿದ್ದರು.

ವಿಲಿಯಂ ಅಂದರೆ ತಮಗೆ ಗುರು ಸಮಾನರು. ಅವರ ಈ ಚಿಕ್ಕ ಆಸೆಯನ್ನು ಈಡೇರಿಸುವುದು ತಮ್ಮ ಕರ್ತವ್ಯವೆಂದು ದಂತವೈದ್ಯರು ಭಾವಿಸಿದರು. ಅವರು ತರಾವರಿ ಹಾದಿಗಳ ಮೂಲಕ ಆಕೆಯ ಬೆನ್ನ ಬಿದ್ದರು.

"ಮಹಾರಾಣಿಯವರೆ ಹಲ್ಲುಗಳ ಸೆಟ್ ನಿಮಗೆ ಸೇವೆ ಸಲ್ಲಿಸಿವೆ, ನಿಮ್ಮ ಸೌಂದರ್ಯ ಕಾಪಾಡಿವೆ. ನೀವು ಅವುಗಳ ಸೇವೆಯನ್ನು ನಿರಂತರ ಮಾಡಿರುವಿರಿ, ಈ ಪರಸ್ಪರ ಅನ್ಯೋನ್ಯತೆಯಿಂದ, ಮ್ಯೂಚುಯಲ್ ಅಂಡರ್‌ಸ್ಟ್ಯಾಂಡಿಂಗಿನಿಂದ ನಿಮ್ಮ ಬಾಯಿಯೊಳಗೆ ಅವು ಹಲವು ದಶಕಗಳ ಕಾಲ ರಾರಾಜಿಸಿವೆ. ಈ ಇಳಿವಯಸ್ಸಿನಲ್ಲಿ ನಿಮಗೆ ಅವುಗಳ ಅಗತ್ಯವಿಲ್ಲವೆಂದು ಭಾವಿಸುತ್ತೇವೆ. ಕಾರಣ ನೀವು ಗಟ್ಟಿ ಪದಾರ್ಥಗಳನ್ನು ನಮಲುವುದಿಲ್ಲವೆಂದು ಭಾವಿಸುತ್ತೇವೆ. ಹ್ಞಾಂ ಇನ್ನೊಂದು ವಿಷಯ ಮೇಡಂ, ಅಂತಾರಾಷ್ಟ್ರೀಯ ಮಟ್ಟದಲ್ಲಿ ಡೆಂಚರುಗಳ ಬಗ್ಗೆ ಸಂಶೋಧನೆ ಹೊಸ ಆವಿಷ್ಕಾರಗಳು ನಡೆಯುತ್ತಿವೆ. ಅದಕ್ಕೆ ಕಳಸಪ್ರಾಯವಾಗಿ ನಿಮ್ಮ ಬಾಯಿಯೊಳಗಿನ ಡೆಂಚರ್‌ನ ಅವಶ್ಯಕತೆ ಇದೆ. ಅದನ್ನು ನೀವು ಕಾಣಿಕೆ ರೂಪದಲ್ಲಾದರು ನೀಡಿ, ಅಥವಾ ಅದನ್ನು ನಮ್ಮ ಸಂಸ್ಥೆಗೆ ಮಾರಾಟವಾದರು ಮಾಡಿರಿ" ಎಂದು ಆ ಸಂಸ್ಥೆಯ ಮುಖ್ಯಸ್ಥ ಡಾ. ಡೇನಿಯಲ್ ಆಕೆಗೆ ಪತ್ರ ಬರೆದರು.

ಅದು ತನಗೆ ಮಾತ್ರ ಬಂದಿದ್ದರೆ ಆಕೆ ಖಂಡಿತ ಅದನ್ನು ಹರಿದು ಕಸದ ಬುಟ್ಟಿಗೆ ಹಾಕುತ್ತಿದ್ದಳು. ಆದರೆ ಡೇನಿಯಲ್ ಅದನ್ನು ಪ್ರಪಂಚ ಎಲ್ಲಾ ನಿಯತಕಾಲಿಕಗಳಿಗೆ ಬಿಡುಗಡೆ ಮಾಡಿದ್ದ. ಅದನ್ನು ಓದಿದವರು ಸುಮ್ಮನಿದ್ದಾರೆಯೆ! ಕೊಡಿ ಅಂತ ಕೆಲವರು, ಕೊಡಬೇಡಿರಿ ಅಂತ ಕೆಲವರು ಫೋನ್ ಮೇಲೆ ಫೋನ್ ಮಾಡಿ ಆಕೆಯ ಸುತ್ತ ಅಶಾಂತಿಯ ಕೋಟೆ ನಿರ್ಮಿಸಿದರು.

ಭಾರತ ಸರ್ಕಾರದ ದಂತ ಆರೋಗ್ಯ ಇಲಾಖೆಯ ಮುಖ್ಯ ಕಾರ್ಯದರ್ಶಿ,

"ಮೇಡಂ ನಿಮ್ಮ ಬಾಯಿಯೊಳಗಿರುವ ಸೆಟ್ಟನ್ನು ವಿದೇಶಗಳಿಗೆ ದಯವಿಟ್ಟು ಕೊಡಬೇಡಿರಿ, ಕೊಡುವುದಿದ್ದರೆ ಅದನ್ನು ನಮಗೆ ಕೊಡಿರಿ, ಅದನ್ನು ನಮ್ಮ ಘನ ಸರ್ಕಾರ ಪ್ರಾಚ್ಯವಸ್ತು ಸಂಗ್ರಹಾಲಯಕ್ಕೆ ಸೇರ್ಪಡೆ ಮಾಡಿ ರಕ್ಷಿಸುವುದು, ಅದರಿಂದ ನವಪೀಳಿಗೆಯ ದಂತ ವೈದ್ಯಕೀಯ ವಿದ್ಯಾರ್ಥಿಗಳಿಗೆ ಅನುಕೂಲವಾಗುವುದು" ಎಂಬ ಒಕ್ಕಣಿಕೆ ಇದ್ದ ಪತ್ರ ಬರೆದರು.

ಇದು ಸಹ ರಾಷ್ಟ್ರಮಟ್ಟದ ಲೆವೆಲ್ಲಿನಲ್ಲಿ ಸುದ್ದಿಯಾಯಿತು.

ಯಾರೋ ತಮಾಷೆಗೆ ಅವರ ಹಲ್ಲಿನ ಸೆಟ್‌ನ ಮಾರುಕಟ್ಟೆಯ ಬೆಲೆ ಒಂದು ಕೋಟಿ ಎಂದು ಪುಕಾರು ಹುಟ್ಟಿಸಿದರು. ಕೋಟಿ ಅಂದರೆ ಕಳ್ಳರು ಸುಮ್ಮನಿರಲು ಸಾಧ್ಯವೆ!

ಆದರೆ ಈ ಎಲ್ಲಾ ವಿಲಕ್ಷಣ ಅಹಿತಕರ ವಿದ್ಯಮಾನಗಳಿಗೆ ರೋಸಿ ವೃದ್ಧೆ ಉತ್ಪಲಾ ಪಂಡಿತ್ ಮೇಡಂ ಕಾಣೆಯಾಗಿದ್ದಾರೆ, ಅವರಿಲ್ಲದೆ ರಾಜಹಂಸ ಬಣಗುಟ್ಟಲಾರಂಭಿಸಿದೆ.

ಅವರ ಪತ್ತೆಗಾಗಿ ಒಂದು ಕಡೆಯಿಂದ ಸರ್ಕಾರ ಶ್ರಮಿಸುತ್ತಿದೆ, ಇನ್ನೊಂದು ಕಡೆಯಿಂದ ಮಹಿ, ಪ್ರಮೋದ, ಮಧು ಮತ್ತು ಯುಗಂಧರ್ ಪ್ರಯತ್ನ ಮುಂದುವರಿಸಿದ್ದಾರೆ.

**** ಮುಗಿಯಿತು ****

www.ingramcontent.com/pod-product-compliance
Lightning Source LLC
LaVergne TN
LVHW040748051026
849519LV00007BA/2477